नांदा
सौख्य भरे

मधुकर काकडे

दिलीपराज प्रकाशन प्रा.लि.
२५१ क, शनिवार पेठ, पुणे – ४११ ०३०

नांदा सौख्य भरे
Nanda Saukhya Bhare

प्रकाशक
राजीव दत्तात्रय बर्वे,
मॅनेजिंग डायरेक्टर,
दिलीपराज प्रकाशन प्रा. लि.,
२५१ क, शनिवार पेठ, पुणे - ४११०३०.

© सौ.जयश्री मधुकर काकडे

प्रथमावृत्ती - १५ डिसेंबर २००८

प्रकाशन क्रमांक - १६७७

ISBN - 978-81-7294-698-2

टाइपसेटिंग
पितृछाया मुद्रणालय,
९०९ रविवार पेठ, पुणे - ४११ ००२.

मुखपृष्ठ - सागर नेने

तुमच्या नुसत्या आठवणीनं सुद्धा
जीवनावरचं,
जगण्यावरचं प्रेम अधिकाधिक वाढतं.

माझे स्वर्गवासी आई-वडील
कै. सौ. नानी, कै. ती. तात्या
यांच्या पवित्र स्मृतीस
प्रेमपूर्वक अर्पण   —   मधू

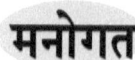

मनोगत

पती-पत्नी हे नाते आणि त्यामधील सामर्थ्य यावर माझा गाढ विश्वास आहे. या नात्यामूळे अनेक नाती मिळतात. या वेगवेगळ्या नात्यांचा रंग, छटा हे सगळं खूपच मनोहर आहे.

काळाच्या ओघात कुटुंबसंस्था खूप 'सुरक्षित' म्हणून प्रत्ययास आली आहे. सामाजिक आणि वयक्तिक सुद्धा सोयीची ठरली आहे.

मुळात अति पवित्र असलेली व्यक्तिस्वातंत्र्याची कल्पना गेल्या काही दशकात काही वेळा अपरिपक्वपणे पुढे आली आणि त्याचा ठपका मात्र विवाहसंस्थेवर ठेवण्यात आला. 'मुदतीचा सहवास' (कॉन्ट्रॅक्ट मॅरेज) किंवा 'लग्न न करता एकत्र रहाणे' (लिव्ह इन) या प्रथमदर्शनी आकर्षक वाटलेल्या कल्पनेचा शेवट नव्वदहून अधिक ठिकाणी घोर निराशेतच झाला. कारण या नात्यामध्ये जीवनाच्या शेवटच्या क्षणापर्यंत एकत्र रहाण्याची आस नव्हती. म्हणून विश्वास वाढला नाही. पती-पत्नी या संबंधातलं सामर्थ्य वाढलं नाही.

पत्नी-पत्नी या नात्यामधलं सामर्थ्य एकूण समाजालाच निरोगी आणि निकोप ठेवतं हे सामर्थ्य वाढायला हवं. काही लोक या सामर्थ्याला कमी लेखून स्वैर वागतात. हे असं वागणं अल्पकाळ वेगळं आणि त्यामूळे बरं वाटतं पण एकूण जीवन व्यवहारात टिकत नाही. स्वत:च्या मनाचीच त्याला मान्यता मिळत नाही. मनात निर्माण झालेला अपराधी भाव हटत नाही.

शहाणपणाचं ते शेवटी कळून काय उपयोग? आणि त्यासाठी स्वत:च प्रत्येक अनुभवातून, मनाच्या अवस्थेतून जाण्याची गरजच काय? जे वर्षानुवर्षे सिद्ध झालंयं, होतंय त्यावर सुरवातीसच विश्वास ठेवणं हे जास्त शहाणपणाचं नाही का?

कधी अगदीच निरुपाय होतो. अपरिहार्यता असते. अपवाद म्हणून माणसाचं चुकणं समजण्यासारखं आहे. पण अपवादालाच मुख्य जीवन समजणं हे अज्ञान नाही तर काय?

प्रापंचिक समस्या, पती-पत्नी संबंध याविषयी मार्गदर्शन करताना अनेक दांपत्यांच्या समस्यांचे जवळून दर्शन झाले. काही ठिकाणी परिस्थिती घटस्फोटापर्यंत आली होती. तर काही ठिकाणी घटस्फोट झाल्यासारखेच पण एकाच घरात बरेच दिवस रहात होते.

माझ्या समुपदेशाने अनेक घरांमध्ये हरवलेला आनंद पुन्हा गवसलेला दिसला. अशा अनेक जोडप्यांनी मी या विषयावर पुस्तक लिहावं असा आग्रह धरला. माझं ज्ञान संपन्न आणि समृद्ध याच अनेक दांपत्त्यांनी केलं. हे ज्ञान सगळ्यांबरोबर वाटावं ही कल्पना मला आवडली. मी पुस्तक लेखनाला सुरवात केली.

माझ्याकडे आधीपासूनच एक हजाराहून अधिक पानांचं टीपण तयार होतं. विचार, मनन, विवेचन, तात्पर्य, तुलनात्मक अभ्यास, निष्कर्ष, संदर्भ म्हणून वाचलेलं, काही मानसशास्त्रीय पुस्तकांचा अभ्यास....पुस्तक लेखनापूर्वी हा अभ्यास खूप व्यापक आणि महत्वाचा असतो. हा अभ्यास चालू असतानाच माझी भूमिका अधिकाधिक घट्ट होत गेली.

या पुस्तकाच्या लेखनानं खूप आनंद दिला. एकुण पुस्तक पूर्ण व्हायला दोन-अडीच वर्षे लागली. कारण माझ्या इतरही पुस्तकाचं लेखन चालू होतं. माझी व्याख्यानेही चालू असताताच. माझं ऑफीस साडेआठ ते पाच असं असतं. वेळ उरतो तो सायंकाळचा तो जास्तीत जास्त सत्कारणी लावावा लागतो.

पुस्तकाची मांडणी आणि प्रत्यक्ष लेखन हा महत्त्वाचा टप्पा! काय सांगायचे हे स्पष्ट असल्यानं शैलीचा ओघ कायम राहीला. दैनंदिन जीवनाला भिडणारी, वाचकांना स्वत:ची वाटणारी भाषा मला हवी होती. उगाच लालित्यपूर्ण, पांडित्यपूर्ण नको होती. मी त्याबाबत जागरूक राहीलो. अगदी पुस्तकाच्या लेखनानंतरही काही ठिकाणी पुनर्लेखन केलं.

पुस्तक लिहून झाल्यानंतरचाही अनुभव आनंददायी ठरला. स्कूटरवरून चाललो होतो. 'दिलीपराज प्रकाशन' चा बोर्ड पाहीला. खूप पूर्वी श्री. राजीव बर्वे यांच्याशी बोलणं झालेलं आठवलं. एका सिनेमात काम करण्याबद्दल. स्कूटर थांबवून मी प्रकाशनाच्या कार्यालयात शिरलो.

त्या दिवशी बर्वे सरांनी मुलाखतीसाठी काही उमेदवारांना बोलावलं होतं. मुलाखती चालू होत्या. तेथील ऑफीसस्टाफने सांगितले 'आज भेट होणं अवघड आहे काय काम होतं?''

''मी एक पुस्तक लिहिलंय. त्याबद्दल बोलायचं होतं ''

"सध्या आम्ही नवीन काही स्वीकारत नाही. येत्या तीन वर्षात काय छापायचं ते स्वीकारून झालं आहे."

"प्लीज आत सांगा, मधुकर काकडे आलेत"

बर्वे सरांनी आत बोलावलं.

"पुस्तकाचा विषय सांगा"

मी सांगितला.

"चांगला आहे. दुपारी हस्तलिखित घेऊन या."

मी हस्तलिखिताची फाईल सरांना दाखवली. प्रकरणांची मांडणी दाखवली त्यातला आशय थोडक्यात सांगितला. सर ताबडतोब म्हणाले, "अप्रतिम! मी वाचतो. शंकर सारडा सरांकडे पाठवतो. आवडलं, छापण्यायोग्य वाटलं तर पुढच्या गोष्टी!"

सारडा सरांसारखे श्रेष्ठ समीक्षक आपलं पुस्तक वाचणार या कल्पनेनं आनंद झाला. पुस्तकाचा यथायोग्य कस लागेल असा भरवसा वाटला.

एक महिन्याच्या आतच बर्वे सरांच्या ऑफीसमधून फोन आला.

"तुमचं पुस्तक स्वीकारलं आहे. करारासाठी या."

मी बर्वे सरांकडे गेलो. ते मनमोकळेपणानं म्हणाले,

"एक दोन प्रकरणे वाचताच तुमच्या लिखाणाची क्षमता मला समजली. सारडा सर म्हणाले, खूपच चांगलं झालंय पुस्तक. ताबडतोब छापायला घ्या. तुमच्या तीन वर्षांच्या रांगेला लावू नका."

श्री.बर्वे सर आणि श्री.सारडा सर या दोन्ही मान्यवरांची दाद सुखावून गेली. सारडासरांबरोबर याआधी कधीच बोलणं झालं नव्हतं. मी फोन केला. सर म्हणाले, "ज्या पॉईट ऑफ व्ह्यूनं तुम्ही लिहीलंय तो मला खूपच प्रगल्भ वाटला. पुस्तक खूपच चांगलं झालंय. प्रकरणांची मांडणी सूत्रबद्ध आहे. तुमची भाषा अतिशय प्रभावी आहे."

"सर काही एडिटिंग? तुमच्याकडून काही संस्करण?"

"त्याची काही गरज नाही. खूप कॉम्पॅक्ट झालंय पुस्तक"

दोन-अडीच वर्षांच्या मेहनतीचं चीज झालं होतं. सारडा सरांना प्रत्यक्ष भेटलो तेंव्हा ते खूप प्रेमानं, आपुलकीनं बोलले. मार्गदर्शनासाठी इथून पुढेही भेटण्याची परवानगी दिली. प्रस्तावनेच्या रूपानं त्यांचा आशीर्वाद या पुस्तकाला लाभला आहे.

पुस्तक छपाईला सुरूवात झाली. पुस्तकाच्या निर्मितीचं काम जुली थॉमस यांनी समर्थपणे सांभाळलं. डी.टी.पी.चालू असतानाच आरती आणि

आणखीही स्टाफनं पुस्तक खूप आवडल्याचं सांगितलं.

वाचणाऱ्याला उपयोगी पडेल, आपलंसं वाटेल, सोबत करेल असं पुस्तक आपल्या हातून लिहून झालंय या बद्दलचा विश्वास पुस्तक प्रकाशनाआधीच असा दृढ होत गेला.

माझी पत्नी जया हिचा आवर्जून उल्लेख करावासा वाटतो. चर्चा हा तिचा प्रांतच नव्हे. पण या पुस्तकाच्या लेखनावेळी तिनं अपवाद केला. मी विचारलेल्या अनेक प्रश्नांवर, विषयांवर तिनं आपली मनमोकळी मतं प्रकट केली. स्वयपांकघर, मुलं, त्यांचं शिक्षण, यामध्ये मनापासून रममाण झालेली जया इतकी परिपक्व आणि वस्तुनिष्ठ मतं नि:संदिग्धपणे आणि स्पष्टपणे मांडू शकते हे अनुभवल्यावर खूप आनंद झाला. पती-पत्नी या नात्यातला अंगार आणि दाह, नवनीत आणि शीतलता या दोन्हीचा तीव्र अनुभव घेत आम्ही अधिक समंजस अधिक जबाबदार होतो आहोत. अर्थात अजूनही खूप कळायचंय, खूप समजायचंय.

पती-पत्नी या नात्यामध्ये मानवतेचा, माणुसकीचा, आत्मीयतेचा, समर्पणाचा जितका रंग भरावा तितकी प्रेमाची अनुभूती अधिक उत्कट बनत जाते. कणव, कळकळ, तळमळ, जिव्हाळा, वात्सल्य, दया, क्षमा या प्रेमाच्या छटा पती-पत्नी संबंधांना अधिक गहिरेपण देतात यावर आम्हा दोघांचं एकमत आहे.

माझी मुलं, मंदार आणि मधुरा माझ्याकडे नेहमीच कौतुकानं पहातात. हा आनंदही वेगळाच!

हे पुस्तक तुमच्या वैवाहिक जीवनात आणि एकूणच आयुष्यात उत्साहाचं तसंच आनंदाचं वातावरण निर्माण करेल, तुम्हाला उपयोगी ठरेल आणि तुमची सोबत करेल असा मला विश्वास वाटतो.

मधुकर काकडे
पुरूषोत्तम अपार्टमेंट
डेक्कन जिमखाना
पुणे-४११००४
फोन नं.९४२३९१३४५२

अर्थपूर्ण आणि सौख्यकारक वैवाहिक जीवनाचा कानमंत्र

नाटककार, अभिनेते, एकपात्री कलाकार म्हणून गेली दोन दशके प्रयोगशील वृत्तीने आपल्या कलासक्तीचा पाठपुरावा करणारे मधुकर जयवंत काकडे हे, खरे तर मेकॅनिकल इंजिनिअर म्हणून पाषाणच्या आर्मामेंट रिसर्च अँड डेव्हलपमेंट एस्टॅब्लिशमेंट (ARDE) मध्ये १९८१ पासून कार्यरत आहेत. सप्तपदी, वरदहस्त, लाडकी सून, धरपकड, बाई ह्योच ठेवा वगैरे नाटके लिहून त्यांनी ती रंगभूमीवरही आणली. लग्नाची बेडी, आतून कीर्तन वरून तमाशा, देवमाणूस, दिल्या घरी तू सुखी रहा, सप्तपदी वगैरे नाटकांतून त्यांनी कामे केली. 'वागा सौख्यभरे', 'प्रपंचाची सुरुवात', 'प्रपंचाच्या मध्यावर', 'प्रपंचातलं अध्यात्म', 'तुमचं आमचं सेम असतं', 'हास्यधबधबा' वगैरे एकपात्री प्रयोगही त्यांनी वेळोवेळी सादर केले. त्यांच्या नाटकांचे आणि एकपात्री प्रयोगांचे विषय पाहिले तर त्यात सप्तपदी, लाडकी सून, दिल्या घरी तू सुखी राहा, प्रपंचाची सुरुवात, वागा सौख्यभरे यांचा वरचष्मा जाणवतो. विवाहोत्तर पतिपत्नींचे संबंध आणि त्यातील सामंजस्य त्यांना महत्त्वाचे वाटते आणि नवरा-बायको यांच्याप्रमाणेच एकूण कुटुंबालाही वैवाहिक जीवन सुखासमाधानाचे जावे अशी त्यांची भूमिका त्यावरून जाणवते. इंजिनिअर आणि कलाकार याचबरोबर एक संवेदनाशील व्यक्ती म्हणून अनेक कुटुंबांची पाहणी करण्याची संधी त्यांना लाभली. पती आणि पत्नी यांच्यातील परस्पर संबंध, त्यातील ताणतणाव, स्वभावविशेष, त्यातील समस्या, अपत्यप्राप्तीने वैवाहिक जीवनाला मिळणारी दिशा, प्रेम आणि निष्ठा, कामजीवन, कर्तृत्वाला मिळणारा वाव वा होणारा कोंडमारा, प्रपंचातील सुखासमाधानाला ग्रहण लावणारे मुद्दे, वयोमानानुसार परस्परांना त्यांच्या गुणदोषांसह स्वीकारण्याची

प्रगल्भता- अशा अनेकविध बाबींचे निरीक्षण घडले. क्षुल्लक कारणावरून आणि अहंभावातून, अप्राप्य महत्त्वाकांक्षांतून आणि अव्यावहारिक अपेक्षांतून पती आणि पत्नी यांच्यात बेबनाव झाला, तर संसारात येणारा कडवटपणा आणि कधीकधी घटस्फोटापर्यंत जाणारी मजल- याचीही कल्पना त्यांना आली. वैवाहिक जीवनातला विसंवाद, पती आणि पत्नी- म्हणजे स्त्री आणि पुरुष यांच्या मूलभूत प्रवृत्तींमधील भेद, स्त्री भावनाप्रधान तर पुरुष तर्कबुद्धीवर भर देणारा वगैरे समज- या सर्वांचे वेगवेगळे नमुने बघितल्यावर विवाहसंस्थेवरील त्यांचा विश्वास अधिक दृढ झाला.

मनोविश्लेषणशास्त्राचा प्रवर्तक डॉ. सिगमंड फ्राइड याने तीस वर्षांच्या संशोधनानंतर 'स्त्रीमन हे गहनगूढ असते. त्याबद्दल काही अंदाज बांधता येत नाही. स्त्री कुठल्या प्रसंगात कशी वागेल हे सांगता येत नाही, ती अनप्रेडिक्टेबल असते.' असा आपला निष्कर्ष नोंदवला. हा निष्कर्ष अ-वास्तव आहे असे मधुकर काकडे यांना जाणवले. आपल्या स्वतःच्या निरीक्षणावरून त्यांनी काढलेला निष्कर्ष यापेक्षा वेगळा होता. ''पती आणि पत्नी या नात्याचा संबंध आणि त्या व्यक्तींचा स्त्री आणि पुरुष म्हणून असणारा संबंध यात गूढ किंवा अनाकलनीय असे काही नाही. पती आणि पत्नी, पुरुष आणि स्त्री, नर आणि मादी या नात्याचे अगणित पदर आहेत; ते कुणाला अंशतः उमजले, तरी त्यांना आयुष्यभर सौख्य भरे नांदण्यासाठी ते पर्याप्त आहे.'' असा निष्कर्ष मधुकर काकडे यांना अधिक वास्तव आहे असे आढळून आले. हाच निष्कर्ष सर्वसामान्यांना समजावून देण्यासाठी 'नांदा सौख्य भरे' या पुस्तकाचा घाट त्यांनी घातला आहे.

विवाहसंस्था ही मानवी संस्कृतीची एक विशेष निर्मिती आणि उपलब्धी आहे. मादी आणि नर, स्त्री आणि पुरुष या दोघांच्या परस्पर आकर्षणातून अपत्य संभव व्हावा आणि वंशसातत्य टिकून रहावे ही निसर्गाचीच योजना आहे. नर आणि मादी यांच्यातील अनिर्बंध व्यवहाराला नीतीचे अधिष्ठान देण्यासाठी मानवाने जाणीवपूर्वक समाजव्यवस्थेच्या आणि नैतिकतेच्या भावनेतून विवाहसंस्था निर्माण करून, स्त्री - पुरुषांच्या एकत्र येण्याबाबत, शरीरसंबंधाबाबत आणि अपत्यसंगोपनाबाबत काही नीतिनियम ठरवून दिले. ते न पाळणाऱ्यांना समाजबहिष्कृत करणे वा अन्य रीतीने शासन करणे याबाबत त्या त्या समाजाने काही संकेत ठरवले. पती आणि पत्नी यांच्या वैयक्तिक नात्याला हे

सामाजिक रूप देताना आयुष्यभर एकमेकांना सुखदु:खात साथ देण्याची आणि एकमेकांची प्रतिष्ठा जपण्याची प्रतिज्ञाही अंतर्भूत होती. पुरुषसत्ताक वा मातृसत्ताक अशा समूह समाजात त्याबाबत काही विशेष सोयी सवलतीही उपलब्ध होत्या. परंतु अपत्यसंगोपनाच्या जबाबदारीमुळे स्त्रीवर घर सांभाळणे आणि पुरुषाने कामधंदा वा शिकार करून कुटुंबाचे पोषण करणे ही अशी कामाची वाटणीही व्यावहारिक पातळीवर सोयीची ठरली. स्थिर, स्थितिशील समाजाला त्यात स्थैर्यही लाभले.

अर्थात आजची स्थिती वेगळी आहे आणि स्त्री-पुरुष दोघेही अर्थार्जन करू लागले. स्त्रीचे परावलंबन मोठ्या प्रमाणावर कमी झाले आहे. स्त्रियांना आर्थिक स्वायत्तता तद्वतच लाभली. शरीरसंबंधाबाबतच्या जुन्या निष्ठेच्या कल्पना बदलत गेल्या. त्याबाबत मानव समूहांचे वेगवेगळे प्रयोग गेली अनेक शतके चालू आहेत. कुटुंबसंस्थेचा संबंध त्या त्या व्यक्तीच्या स्थावरजंगम मालमत्तेशी, वारसाहक्काशी जोडला गेल्यामुळे विवाहबाह्य संबंधांना कायद्याच्या कक्षेत स्थान देणे अवघड ठरले. त्याचबरोबर द्विभार्या प्रतिबंधक कायद्यामुळे एकापेक्षा अधिक विवाह करणे हा अपराध ठरला. पहिल्या पत्नीला घटस्फोट दिल्याशिवाय दुसऱ्या स्त्रीशी विवाहसंबंध प्रस्थापित करण्याला कायद्याने आडकाठी निर्माण केली. प्रत्येक देश, धर्म, जात वा समूह यात या दृष्टीने आजही विवाहाबाबत वेगवेगळे दंडक आढळतात. लग्नाप्रमाणेच घटस्फोटाबाबतही वेगवेगळ्या तरतुदी आढळतात.

... हे सर्व लक्षात घेऊनही विवाहसंस्था आणि कुटुंबसंस्था यांची उपयुक्तता आणि आवश्यकता नजरेआड करता येत नाही. एकूण सामाजिक स्थैर्यासाठी वैध स्त्री-पुरुष संबंध आणि कौटुंबिक स्वास्थ्य नितान्त आवश्यक आहे.

मधुकर काकडे यांनी हेच गृहीत धरून विवाहसंस्था सुखावह आणि समाधानकारक व्हावी, प्रत्येक विवाह हा सफल आणि आनंदकारक ठरावा असे उद्दिष्ट समोर ठेवून, त्यासाठी कोणत्या बाबींकडे लक्ष यायला हवे, याचा एक आराखडा तयार केला आहे. 'नांदा सौख्य भरे' या पुस्तकात प्रत्येक दांपत्याला सुखी व समृद्ध जीवन जगता येण्यासाठी आणि एकमेकांना आनंद आणि समाधान देण्यासाठी कोणती पथ्ये पाळावी, कशी दृष्टी ठेवावी याचे उद्‌बोधक दिग्दर्शन केले आहे.

यौवनाने सळसळत्या काळात स्त्री-पुरुषांमध्ये परस्पर आकर्षणाची अनावर ऊर्मी उसळून येते. अशा वेळी जोडीदार निवडताना प्रथमदर्शनी प्रेमापासून,

वडीलधाऱ्यांच्या सल्लामसलतीपर्यंतचे अनेक पर्याय समोर असतात. जोडीदाराची ही निवड कधी कधी भावनेच्या भरात होते आणि विवाहोत्तर काळात दोघांमधील विसंवाद- विरोधच जास्त जाणवतात. आपली निवड चुकली, आपल्या अपेक्षा व्यर्थ ठरल्या म्हणून पश्चात्तापाचा भाव मनात घर करू लागतो. प्रियकर म्हणून हवाहवासा असणारा पुरुष, नवरा म्हणून जीवनात आला की अरेरावी गाजवू लागतो, म्हणून त्रासदायक वाटू लागतो. प्रेयसी म्हणून हवीहवीशी वाटणारी, बायको म्हणून चोवीस तास घरात राहू लागली की तिचे नखरे आणि नाटकीपण त्रासदायक वाटू लागतो. शारीरिक संबंध सुखावह न झाले तर अधिकच ताण निर्माण होतात, एकमेकांची मने न जुळली तरी तणाव निर्माण होतात. पतीच्या जवळच्या नात्यातील माणसांचे वागणे-बोलणे पत्नीला खटकते तर पत्नीच्या माहेरच्या माणसांची लुडबूड पतीला अस्वस्थ करते... पती आपली हौसमौज पुरी करू शकत नाही किंवा पत्नी जोधा - अकबरमधल्या ऐश्वर्यासारखी रिझवत नाही, आपल्या सौंदर्य-विभ्रमाची जादू आपल्यावर टाकत नाही म्हणून पतिराजांचा हिरमोड होतो. ज्यांना हे लग्नानंतरचे सुरुवातीचे दिवस मंतरल्यासारखे वाटतात, त्यांना जीवनातल्या सर्वोच्च आनंदाचा, स्वर्गीय सुखाचा प्रत्यय येतो. परंतु पुढे अपत्याच्या आगमनाची चाहूल लागली की सहवासाला वेगळी कळा लाभते... अपत्यांच्या संगोपनात स्त्रीची पत्नी ही भूमिका मागे पडून आपल्या बाळाची आई ही भूमिका वरचढ होते... त्यानंतर मुले मोठी झाली की पती-पत्नी नात्यालाही प्रौढत्व येते. एकमेकांची शारीरिक ओढ ओसरत जाते. मुलांच्या लग्नानंतर, सेवानिवृत्तीनंतर पुन्हा जीवनात पोकळी जाणवू लागते आणि पती-पत्नी नात्यातील मानसिक अंतर स्पष्ट होऊ लागते. आयुष्य हे रुटीन, चाकोरीचे होते. त्यातील नवलाई मंदावत जाते. तशात आजारपण, व्याधी वगैरेंनी नवे ताण निर्माण होतात. आजी - आजोबांचा रोल तो ताण थोडा कमी करू शकतो. परंतु दिवसभर करायचे काय हा सर्वसाधारण प्रश्न निवृत्तीनंतरच्या सहजीवनाला अर्थशून्य बनवत राहतो. अशावेळी जगायचीही सक्ती आहे, एवढाच विचार आधार देत राहतो.

परंतु तरुणवयातील नवथर आकर्षणापासून तो वार्धक्यातील चाकोरीबद्ध नावीन्यशून्य अस्तित्वापर्यंतचा हा प्रवास प्रत्येक टप्प्यावर चैतन्यशाली करण्यात दांपत्य जीवनाची खरी सार्थकता असते. सहजीवनाला त्यामुळे साफल्य आणि स्थैर्य लाभते.

अकरा

हा जो विवाहोत्तर काळ आहे, त्यात रंग भरण्यासाठी, त्यातील संभाव्य समस्यांचे वेळीच निराकरण करण्यासाठी अनेक व्यावहारिक आणि वास्तव उपाय, उपचार आणि मार्ग सुचवण्यासाठी मधुकर काकडे यांना या पुस्तकाचा घाट घातला आहे. त्यातील प्रकरणांची योजना त्या दृष्टीने चपखलपणे केली आहे.

नव्वद टक्के लग्ने ही लॉटरीसारखी ठरतात. त्यामुळे ती बेभरवशाची ठरतात. जोडीदार निवडतानाच काही दक्षता घेण्याचा आग्रह ते धरतात. आपल्या जोडीदाराकडून असणाऱ्या अपेक्षा, आपली जोडीदाराबाबतची कमिटमेंट, आपल्याला लग्नापासून नेमके काय हवे आहे, आपल्या जोडीदाराला जे हवे आहे ते देण्याची तयारी, कुवत, क्षमता वा प्रामाणिक इच्छा आहे का, की केवळ आपण आत्मकेंद्रित वृत्तीनेच लग्नाकडे बघत आहोत, याची शक्य तेवढी स्वत:शीच आपण खातरजमा करून घ्यायला हवी. आईबाबांना वा वडीलधाऱ्यांना दोष देऊन किंवा आपल्या नशिबाला दोष देऊन आपल्या वैवाहिक जीवनाची गाडी रुळावर आणता येत नाही. आधी आपणच त्याबाबत आपल्या भूमिकेची निश्चिती करून योग्य निवडीवर लक्ष केंद्रित करायला हवे. अर्थात सर्व काही आपल्या मनाप्रमाणे घडतेच असे नाही... काही कमी, काही जास्त पदरी पडते. समंजसपणे ते स्वीकारण्यातच शहाणपण असते. पती-पत्नी संबंधाचा डेड एन्ड आपल्या जीवनात आला आहे असे मानू नये. आयुष्यातील असे डेड एन्ड वाटणारे क्षण म्हणजे आपल्याला कल्पनेच्या सृष्टीतून, प्रखर वास्तवात आणणारे, आपल्याला सुज्ञ करणारे, अडसरवजा इशारे म्हणजे 'एज्युकेटिव्ह ऑब्स्टेकल्स' आहेत. आणि ते पार करायची सावधगिरी आणि हिंमत आपण ठेवली पाहिजे असे लेखकाचे सांगणे आहे.

लग्न करताना असणाऱ्या आपल्या अपेक्षा या त्या वेळच्या आपल्या मानसिकतेवर आणि परिस्थितीवर अवलंबून असतात. त्या त्या वेळेपुरत्या त्या बरोबर असतात; परंतु आपली मानसिकता आणि परिस्थिती एकसारखीच कायम राहत नाही. तिच्यात सारखा बदल घडत असतो. त्यामुळे आपल्या अपेक्षांमध्येही बदल होत असतो. स्वत:च्या लग्नाचा विचार करणारे आपण आणि मुलाच्या लग्नाच्या वेळी पालक म्हणून विचार करणारे आपण - या दोन्ही भूमिकांमध्ये वेगळेपण राहणारच. हेही लक्षात घेतले तर आपण लवकर आपल्या खांद्यावरून अवास्तव अपेक्षांचे ओझे टाकून देऊ शकू. आयुष्य हे आनंद मिळवण्यासाठी आणि आनंद देण्यासाठी आहे; लग्नानंतरचे सहजीवन हे दोघांनी मिळून

संपन्न, समृद्ध करायचे असते; अडीअडचणीतून आणि कष्टातून मार्ग काढत अपेक्षित यशाचा पल्ला गाठायचा आहे असा पक्का निर्धार असेल, तर सर्व प्रसंगांतून हसतमुखाने पार पडता येते अशी खात्री ठेवा. विवाहोत्तर प्रारंभिक दिवसात तर अशा मानसिकतेचा फारच फायदा होतो.

सुरुवातीच्या दिवसात एकमेकांना समजावून घ्या, एकमेकांच्या भावना, अपेक्षा, स्वप्ने जाणून घ्या. लग्न आपले झालेले असले तरी त्यामुळे नातेसंबंधांचा एक मोठा पट खुला झालेला असतो. त्यामुळे त्याचेही भान ठेवावे लागते. त्यातील मानपानस्थान सांभाळावे लागते. त्यासाठी मोजकेच बोलणे इष्ट ठरते, कमी बोलणे हितकारक ठरते, असा सल्ला लेखक देतो. एकमेकांच्या नातलगांविषयी उतावीळपणे काही टीकाटिप्पणी टाळावी; त्यातून कायमचे समज-गैरसमज निर्माण होतात. नंतर ते दूर करणे अत्यंत अवघड ठरते. इंपलसिव्ह रिॲक्शन प्रकट करण्याचा मोह आवरावा. इतरांच्या दोषांचा, उणिवांचा उच्चार शक्यतो टाळावा. मी म्हणेन ती पूर्व दिशा हा अहंभावही मिरवण्याचा उमाळा आवरावा.

प्रपंचातले निर्णय कोणी घ्यायचे याबाबतही एक मार्मिक विधान लेखकाने केले आहे.

''संसारातला कुठलाही निर्णय आपल्या इच्छेनुसार व्हावा असे प्रत्येक बाईला वाटते; परंतु तो निर्णय नवऱ्याने एकट्याने घ्यावा असा तिचा कटाक्ष असतो.''

दुसऱ्यावर जबाबदारी टाकून स्वत:भोवती सुरक्षाकवच निर्माण करण्याचा हा स्त्रियांचा स्वभावविशेष संपूर्ण प्रपंचाला कायमस्वरूपी कीड व वाळवी लावतो, असे लेखकाला वाटते.

परस्परातील भांडणे, अबोला, अधिकार गाजवण्याची प्रवृत्ती यांचाही वेळीच बंदोबस्त करणे दांपत्यजीवनाच्या स्थैर्याला उपयुक्त ठरते.

'आवडती नावडती' हे प्रकरण महत्त्वाचे आहे. स्त्रीच्या तसेच पुरुषाच्या स्वप्रतिमांच्या बडिवारामुळे सहजीवन बिकट होत जाते. स्त्रीचे घरावर प्रेम असते. स्त्री स्वत:च घर असते; पुरुषाचे ते विश्रांतीस्थान असते. त्या वेळेपुरते वाटणारे नावडते भाव दूर करून धीराने घरपण जपण्यात स्त्रियांचा हातखंडा असतो. पुरुष आपला अहंकार जपत नावडतेपण अधिक गडद करीत राहतो. त्यात त्याचेच नुकसान होते. ''ती तुमचीच आहे. तुम्ही तिचे आहात. आजचा नावडता भाव क्षणिक, क्षणभंगुर आहे. ती तुमच्यासाठीच तर सारे काही करते आहे. तुमचे प्रेमच तिला हवे आहे. ते प्रेम द्या. 'तू मला आवडतेस'

तेरा

म्हणा... गाडे योग्य मार्गाने चालू लागेल, असा भरवसा बाळगा.''

'स्वभाव, आवड, सवय' या शीर्षकाच्या पाचव्या प्रकरणातही एकमेकांच्या आवडीनिवडी आणि एकमेकांच्या आवडीनिवडीच्या माणसांची स्वभाववैशिष्ट्ये जाणून घेण्यावर भर देण्यात आला आहे. ''आवडीनिवडी स्थळांच्या बाबतीत असतात, गावांच्या बाबतीत असतात. साहित्य, संगीत, कला, खेळ, क्रीडा, स्वप्नं, जिद्द, महत्त्वाकांक्षा... स्नेहसंबंध... रोमान्स, प्रणय, कामक्रीडा, मुले-मुली, सुख, पैसा अशा अनेक गोष्टींबाबतच्या आवडीनिवडी असू शकतात. गुणवाचक, भाववाचक, संख्यावाचक...त्यामुळे त्यांची बूज राखण्याची मानसिकता आपण दाखवायला हवी. ''स्वभावातून आवड निर्माण होते, आवडीतून सवय आणि सवयीतून व्यसने... म्हणून सवयींबाबत सावधपण हवे. आपल्याला आणि आपल्या कुटुंबाला नुकसान पोचवणाऱ्या सवयींच्या आहारी जाणे टाळता आले, तर आपला जोडीदार आणि पर्यायाने आपला संसार डिस्टर्ब होण्याचे टळेल. हे सगळे डिस्टर्ब करण्यापेक्षा स्वतःच्या सवयीलाच मुरड घालणे काय वाईट?'' असा प्रश्न लेखक विचारतो. आणि वाचकांना अंतर्मुख करतो.

मानवता, माणुसकी, निष्ठा यांना मूल्ये असे मानायच्या ऐवजी सवयी मानणे हितकारक ठरेल. प्रपंच म्हणजे कर्म, कर्तव्य, जबाबदारी असे न मानता सवयीचा भाग मानले तर जीवनाला वेगळा संदर्भ मिळेल. प्रेम, जीवनासक्ती, जगणे यांनाही सवय मानले तर इतरांशी आपले जे वागणे असते, त्यात नावीन्यपूर्ण आशय येईल, हा विचारही महत्त्वपूर्ण आहे.

आपल्या जीवनात अग्रक्रम (प्रायॉरिटी) कशाला याची स्पष्ट कल्पना असेल तर दैनंदिन जीवनातल्या अनेक कटकटींपासून सुटका होईल. एकमेकांच्या अग्रक्रमांमध्ये संघर्ष होऊ नये याची दक्षता घेता येईल. एखाद्या दिवशी काय करावे, काय टाळावे हेही अग्रक्रमाच्या आपल्या निवडीवर ठरवणे सोपे जाईल. वाढदिवस, मुंज, पिकनिक, शॉपिंग वगैरे कार्यक्रम एकाच दिवशी आले तर त्यातील कशाला अग्रक्रम द्यायचा? नाटक, प्रदर्शन, पार्टी, देवदर्शन वगैरे कार्यक्रम एकाच वेळी असले तर त्यातील कुठल्या कार्यक्रमाला जायचे? खरेदीसाठी विशिष्ट रक्कम हाताशी असताना साड्या, अलंकार, कार, बंगला, टीव्ही, संगणक- अशा विविध पर्यायांमध्ये कशाला अग्रक्रम द्यायचा?... अशा वेळी अग्रक्रमांची पुनर्मांडणी करण्याची तयारी असेल तर निराशा पत्करावी लागत नाही. प्रत्येकाचे अग्रक्रम वेगळे असले तरी सर्वांना सोयीकर

ठरणाऱ्या अग्रक्रमाची निवड करून आनंद वाढवता येतो.

आयुष्याच्या मध्यावर पोचल्यानंतर आपल्या ऐहिक यशापयशाबद्दलचा तुलनात्मक ताळेबंद मनोमन किंवा अवतीभवतीच्या आपल्या सहकाऱ्यांच्या वा भावंडांच्या संदर्भात मांडला जातो. आपल्याला आपल्या पात्रतेच्या किंवा लायकीच्या मानाने फारसे काही मिळाले नाही, अशी चुटपुट बहुतेकांना लागून राहते. अपेक्षित उच्चपदे आपल्याला मिळाली नाहीत; आपल्या कर्तृत्वाचा कस लागला नाही, आपल्या प्रगतीचे सगळे अवसर वाया गेले, असे वाटते. आपल्या अपेक्षा, आपला अहंकार, आपली जिद्द, सामाजिक- व्यावसायिक संपर्क यात काही ना काही त्रुटी राहून गेल्या, स्वत:चे मार्केटिंग आपल्याला जमले नाही, या भावनेने अनेकदा स्वत:चीच करुणा वा अनुकंपा वाटू लागते. आपले समवयस्क सहकारी पुढे गेले; आपण मागे पडलो, आर्थिकदृष्ट्या, अधिकाराच्या आणि सत्तेच्या संपादनात अधेमधेच अडकून पडलो- याची खंत मनाला टोचणी देत राहते. यात आपले नेमके कुठे चुकले हे आपल्या लक्षात यायला वेळ लागतो. तोपर्यंत संधी हातून गेलेली असते. पुरुषांप्रमाणे स्त्रियांनाही अशी भावना त्रस्त करीत राहते. विशेषत: त्या नोकरी करीत असल्या तर- आणि घरच्या जबाबदाऱ्यांमुळे ऑफिसच्या कामात झोकून देण्यास कमी पडल्या तर - त्याचे शल्य अधिक घायाळ करते. अशा मन:स्थितीत असताना एकमेकांना समजून घेऊन, उणेदुणे काढत न बसता, परस्परांचा आत्मविश्वास दृढ करून आपल्या क्षमतांच्या वापरासाठी योग्य ते वातावरण निर्माण करणे श्रेयस्कर ठरते.

आनंदी आणि सफल कौटुंबिक जीवनाचा एक मानदंड म्हणजे आपल्या मुलामुलींचे घडणारे व्यक्तिमत्त्व आणि त्यांचे दिसून येणारे कर्तृत्व. मुलांचे शिक्षण, त्यांची बुद्धिमत्ता, त्यांच्यावरील संस्कार, त्यांच्या कर्तृत्वाला मिळणारे अवसर या दृष्टीने पती आणि पत्नी दोघांचेही योगदान मोलाचे असते. मुलांची व्यक्तित्वे एकांगी, खुरटलेली, खुजी, नकारात्मक, विध्वंसक, विकृत अशी होऊ नयेत यासाठी पालक म्हणून आपण जागरूक असणे अत्यंत महत्त्वाचे ठरते. मुलांच्या स्वभाववृत्तीत नकारात्मक किंवा समाजविघातक अशा काही प्रवृत्तींचा संभव दिसला तर त्यांना समुपदेशाची गरज असते. योग्य वेळी, योग्य वयात त्याकडे लक्ष दिले तर त्यांच्यात सुधारणा होऊ शकते. अर्थात मुलांसमोर पती आणि पत्नी म्हणून, आई आणि वडील म्हणून आपल्या वर्तनाचा जो आविष्कार होतो, तोही सकारात्मक आणि

आश्वासक हवा. भेदरलेपणा, एकटेपणा, असुरक्षितता, कमकुवतपण, व्यंग, नैराश्य, एकटेपणा, स्वप्नाळूपणा अशा अनेकविध प्रवृत्ती मुलांमध्ये आढळून येतात. त्यांच्या मूळ स्वभावविशेषांचा आणि वर्तनविशेषांचा मागोवा घेत राहावे. मूळ प्रवृत्तींच्या विरोधात जाऊन काही करणे अवघड असते.
आजारपण, कामजीवन या दोन प्रकरणांमधून सौख्यभरे नांदण्यासाठी अनेक उपयुक्त कानमंत्र दिले आहेत. विवाहाच्या निकोप स्थैर्याला, प्रेमभावनेला, आंतरिक शांतीला व आध्यात्मिक उन्नतीला समाधानकारक कामजीवन चालना देते. त्यावर खरे तर स्वतंत्र पुस्तकच लिहायला हवे. नर आणि मादी यांची मूळ जीवशास्त्रीय गरज वंशसातत्य ही आहे. त्यात जोडीदारांच्या बहुविधतेला प्रत्यवाय नाही. पशुपक्ष्यांमध्ये कायम एकच एक जोडीदार असे क्वचितच आढळते. मानव प्राण्याबाबतही ते लागू पडते. परंतु समाजव्यवस्था, संस्कार, कायदेकानून, संपत्तीचा अधिकार आणि नैतिकतेच्या बदलत्या संकल्पना यामुळे एकनिष्ठता, पातिव्रत्य यांचा आदर्श समोर ठेवण्यात आला. कायद्याच्या चौकटीत राहून माणूस सर्व कृत्ये करतो का? नाही. त्यामुळे सद्य:काळात विवाहपूर्व संबंधांचा विधिनिषेध कोणी बाळगत नाही. कुमारी माता, विवाहबाह्य संबंध, वगैरेंकडे कानाडोळा करण्याची प्रवृत्ती समाजात दिसते. न्यायालयात मात्र प्रकरण गेले तर त्याची चर्चा होते. एरव्ही जो तो आपली सोय पाहतो. पतीने व पत्नीने वैवाहिक निष्ठेचे पालन करावे हा आदर्श. कसा व्यर्थ आहे हे निरनिराळ्या सर्वेक्षणातून प्रकट होणारी आकडेवारीच सिद्ध करते. इंडिया टुडेच्या एका सर्वेक्षणात (५ नोव्हेंबर २००७) सत्तर टक्के विवाहित जोडपी एकमेकांशी एकनिष्ठ असून फक्त २६ ते ३० टक्के जोडप्यांनी क्वचित कधीतरी विवाहबाह्य संबंध असल्याची कबुली दिली आहे. या आकडेवारीवरून बहुसंख्य भारतीय जोडपी आजही विवाहाचे पावित्र्य आणि गांभीर्य मानतात असे स्पष्ट होते.

सौख्यभरे नांदण्यासाठी उपयुक्त ठरणाऱ्या आणखी दोन बाबींचा मधुकर काकडे यांनी निर्देश केला आहे. त्या बाबी म्हणजे प्रपंचातील व्यावसायिकता आणि प्रपंचातील अध्यात्म.
व्यावसायिकता म्हणजे प्रोफेशनॅलिझम. जे काम करायचे त्यात सुसूत्रता, शिस्त, दर्जा, सातत्य यांचे व्यवस्थापन- प्रपंचात आपल्याला अनेक गोष्टी सातत्याने कराव्या लागतात. किराणा, भाजीपाला, कपडे यांची खरेदी, घरातील स्वच्छता, वस्तू जागच्या जागी ठेवणे, कपडे वेळच्या वेळी धुणे,

इस्त्री करणे, सहज सापडतील अशा ठिकाणी वस्तू ठेवणे. टी.व्ही, मिक्सर, फ्रीज, वॉटर प्युरीफायर, वॉशिंग मशीन, लाईट, नळ, गॅस - शेगडी यांची देखभाल दुरुस्ती... टेलिफोन, वीज, घरपट्टी, केबलचे बिल, आयकर वगैरे वेळच्या वेळी भरणे... मुलांचे शिक्षण, वह्या-पुस्तके, दुपारचा डबा, परीक्षा, शाळेत पोचवण्यासाठी वाहन... अशा शेकडो गोष्टी नित्यनियमाने कराव्या लागतात. त्या व्यवस्थितपणे करणे म्हणजे प्रपंचातील व्यावसायिकता. या गोष्टींपैकी बहुतांश गोष्टी गृहिणी करते; घरधनी केवळ आपली नोकरी वा कामधंदा करून हुश्श म्हणतो...

जर या सर्व गोष्टी गृहिणी / पत्नी करते तर तिच्या प्रोफेशनॅलिझमची योग्य ती बूज राखायला नको का?

या व्यावसायिकतेचेही स्तर असतात. उच्च, मध्यम, क्षीण, तुच्छ, तांत्रिक... त्यासाठी काय करायला हवे?

मधुकर काकडे पतिपत्नींना कानमंत्र देतात.

एकमेकांना प्रेम मागा, प्रेम द्या.

एकमेकांना त्याग मागा, त्याग करा.

एकमेकांना आयुष्य मागा, आयुष्य द्या.

पण एकमेकांचा आत्मा मागू नका,

आत्मा देण्याचा प्रयत्न करू नका.

व्यावसायिकतेचा आणखी एक पैलू त्यांनी मांडला आहे.

स्वतःस जागा मिळण्यासाठी आधी दुसऱ्याला जागा करून देणे म्हणजे व्यावसायिकता.

स्वतःस जगता यावे म्हणून दुसऱ्याला जगू देण्याची दक्षता घेणे म्हणजे व्यावसायिकता.

'प्रपंचातले अध्यात्म' हे प्रकरण वैवाहिक नातेसंबंधाचे शाश्वत अधिष्ठान प्रकट करते.

आपल्या अस्तित्वाचे, आपल्या नात्यांचे, आपल्या संबंधांचे, आपल्या शरीराचे आणि आत्म्याच्या संबंधाचे, आपल्या जीवनाच्या अंतिम उद्दिष्टाचे स्वरूप शोधणे. निसर्गाशी असणारे आपले मूलबंध शोधणे. आपल्याला जगण्यासाठी एक शरीर लागते, मन लागते आणि शरीर तसेच मन यांना अखंड गुंतवून ठेवणारे कर्मसातत्य लागते. शरीर, मन आणि कर्म यांच्याद्वारे जीवनाचे अंतिम कल्याण साधणे, परमेश्वराशी एकरूप होणे,

जोडीदाराच्या निवडीपासून, एकमेकांच्या अपेक्षांची बूज राखत, संततीचे योग्यप्रकारे संगोपन करीत, नातीगोती आणि व्यवहार सांभाळत, गृहस्थधर्माची कर्तव्ये पूर्ण करीत, स्वत:च्या क्षमतांना पर्याप्त अवसर देत, प्रपंचाची व्यावसायिकता जोपासत, मानवी जीवनाचे जे अंतिम ध्येय म्हणजे मोक्ष - ते गाठेपर्यंत वाटचाल करीत राहणे- हा वैवाहिक जीवनाचा मूलभूत गाभा आहे आणि याचि देही याचि डोळा पती-पत्नींनी शिव-शक्तीचा आपल्यातील अंश जागवीत त्याची आराधना-उपासना करीत राहायला हवी असा संदेश देणारे हे पुस्तक आहे.

मधुकर काकडे यांनी अत्यंत तर्कसंगत अशी या विषयाची मांडणी केली आहे. जोडीदार निवडताना काळजी घेणे, एकमेकांच्या अपेक्षांची जाणीव बाळगणे, त्या अपेक्षांमध्ये अग्रक्रम ठरवणे, आपल्याला नक्की काय हवे याबद्दल स्वत:लाच तयार करणे, हा त्यातला टप्पा पूर्ण करून विवाहबद्ध होणे, वैवाहिक जीवनाला आरंभ करताना शरीर आणि मन या दोहोंची उचित एकात्मता साधणे, परस्परस्वभाव जाणून जे आहे त्याचा स्वीकार करणे, आपल्या मनातील पूर्वग्रह दूर करणे, स्वभावाचा-आवडीनिवडीचा मागोवा घेऊन योग्य त्या सवयी अंगी बाणवणे, आपल्या जीवनातील अग्रक्रम ठरवणे, आपल्या कर्तृत्वाला योग्य अवसर मिळेल अशा संधी शोधणे आणि त्यांचा उपयोग करून घेणे, मुलाबाळांच्या सर्वांगीण विकासाकडे लक्ष देणे, मानसिक-शारीरिक आरोग्य निरामय ठेवणे, व्याधी-रोग यांचा आघात झालाच तर त्यासंबंधीचे पथ्यपाणी पाळणे, कामजीवनाचा मनसोक्त आनंद घेणे, प्रपंचाच्या व्यावसायिकतेचा दर्जा उच्च ठेवणे, प्रपंचात राहूनही परमार्थ साधणे अशा अनेकविध विषयांचा परामर्श या पुस्तकात सुसंगतपणे घेतला आहे.

मधुकर काकडे यांना एकपात्री प्रयोगांमुळे आणि नाट्याभिनयामुळे वाक्यांची प्रभावी परिणामकारक योजना करण्याची सिद्धी लाभली आहे. विवेचन करताना नाट्यपूर्ण उदाहरणे देणे, विविध व्यक्तींची मनोगते सहजपणे मांडून समस्येचे वेगवेगळे पैलू उलगडून दाखवणे, प्रसंग-घटना आणि कथा यांच्याद्वारे प्रतिपाद्य विषयाचे बारकावे प्रकट करणे हे त्यांच्या लेखनशैलीचे स्वाभाविक वैशिष्ट्य. त्यामुळे पुस्तक वाचायला घेतले की वाचक त्यात गुंतत जातो.
आपण सगळेच प्रापंचिक...परंतु आपल्याला प्रपंचाचे अज्ञात असलेले किंवा ओझरते-निसटते जाणवलेले काही पैलू मधुकर काकडे नेमकेपणाने स्पष्ट

करतात, बर्वे या एका दांपत्याचे उदाहरण घेऊन पतिपत्नीसंबंधांचे अनेक सूक्ष्मतरल कलह- विसंवाद त्यांनी व्यक्त केले आहेत. त्यामुळे हे सगळे विवेचन अभिनव आणि नावीन्यपूर्ण, परिणामकारक आणि प्रभावी वाटते.

नवविवाहितांना तर हे पुस्तक म्हणजे आपल्या भावी जीवनाची एक व्यापक रूपरेखाच वाटेल; विवाहितांना आपल्या जीवनातल्या खटकणाऱ्या जागांची नव्याने जाणीव होईल; परस्परांच्या व्यक्तित्वाला पूरक, पोषक, प्रेरक ठरण्यासाठी अजूनही खूप काही करता येण्यासारखे आहे, असा साक्षात्कार होईल. त्यांच्या जीवनाला नवी दिशा मिळेल. प्रपंचातली व्यावसायिकता जपण्याचे कौशल्य आपल्या अंगी आहे याची जाणीव झालेल्या गृहिणींच्या आत्मप्रतिमेला उठाव मिळेल आणि कामजीवनाचा आनंददायक आस्वाद हा वैवाहिक संबंधांच्या सार्थकतेला पूर्तता देईल. त्याचबरोबर उच्च आध्यात्मिकतेची दिशाही दाखवील याची खूणगाठ या पुस्तकामुळे दृढ होईल.

इंग्लिशमध्ये स्त्री-पुरुष संबंधविषयक वेगवेगळे दृष्टिकोन मांडणारी नवनवी पुस्तके दरवर्षी निघत असतात आणि त्यातून नवनवे सिद्धान्त मांडले जात असतात. शोभा डे यांचे 'स्पाउझ' हे पुस्तक जोडीदारासंबंधीच आहे. 'मेन आर फ्रॉम मार्स, वुमेन आर फ्रॉम व्हीनस' या गाजलेल्या बेस्टसेलर पुस्तकात स्त्री आणि पुरुष भाषेचा ज्या प्रकारे वापर करतात त्यातील वेगळेपण उलगडून दाखवले आहे. स्त्रियांची भाषा ही बरीचशी ध्वन्यर्थाचा आश्रय घेते. त्यामुळे त्यांच्या मनात काय आहे ते सहजी लक्षात येत नाही. 'लेकी बोले सुने लागे' असा प्रकार त्यात जास्त असतो. फेमिनिस्ट लेखिकांनीही वेगळ्या पातळीवर भाषेची स्त्रीवादी चिकित्सा केली आहे. एकूणच स्त्रीपुरुष संबंध, त्याबाबत नवनवे विचार आजही मांडले जात आहेत.

सध्या अमेरिकेत 'दि रि-एज्युकेशन ऑफ द फिमेल' हे डान्टे मूर याचे पुस्तक गाजले आहे. स्त्रीवादाचा उदोउदो करणाऱ्या अमेरिकेत, 'स्त्रियांनो, सेक्सी व्हा, आकर्षक दिसा आणि पुरुषांना भुरळ घाला, संसारातला ताजेपणा टिकवून धरा. त्यात तुम्ही गाफील राहिला तर त्यांना आपल्या मायाजालात पकडण्यासाठी दहाजणी चौकाचौकात असणारच'. असा इशारा देणारे हे पुस्तक अमेरिकन वाचकांना, विशेषत: तरुणींना कालसुसंगत संदेश देणारे वाटते आहे. 'वय वाढत राहील, जंक फूड खाऊन तुम्ही लठ्ठ, वजनदार व्हाल, तसतसा अमेरिकेतील विवाहोत्सुक तरुणांच्या यादीतील एकेक पर्याय

तुमच्या दृष्टीने गळत जाईल. त्या तरुणांना हत्तीचे पिल्लू जवळ घ्यावेसे वाटेल का? पुरुष काही मागत नाहीत. ते फक्त इच्छा दर्शवितात. तुम्ही त्या इच्छेचा पाठपुरावा करा. त्यामुळे तुमचे जीवन अर्थपूर्ण होईल.'' असे हे पुस्तक सांगते.

वैवाहिक जीवनाचे सौख्य कसे वाढवावे याबद्दलही बरीच पुस्तके प्रसिद्ध होत आहेत, त्यापैकी काही पुस्तके मधुकर काकडे यांनी अभ्यासली असतीलही, परंतु त्यातील कोणत्याही पुस्तकातील विचार जसेच्या तसे त्यांनी घेतलेले नाहीत. स्वत:चीच एक भूमिका त्यांनी विकसित केली आहे. त्यामुळे 'नांदा सौख्य भरे' मध्ये त्यापैकी कुठल्याही एखाद्या पुस्तकाचा प्रभाव पडलेला दिसत नाही. त्यांनी केलेली मांडणी आणि प्रतिपादन भारतीय संदर्भात असून, त्यात नवथर प्रीतीच्या हुरहूर लावणाऱ्या रोमांचक क्षणांपासून शिव-शक्ती एकात्मतेपर्यंतची आध्यात्मिक मजल विवाहाच्या माध्यमातून, स्त्री-पुरुष यांच्या साहचर्यातून कशी साधता येते याचाच जणू आलेख काढलेला आहे, तोही शाक्त पंथासारख्या अतिरेकी टोकाला न जाता. आपल्या वैवाहिक जीवनाला चूल-मूल यापलीकडे असणाऱ्या वैश्विकतेची ओळख हे पुस्तक करून देईल. प्रपंच व्यवस्थित केला म्हणजे परमार्थही साधतो, हा भारतीय विचार पुन्हा एकदा नव्या शैलीत, नव्या तर्कव्यूहाद्वारे मनावर ठसवणारे हे पुस्तक आहे.

– शंकर सारडा
ई-१० पाटील रिजन्सी
१५ एरंडवणे, पुणे-४११००४
फोन-९८२३२६१०२३

❏❏❏

नांदा सौख्य भरे

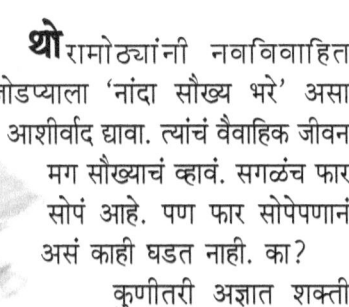

-१- नांदा सौख्य भरे

थोरामोठ्यांनी नवविवाहित जोडप्याला 'नांदा सौख्य भरे' असा आशीर्वाद द्यावा. त्यांचं वैवाहिक जीवन मग सौख्याचं व्हावं. सगळंच फार सोपं आहे. पण फार सोपेपणानं असं काही घडत नाही. का?

कुणीतरी अज्ञात शक्ती (परमेश्वर!) आपल्या आयुष्यात जादूची कांडी फिरवणार आहे. मग काहीतरी अद्‌भुत चमत्कार घडणार आहे. आपल्याला हवे ते मिळणार आहे अशा भाबडेपणात निम्म्याहून अधिक लोक, निम्म्याहून अधिक आयुष्य व्यर्थ घालवतात.

आपल्या आयुष्यात आपल्याला हवं ते आपण मिळवायचं असतं. त्यासाठी जादूच्या कांड्याही आपणच फिरवायच्या असतात. या जादूच्या कांड्या परमेश्वरानं तुम्हाला केव्हाच बहाल केल्या आहेत. हा भाबडेपणा नाही. वस्तुस्थितीवरचा विश्वास आहे. आपण या कांड्या ओळखायला कमी पडतो. या कांड्या न फिरवता (वापरता) स्वत:च त्यांच्याभोवती फिरत राहतो. पण काही लोकांना या कांड्या ओळखता येतात. वापरता येतात. संसारात, प्रपंचात, एकूण आयुष्यात हे लोक कमी त्रासात दिसतात. स्वस्थ, शांत, समाधानी, सुखी, आनंदी दिसतात. म्हणजे इतरांच्या तुलनेत तरी! हे आपोआप घडलेलं नसतं. त्यांनी काही ओळखलेलं असतं, काही जाणलेलं असतं, काही स्वीकारलेलं असतं, काही सोडून दिलेलं असतं, काही मनगटावर पेललेलं असतं, काही मानगुटीवर वागवलेलं असतं, आयुष्य समजावून घेण्याचा प्रयत्न

केलेला असतो. आयुष्याची (नाण्याची) दुसरी बाजू, दुसरा भाग समजावून घेण्याचा प्रयत्न केलेला असतो. असं होताना झालेला त्रास, वेदना, यातनाही त्यांनी सहन केलेल्या असतात. यानंतर मात्र जो डोळसपणा त्यांना लाभतो तो अवघ्या आयुष्याला उजेड देतो, रस्ता दाखवतो, सोबत करतो.

अशाप्रकारे आयुष्याला सामोरं जाण्याऐवजी काही लोक आयुष्यावर केवळ आगपाखड करतात. उतावीळपणे, अगतिकपणे काही अनुमानं काढतात. काही मिळत नाही म्हणून चरफडत राहतात. त्रागा करतात, झुरतात, जीवनाला दूषणे लावतात. परमेश्वरानं केवळ त्यांनाच दुःख दिलं आहे असा पक्का समज करून घेतात. परमेश्वरावर पक्षपातीपणाचा आरोप करतात. कुणी दुसऱ्यानं त्यांच्या आयुष्यात सुखाची, आनंदाची पखरण करावी अशी अपेक्षा करतात. केवळ वाट पहात राहतात. वस्तुस्थितीपासून दूर जातात. आपलं सुख, आनंद, शांती, समाधान हे सगळं आपल्यापाशीच असतं हे मूल तत्त्वच विसरतात. सत्यापासून दूर जातात. निराशेनं घेरले जातात. संपण्याच्या वाटेवर येऊन उभे रहातात.

आपल्याला टिकण्याच्या, टिकून राहण्याच्या वाटेवर येऊन उभं राहायचं आहे. आपल्याला जगण्याच्या वाटेवर येऊन उभं राहायचं आहे. एकदा या योग्य वाटेवर येऊन उभं राहिलं, की 'पुढे चालायचं असतं' हे कुणी सांगण्याची गरज उरत नाही. असं चालण्यासाठी लागणारी ऊर्जा आभाळातून पडत नाही हे सत्य प्रत्ययास येतं. आपल्या स्वतःच्या आत, मनात, अंतर्मनात उर्जेचा जो प्रचंड साठा आहे, त्याच्याशी ओळख व्हायला लागते. सत्य सापडू लागतं. जीवन सखासोबती वाटू लागतं. भाबडेपणा, भ्रम, भंपकपणा, मिथ्यलोलुपता हे सगळं दूर जातं. स्वप्नाळूपणा, ऐतखाऊ वृत्ती यांना दूर करावं वाटतं. प्रयत्नाचा आणि प्रत्यक्ष मिळण्याचा संबंध प्रत्ययास येतो. परमेश्वरानं आपल्याला (माणसाला) बहाल केलेल्या लाखमोलाचा जादूच्या कांड्या, स्वतःच्याच जवळपास दिसू लागतात. त्या आपल्या, स्वतःच्या वाटू लागतात. परमेश्वराबद्दल कृतज्ञतेची, उमाळ्याची भावना मनात निर्माण होते. या अशा सकारात्मक झालेल्या वृत्तीला परमेश्वरही बळ देतो. सौख्य मनात भरू लागतं. ओसंडून वाहू लागतं. जे लोक सौख्यानं नांदू शकतात त्यांच्याबद्दल मनात अकारण उमटणारा मत्सर नाहीसा होतो. त्यांना नावे ठेवण्याची वृत्ती जाते. या लोकांसारखे आपणही सौख्यभरे नांदू शकतो, ही प्रचिती मनाला एखाद्या जादूपेक्षा, चमत्कारापेक्षाही अद्भुत वाटू लागते. हे सगळं घडतं. घडू शकतं! कसं? पाहू या!

माझा अधिकार

तुम्हाला साहजिकच प्रश्न पडेल की या विषयावर काही सांगू शकणारा मी कोण? मी तुमच्यासारखाच एक प्रापंचिक माणूस आहे. पत्नी, मुलगा, मुलगी असा संसार थाटून या जगात तुमच्याबरोबर माणुसकीची देवाण-घेवाण करतो आहे. प्रपंच सजवतो आहे. प्रापंचिक धडपडीतला आनंद अनुभवतो आहे. या विषयावर असं काही पुस्तक उपलब्ध आहे की ते माहीत नाही. असल्यास मी ते वाचलेलं नाही. आजवर मराठीबरोबरच इतर भारतीय आणि परकीय भाषेतील (अनुवादित) 'खूप' म्हणण्याइतपत वाचलेलं आणि अभ्यासलं आहे. त्या पुस्तकांमधून शंभर- दीडशे पुस्तकांच्या नावांची यादी संदर्भ-सूची म्हणून द्यावी, असं प्रस्तुत पुस्तक लिहिताना काही घडलं नाही. ज्या मोजक्या पुस्तकांची वारंवार आठवण, हे पुस्तक लिहिताना येत होती त्यांचा उल्लेख मी प्रस्तुत पुस्तकात केला आहे.

मानवी सहजप्रवृत्ती, त्यांचा आविष्कार आणि त्यांना नियंत्रित करणारे घटक यामधून आपलं अवघं जीवन आकार घेतं. दोन व्यक्तींमधले संबंध आकार घेतात. स्त्री-पुरुष संबंध हा अनेक थोर आणि जागतिक विचारवंतांना, मानसशास्त्रज्ञांना गूढ वाटणारा विषय. आव्हानात्मक वाटणारा विषय. 'सिगमंड फ्राईड' या जगविख्यात संशोधकानं तीस वर्षे संशोधन करून असा एक सिद्धान्त मांडला, की 'स्त्रीच्या मनाचा काही अंदाज करता येत नाही. तिची प्रतिक्रिया 'अनप्रेडिक्टेबल' असते. तिला कधी आणि कुठल्या कारणांसाठी काय आवडेल, कुठला पुरुष आवडेल, कुठल्या कारणासाठी आवडेल याचा काही भरोसा नाही, अंदाज नाही, नियम नाही, शास्त्र नाही.'

या संशोधनाबद्दल आणि संशोधकाबद्दल मला आदरच आहे. अर्थात आपल्याकडील सर्वसाधारण माणसालाही सहज प्रश्न पडेल की हा निष्कर्ष काढण्यासाठी तीस वर्षे लागतात? आणि ही तीस वर्षे अभ्यास करावा लागतो? असो! फ्राईडचा यथोचित आदर करूया. पण त्याच्या बोलण्यानंतर आपल्यालाही बोलण्याचा अधिकार आहेच. आपण भारतीय अनेक बाबतीत केवळ भाग्यवान आहोत. त्यामध्ये आपल्या देशाची भौगोलिक स्थिती, रचना, निसर्ग या गोष्टी तर आहेतच. खूपच महत्त्वाची गोष्ट काय असेल तर आपल्याकडे असलेला आध्यात्मिक वारसा,आध्यात्मिक पाया! आपल्याकडची महान संतपरंपरा आणि समृद्ध संतसाहित्य. आपल्याकडे गीतेसारखा महान ग्रंथ उपलब्ध आहे. संत ज्ञानेश्वरांचं त्यावरचं विवेचन ज्ञानेश्वरीच्या रूपानं विराट स्वरूपात उपलब्ध आहे. तुकारामाचे अभंग गाथेच्या स्वरूपात आहेत. एकनाथांचं भागवत आहे. संत रामदासांचा दासबोध आहे, मनाचे श्लोक आहेत. माझी कळकळीची विनंती आहे की आपण बाकी ढीगभर पुस्तकं वाचतोच. ही पाच-सहा पुस्तकंसुद्धा वाचावीत, सुबोध अर्थासहित ती उपलब्ध आहेत आणि ज्ञान

देणारी पुस्तके म्हणून वाचावीत, धर्मग्रंथ म्हणून नको. देवाची काही भक्ती वगैरे असला काही भाग नकोच. ओशो म्हणतात, की ही पुस्तके म्हणजे (उदा. गीता) खिडक्या आहेत. या खिडकीतून जगाकडे, जीवनाकडे पहायचं आहे. ज्ञानाकडे पहायचं आहे. आम्ही अज्ञानानं वागतो. या खिडकीतून ज्ञानाकडे पहायचं सोडून त्या खिडकीची पूजा आरंभतो आणि नंतर त्या पूजेच्या कर्मकांडात अडकतो.

फ्राईड, रसेल, जॉनग्रे, नेपोलियन हील, अल्बर्ट एलिस ही... (अन्य शेकडो) परदेशी मंडळी मी थोर मानतोच. कारण कुठलंही संतसाहित्य उपलब्ध नसल्याने, तर्काच्या मार्गाने या मंडळींनी जीवनाचा अभ्यास केला. मानवी मनाचा वेध घेतला. विवेकनिष्ठ विचारसरणीचा मार्ग चालून काही तात्पर्य, निष्कर्ष, अनुमानं या लोकांनी नोंदवली. त्यासाठी नुसतंच विचारमंथन न करता प्रयोग केला. त्यांच्या अनुमानांना शास्त्रीय आधार देण्याचा प्रयत्न केला. या लोकांनी शब्दबद्ध केलेलं तत्त्वज्ञान, मानसशास्त्र, व्यवहारज्ञान, जीवनशास्त्र आणि जीवनसूत्र केवळ थोरच आहे. तर्कसुसंगत आहे.

माझं म्हणणं एवढंच आहे, की आपल्या संतसाहित्यामध्ये यातलं काय नाही? त्याला संतसाहित्य न मानता ज्ञान देणारं पुस्तक म्हणून एकदा मन लावून अभ्यास करा तरी! 'पॉवर ऑफ सब्कॉनशस माईंड' सारखं परदेशी संशोधकाचं पुस्तक वाचून प्रभावित व्हा. दहा ठिकाणी ते पुस्तक वाचल्याचा उल्लेख करून मिरवा. स्वतःच्या वाचन समृद्धतेचं आणि ज्ञानाचं प्रदर्शन जरूर करा. पण त्याआधी रामदासांच्या मनाच्या श्लोकाचा जीव तोडून अभ्यास करा तरी! मग कळेल पॉवर ऑफ कॉनशस ॲन्ड सबकॉनशस माईंड! आणि हे सगळं लवकरात,लवकर तरुण वयातच करा.

'आपल्याकडे सगळं ज्ञान आयतं उपलब्ध आहे हो! एकदा उघड्या डोळ्यानं आणि उघड्या मनानं ते घ्या!'

असो! थोडक्यात सांगायचं असं, की फ्राईडच्या संशोधनानंतरही आपल्याला बोलण्यासारखं बरंच उरतं. आपण ते आता बोलूया. लग्नसंस्थेमध्ये (व्यवस्थेमध्ये) असणारा पती-पत्नी या नात्याचा संबंध आणि प्रत्यक्ष त्या व्यक्तींचा स्त्री-पुरुष म्हणून संबंधही तितकासा गूढ नाही असं माझं निरीक्षण आहे. आव्हानात्मक तर निश्चितच नाही.

या निष्कर्षापर्यंत येताना मी कमीत कमी पंचाहत्तर कुटुंबांमध्ये अतिशय तन्मयतेनं मिसळलो, वावरलो, त्यांचा होऊन गेलो. भावनेनं, मित्रत्वानं त्यांच्या मनाच्या जवळ जाऊ शकलो. त्यांच्या समस्यांशी तद्रूप झालो. हे कशासाठी घडलं? माझ्या मनात असलेल्या मनुष्यवेडेपणाची ही निष्पत्ती होती. या लोकांनी जे

प्रेम आणि आपलेपणा दिला आणि देत आहेत, त्यातच खरंतर अवघ्या आयुष्याचा अर्थ भरला आहे. नंतर उरतो तो पुन:प्रत्ययाचा आनंद. पुढे चालत राहणं. चैतन्याची अनुभूती!

या काळात पती-पत्नी या नात्याचे अगणित पदर उलगडले. स्त्री-पुरुष या संबंधांचेही अगणित स्तर खुले झाले. माझी खात्री आहे, या नात्यांमध्ये अजूनही अनंत पदर आहेत, स्तर आहेत. मला ते अजूनही माहीत व्हायचे आहेत. पण जेवढं माहीत झालंय तेवढंही सौख्यभरे नांदण्यासाठी पुरेसं आहे; याची पूर्ण खात्री आहे. वेळोवेळी या कुटुंबांमध्ये, मी माझ्या या माहितीनं सौख्य आणल्याचं अनुभवलं आहे. पती-पत्नी या नात्यातला ताण कमी केला आहे. खूप काही घडण्याच्या शक्यता निर्माण केल्या आहेत. बिघडण्याच्या शक्यता कमी केल्या आहेत. माझ्या मित्रांच्या जीवनात पसरलेल्या आनंदानं मला वेळोवेळी कल्पनातीत ऊर्जा मिळाली आहे.

कमीत कमी वीस जोडप्यांनी मला प्रेमाचा आग्रह केला, की मी हे शब्दबद्ध करावं आणि जास्तीत जास्त कुटुंबांत (आधीच माहीत असलेली) ही माहिती पोचवावी. खरं तर त्यांच्याकडूनच घेतलेलं हे ज्ञान सुसंबद्ध करून, संस्कारित करून त्यांनाच परत करावं. एकमेव उद्देश की पती-पत्नी या संबंधामध्ये बहुतेक वेळा, चुकतं हे दोघांनाही कळतं, पण नक्की कुणाचं? केव्हा? कसं? हे लक्षात येत नाही. चूकच कळाली नाही तर मग सुधारायची कशी?हे पुस्तक वाचून कुणाचं, कुठे आणि कसं चुकतं हे नक्की समजेल. कारण तेवढ्या परखडपणानं मी हे मांडलं आहे. त्या चुका होऊ नयेत म्हणून आणि झाल्या असतील तर काय करायचं हेही सांगितलं आहे. आता पुढे काम तुमचं आहे. मी तुम्हास शुभेच्छा देतो. सुयश चिंतितो.

पती-पत्नी समस्या : स्वरूप व्याप्ती

दैनंदिन जीवनात पती-पत्नी यांमध्ये वाद होतात. घडोघडी, पावलोपावली मतभेद होतात. या वादांचे आणि मतभेदांचे विषय अतिशय किरकोळ असतात. इतके किरकोळ की जगण्याच्या संदर्भात या विषयांची किंमत शून्याच्याही खाली जाते. नफा-तोटा असं फार काही नसतं. आयुष्यातली उपलब्धी, यश याचा त्या विषयांशी फार संबंध नसतो. हे विषय तपशिलामध्ये पुढे पाहूच. हे विषय असेच्या असे सोडून दिले तरी आयुष्याच्या एकूण सुसंगतीवर त्याचा काहीही परिणाम होत नाही. कारण नंतर कुठल्याही संदर्भात यातले बरेचसे विषय आठवतसुद्धा नाहीत. पती-पत्नी या नात्यामध्ये नव्वद टक्क्यांपेक्षा जास्त वाद याच क्षुल्लक विषयांवर होतात. आणि दुर्दैवानं या वादांचं स्वरूप मात्र क्षुल्लक किंवा किरकोळ राहत नाही.

ते कधी गंभीर, उग्र, रौद्र होतं. या सगळ्यामागे मानसशास्त्रीय कारणमीमांसा आहे. आपली दृष्टी, दृष्टीकोन सदोष असतो, जो आपल्याला अज्ञात असतो. कारण आपण तसं गृहीत धरत नाही. त्यामुळे त्यावर विचार करून तो दोष शोधणं होत नाही.

दोष गृहीत धरून शोधला तर तो सापडेल. मग मान्य होईल. मग दुरुस्त होईल. हे घडत नाही. मग बिघडत जातं. सुख, समाधान, शांती, स्थैर्य, स्वास्थ्य, आरोग्य, आनंद या गोष्टी आपल्यासाठी नाहीत असा नकारात्मक विचार मनात मूळ धरतो. फोफावतो. संपूर्ण आयुष्याला करकचून आवळतो. जीव घाबरा करून टाकतो. एका बाजूला हे सगळं घडत असताना दुसऱ्या बाजूला जबाबदारी असतेच. मुलंबाळं असतात. जगणं होतंच. जगावंच लागतं. पण कसंबसं! झुरत, कुढत! दोन पायांमध्ये एक लाकडी ओंडका आपण पुढे ओढत राहतो. त्या ओंडक्याला दोरीचं एक टोक बांधलेलं असतं. दुसरं टोक आपल्या गळ्यात.

पती-पत्नी या नात्यामध्ये, पर्यायानं त्या स्त्री-पुरुषामध्ये कधी गंभीर समस्या निर्माण होतात. काही योगा-योगाच्या गोष्टी असतात. निसर्ग असतो. 'अकस्मात', 'अपघात' असं स्वरूप असू शकतं. व्यक्तिगत गुण-अवगुणांची परिसीमा असू शकते. काही विकृती असू शकतात. कधी संचित, प्राक्तन, नशीब, दैव असाही निवाडा केला जातो. अशा गंभीर समस्येवेळी नव्वद टक्के पती-पत्नींमध्ये कमालीचं एकमत आणि (अंडरस्टँडिंग) एकमेकांना समजावून घेणं हे उफाळून आल्याचं दिसतं. मतभेदांना जागा उरत नाही. एकमेकांना साथ करणं, सोबत करणं, धीर देणं उचंबळून येतं. एकमेकांसाठी करण्याचा, झिजण्याचा परमोच्च होतो. स्वत:चा सर्व प्रकारचा अहंकार, मान, स्वाभिमान, हव्यास या सगळ्याचा टोकाचा त्याग होतो. समस्येशी, परिस्थितीशी दोन हात करताना पती-पत्नी आपली सांघिक ओळख देतात. समस्येतून पती-पत्नी पुढे जातात. दिवस पुढे सरकतात. एकमेकांचा भार पेलल्याचा थकवा आता जाणवायला लागतो. चिडचिड सुरू होते. वाढते. अहंकार पुन्हा येऊन गळ्यात पडतो. दैनंदिन जीवन सुरू होतं. पुन्हा तेच छोटे-छोटे विषय उभे राहतात. मतभेद, वाद! गंभीर, उग्र, रौद्र स्वरूप! पुन्हा तेच घडत जातं.

'यातूनच आपल्याला बाहेर पडायचंय.'

साक्षात्कार हवाच का?

अती गंभीर समस्येमध्ये, आपण जोडीदारास गमावतो की काय असा सूक्ष्म किंवा तीव्र धक्का कधी आपणास बसतो. जोडीदाराशिवाय पुढील आयुष्याची कल्पना करताना पायाखालची जमीन सरकते. मुलांकडे पाहून आपण असहाय,

हतबल, व्याकूळ होतो. मग आपण स्वतःस, परमेश्वरास अर्पण करतो. त्यास अंतःकरणापासून विनवतो.

''हे परमेश्वरा, मला हा जोडीदार हवा आहे. परत हवा आहे. त्याच्याकडून मला काहीही नको. यापुढे माझ्या स्वार्थी हेतू आणि अपेक्षांसाठी त्याला छळणार नाही. त्याचा कोंडमारा करणार नाही. माझा जोडीदार ही एक स्वतंत्र व्यक्ती आहे. स्वतंत्र जीव आहे. तिचं मन, तिच्या भावना ही तिची स्वतंत्र ओळख आहे. तिचं स्वतंत्र अस्तित्व आहे. स्वतःच्या मनाप्रमाणे जीवन जगण्याचा आणि स्वतःच्या आयुष्याकडे हवं ते मागण्याचा तिला पूर्ण अधिकार आहे. त्या अधिकारावर ओरखडे काढणं ही केवळ राक्षसी वृत्तीच आहे. तो गंभीर गुन्हा किंवा पाप आहे. यापुढे मी तसं करणार नाही. पण मला माझा जोडीदार परत दे. मला तो परत हवाय. पुन्हा पुन्हा हवाय!''

तुम्ही तळमळून केलेली ही प्रार्थना परमेश्वर ऐकतो. तुमच्या जोडीदारास तो पुन्हा तुमच्या सोबतीस देतो. जोडीदार पुन्हा नॉर्मल आयुष्याप्रत आला की तुम्हीही नॉर्मल होता. मनाच्या अती हळव्या अवस्थेत, जोडीदाराच्या स्वतंत्र अस्तित्वाबाबत तुम्हाला झालेला साक्षात्कार तुम्ही विसरता. असं का? जोडीदाराच्या सोबतीची निकड आणि त्याच्या सोबतीशिवाय केवळ निरर्थक असलेलं जीवन, यांची जाणीव होण्यासाठी, घाबरवून टाकणारा असा धक्का तुम्हाला हवाच असतो का? 'साक्षात्कार' हा शब्द मला वाटतं परमेश्वराच्या प्रत्यक्ष दर्शनासाठी योग्य असावा. कारण त्यातूनच अंतिम सत्याची ओळख होते. ज्ञानाची प्रचिती येते. इथे जोडीदाराच्या स्वतंत्र अस्तित्वाबाबत तुम्हाला झालेल्या साक्षात्कारातूनही तुम्हाला सत्याची ओळख होते, सत्याचं दर्शन घडतं. पण मग हे दर्शन, ही ओळख चिरंजीवी का ठरू नये? जे सत्य आहे ते आहेच. त्याची वारंवार प्रचिती घेतच बसायचं का? विवेकनिष्ठ पातळीवर या सत्याचा आदर का करता येऊ नये? आपल्या जोडीदाराच्या स्वतंत्र अस्तित्वाचा अधिकार हा आधीच आपल्या मनाचा एक अविभाज्य भाग का बनू नये.

केवळ प्रसंगनिष्ठ हळवे बनून देवाला शरण जायचं, मनावर कुठलेही ठाम नियंत्रण नसल्यानं पुन्हा पुन्हा मतलबी विचारांच्या आहारी जायचं, हे निव्वळ ढोंगी जगणं झालं. यातून दुःखाशिवाय कशाचीही निष्पत्ती होऊ शकत नाही. मनाला पुन्हा पुन्हा दुबळं करणाऱ्या या गोष्टींमुळे मनाची मूळ आकृतीच पूर्ण बिघडून जाते. मग कसलं सुख आणि कसला आनंद. यातून आपण पुन्हा पुन्हा स्वतःला दुःखाच्या ताब्यात सोपवतो. पुन्हा पुन्हा, सुधारण्याची संधी गमावतो. स्वतःला संपण्याच्या वाटेवर लोटून देतो. ही दैन्यावस्था आहे, ही टाळायला हवी. वेळीच सावरायला हवं. शहाणं व्हायला हवं. जोडीदाराचं स्वतंत्र अस्तित्व, त्याचं व्यक्तिमत्त्व कुठल्याही

प्रचितीशिवाय समजायला हवं. त्याची निकड भावायला हवी. जोडीदाराचं अस्तित्व आणि व्यक्तिमत्त्व आपण जपायला हवं. त्याचं संरक्षण करायला हवं.

'जे सत्य आहे ते आहेच' सत्याचा आनंद घेऊया. परीक्षा कशाला?

तू तशी, मी असा!

पुरुषांच्या नजरेतून स्त्री कशी दिसते आणि स्त्रियांच्या नजरेतून पुरुष कसा दिसतो याचा नियम अजूनही संशोधकांना मांडता आला नाही. यावर संशोधन खूप झालं. शोध घेतला गेला. निरीक्षणं नोंदवली गेली. ठोकताळे मांडले गेले. पण नियम मांडताना संशोधक अडखळले. कारण नियमाच्या मांडणीवेळी ढीगभर अपवादच पुढे आले.

स्त्री-पुरुष एकमेकांकडे पाहताना जे असंख्य, अगणित पदर त्यांच्या मनात उलगडत गेले त्यातले निम्म्याहून अधिक पदर अजूनही अज्ञातच राहिले. त्यांचं उलगडणं प्रत्यक्ष त्या स्त्री-पुरुषांच्या मनातच नीट नोंदलं गेलं नाही. कारण ते नीट उमटलंच नाही. त्यामुळे त्याचा नीटसा अभ्यास मानसशास्त्रज्ञांना अजूनही करताच आला नाही. एखादं निरीक्षण नोंदवून त्यावर काही अनुमान काढण्याच्या आतच आधीचं अनुमान अपवादांमध्ये हरवलेलं असतं. दुसऱ्या बाजूला पुढचं निरीक्षण तुमच्या उत्सुकतेला खेचत असतं.

असं का घडत असावं? निसर्गानं स्त्री-पुरुषाची शारीरिक रचना करताना स्त्री आणि पुरुष असा भेद केला आहे. स्त्रियांना पुरुषापेक्षा शारीरिक क्षमता कमी दिली आहे आणि पुरुषाला न दिलेला गर्भाशय हा अवयव दिला आहे. या भेदामुळे स्त्री-पुरुषाच्या मनात उमटणाऱ्या भाव-भावनांचे स्रोत वेगवेगळं उगमस्थान सांगू लागले. माणूस म्हणून, मूळ भावनेचा आणि माणुसकीचा जलाशय तोच राहिला. पण त्यावर उठणाऱ्या तरंगांमध्ये फरक पडला आहे.

'स्त्री पुरुषाकडून काय मागते? का मागते?'
'पुरुष स्त्रीकडून काय मागतो? का मागतो?'

या मागणीमध्ये निम्म्याहून अधिक साधर्म्य असेलही. पण उद्दिष्टांमध्ये फरक पडला आणि निम्म्याहून अधिक मागणीमध्येही फरक पडला. स्त्री-पुरुष संबंधांची वीण घट्ट ठेवणं, अधिकाधिक सक्षम; ताकतवान ठेवणं, जिवंत ठेवणं हेच या फरकाचं काम आहे. पण केवळ अन्याय करण्यासाठी या फरकाचं भांडवल करून, स्वार्थासाठी एकमेकांवर हा फरक लादला जाऊ नये हेही तितकंच महत्त्वाचं आहे.

जोडीदाराचं आपण सखा-सोबती असावं. मालक नसावं. या फरकाचं भांडवल करण्याची किंवा तो फरक एकमेकांवर लादण्याची वृत्ती अतिरेकी आहे. पिळवणूक आणि छळ करणारी आहे. एकमेकांच्या आयुष्याची चव घालवणारी आहे. खरं तर हा फरक खूप गोड आहे. निसर्गानं तो निर्माण केला आहे. आपण हा गोडवा समजून घ्यायला हवा.

स्त्री-पुरुषामध्ये जबरदस्त आकर्षण आहे. मानसिक आहे आणि शारीरिक आहे. हे आकर्षण निसर्गानं, परमेश्वरानं निर्माण केलं आहे. हे आकर्षण अतिशय मधाळ आहे. कौटुंबिक नात्यांचा विचार करता, आई, बहीण, भाऊ, वडील... वगैरे नात्यांचा वेगळा विचार करू या. त्याचे हजारो रंग आणि छटा आहेत. पण स्त्री-पुरुषामध्ये केवळ नर आणि मादी यांचं नातं अधिक वेगळं पण गरजेचं आणि महत्त्वाचं आहे. नर-मादीनं एकमेकांच्या शरीराकडे जबरदस्त आकर्षिलं जावं ही निसर्गाची गरज आहे. कारण त्याशिवाय प्रजोत्पादन होऊ शकत नाही. मानववंश, मानवजात पुढे जाण्यासाठी, माणूस ही जात टिकण्यासाठी नित्य नवा माणूस निर्माण होण्याची गरज आहे.आणि त्यासाठी स्त्री-पुरुषामध्ये एकमेकांबद्दल अतीव आकर्षण काठोकाठ भरून राहाणं आवश्यक आहे.

स्त्री-पुरुषाच्या शरीरचनेमध्ये महत्त्वाचा फरक असा, की पुरुषाच्या तुलनेत स्त्रीची शारीरिक क्षमता कमी आहे. स्त्रियांनी स्वत:च्या बुद्धीनं, कौशल्यानं, परिश्रमानं, ज्ञानानं या कमतरतेवर मात केली. धाडसानं, क्वचित पुरुषालाही अशक्यप्रत वाटणाऱ्या गोष्टी करून दाखवल्या. पण शास्त्रीय सत्य हेच की पुरुषांपेक्षा शारीरिक क्षमता कमी! दुसरं शास्त्रीय सत्य असं की पुरुषाकडे नसलेला गर्भाशय हा अवयव स्त्रीकडे आहे. नऊ महिने पोटात गर्भ पोसणं, वाढवणं, त्यास जन्म देणं, त्यास स्तनपान करणं हा अनुभव फक्त स्त्रीस आहे. पुरुषास नाही.

या दोन गोष्टींमुळे आणि त्यापायी येणाऱ्या विशिष्ट अनुभवामुळे स्त्रीच्या भाव-भावनांमध्ये आणि विचारांमध्ये पुरुषापेक्षा फरक आणि बदल झाला. नैसर्गिकरीत्या झालेला बदल आणि अनुभवातून आलेला बदल स्त्रीला पुरुषापासून वेगळेपणाकडे घेऊन जाणारा आहे. स्त्रीचा नाजूकपणा (!) आणि तिचं मातृत्व हे तिचं वेगळेपण आहे. हे वेगळेपण खूप मोहक आहे, मधाळ आहे, लडिवाळ आहे. लोभस,वेड लावणारं आहे. प्रेमात पाडणारं आहे. या पार्श्वभूमीवर पुरुषाकडे शारीरिक बळ आहे आणि ते बळ त्याच्याकडे संरक्षणाची भूमिका घेऊन आलेलं आहे. पुरुषाकडे जे पितृत्व आहे, त्यात वात्सल्याची भावना नैसर्गिकरीत्या जरी असली तरी हे पितृत्व पुरुषाकडे जबाबदारीचीच जास्त मागणी करतं.

जगात सर्वात सुंदर आहे तो परमेश्वर! पाहिलंत त्याला? गरज नाही.

परमेश्वराच्या अस्तित्वाची कल्पनासुद्धा आत्यंतिक सुंदर आहे. मग सुंदर आहे निसर्ग. निसर्गालाच परमेश्वर मानण्याची विज्ञाननिष्ठ कल्पनासुद्धा त्यामुळेच अशीच आत्यंतिक सुंदर आहे. आणि त्यानंतर जगात सर्वात सुंदर काय असेल? निष्पाप बालकाचं हसू, त्याचं रूप! यानंतर किंवा या सगळ्यांबरोबर जगात सर्वात सुंदर काय असेल, तर स्त्रीचं व्यक्तिमत्त्व! या व्यक्तिमत्त्वामध्ये स्त्रीचं रूप तर सुंदर आहेच. तिच्या शरीराची मांडणीसुद्धा परमेश्वरानं खूप सुंदर केली आहे. पण या सौंदर्यावर मात करतं ते तिचं केवळ सुंदर मन! पुरुषाला कायमच वेड लावणारं तिचं केवळ सुंदर मन!

संशोधकांना हेच मन गूढ, अनाकलनीय, अंदाज न येणारं (अनप्रेडिक्टेबल) वाटतं. अनिश्चित वाटतं. त्या मनाच्या छटा, ते पदर, त्यांचे आविष्कार, हे एक कोडं वाटत आलेलं आहे! असं का घडलं? आज या क्षणापर्यंत, आणि इतक्या वर्षांनंतर तिच्या मनात असुरक्षिततेची भावना कायम आहे. तिच्या सुरक्षेला धोका पुरुषाकडूनच आहे आणि स्वतःच्या सुरक्षेसाठी तिला बऱ्याच प्रमाणात अवलंबून सुद्धा पुरुषावरच राहायचं आहे.

यामुळे स्त्रीच्या मनाच्या कप्प्यात थोडंसं का होईना पण दुबळेपण, कायमच्या वास्तव्याला आलेलं आहे. पुरुषाला एकाच वेळी अनेक स्त्रियांबद्दल आकर्षण वाटतं. हा निसर्ग आहे. (खरंच हा निसर्ग आहे की पुरुषाची सुटका आहे?) त्यामुळे त्याच्या वृत्तीवर स्त्रीस भरवसा ठेवताना कठीण पडतं. त्यामुळे पुरुषाला काबूत ठेवण्यासाठी, कचाट्यात पकडण्यासाठी स्त्रीला धडपडावं लागतं. तिच्याकडे असलेल्या विशिष्ट स्त्री आयुधांचा वापर करावा लागतो. त्यामुळे पुरुष हे हमखास घायाळ होतात. स्त्री अतीच संतापलेली असेल तर पुरुष रक्तबंबाळ, छिन्नविछिन्नही होतात. स्त्रीच्या मनातून एकाचवेळी बाहेर पडणारी शीतलता आणि अंगार हे दोन्ही सत्य आहे. त्यालाच आपण गुंतागुंतीचं मानतो. अन्यथा स्त्रीचं मन सुंदर आहे, खूप सुंदर आहे.

पुरुषाची स्त्रीकडे पाहाण्याची दृष्टी आजही भयंकर दूषित आहे. चुकीची, अन्यायकारक आहे. काही वर्षांपूर्वी तर ती भयंकर, भयानक होती. 'स्त्री ही उपभोगाची वस्तू आहे आणि घरातील इतर घटकांची सेवा करणारं यंत्र आहे.' अशी तिची पिढ्यान्पिढ्या व्याख्या करणारे थोर पुरुष दुर्दैवानं तुमचे माझेच पूर्वज होते.

स्त्रियांचा अनन्वित छळ झाला. त्यांनी गुलामगिरी अनुभवली. कुटुंबातल्या लोकांची केवळ सेवा करण्यात अशा करोडो स्त्रियांची आयुष्ये खर्ची पडली, संपून गेली. माणूस म्हणून, व्यक्ती म्हणून, एक जीव म्हणून त्यांना काय वाटतं हे शेकडो वर्षे बाहेर कुणाला काही कळलंच नाही. त्यांचे मूक करुण हुंदके, मध्यरात्रीच्या

वेळी, त्या काळच्या जुन्या घरांच्या अजस्त्र भिंतींनीच ऐकले.

काही समाजसुधारकांनी स्वतःचे जीव धोक्यात घालून या दुःखाला वाचा फोडण्याचा प्रयत्न केला. प्रयत्नांची व्याप्ती वाढली. बिचकत- बिचकत शिकलेल्या स्त्रिया जाणत्या झाल्या. माणूस म्हणून त्यांचा अनन्वित छळ होतोय आणि त्यांच्यावर कुठल्याही कारणाशिवाय अन्याय होतोय हे समजायलाच त्यांना वेळ लागला. मग स्वतंत्र अस्तित्वाची भाषा आली. स्त्री प्रतीकात्मक विरोध करायला शिकू लागली. बंड करू लागली. 'माणूस' म्हणून तिच्या अस्तित्वाची स्वतंत्र दखल घेण्याची तिनं मागणी केली, इतकी ती सजग, सतर्क, ज्ञानी झाली. दंडेलशाही वृत्तीच्या आणि पुरुषप्रधान संस्कृतीस चटावलेल्या पुरुषांना जड जाऊ लागलं. पुरुष आता नाईलाजानं नरम होतोय. पुरुषानं हे नरमाईचं धोरण आनंदानं आणि नैसर्गिकपणे घेतलं तर स्त्री-पुरुषामधला पेच निवळण्यास वेग येईल. आज जे गूढ आणि अनाकलनीय वाटतंय तसं ते वाटणार नाही. उरेल तो दोन माणसांमधला, दोन जीवांमधला संबंध! एक स्त्री, एक पुरुष! दोघांनाही एकमेकांचं जबरदस्त आकर्षण. एकमेकांचं जबरदस्त वेड. तू कशी ते लक्षात येईल. मी कसा हे समजून सांगता येईल. पुढे आणखी काय हवंय? सगळं आपोआप घडेल.

मला काय हवंय?

पुरुष स्त्रीकडून निखळ प्रेमाची अपेक्षा करतोच (!), प्रापंचिक कर्तव्याची आणि जबाबदारीचीही अपेक्षा करतो. आणि...?

'पुरुषाला स्त्रीकडून हव्या असणाऱ्या मागणीचा अर्ध्याहून अधिक भाग शरीरसुखाच्या, कामसुखाच्या मागणीनं व्यापलेला आहे.'

पुरुषाला स्त्रीकडून स्त्रीसुख नुसतंच हवं आहे असं नव्हे, तर ते प्राधान्यानं हवं आहे. 'प्रायॉरिटी! पुरुषाच्या स्त्रीकडून ज्या मागण्या आहेत त्यात शरीरसुखाचा क्रमांक खूपच वरचा आहे. शरीरसुख नुसतंच किंवा नावापुरतं हवं असतं असं नाही. त्यातली उत्स्फूर्तता हवी असते. सातत्य हवं असतं. मनात आणील तेव्हा लगेच हवं असतं. याही उपर पुरुषाला जर ते जसं हवं तसं मिळालं तर समस्या उरते कुठे?

समस्या दोघांनी एकमेकांकडे पहाण्याच्या दृष्टीमध्ये आहे.

'स्त्रीस पुरुषाकडून प्रेम हवंय. निखळ हवंय. प्राधान्यानं हवं आहे.' तिला पुरुषाकडून प्रेमच प्रेम हवं आहे. सातत्यानं हवं आहे. उठल्या-बसल्या हवं आहे. त्या प्रेमात तिला तीव्रता हवी आहे. आणि मुख्य म्हणजे सत्यता हवी आहे. पुरुषाच्या प्रेमाची सत्यता तपासणं, पडताळणं, तिचा शोध घेणं, ही स्त्रीच्या मनाची

नुसतीच खोड नाही, नुसताच छंद नाही, तर तिच्या मनाची ती गरज आहे. त्या सत्यतेचा तिला जस-जसा आणि जेवढा स्पर्श होत जातो तसतशी तिची आश्वासकता वाढते. मग ती मोहरून उठते. पुरुषास समर्पित करण्याची तिची ऊर्मी तीच फार काळ रोखू शकत नाही.

दुसरं म्हणजे तिला पुरुषाकडून आधार हवाच आहे. त्या आधाराची खात्री हवी आहे. पुरुषानं तिच्या संरक्षणाची हमी (जबाबदारी) घ्यावी, तिच्या व्यक्तिमत्त्वाची काळजी घ्यावी, तिच्या व्यक्तिमत्त्वाची जपणूक करावी, अशा तिच्या मूलभूत मागण्या आहेत. या मूलभूत मागण्या मान्य झाल्या आणि पुरुषाच्या प्रेमाची सत्यता तिच्या प्रत्ययास आली की ती म्हणते, 'शरीरसुखाचं ते आणि वेगळं काय? तू माझाच आहेस, मी तुझीच आहे आणि मग त्याचबरोबर हे शरीरही तुझंच झालं आहे. कारण त्याआधी हे मन तुझं झालं आहे. मीच तुला समर्पित आहे. शरीरसुखही तुला समर्पितच आहे. ते आता जे काय आहे ते सगळं तुझंच आहे. त्यात आता आणखी वेगळं काय उरलंय?'

'अर्थात स्त्रीलाही पुरुषाकडून शरीरसुख हवंच असतं. पण पुरुषाकडून येणाऱ्या आधाराच्या प्रचितीमध्येच ते अर्ध-अधिक सामावलेलं असतं.'

पुरुष हा केवळ तिचा आणि तिचाच असावा असं स्त्रीस वाटतं. ती स्वत:ही फक्त एका आणि एकाच पुरुषाची होऊन राहण्यात धन्यता मानते. पुरुषालाही स्त्री केवळ त्याची आणि त्याचीच म्हणून हवी असते. पण केवळ एकाच स्त्रीचं बनून राहणं त्याला जड जातं. त्याची पत्नी सर्वगुणसंपन्न असली तरी पुरुषाचं मन इतर स्त्रियांच्या दिशेनं धावत असतंच. त्यातून स्त्री जर पत्नी म्हणून पुरुषाच्या अपेक्षा पूर्ण करत नसेल, विशेषत: शरीरसुखाच्या अपेक्षा पूर्ण करत नसेल, म्हणजे असं त्याला वाटत असेल,तर पुरुष स्वत:चा हक्क म्हणूनच दुसऱ्या स्त्रीकडे खेचला जातो. अशावेळी त्याची पत्नी त्याला कुठल्याही अधिकारानं अडवू शकत नाही असं त्याला वाटतं. समाजामध्ये या गोष्टीचा बोभाटा झाला तरी दोष स्त्रीसच लावला जातो. सहानुभूती पुरुषासच मिळते. कारण शरीरसुखाशिवाय रात्र तळमळून काढण्याची पाळी पुरुषावर येत असेल तर समाजाच्या दृष्टीने अशा स्त्रीस शून्याचीही किंमत उरत नाही.

पुरुषाचं मन अकारण दुसऱ्या स्त्रियांकडे आकर्षित होणं याला निसर्ग म्हणतात. पुरुषाची जात म्हणतात आणि पुरुषाची सुटका करण्याचा प्रयत्न करतात. पण हे योग्य नव्हे. स्त्रियांवर हा अन्यायच आहे.

शरीरसुखानंतर पुरुषाच्या मनात तृप्तीची आणि काही कमावल्याची भावना उमटते. काही स्त्रियांमध्ये गमावल्याची किंवा आपल्याला कुणी लुबाडल्याची भावना

निर्माण होते, ती पुरुषावरच्या अविश्वासामुळेच! तर ही अशी थोडी गुंतागुंत आहेच!

प्रस्तुत पुस्तकात भरपूर छोटे मोठे विषय आहेत. दैनंदिन गोष्टी आहेत. काही विशिष्ट गोष्टी आहेत. काही अपवादात्मक गोष्टी आहेत. प्रस्तुत पुस्तकात या सर्व विषयांचा आपण खूप आपलेपणानं विचार करणार आहोत. काही समजावून घेण्याचा, शिकून घेण्याचा प्रयत्न करणार आहोत.

पुढील प्रकरणांमधून बऱ्याच व्यक्ती भेटतील. प्रसंग, घटना, गोष्टी पुढे येतील. बऱ्याच व्यक्तींच्या जागी तुम्हाला तुमचंच चित्र दिसेल. कित्येक प्रसंग मी तुमच्याच आयुष्यातून घेतले आहेत की काय असं वाटेल. तसं नसतं! सगळीकडे सारखं असतं. तेच असतं.

'खरं म्हणजे तुमचं, आमचं, सगळं सेमच असतं!'

❑❑❑

.२.

जोडीदार निवडताना

आजपर्यंतची नव्वद टक्के लग्नं ही जुगारी किंवा लॉटरी पद्धतीनं ठरवलेली आहेत. ठरलेली आहेत. त्या लग्नांचं फलस्वरूप म्हणून समोर आलेलं सर्वकाही अत्यंत बेशिस्त आणि बेहिशेबीच आलेलं आहे. त्याचं वर्णन कधी खालीलप्रमाणे करण्यात येतं.

'बरं आहे
ठीक आहे
चाललंय
चांगलं आहे (कधी खरं तर खोटं)
उत्तम! (अतिउत्तेजित होऊन असेल तर खोटं)
वाईट झालेलं आहे (कधी खरं, कधी खोटं)
सहन करतो आहे
पुढे ओढतो आहे
वाटोळं झालं आहे (अतिउत्तेजित असेल तर खोटं)
चारचौघांसारखं
रुटीन
रटाळ '

लग्नाची फलनिष्पत्ती म्हणून वरील काही रंग समोर येतात. आणखीही येऊ शकतील! वरील एकेका शब्दामागे एक विशाल चित्रपट असतो. पण स्वत:च्या प्रापंचिक आयुष्याचं वर्णन करताना, मोजमाप करताना नक्की कुठल्या मोजपट्ट्या वापरायच्या याबाबत

लोक वृद्धत्वानं जर्जर झाले तरी संभ्रमात असतात.

'सर्वसामान्य प्रापंचिक जीवन वाट्याला येणं हीसुद्धा खूप मोठी भाग्याची गोष्ट वाटावी अशी विक्षिप्त परिस्थिती आपल्या वाट्याला आली आहे, असं बऱ्याच लोकांना वाटतं, तर ज्यांच्या वाट्याला सर्वसामान्य जीवन आलं आहे ते, आयुष्यात काही थ्रिल नाही, चार्म नाही, एक्साइटमेंट नाही म्हणून रडत असतात.

लग्न, संसार, प्रपंच म्हणजे काय हे कुणाला सांगण्याची गरज नाही. तो कसा चालतो, कसा होतो हेही सगळ्यांना माहीत आहे. 'तो कसा करावा' ही मात्र माहीत करून घेण्याची गोष्ट ठरते. महत्त्वाचं उरतं ते आपलं ठरवणं. आपल्याला आयुष्याकडून नक्की काय हवंय याचा वेध घेणं आणि मग ते मिळण्यासाठी जोडीदाराचा शोध घेणं. कारण प्रॅक्टिकली विचार करता (आध्यात्मिक तूर्त नको!) आयुष्यात हवं असलेलं मिळणं हे बरचंसं जोडीदाराशी निगडित असतं आणि तेच 'जोडीदार कसा असावा' ही गोष्ट ठरवत असतं.

जोडीदाराकडून अपेक्षा (उभयपक्षी)

उदाहरणार्थ काही अपेक्षा पाहूया —

* माझ्या आई-वडिलांची, बहीण - भावाची, अन्य कुणा नातेवाईकाची जबाबदारी जोडीदारानं घ्यावी. त्याचं सगळं (सेवा?) जोडीदारानं व्यवस्थित करावं.
* जोडीदार श्रीमंत घरातला असावा. कार, बंगला असावा.
* उच्चशिक्षित असावा.
* नोकरी करणारा, कमावता असावा.
* देखणा, सुंदर असावा. उंच असावा.
* चारचौघात मिसळणारा, सोशल असावा.
* धाडसी असावा, कर्तृत्त्ववान असावा. हिरो असावा, हिरॉईन असावी.
* भरभरून शरीरसुख देणारा असावा. संततीसुख देणारा असावा.
* स्वयंपाक उत्तम करता यावा. तो करण्याची, इतरांना जेवू घालण्याची, आदरातिथ्याची आवड असावी.
* अत्यंत मॉड, स्टाईलिश असावा. साधा, साधेपणा जपणारा असावा.
* लबाड, धूर्त, चाणाक्ष, धोरणी असावा. सरळ, सज्जन असावा.
* जोडीदाराच्या नातेवाईकांचा आपल्याला काही उपयोग, फायदा व्हावा.
* जोडीदार शरीरानं धडधाकट असावा.
* जोडीदारास कुठलाही गंभीर अथवा साधाही आजार नसावा.
* अतिशय चपळ, फास्ट, क्विक, तत्पर असावा. बहुतेक सगळी कामे करणारा

असावा. मंद, सुस्त, आळशी, स्लो मोशन नसावा. वेळा पाळणारा असावा.
* त्याला कुठलाही मानसिक आजार नसावा. व्यसन नसावं.
* माझ्या आज्ञेत राहणारा असावा. मी म्हणेन तसं वागणारा असावा.
* कुठल्याही प्रकारे उलट उत्तरे देणारा नसावा. भांडणतंटा करणारा नसावा.
* माझी गैरवर्तणूकही खपवून घेणारा असावा.

ही यादी आणखी बरीच वाढवता येईल किंवा तपशिलात घेऊन जाता येईल.

ही झाली अपेक्षांची दुनिया. स्वप्नांची दुनिया, इच्छा-आकांक्षांची दुनिया. आता वास्तवतेच्या दुनियेत येऊ या! कुठलंही कुटुंब डोळ्यासमोर आणा. वर जी पाच-पंचवीस अपेक्षांची यादी दिली आहे, त्यापैकी किती अपेक्षा त्या कुटुंबातील पती-पत्नींमध्ये पूर्ण झाल्या आहेत याचा नीट शोध घ्या. निम्म्या तरी?.... नाहीच!

कमीत कमी पाच... बऱ्याच अंशी!

आणखी पाच... काही अंशी, अंशतः!

उरलेल्या? ... अंशतःही नाही!

हा तपशील धक्कादायक मुळीच नाही. हे वास्तव आहे. हे आधी स्वीकारणं फार महत्त्वाचं आहे. संसाराकडे, प्रपंचाकडे, लग्नाकडे निव्वळ भाबडेपणानं पाहणं उपयोगाचं नाही. आशाळभूतपणे पहाणं शहाणपणाचं नाही. वस्तुनिष्ठपणे, विवेकनिष्ठपणे (रॅशनली) पहायला हवं.

काही मिळवता मिळवता

संसार! काही मिळवण्यासाठी संसार करायचा असतो हा विचार नवरा-बायकोनं ताबडतोब डोक्यातून काढून टाकावा. तो चुकीचा आहे. 'या संसारातून मला काय मिळतं?' स्वतःलाच खड्ड्यात टाकणारा असा प्रश्न विचारून स्वतःच्याच आयुष्यातील एकूण सुखाची माती करू नये. संसारातून काहीही मिळवायचं नसतं. तो करायचा असतो. संसारात, एकूण जीवनात आपण फक्त द्यायचंच असतं असा संतपरंपरेला शोभणारा त्यागी विचार करा असा याचा अर्थ नाही.

लग्नव्यवस्था स्वीकारल्यानंतर, तुमच्या वाट्याला त्या व्यवस्थेमधल्या नानाविध भूमिका येत असतात. त्या भूमिका अत्यंत तन्मयतेनं, चोख जबाबदारीनं करायच्या असतात. या भूमिका अधिकाधिक चांगल्या होण्यासाठी आपल्यामध्ये असलेली शंभर टक्के शारीरिक आणि मानसिक क्षमता वापरायची असते. अशाप्रकारे जीव ओतून या भूमिका करत असताना, तुमच्याही नकळत तुम्हाला बरंच काही मिळून जातं. काही हवं असलेलं तर काही अपेक्षा न केलेलंही. त्यासाठी आटापिटा करावा

लागत नाही.

तरीही जोडीदाराकडून आपल्याला ठामपणे काही हवंच असतं. वरच्या पाच-पंचवीस गोष्टींच्या यादीत त्यातलं बरचसं आलं असावं. एखाद्या अपवादात्मक किंवा विशिष्ट परिस्थितीमध्ये या यादीपेक्षा काही वेगळंही असू शकेल. असूद्या! काहीतरी हवं असणं ही भावना तुमच्या जीवनाला प्रेरणा देऊ शकते. पण कुणाकडून तरी हवंय ही भावना समोरच्या व्यक्तीवर अन्यायही करू शकते.

तुम्हाला ज्या गोष्टी, आयुष्याकडून हव्याच आहेत त्यांची यादी करा. ती यादी करताना प्रत्येक गोष्टीला प्राधान्यक्रम द्या. ज्या गोष्टी तुम्हाला मिळाल्या नाहीत तर तुम्हाला तुमचं जीवन हे जीवन न वाटता मरण वाटेल, जगण्यात आणि मरण्यात फरकच वाटणार नाही, अशा गोष्टी कोणत्या? अशा कमीत-कमी पाच गोष्टींची तरी यादी करा.

माझा एक मित्र म्हणाला, ''या मुलीशी लग्न केल्या दिवसापासून, मला नक्की कशी मुलगी नको होती ते कळत चाललंय. छे! मला काय हवंय ते मी आधीच ठरवायला हवं होतं.'' आता या पश्चात्तापाला काहीच उपाय नाही असं नाही. पण हा पश्चात्ताप टाळताही येत नाही. त्यासाठी आपलं केवळ जीवन-मरण ठरू शकणाऱ्या किमान पाच (सातही चालतील. पुढे वाटाघाटीवेळी सोडून देण्यासाठी एक-दोन उपयोगी पडतील) गोष्टी आपण आत्मपरीक्षण करून ठरवायला हव्या.

बारगेन-वाटाघाटी

जोडीदार निवडीसाठी समजा आपण एकमेकासमोर बसलो आहोत. आपण पंचवीस गोष्टींपैकी अशा टॉप प्रायॉरिटीच्या पाच गोष्टी निवडल्या तशा आपल्या समोरच्या व्यक्तीसही पाच टॉप प्रायॉरिटीच्या (त्याच्या दृष्टीनं) गोष्टी निवडायला सांगा, प्रवृत्त करा, आग्रह करा किंवा तशी अट घाला. 'पाच देणे आणि पाच घेणे' हा झाला किमान समान हेतू! कॉमन मिनिमम प्रोग्रॅमवर जशी युतीची सरकारं बनतात तसं या 'किमान समान हेतू' या कार्यक्रमावर संसार उभा करण्याचा प्रयत्न करा. लग्नाच्या आधीच एकमेकांशी चर्चा करून प्रायॉरिटीजचा क्रम आवश्यकता असेल तर बदला. बारगेनिंग करा, निगोशिएशन करा, एकमेकांना नको त्या गोष्टी काढून टाका. एकमेकांना हव्या त्या गोष्टी नव्यानं घाला.वादाचे विषय कुठले, ते बाजूलाच ठेवायचे की वैयक्तिक म्हणून एकेकट्यानं स्वतंत्रपणे हाताळायचे हे त्याचवेळी ठरवा.

'बेसिकली, आपण समोरच्या व्यक्तीशी का लग्न करतो आहोत, तिच्याकडून आपल्याला प्राधान्यानं काय हवंय, याची स्पष्ट कल्पना आणि जाणीव दोघांनीही एकमेकांना, लग्नाच्या आधीच्या चर्चेतच द्यावी.'

लग्नानंतर या चर्चेची एकमेकांना सतत आठवण देणं सोपं गेलं, बजावणं सुकर झालं तरी सगळं छान छान होतंच? धीरानं घ्यायला हवं. एवढं केल्यानंतर का बरं सगळं छान होऊ नये? सोयीचं आणि सोपं तर निश्चितच होतं. पण सगळंच शंभर टक्के स्वत:च्या मनासारखं आणि योजल्यासारखं होईल अशा भाबडेपणात राहू नये. हा निराशावाद नाही. नकारात्मकता नाही. 'वस्तुस्थिती' आहे. कारण 'मनासारखं मिळणं, होणं' या गोष्टीवर जोर असलेले कित्येक घटक आपल्या कक्षेबाहेरचे आहेत. त्यावर आपलं नियंत्रण नाही. (पुढे सविस्तर पाहूच!,) त्यामुळे जसं ठरवलं तसं घडलं या शक्यतेबरोबर 'कधी तसं घडतही नाही' ही एक शक्यता, नाण्याची दुसरी बाजू गृहीत धरावी. पण नाण्याची पहिली बाजू अशी की अशा पद्धतीनं जोडीदाराच्या निवडीस सामोरं गेल्यास, लग्नानंतर पत्नी-पत्नी या संबंधात डोळसपणा राहतो. आपण ठाम उद्दिष्ट आणि हेतूनं एकत्र आल्यानं कृतीमध्ये, विचारांमध्ये, ॲटिट्यूडमध्ये, ॲप्रोचमध्ये ठोसपणा राहतो. हवं ते मिळवण्यासाठी आपण सुसूत्रपणे (सिस्टिमॅटिक) प्रयत्न केल्याचं समाधान असतं. हवं ते मिळवण्यासाठी केलेला प्रयत्नच तुम्हाला असा काही आनंद आणि तृप्ती देऊन जातो की हवं ते मिळवण्याच्या वाटेवर येण्याची आणि पुढे जाण्याची ऊर्जा या आनंदातून, या तृप्तीतूनच मिळत जाते. हवं ते मिळवणं आता टप्प्यात येतं. मिळवणं सोपं जाऊ लागतं. हवं ते बहुधा मिळू लागतं. अपवाद? तो तर आपण गृहीत धरलेलाच आहे.

वांझोटा पश्चात्ताप

कित्येक संसारांमध्ये नवरा-बायकोमध्ये कमालीचं नैराश्य बघायला मिळतं. फ्रस्ट्रेशन! डिप्रेशन! अगदी मानसोपचार घ्यायची पाळी येते आणि याचं कारण बहुधा हेच असतं की जोडीदार निवडताना काही ठरवलंच नाही, काही पाहिलंच नाही, नीट चौकशीच केली नाही. आपल्याला हवं ते जोडीदाराकडे आहे का नाही हा साधा बेसिक विचार (हे नंतर सुचतं!) सुद्धा करून पाहिला नाही. काही खबरदारी घेतली नाही. काही काळजी घेतली नाही. या पश्चातापाला वांझोटा पश्चात्ताप असं म्हणतात. त्याला कुठलंही फळ येणार नाही हे ठाम माहीत असल्यानं प्रचंड नैराश्य येतं. त्यामुळे मनाची असह्य तडफड होते. मनास मरणासमान वेदना होतात.

खाली काही वाक्ये देतो आहे. नवरा आणि बायको या दोघांच्याही मनात घोर निराशेपोटी एकमेकांबद्दल ही वाक्ये उमटतात.

* माझ्याच लग्नाच्या वेळी सगळे चांगले पुरुष/ स्त्रिया कुठे गेले/ गेल्या होते/

होत्या? हे भूत नशिबाला आलं.

* आई-बापाला वेड लागलं होतं. सगळं चांगलं सोडलं. आणि हा/ही राक्षस/ कैदाशीण शोधला/शोधली माझ्यासाठी!

* त्यावेळी अक्कल कुठे शेण खात होती कुणास ठाऊक? नीट पाहिलं नाही, विचारलं नाही. चौकशी केली नाही, त्याचं फळ भोगणं आलं.

* तुझ्याबरोबर संसार करण्याची ही इतकी घाणेरडी शिक्षा मला मिळावी? असं मी पाप तरी नक्की कुठलं केलं होतं?

* तुला कुत्रा / कुत्री सुद्धा मिळाला/ मिळाली नसता/ नसती. लंगडा, पांगळा, आंधळा, वेडासुद्धा मिळाला नसता/ लंगडी, पांगळी, आंधळी, वेडीसुद्धा मिळाली नसती.
मी तुझ्याशी लग्न केलं हे तुझं नशीब समज.

* तुझे गुण पाहून,
''कुठल्याही पुरुषानं, तुला, बडवून हाकलून दिलं असतं'' किंवा ''कुठलीही स्त्री तुला सोडून गेली असती.''
''मी तुला घरात ठेवलं किंवा मी या घरात राहिले ते माझ्या आई-बापाच्या इज्जतीसाठी.''

* माझ्या आयुष्याला लागलेली कीड, लागलेला शाप म्हणजे तू! माझा भोग, कर्म, दुर्दैव म्हणजे तू! आता फक्त भोगायचं!

अशा प्रकारची वाक्ये पती-पत्नी दोघेही एकमेकांच्या अंगावर फेकत असतात. टोकाचं नैराश्य हे कारण आणि आता यापुढे काही चांगलं घडू शकतं यावर त्यांनी फुली मारलेली असते. आणि याचं अगदी मूळ उगमस्थान म्हणजे दोघांनीही प्रायॉरिटी म्हणून मनात ज्या एक, दोन, तीन, चार, पाच अशा काही गोष्टी धरलेल्या असतात, त्या त्यांच्या जोडीदाराच्या प्रायॉरिटीवर एक, दोन, तीन, चार, पाच या ठिकाणी नेमक्या नसतात. त्यामुळे प्राधान्यानं एकमेकांकडून जे हवं त्यातलं त्यांना काहीही मिळत नाही. मिळालं तरी अगदीच अल्प, अत्यल्प! त्यांना चिडवल्यासारखं, डिवचल्यासारखं! त्यामुळंच त्यांना स्वत:च्या आयुष्यात काही रस वाटत नाही. जगावंसं वाटत नाही. कारण जगून काही उपयोग आहे असं वाटत नाही. कारण पुढेही काही मिळणार आहे असं यत्किंचितही वाटत नाही. जगणं आणि मरणं यात त्यांना काही फरकच वाटत नाही.

दुर्दैवानं म्हणा हवं तर, पण अशा कडेलोटाच्या टोकावर उभे असणाऱ्या लोकांसाठीही सुदैवानं खूप काही जीवन शिल्लक असतं. आशेचं जीवन! अपेक्षांचं जीवन! मिळण्याचं जीवन! कसं ते पुढे सविस्तर पाहूया. पण तूर्त एवढंच लक्षात

घ्यायला हवं की गोष्टी स्वीकारण्याच्या पद्धती बदलल्या की गोष्टी मिळण्याच्या पद्धतीही बदलत जातात. एखादी गोष्ट आपल्याला मिळत नाही असं अगदी एकांगी, तीव्र टोकाचं जे वाटत असतं ते बोथट होतं. आणि जे मिळणं केवळ अशक्य वाटत असतं ते चमत्कार झाल्यासारखं मिळू लागतं. कसं? पुढील वेगळ्या प्रकरणात पाहू.

या क्षणी आपण इथेच कडेलोटाच्या टकमक टोकावर उभे राहून अशा निरीक्षणास आलो आहोत की या टोकावर येऊन उभं राहण्याचं जे मूळ कारण आहे ते म्हणजे 'जोडीदाराची फसलेली निवड'. इथंच आता सावध होऊ आणि ज्यांना अजून जोडीदार निवडायचा आहे त्यांना सावध करू. निदान त्यांचा तरी चुकीच्या रस्त्यावरचा प्रवास टळेल.

नैराश्य? भ्रम? की फसगत?

ज्यांचं लग्न अजून व्हायचं आहे त्यांना हे पुस्तक वाचून थोडंसं धास्तावल्यासारखं होण्याची शक्यता आहे. तसं होऊ नये. इतकं हे अवघड नाही. 'जीवनामध्ये खूप काही करायला नाही जमलं तरी हरकत नाही, पण खूप काही टाळणं (न करणं) जमायला हवं. जीवन सुसह्य होतं.' या वचनाचा समृद्ध अनुभव देणारं केंद्र म्हणजे प्रपंच, संसार, लग्नव्यवस्था, नवरा-बायको संबंध! माझ्या अविवाहित मित्रांनी, पुढे आयुष्यात काय टाळायचं हे आधी शिकावं. त्यांचं जीवन नंदनवन होईल. त्यासाठी या पुस्तकाचा उपयोग व्हावा ही प्रामाणिक इच्छा!

एखादी तीव्रपणे हवी असलेली गोष्ट आपल्याला जोडीदाराकडून मिळत नाही. आपण इतके हतबल होतो की कल्पनेमध्ये, त्या गोष्टीच्या बदल्यात, इतर चार मिळणाऱ्या गोष्टी सोडायला तयार होतो. योगायोगानं, खरोखर हवी ती गोष्ट मिळू लागली आणि मिळणाऱ्या चार गोष्टी कमी पडू लागल्या की मग या चार गोष्टींचंही मोल किती प्रचंड आहे ते जाणवायला लागतं. झालेलं नुकसान हे मिळालेल्या गोष्टींपेक्षा जास्त आहे असं लक्षात येतं. जे मिळत नाही तेच त्यावेळी हवं असतं. ते मिळायला लागलं की पुन्हा, जे मिळत नाही त्यामागे मन धावायला लागतं. हा गंभीर गुन्हा किंवा पाप नव्हे, पण विचारपद्धतीमधला दोष मात्र निश्चित आहे. तो फारच 'कॉमन' आहे. पण त्यामुळे या दोषाचे परिणाम भोगणं हेही खूप कॉमन आहे. तेच मग संसारातलं दुःख म्हणून समोर येतं. जे चांगलं आहे तेही चांगलं वाटेनासं होतं. आपण पुन्हा एकदा निराशेच्या दलदलीत फसायला लागतो. असहायतेच्या मार्गावर येतो. गाडीला ब्रेक लावायला हवा. ती वळवून आशेच्या, सकारात्मकतेच्या रस्त्यावर आणायला हवी.

इंपल्सिव्ह रिॲक्शन

आपण आता काही प्रतिक्रिया पाहूयात. वरकरणी खऱ्या वाटणाऱ्या. प्रासंगिक चिडचिड किंवा चडफड या सदरात! क्षणात आभाळाला भिडणारी तीव्र प्रतिक्रिया असते मोठी गंमतीदार! नक्की समजत नाही की तो भ्रम असतो, चकवा असतो की खरंच दुःख असतं. या प्रतिक्रियेकडं थोडं थंडपणे, शांतपणे आणि तटस्थपणे पाहण्याची आवश्यकता आहे.

पुरुष- (पती)

* मी म्हणेन तेव्हा जर ही माझ्या जवळ आली असती तर माझेच काय पण हिचेही कपडे धुतले असते. हिचं धुणं, भांडी, स्वयंपाक, मुलांचा अभ्यास याचा माझ्या रात्रीला उपयोग काय? मी असा तडफडत राहणार असेल तर हिची किंमत शून्य!
* ही ऊठसूट येऊन गळ्यात पडते. चोवीस तास काय तेच करत बसू? चोवीस तासातला एक तास सेक्स खूप झाला. उरलेल्या तेवीस तासांचं काय? एक भाजी धड करता येत नाही. धुणं,भांडी, स्वयंपाक यांना बाई! मुलांना शिकवणी! हॉटेलातून विकत आणलेलं सुद्धा अशा ऐटीत वाढते की ते सुद्धा खाण्यात रस उरत नाही.
* डोक्यानं मठ्ठ आहे. कसलंच व्यवहारज्ञान नाही. नुसतीच बडबड. तीही भंपक! काय चाटायचीए? जवळ ये म्हटलं की लगेच जवळ येते. पण ते सुद्धा किती खोटं, मठ्ठ आणि भंपक वाटतं.
* मुलांचा अभ्यास घेते. स्वयंपाकात हुषार. पण चेहरा मख्ख! चेहऱ्यावर कुठलाही भाव नाही. चोवीस तास रुटीन काम करणारं एक यंत्र आहे. रात्रीची आठ तास आणि दुपारी दोन तास झोप हाही तिच्या कामाचाच प्रकार आहे. ज्या दिवशी तिला गरज असते, त्यादिवशी कुठल्याही स्थितीत मला सेक्सला सामोरं जावंच लागतं. नाहीतर आक्रस्ताळेपणा! एरव्ही गेल्या वीस वर्षांत मी म्हणेन तेव्हा एकदाही सेक्ससाठी तयार झाली नाही. पूर्ण स्वार्थी आहे.
* नोकरी करते. ओ.के! माझ्यापेक्षा जास्त पगार आहे. मोठा हुद्दा आहे. पण त्याचं एवढं कौतुक कशाला? आपल्या प्रपंचाला हातभार लागावा म्हणून चार पैसे मिळवणं एवढाच हिच्या नोकरीचा मला अर्थ अभिप्रेत आहे. हिला कुणी कर्तबगारी का दाखवायला सांगितली आहे? सतत ऑफिसमधल्या लोकांबरोबर माझी तुलना करते. मला कमी लेखते. सतत कुणाशी तरी

फोनवर बोलत असते. मी मनातल्या मनात मरत असतो. खरं तर, केवळ घरात राहणारी, अडाणी चालली असती.

* सगळं ठीक आहे पण माझे आई-वडील, भाऊ-बहीण, समोर दिसले की हिचं डोकं फिरतं. त्यांचा तिरस्कार करते. त्यांना घरात नकोसं करते. तशी तुसडीच आहे. माझे मित्र, नातेवाईक यांच्याशी तिला काहीही घेणं-देणं नाही.

* लग्नाला वीस वर्षे झाली. आजतागायत हिच्यासाठी एक रुपयाचं सुद्धा औषध विकत घ्यावं लागलं नाही, इतकी धडधाकट आहे. घर व्यवस्थित चालवते. सेक्ससाठी केव्हाही तयार असते. स्वत: सतत आनंदी असते. दुसऱ्यालाही आनंदी ठेवण्यासाठी प्रयत्नशील असते. पण एक बाई म्हणून तिच्यामध्ये काहीही, कसलंही अपीलच नाही. तिच्याकडे पाहून विशेष असं काहीच वाटत नाही. दुसरं म्हणजे तिच्या माहेरचं सतत कुणी ना कुणी आमच्या घरी राहात असतं. इतकं गैरसोयीचं होतं ते! खर्चही वाढतो.

* सगळं बरं आहे. म्हणजे सगळंच थोडं थोडं! चटकन् मनात भरावा असा कुठलाही गुण किंवा कुठलंही वैशिष्ट्य तिच्यात नाही. महिन्यातून एकदा सेक्ससाठी तयार होते, पण तेही माझ्यावर उपकार केल्यासारखी. सतत निरुत्साही असते. तिला जीवनात रस नाही. स्वत:च्याही नाही आणि इतरांच्या तर नाहीच नाही. सतत किंवा रोज आजारी असते. गंभीर त्रास असा काही फार नाही. पण सतत काही ना काही चालूच असतं. सतत डॉक्टर. वेगवेगळ्या दुखण्यासाठी वेगवेगळे डॉक्टर. त्यातही ॲलोपॅथी वेगळे, होमिओपॅथी वेगळे, आयुर्वेदिक वेगळे. आजारातून बरं व्हावं असं तिला वाटतच नाही. कारण, आजारी असूनसुद्धा मी काम करते हे तिला सिद्ध करायचं असतं. त्या सिद्ध करण्यात, तिला मजा वाटावी असा तिला मानसिक आजार आहे. कुठली स्त्री काम करत नाही? हीच असं काय विशेष करते? ही नेहमी आजारी असते याचंही तिला भूषण वाटतं.

* आयुष्यात रस आहे पण इतरांच्या! सतत दुसऱ्यांच्या व्यक्तिगत आयुष्यात नाक... खरं तर डोकं खुपसायचं. स्वत:च्या डोक्याची बजबजपुरी करायची, हाच छंद! स्वत:च स्वत:चा आणि इतरांचा वैताग बनायचं. यामुळंच मन अत्यंत संशयी आहे. न्यूनगंड बळावत चाललाय. आजारी पडणं वाढलंय. मुद्दाम इथलीच केली. म्हटलं सोयीचं पडेल. तसं खरंच सोयीचं झालं आहे. हिच्या माहेरचे लोक आणि हिचे इतर नातेवाईकसुद्धा मला खूप जपतात. मानसन्मान देतात. लाड, कौतुक, आदर करतात. प्रसंगी प्रचंड मदत करतात. पण हे भूत मात्र सतत माझा जीव घेत असतं. उपयोग काय? खेड्यातली

किंवा इतर गावातली करायला हवी होती.

* हिच्या माहेरच्यांसाठी करत राहायचं. का? तर हिला बरं वाटावं म्हणून. त्यांचे लाड, खाणं-पिणं, कपडा-लत्ता, पाहुणचार, आर्थिक मदत...हे सगळं करायचं. पण लग्नानंतरच्या वीस वर्षांत हिच्या माहेरच्या लोकांनी एकदाही मला अगत्यानं बोलावलं नाही. जावई म्हणून जावईपण आणि पाहुणचार तर दूरच राहिला पण मनापासून अगत्य म्हणूनसुद्धा.

ही यादी आणखी वाढवता येईल. आणखी तपशिलात नेता येईल. तसं करण्याऐवजी आता स्त्री-बायको या भूमिकेतून कशी प्रतिक्रिया देते ते पाहूया.

स्त्री- (बायको)

* याच्या वैभवाला आणि पैशाला काय जाळायचंय? झोपेची गोळी घेऊन रात्री दहालाच झोपतो. सकाळी आठ वाजेपर्यंत उठत नाही. संपूर्ण रात्र मला तळमळून काढावी लागते. मला झोप येत नाही. म्हणतो, मला त्यात इंटरेस्ट नाही. असा कुठे पुरुष असतो? त्याला नीटसं काही जमतच नाही. माझ्या जवानीचं, आयुष्याचं वाटोळं झालं. एखादा गरीबसुद्धा चालला असता.

* दिवसभर काबाडकष्ट करतो. रात्री पोटास तड लागेपर्यंत जेवतो. झोपतो. मीच त्याला उठवते. उठतो. सगळं काही व्यवस्थित करतो पण काबाडकष्टाचं कुठलं काम केल्यासारखं. पुन्हा झोपतो. शृंगारिक कसं बोलतात ते माहीत नाही. पैसा पुरत नाही. पैसेवाला हवा होता. म्हातारा, अधू पण चालला असता.

* या माणसाचं घरात कणभरही लक्ष नाही. माझ्याकडे, मुलांकडे, कुणाकडेच नाही. फक्त स्वतःच्याच जिवाची चैन चाललेली असते. पैसा कमावतो आणि फेकतो माझ्या अंगावर. रोज रात्री अकरा-बारानंतर घरी येतो. बऱ्याचदा प्यालेला असतो. महिन्यातून एकदा केव्हातरी अंगाला हात लावतो. त्यादिवशी त्याला बाहेर कुठे काही मिळालेलं नसतं बहुतेक! म्हणून हे घरचं, हक्काचं, फुकटचं! शी! 'मी दिसायला खूप सुंदर आहे, हुषार आहे, कर्तबगार आहे' असं माझं वर्णन करणारा एक मित्र आहे माझा. गेली पंधरा वर्षे माझ्या प्रेमात पडलेला आहे. मला माहीत आहे की तो खरंच प्रेम करतो माझ्यावर. पण गेल्या पंधरा वर्षात या माझ्या मित्राला मी अंगाला स्पर्शही करू दिला नाही. हे पातिव्रत्य मी सांभाळते आहे ते कुणासाठी? एका अतिशय बेजबाबदार आणि शेकडो ठिकाणी शेण खाल्लेल्या माणसासाठी? हा जो प्रेम करतो ना माझ्यावर... माझा मित्र, त्याच्यावर मी प्रेम करते की नाही ते अजून मला नीट

कळत नाही. पण नवरा म्हणून मला तोच मिळायला पाहिजे होता असं मात्र कायमच वाटतं.

* हा नंदीबैल आहे. याला कशाचंच काहीही नाही. सासू - सासरे मला छळतात. नणंदा त्यांचे उद्योग सोडून इकडे येऊन राहतात आणि मला छळतात. हा फक्त पहात राहतो. तोंड उघडत नाही. त्याला मी सांगितलं. हा फक्त, 'असू दे... राहू दे' असलं बोलतो. केवळ बिनबुडाचं आणि कायमचं माघार घेतल्याचं. याचे आई-वडील, भाऊ-बहीण याला लुबाडतात. मला राबवून घेतात. हे असलं शेळपट नशिबी येण्याऐवजी एखादा राक्षस चालला असता.

* हा राक्षस आहे. क्रूर पशू आहे. मी आजारी आहे, दु:खात आहे किंवा महिन्यातला तो चार दिवसांचा काळ चालू आहे, हेसुद्धा तो पाहत नाही. लग्न झाल्यापासून रोज हा माझ्यावर बलात्कार करतो. मला याची किळस वाटते. घाण वाटते. बाकी आणून ओततो घरात. मला अधून-मधून ड्रेस आणतो. उगाचच खोटं-खोटं स्तुतीपर बोलतो. तेही इनडायरेक्टली! असो. आता मला सगळ्याचीच किळस, घाण वाटते. मला आता आयुष्याचीच घाण, किळस वाटते. मी याच्याशी प्रेमविवाह केला. हा दादागिरी करून, माझं सगळं ओरबाडतो. मी याला का घाबरते?

* सगळी सुखं पायाशी लोळण घेताहेत. पण लग्न होऊन जशी या घरात आले तसं यानं मला परत माहेरी पाठवलंच नाही. कारण विचारलं तर म्हणतो ते वेडे आहेत, भिकारी आहेत. खाऊन उलटणारे, कृतघ्न आहेत. माहेरच्या लोकांना हा घाण-घाण शिव्या देतो. हा गावाला गेला की मग ते लोक मला चोरून भेटतात. याला माहीत आहे, पण ते चालवून घेतो. माझ्या आई-वडिलांना स्वत:चे आई-वडील समजणारा मिळायला पाहिजे होता.

* माझी सगळ्या प्रकारची काळजी घेतो. मला जपतो, जगवतो. पण ते सगळं मुलांसाठी! संसार टिकावा, घर चालावं म्हणून. खरं तर त्याला माझ्यामध्ये कणभरही इंटरेस्ट नाही. त्याला मी जराशीही आवडत नाही. मनातून माझा तिरस्कार करतो तो! त्याचं मन सतत इतर बायकांमध्ये गुंतलेलं असतं. कुणाबरोबर हा किती पुढे गेला असेल ते त्यालाच माहीत! माझ्यावर खरंखुरं प्रेम करणारा हवा होता.

* तुसडा आहे. मनुष्यद्वेष्टा आहे. स्वत: एकटाच असतो. मी सगळ्यांमध्ये मिसळते तर तेही त्याला आवडत नाही. तसं बोलून दाखवत नाही. खरं तर तो बोलतच नाही. मी बोलते त्याला प्रत्युत्तरही करत नाही. असली कसली

विकृती? रात्रीचंही बोलत नाही. सगळं काही न बोलताच. प्रेमाचं, आपलेपणाचं बोलायचं तरी कुणाशी?

* मी गरिबीत जन्माला आले. लहानपण दारिद्र्यात गेलं. एक वेळचं अन्नही नशिबी नव्हतं. आई-वडील दोघेही राबत. तीन मुली. मी अत्यंत देखणी. पुन्हा उफाड्याची. सगळे टकमका बघत माझ्याकडे. मी गणित मांडलं की श्रीमंतच नवरा करायचा. आणि अहो आश्चर्यम्! मिळाला. पुण्यात केवढा तरी मोठा वडिलोपार्जित बंगला. तोही पॉश एरियात. बंगल्यामध्ये चार-पाच मोटारी, नोकर-चाकर, घरातली कपाटं, पैशानं-सोन्यानं भरलेली.

मी वीस वर्षांची. नवरा पंचेचाळीस वर्षांचा. जाड भिंगाचा चष्मा! मी केलं लग्न. या सज्जन गृहस्थानं माझ्या उरलेल्या दोन्ही बहिणींची लग्न अगदी दणक्यात करून दिली. त्यांना छान, तरुण धडधाकट नवरे मिळालेत. माझे आई-वडील कायमस्वरूपी मजेत, आनंदात राहतील अशी त्यांची आर्थिक आणि इतर स्वरूपाची भरघोस तजवीज करून ठेवली. पुढच्या पाच पिढ्या बसून खातील एवढी इस्टेट आज माझ्याजवळ आहे. बहिणी, आई-वडील खूष आहेत. मीही नवऱ्याची सेवा करते. गेल्या पंचवीस वर्षांत या सद्गृहस्थानं मला एकदाही, शब्दानंही दुखावलं नाही. प्रेमच केलं अतोनात! काळजी घेतली. प्रौढ माणसानं एखादी बालिका सांभाळावी तसं त्यानं मला सांभाळलं. लग्नानंतर पहिली पाच वर्षे तो सेक्समध्ये ॲक्टिव्ह होता. फार नव्हे, जेमतेम. त्याच काळात मला एक मुलगा झाला. लग्नानंतर पाचच वर्षांनी म्हणजे त्याच्या पन्नाशीला त्याला डायबेटिसनं घेरलं. सेक्समधली त्याची ॲक्टिव्हिटी शून्य झाली. तो मनानंही थोडा खचला. मग तो आजारीच झाला. मूळव्याध, सायटिका, स्पाँडीलिसीस, थोडंसं बी.पी., सांधेदुखी, शुगर... गेली वीस वर्षे अंथरुणावर आहे. त्याचं वय सत्तर! माझं पंचेचाळीस. गेली पंचवीस वर्षे मी कशाप्रकारे काढली असतील? माझं काही चुकलं का?

* अत्यंत चांगला आहे. सज्जन आहे. प्रामाणिक आहे. प्रेमळ आहे. पैसा आहे. शरीरानं धडधाकट आहे. पण माझं मन त्याच्यामध्ये गुंतत नाही. मला याहीपेक्षा कुणी वरचा हवा होता. व्यक्तिमत्त्वानं मोठा! स्टेटस, पोझिशन, कॅलिबर, ब्रिलियन्स... वगैरे! या सगळ्या बाबतीत माझ्याहीपेक्षा कुणी मोठा हवा होता. हा अहोरात्र माझ्यावर अगदी खऱ्या प्रेमाचा वर्षाव करतो. पण मला तो अगदीच पुस्तकी बाळू किंवा बंडू वाटतो. सगळंच सपक आणि अळणी वाटतं. अपीलच होत नाही. कारण हा मला खूप खुजा वाटतो. मी काय करू?

जोडीदार निवडतांना । ४५

ही यादीसुद्धा पुढे वाढवता येईल किंवा तपशिलात नेता येईल.

तात्पर्य -

१) जोडीदार निवडताना आपल्याला जे नक्की हवंय, प्राधान्यानं हवंय ते जोडीदाराकडे आहे की नाही, तो ते देऊ शकतो की नाही ते नीट पाहिलं नाही. स्पष्ट विचारलं नाही.

२) त्याच्यातील कुठले गुण, अवगुण, स्वभाव, सवयी, नाईलाज, जबाबदाऱ्या, आवडी-निवडी आपल्याला जाचक ठरतील, आपल्या सगळ्या आयुष्याचीच चव घालवू शकतील, याचा प्रयत्नपूर्वक अंदाज आधीच घेतला नाही.

३) जोडीदार वेगळाच निवडायला हवा होता.

४) आता यावर उपाय नाही. हवं ते न मिळण्यात आणि अन्याय सहन करण्यातच आयुष्य संपणार.

५) आयुष्याचा, पती-पत्नी संबंधांचा हा डेड एन्ड आहे.

वरीलप्रमाणे आपण तात्पर्य काढतो आणि मग केवळ झुरत,चडफडत आयुष्य कंठत राहातो. मनामध्ये कायमस्वरूपी ही असहायता राहाते. हतबल अशी अवस्था राहाते. असं मन जीवनातला इतर कुठलाच आनंद वा सुख उपभोगण्यास सक्षम राहात नाही. इतर हजारो सुखांच्या आस्वादाला आपण मुकतो.

''इथेच सांगून ठेवतो. यावर उपाय नाही हे खोटं आहे. अत्यंत प्रभावशाली आणि साधे साधे प्रॅक्टिकल उपाय आहेत. ते उपाय आणि प्रयोग, करण्याच्या प्रक्रियेमध्येच मिळण्याची शक्यता नसलेलं बरचसं सुख मिळू लागतं.

त्यामुळे हा 'डेड एन्ड' तर नाहीच. तुम्हाला शहाणं करण्यासाठी योजलेलं एक 'एज्युकेटीव्ह ऑबस्टॅकल' आहे. फक्त शहाणं करून सोडणारा एक अडथळा. तो पार करायची तयारी हवी शहाणं होण्यासाठी. स्वत:साठी.''

आपल्याला काय मिळालं नाही या विचारानं मन बरबटून गेल्यानं, आपल्याला काय मिळालंय याकडे दुर्लक्ष करण्याचा गंभीर गुन्हा आपल्या हातून होतो. दोन याद्या कराव्यात. एकावर न मिळालेल्या गोष्टी लिहाव्यात. एकावर मिळालेल्या लिहाव्यात. तुलना करून पहा. नंतर दुसऱ्या दोन-चार संसारातील अशाच मिळालेल्या आणि न मिळालेल्या गोष्टींच्या याद्या पहा.

तुम्ही फार सुखात आणि आनंदात असल्याचं तुमच्या लक्षात येईल. तुम्हाला सहज म्हणून मिळालेल्या कित्येक गोष्टी इतरांना मिळालेल्या नसतात. त्यासाठी त्यांनी सर्वस्व पणाला लावलेलं असतं, त्या गोष्टींशिवाय त्यांच्या आयुष्यात केवळ अंधार आणि निरर्थकता आलेली असते, इतरांच्या संसारात तुमच्यापेक्षा कित्येक

पटीनं अधिक गंभीर समस्या असतात. कित्येक पटीनं अधिक काळीज पोखरणारं नैराश्य असतं. हे सगळं पाहिलं की मग तुम्हाला मिळालेल्या गोष्टींचं मोल कळू लागेल. तुम्हाला खूप हलकं वाटायला लागेल.

वधू-वर परीक्षा - मोजपट्ट्या

पूर्वी प्रेमविवाह क्वचितच होई. सगळी लग्नं नियोजित पद्धतीनं, ठरवून, वधू-वर पाहून वगैरे! नंतरही प्रेमविवाहाचं प्रमाण फार वाढलं नाही. सध्या एक चांगली प्रथा रुजते आहे. मुलगा आणि मुलगी यांची विवाहपूर्व ओळख होते. ते एकमेकांशी बोलतात. एकमेकांची माहिती करून घेतात. अर्थात याचंही प्रमाण कमीच आहे. अजूनही मुलगी पाहण्याचा कार्यक्रम, मुलाचं घर पाहण्याचा कार्यक्रम याच पद्धती जोरदार चालू आहेत. म्हणजे समाजाच्या सर्व भागात! पैसा, शिक्षण, जात वगैरे स्तर कुठला का असेना, लग्न ठरवण्याची पद्धत हीच. हल्ली लग्न ठरवण्याआधी या कार्यक्रमाचा भाग म्हणून मुलाला आणि मुलीला एकत्र भेटण्याची परवानगी देतात.

लग्न ठरवताना पूर्वी ज्या मोजपट्ट्या होत्या, त्यांच्यामागेही काही ठोस विचार होता. अंदाज, आडाखे होते. जुने लोक जात, धर्म, कुंडली, खानदान, आर्थिक स्तर, सामाजिक स्तर, वैचारिक स्तर, नैतिक स्तर, कुलधर्म, वैचारिक बैठक, वैचारिक दिशा वगैरे खूप व्यापकपणे पहायचे. आज ते अन्यायाचे वाटल्याने त्याला नावे ठेवली जातात. ते चुकीचे वाटते. एखाद्या कुटुंबाच्या मागील दोन-तीन पिढ्यांचा इतिहास, त्या कुटुंबाने इतरत्र जोडलेले सोयरेसंबंध याचाही विचार त्यावेळी व्हायचा. आज ते जरा अतीच वाटते. पण या सगळ्या गोष्टींचा सांगोपांग विचार करून, मुलगा-मुलगी, पती-पत्नी म्हणून पुढे कसे राहतील याचा अंदाज बांधणं या जुन्या मंडळींना शक्य व्हायचं. त्यासंबंधी काही आडाखे, काही ठोकताळे त्यांच्याकडे होते. शेवटी हा सगळा खटाटोप, हा एकमेव निष्कर्ष काढण्यासाठीच होता, की लग्नानंतर मुलगा-मुलगी एकत्र कशाप्रकारे राहू शकतील?

अर्थात बऱ्याच ठिकाणी सरधोपटपणे लग्न उरकून टाकण्याचा अडाणीपणाही घडला. मुलासमोर मुलीस उभे करणे, नगास नग देणे, एवढं केलं की लग्नानंतर पुढे सर्व काही आपोआप होतं, हा रेटा! आणि पती-पत्नी संबंधांवर, लग्न आणि कुटुंबव्यवस्थेवर पूर्वी सामाजिक वचकच इतका होता की पती-पत्नी एकमेकांशी स्वत:ला जुळवून घेत. अनुरूप होऊन जात. कमी त्रासात त्यांचे संसार पार पडत. 'पदरी पडलं, पवित्र झालं' या भावनेनं का होईना पण जोडीदाराला समूळ स्वीकारण्याची मानसिकता त्या काळी जोरदार टिकून होती. या स्वीकाराची खंत किंवा मळभ

मनात ठेवण्याची आवश्यकताच वाटत नसे. इतकं ते स्वीकारणं नैसर्गिक होतं. रक्तात भिनलं होतं.

आताची परिस्थिती खूपच बदलली आहे. लग्नानंतर पती-पत्नीनं एकमेकांचा आहे तसा स्वीकार करून शक्यतो शेवटपर्यंत एकत्र राहावे हाच आजच्याही लग्नाचा उद्देश आहे. पण म्हणून लग्न ठरवताना आज जुन्या मोजपट्ट्या जशाच्या तशा वापरल्याच पाहिजेत असे काही नाही. समाजामध्ये हरघडी परिवर्तन चालू आहे. जीवन झपाट्यानं बदलतंय. गतिमान होतंय. संदर्भासाठी नित्य नवनवीन काही घडतंय. संपर्काची माध्यमं गतिमान झालीत. माहिती मिळवण्याची माध्यमंही गतिमान आणि अद्ययावत झालीत. कॉम्प्युटर युग चालू आहे. चॅटींग, इ मेल, इंटरनेट, मोबाईल युग चालू आहे. आजची मुलं अधिक वास्तववादी, विवेकनिष्ठ झालीयेत. लॉजिकल, ॲनालिटीकल, प्रॅक्टिकल, रॅशनल झालीयेत. आणि ते योग्यच आहे. जीवनाकडे बघण्याची इमोशनल दृष्टी बदलायलाच हवी. अकारण भावुकता, भाबडेपणा हे बंद करायला हवं. बेसलेस आशावाद किंवा आशाळभूतपणा आता गाडायला हवा. दैववादी, जुगारी ॲप्रोच यांचं आता विसर्जन करायला हवं. केवळ हट्ट आणि अहंकारापायी अडाणीपणाला चिकटून राहण्याची वृत्ती, ज्ञानाला घाबरणारी वृत्ती यांना तिलांजली द्यायला हवी. कुठलाही ठोस विचार न करता, कसंही आणि काहीही करत राहिलो तरी नशिबानं त्यातून चांगलंच घडेल हा भंपकपणा, मूर्खपणा बाजूला ठेवायला हवा. यामुळे तुम्ही क्षणोक्षणी खड्ड्यात पडाल. आणि तुम्हाला वाचवणं, खड्ड्यात पडू न देणं, एवढा एकच उद्योग परमेश्वराला करावा लागेल. त्यापेक्षा निश्चित आणि सकारात्मक विचारानं, काही निश्चित निष्पत्तीसाठी काही कर्म केलंत तर तुमच्या कर्माला यश देणं, परमेश्वरालाही निसर्गनियमास धरून शक्य वाटेल. अहो, परमेश्वर निर्गुण, निराकार आहे! पण निदान तुमच्या कर्माबद्दल तुम्हाला स्वत:ला तरी विश्वास, अभिमान आणि आनंद वाटायला हवा ना?

पुन्हा एकदा -

आपल्या नियोजित जोडीदाराची आणि आपली गाठभेट लग्नाआधी घालून दिली तर उगाच काही वेडगळ चर्चा करू नका. हवा, पाणी नको. सामाजिक, राजकीय, सांस्कृतिक, शास्त्रीय नको. चंद्र, तारे, फुलं, बागा, साहित्य, संगीत वगैरेही उगाचच नको.

तुम्हा दोघांना तुमचं पुढचं आयुष्य नक्की कसं जगावंसं, जावंसं वाटतं ते बोला. त्यासाठी तुम्ही दोघं काय करू शकता ते बोला. तुमच्या जीवनात पुढे काय घडावं वाटतं ते एकमेकांशी क्लिअर-कट बोला. तुम्हाला आयुष्याकडून आणि

पर्यायानं एकमेकांकडून प्राधान्याने काय हवंय ते सांगा. आपण एकमेकांना जास्तीत जास्त काय देऊ शकतो आणि कमीत कमी काय देऊ शकतो ते सांगा. एकमेकांचा प्राधान्यक्रम ताडून पहा. किती प्रमाणात जुळतो ते पहा. किमान समान हेतू किंवा कॉमन मिनिमम इंटरेस्ट तयार होतो का ते पहा. आणि असं होत असेल तर अत्यंत डोळसपणे लग्नाला तयार व्हा.

सर्वात महत्त्वाचं -

प्रत्येकानं आत्मपरीक्षण करून, स्वत:च्या आत नीटसा कानोसा घेऊन, स्वत:ला या आयुष्याकडून काय हवंय, नक्की काय हवंय, प्राधान्यानं काय हवंय हे ठरवायला हवं. लवकरात लवकर ठरवायला हवं. लग्नाआधी ठरवता आलं तर फार उत्तम! जीवनाची गाडी शेवटपर्यंत न्यायची असते. जगण्याची गाडी शेवट पर्यंत न्यायची असते. का? कशासाठी? तर जन्माला आलो म्हणून. जन्माला का आलो? हा विषयाचा वेगळा प्रांत झाला. पुस्तकाच्या शेवटच्या प्रकरणात त्यावर चर्चा करू. पण जगणं शेवटपर्यंत नेण्याचा सर्वांत सोपा, सोयीचा, कमी त्रासाचा सुसह्य मार्ग, त्यातल्यात्यात सुरक्षित मार्ग म्हणजे लग्नव्यवस्था! आपल्या पूर्वजांनी पिढ्यान्‌पिढ्या तो सिद्ध केला आहे. भारतामध्ये या लग्नव्यवस्थेनं, वर्षांनुवर्षे, लोकांच्या जगण्यामध्ये सातत्य आणि सुरक्षितता दिली आहे. हे सातत्य आणि ही सुरक्षितता जगामध्ये निश्चित पहिल्या क्रमांकावर आहे. आपल्याला लग्नव्यवस्थेमधूनच आयुष्याची कड गाठायची आहे. लग्नव्यवस्था नाकारलेले लोक (अन्य कुठलं उत्तुंग ध्येय नसेल तर... ज्यांच्या विरोधात लग्न येतं) तुलनेनं जास्त दु:खात आणि निराशेच्या खाईत लोटले गेले अशी वस्तुस्थिती आहे. मी तुमच्या - माझ्यासारख्या सर्वसामान्य लोकांबाबत बोलतो आहे. थोर संत, थोर शास्त्रज्ञ, थोर सामाजिक आणि राजकीय नेते, थोर तत्त्ववेडे, ध्येयवेडे लोक ज्यांनी लग्न न करता अवघं आयुष्य तुमच्या-माझ्या कल्याणासाठी, समाजासाठी वेचलं, त्यांना नम्रतापूर्वक आणि आदरपूर्वक सलाम. पण सगळ्यांना हे शक्य नाही. तुम्हाला मला तर निश्चितच नाही. त्यामुळं तुम्हाला-मला लग्नव्यवस्थेमधूनच आयुष्य पैलतीरी पोचवायचं आहे. असं असेल तर एक सत्य लक्षात ठेवावे. 'तुम्हाला आयुष्याकडून ढोबळमानाने, स्थूलमानाने जे हवं आहे, ज्या प्रकारचं सुख हवं आहे, त्याचा तुमच्या लग्नाशी, जोडीदाराशी घनिष्ट संबंध आहे. नव्हे ते पूर्णपणे तुमच्या जोडीदाराच्या मानसिकतेवर अवलंबून आहे.' तेव्हा तुम्हाला काय हवंय याचा स्वत:शीच संवाद साधून अंदाज घ्या. आई-वडील, भाऊ-बहीण, विश्वासार्ह नातेवाईक, गुरुजन, मित्र यांची मदत घ्यावी, चर्चा करावी आणि तुमचं वाटणं थोडं अधिक समृद्ध आणि अचूक करून

घ्यावं आणि मग हवं ते मिळवण्यासाठी प्रयत्नाला लागावं. काय हवं ते कळणं आणि नेमकं ते मिळवण्यासाठी ध्यास घेऊन प्रयत्न करणं या क्रियेत आणि प्रक्रियेत तुडुंब आनंद भरलेला आहे. गोष्टी मिळण्यात आनंद आहेच पण तो क्षण येईपर्यंतचा आपला प्रयत्नांचा प्रवास त्यापेक्षा हजारपटीनं आनंदानं ओथंबलेला आहे.

जीवनात आनंदासारखं दुसरं काहीही नाही. आनंद म्हणजेच परमेश्वर. भक्तिमार्गामध्ये प्रत्येक कर्म परमेश्वराला अर्पण करतात. स्वत:कडे काहीही ठेवत नाही. स्वत:कडे त्यामुळे फक्त आनंद उरतो. ही आयुष्याकडे पाहण्याची पारमार्थिक दृष्टी झाली. स्वभावत:च असेल तर सोन्याहून पिवळं! पण लग्न जुगारी पद्धतीनं करून फसगत झाली आणि मनातली एकही अपेक्षा पूर्ण होत नसलेला जोडीदार मिळाला, तर नाईलाजानं आयुष्याला पारमार्थिक डूब द्यावी लागते. या नाईलाजामध्ये कसलाही आनंद नाही. या नाईलाजात फक्त झुरणं आहे आणि चडफड आहे. घोर नैराश्य आहे. तेव्हा या नाईलाजाच्या वाटेवर आंधळेपणाने तरी जाऊ नका. डोळसपणे या लग्नव्यवस्थेला सामोरे जा.

हे इतकं पण अवघड नाही हो! पिढ्यान्‌पिढ्या आपल्या पूर्वजांनी यशस्वीपणे हे केलेलंच आहे. पण लक्षात ठेवा ते बहाद्दर होते. ते वागले त्याचे आता नियम आणि शास्त्र झालं. तुमच्या-माझ्यात ती ताकद नाही. त्यामुळेच आपल्याला आपली क्षमता आणि त्यांचे लिमिटेशन्स्‌ ओळखून आपल्या पद्धतीनं या व्यवस्थेमध्ये यशस्वी व्हायचं आहे आणि आपण होऊ या!

उदाहरण माझं!

'जोडीदार निवडताना' एवढ्या एकाच संदर्भात मी स्पष्टपणे माझं उदाहरण देतो. कारण माझ्याबाबतीत ही गोष्ट सिद्ध झाली आहे असं मला वाटतं.

आई-वडिलांनी स्वत: झिजून मुलांचं संगोपन करावं, वाढवावं यात नवीन, वेगळं असं काहीच नाही. पण लहानपणी, समज यायला लागली तशी, मला ही गोष्ट भयंकर गलबलून टाकायची. माझे वडील तात्या! प्राथमिक शिक्षक. आई नानी! घरकामात दंग. दोघेही अत्यंत बुद्धिमान. अनुभवानं समृद्ध! कुठल्याही बाबतीत सल्ला घेण्यासाठी मला अजूनही आदर्शस्थानी तेच वाटतात. दुर्दैवानं आज ते दोघेही हयात नाहीत.

लहानपणीच माझ्या डोक्यात असं ठाम बसलं की आपण मोठं झाल्यावर या दोघांना खूप सुख द्यायचं! आणि ही भावना माझ्या सुदैवानं कधीही कमी झाली नाही. मी शिक्षण आणि नोकरीनिमित्त पुण्यात राहू लागलो. माझा भाऊही पुण्यातच नोकरीला. पण तो सासवडला राहतो. रोज येतो जातो. वडिलांनी अत्यंत कष्टानं

उभारलेला पाच खोल्यांचा बंगला सासवडला आहे.

माझा भाऊ मोठा. त्याचं लग्न झालं. तात्या, नानी सासवडला त्याच्याबरोबरच राहत होते. आणि त्याच्याबरोबरच राहणार हे निश्चितही होते. माझा भाऊ दत्तात्रय इतका सज्जन आणि निर्मळ माणूस माझ्या पहाण्यात नाही. तो, तात्या आणि नानी यांची मनोभावे काळजी घेत होता. सेवा करत होता. खरं तर मी व्यवहारी विचार केला असता तर माझ्यावर आई-वडिलांची जबाबदारी नव्हती.

माझ्या लग्नाचा विषय पुढे आला. माझ्या नियोजित, होऊ घातलेल्या वधूस मी म्हणालो,

"हे बघ, माझ्या आई-वडिलांची जबाबदारी प्रॅक्टिकली माझ्यावर नाही. पण मला वाटतं, माझ्या भावाला आणि मला घडवण्यासाठी ते दोघं वेगवेगळे झिजलेले आहेत. त्यामुळे ही संपूर्णपणे माझीही जबाबदारी आहे. मला ती स्वतंत्रपणे केव्हाही घेता आली पाहिजे. तू त्यासाठी कायमच तयार हवीस. ही माझी प्रायॉरिटी नंबर वन." ती आनंदानं तात्काळ 'हो' म्हणाली.

"दुसरी गोष्ट तितकीशी व्यवहारी नाही. म्हणजे तू बी.एस.सी. फर्स्टक्लास आहेस. टायपिंग, स्टेनोग्राफी झालेलं आहे. कॉम्प्युटर बेसिक झालेलं आहे. तुला नोकरी करावी असं वाटणारच!"

ती जरा गंभीर झाली. कारण त्याच दरम्यान 'स्टाफ सिलेक्शन कमिशन' अशी जाहिरात आली होती. तिचं वय पंचवीसच्या बरंचसं आत होतं. परीक्षेत ती सहज पास होऊन सिलेक्ट होण्याची तिला खात्री होती. मी म्हणालो,

"शिकलेल्या मुलींचं ज्ञान घरातच चूल-मूल करण्यात जावं अशा पुराणमताचा मी नाही. तुझ्या शिक्षणानं तू नक्कीच आठ-दहा हजार (त्यावेळी! आज पंधरा-वीस तरी!) आज घरात आणशील."

"संसारालाच हातभार होणार नाही का? आपली प्रगती लवकर होऊ शकते."

"मला मान्य आहे. पण माझा एक भाबडा विचार ऐकून घे. माझ्या पगारातही आपण मजेत राहूच. पण तू नोकरी केली नाहीस आणि ती जागा एखाद्या पुरुषाला मिळाली तर त्याच्यावर अवलंबून असलेलं एक घर जगेल. केवळ स्त्रीच्या कमाईवरच घर अवलंबून असणं हा अपवाद आहे. पण पुरुषाच्या कमाईवर ते आजही अवलंबून आहे. बेकारी हटवण्यासाठी, कमी करण्यासाठी आपण प्रत्यक्ष एवढी एकच गोष्ट करू शकतो. तू किंवा मी, एकानंच नोकरी करणं! तू ठरव." ती हसली.

लग्नानंतर आम्ही पुण्याला घर मांडलं. अपेक्षेप्रमाणे तात्या-नानी सासवडलाच

राहिले. तात्या-नानी अधून-मधून पुण्याला येऊ लागले. दोन-तीन दिवस राहू लागले. आणि माझ्या सुखाला सुरुवात झाली. ती अतिशय प्रेमानं दोघांना जपू लागली. हसून बोलू लागली. त्यांना राहण्याचा आग्रह करू लागली. तात्या नानीला माझ्याकडे सोडून कधी सासवडला जात. माझी पत्नी, जया, नानीला घेऊन सारसबाग, चतु:शृंगी... अन्य कुठेही फिरायला जाई. माझ्याकडे हट्ट करून, मग आम्ही हॉटेलात जाऊन डोसा खात असू. ती नानीला सांगे, ''आपल्याकडे कुणीही पहात नसतं. सगळे खाण्यात दंग आहेत. तुम्ही खा.'' मी फक्त बरोबर असे. सगळं तीच करे. आपण लग्न करताना जी अपेक्षा केली, नेमकं तेच मिळणे म्हणजे काय, याचा मला प्रत्यय येऊ लागला. आनंद मिळू लागला.

माझ्या लग्नानंतर दोनच वर्षांत नानी अचानक गेली. आम्हा सगळ्यांनाच तो घाव वर्मी बसला. एक वर्ष तात्या, सैरभैर झाले. 'त्यांना आम्हा मुलांमध्येही रस वाटेना की काय?' असं मला सारखंच जाणवायला लागलं. 'जोडीदार सोडून जाणं' म्हणजे काय? याची जवळून पाहणी मी केली. थरारून टाकणारा तो अनुभव होता.

एका वर्षानंतर तात्या सावरले. त्यानंतर प्रत्येक आठवड्यात एकदा ते माझ्याकडे मुक्कामी येऊ लागले. बहुधा बुधवारी यायचे. गुरुवारी सकाळी, श्रीमंत दगडूशेठ दत्तमंदिरात त्यांना दर्शनासाठी जाणं आवडे! आठवड्यातला हा प्रत्येक बुधवार, म्हणजे तात्या माझ्याकडे मुक्कामी असलेला दिवस, जया ज्या पद्धतीनं साजरा करे, त्यावरून तो मला सणाचा दिवस वाटे.

तात्या आल्यानंतर त्यांचं हसून प्रेमानं स्वागत करणं, खुशाली विचारणं, चहा-पाणी, खायला देणं, मग तासभर गप्पा मारणं, चर्चा करणं, हे सगळं मी दुरून पहात असे. माझ्याबरोबर पूर्ण आठवड्यात मिळून जेवढं जया बोलत असे, तेवढं ती या एका दिवसात तात्यांशी बोलत असे. आणि कुणालाही सल्ला, अचूक सल्ला देण्याची क्षमता असलेले तात्या, ''मग जया, काय करूयात?'' असं तिला विचारायचे. काही कौटुंबिक विषय असायचा. प्रत्यक्ष तात्याच तिला सल्ला विचारायचे आणि तीही अतिशय मनमोकळेपणानं, प्रांजळपणाने भरभरून त्यांना स्वत:चं मत सांगत राहायची. तात्या माझ्यापेक्षा तिचेच वडील होऊन गेले होते.

मग तिचा नेहमीचा प्रश्न! ''तात्या, भाजी काय करायची?'' तात्या आधी मनमुराद हसायचे. या प्रश्नानं त्याच्या मनावर एकाचवेळी अनेक प्रकारच्या सुखद संवेदना उमटायच्या. मी निरीक्षण करायचो. त्यांना मनात न मावणारा आनंद व्हायचा. हसता-हसता ते अनेकदा गलबलायचे. लपवायचे. मी मार्क करायचो. तात्यांना सगळ्याच भाज्या आवडायच्या. कुठलाच प्रश्न नसायचा. ते हसून विचारायचे, ''काय काय आहे?'' येताना ते स्वत:च पिशवीभर भाजीपाला घेऊन यायचे. या

चर्चेतून ते काही सांगायचे. भाजी ठरायची. तन्मयतेनं जया स्वयंपाक करायची. जया अती उत्तम स्वयंपाक करते. आनंदानं जेवणं व्हायची. मग पुन्हा गप्पा. 'तात्यांचा सकाळचा कार्यक्रम काय?' वगैरे.

तात्यांना चाकवताची भाजी खूप आवडायची. तात्या यायच्या आधीच जया ती आणूनही ठेवायची. साधी पातळ भाजी! पण जया इतकी छान करायची की तात्या भातावरही ती भाजी घ्यायचे. एक दिवस ''तात्या, भाजी काय करायची?'' या प्रश्नावर तात्यांचं उत्तर आलं,

''करा आपली चाकवताची!'' जयाचा बाकी स्वयंपाक झाला होता. कुकर, भाकरी वगैरे! साडेआठ होऊन गेले होते. ती पटकन् मला म्हणाली,

''कपडे घाला पटकन्!''

''काय झालं?''

''चाकवताची भाजी घरात नाहीए.''

''तात्यांना सांगूया तसं! त्यांना कुठलीही चालते!''

''मी तुम्हाला सल्ला विचारलेला नाही. तुम्ही येणार नसाल तर मी एकटी बाहेर पडते.''

मी पटकन् कपडे घातले. तात्यांना तिनंच काहीतरी सांगितलं. तात्या मुलांशी खेळण्यात, गप्पांत दंग होते. आम्ही बाहेर पडून रिक्षा केली. चाळीस एक मिनिटे सलग रिक्षा फिरवून जयानं शेवटी ती भाजी पैदा केली. सव्वानऊच्या पुढे आम्ही घरी आलो. पावणेदहा वाजता तात्या आनंदानं चाकवताची भाजी खात होते. जया हसून त्यांच्याकडे पहात होती. मी गलबललो होतो.

तात्या मुक्कामाला असले की आमचे इतर नातेवाईकही कधी प्रसंगानं यायचे. अगदी चार -सहा सुद्धा! राहायचे. तात्यांशी चर्चा! सल्लामसलत. जया या सगळ्यांचं अगदी जेवणासह, पक्वान्नासह आनंदानं करायची.

नानीनंतर बारा वर्षांनी तात्या गेले. या बारा वर्षांचे अंदाजे सहाशे बुधवार. त्यापैकी पन्नास-पाऊणशे सोडूया!म्हणजे अगदीच जया माहेरी असेल किंवा इतर काही कारणानं तात्यांना शक्य झालं नसेल! पण पाचशे ते साडे-पाचशे बुधवार मी सणासारखे अनुभवले. एकदा-दोनदा नव्हे! सलग बारा वर्षे! साडे-पाचशेव्या वेळीसुद्धा जयाच्या करण्यात तोच ताजेपणा होता. टवटवीतपणा होता. आनंद होता. प्रेम होतं. प्रामाणिकता होती. या सातत्याला खरंच तोड नाही. तात्या जाण्याआधी, इथे जेवताना चाकवताचीच भाजी होती. त्यानंतर आज या क्षणापर्यंत घरात चाकवताची भाजी आली नाही. भाजीवाल्याकडे चाकवताच्या भाजीला हात लावून अजूनही जया गंभीर होते. मी आतल्या आत पाणावून घेतो.

लग्न ठरताना मी जयाला प्रायॉरिटी म्हणून जे मागितलं होतं ते तिनं मला भरभरून दिलं. खरं म्हणजे अपेक्षेपेक्षा जास्तच दिलं. मी असं म्हणत नाही की आम्हाला दोघांना एकमेकांपासून सगळं मिळालं. तसं ते कुणालाच मिळत नाही हे सत्य आहे. इतर सगळ्या संसारांप्रमाणेच माझ्याही संसारात कमी-अधिक आहेच! तिला आणि मला कित्येक वेळी आपापल्या काही अपेक्षा बाजूला ठेवाव्याच लागतात. पण माझ्या दृष्टीनं मला या पाचशे-साडेपाचशे बुधवारांनी जे दिलंय ते इतकं आहे, की त्यापुढे न मिळालेल्या गोष्टी माझ्या दृष्टीने, मिळालेल्या सुखाचा शंभरावा हिस्साही नाही.

(तिला माझ्याकडून प्रायॉरिटी म्हणून काय हवं होतं आणि ते मी कसं दिलं हे उदाहरणाच्या पूर्ततेसाठी द्यायला हवं. पण आत्मस्तुती होईल म्हणून टाळतो. आपण समजून घ्यावं.)

नोकरी प्रकाराचा अतिशय गंमतीचा अनुभव आम्हाला आला. तिनं नोकरी न करण्याचा निर्णय घेतल्यानंतर कमीत-कमी चार ठिकाणी तिला नोकरीच्या संधी उपलब्ध झाल्या. माझे गुरुतुल्य वरिष्ठ अधिकारी श्री. अरविंद परांजपे यांनाही, तिला असं घरात बसवून ठेवणं मुळीच आवडलं नाही. त्यांनी स्वत: पुढाकार घेऊन एक सुवर्णसंधी तिच्यासाठी उपलब्ध केली. तिला तिच्या निर्णयास घट्ट राहणं किती जड, अवघड गेलं असेल याची मला पूर्ण कल्पना आहे. पण तिनं हेही केलं.

आज रोजी माझ्यावर बऱ्यापैकी कर्ज आहे. पुण्यात स्वत:चं घर उभं करताना आणि काही अन्य कारणांमुळे हे कर्ज झालं. तिचा जीव तळमळतो. ती कमावत असती तर एवढं कर्ज झालंच नसतं किंवा झालं असतं तरी ते फेडताना माझी एकट्याचीच अशी कसोटी लागली नसती असं तिला वाटतं. पण मला डोळ्यासमोर कायम एक पुरुष दिसतो, ज्याच्यावर घर अवलंबून आहे. तो घर चालवतोय, तो नोकरी करतोय आणि ती नोकरी त्याला केवळ जयानं नोकरी नाकारल्यानं मिळाली आहे. मला ही गोष्ट आनंद देते. जयाला हे पटत नाही. व्यवहार्य वाटत नाही. भाबडेपणा वाटतो. त्यामुळे या गोष्टीचा तिला स्वतंत्र आनंद होत नाही. माझ्या आनंदातच तो शोधावा लागतो. मानावा लागतो.

म्हणून माझी पूर्ण खात्री आहे की जोडीदाराकडून आपल्याला प्राधान्यानं काय हवंय ते त्याला आधी स्वच्छ सांगावं. ते मिळाल्याचा आनंद काही वेगळाच!

* यापुढे मी कुठेही माझं स्वत:चं उदाहरण देणार नाही. कारण हे कुठल्याही प्रकारे आत्मपुराण न होता, तुमचं, माझं, यांचं, त्याचं सगळ्यांचं कॉमन अनुभव कथन व्हावं अशी प्रामाणिक इच्छा!

❑❑❑

३. सुरुवातीचे दिवस

सावधान!

अक्षरश: सावधान! सावध! लग्नानंतरचं एक वर्ष! हे वर्ष तुम्ही ज्या प्रकारे पार पाडता, त्याची आठवण पुढे आयुष्यभर तुम्हाला होत राहते. या वर्षात ज्या काही कर्मांची पायाभरणी तुम्ही करता, त्याची फळं तुम्हाला नि:संशय आयुष्यभर भोगावी लागतात. इथे डोळसपणे वागलात तर आयुष्यभर चांगल्यापैकी सुख आणि सुसह्यता! (अपवाद वगळता)! इथे मूर्खासारखे, भंपकासारखे, आंधळेपणानं, जुगारी पद्धतीनं वागलात तर पुढील संपूर्ण आयुष्याची माती करून घेतलीत असं समजा (अपवाद वगळता)! सबूर! अर्थात ज्यांच्या हातून हे वर्ष वेडगळपणात निसटलेलं आहे त्यांनी अगदीच पूर्णविराम द्यायचं कारण नाही. रूळ सोडून खाली उतरलेली गाडी पुन्हा रुळावर येतेच येते. थोडे अधिक कष्ट लागतात, वेळ लागतो, धीर लागतो. गाडी रुळावर तर येतेच, बऱ्यापैकी वेगही घेते. हे सांगण्यासाठी तर हा पुस्तकप्रपंच.

अधीर, उतावीळ

ज्यांचं लग्न व्हायचंय ते म्हणतील, का असा आमच्या स्वप्नातला रस आधीच शोषून घेता? बापरे! मित्रांनो, माफ करा. मलाही कल्पना आहे बरं! ती उत्सुकता, ती भीती, ते दडपण, छातीत होणारी ती धकधक, ती धडधड, ती हुरहूर, नवलाईच्या अनोळखी दालनात प्रवेश करताना लाजून बुजून चूर झालेलं मन.

रोमांचित झालेलं शरीर.

स्वप्नं... त्याची

किती वेळा भेटलो, बोललो तरी नक्की काही आठवतच नाही. तिच्या ड्रेसचा कुठला रंग आपल्याला नक्की आवडला? साडी छान दिसते तिला की साडीत ती छान दिसते? तिच्या पैंजणांचा आवाज खूप छान येतो. एका हातात काचेच्या बांगड्या घालते आणि त्याचीच हालचाल जास्त. कानात कधी इतकं काही लांब घालते की ते अगदी गालावर टेकावं. छे... काहीतरीच! खूपच लख्ख गोरी आहे. एकदा गंमतीनं म्हणालो, 'तुझ्या आत काही ट्यूबलाईट बसवली आहे?' केवढी संतापली. नाक छानच आहे तिचं. पण रुमालानं त्या नाकाचा शेंडा पुसून पुसून लाल करते अगदी. केस मोकळे सोडते, तेही छान दिसतं आणि बांधून त्याचा शेपटा पाठीवर सोडते, तेही छान. हाताची बोटं केवढी लांबसडक. खरं तर तिचे पायही किती रेखीव आहेत. त्यांची बोटंही किती रेखीव आहेत. सारखा आपला... पाय चपलेतून बाहेर काढायचा आणि चपलेवर ठेवायचा. तेही पहात राहावंसं वाटतं. तिचं बोलणं, तिचं बघणं... एकूण सगळंच! हो हो हो!

स्वप्नं... तिची

त्याला जीनचं किती वेड आहे! हाफ शर्ट घालतो. त्याला दिसतो छान! त्यानं टायसुद्धा लावायला काय हरकत आहे? लग्नानंतर एकदम डझनभर फुलशर्ट आणि कॉटन, टेरीवुलच्या पँट घेणार आहे मी त्याला. माझ्या पसंतीच्या!

थोडा अबोलच आहे. पण बघतो किती एकटक. एवढं काय आरपार पाहतो? मला किती ऑकवर्ड होतं. विचारानं ठाम वाटतो. गोंधळ, घोळ नाही. तो माझाच होतो. घेईल सांभाळून. तसा प्रेमळ वाटतो. नक्की देवाला माहीत. शहाण्याला आत्ताच टक्कल पडायला लागलंय. अशा लोकांची काही धोरणं अतिरेकी असतात म्हणे! काय होईल नक्की माझं?

त्याच्या जिवावर मला निर्धास्त राहाता यायला हवं. मी, माझं व्यक्तिमत्त्व, माझी इमेज प्रोटेक्ट करायला हवी त्यानं. जपायला हवं मला, माझ्या आई-वडिलांना. त्यांचा आदर करायला हवा.

अगदी कर्तृत्ववान, कर्तबगार वाटत नसला तरी अप टु द मार्क आहे आणि कर्तृत्व म्हणजे तरी नक्की काय? त्यानं एव्हरेस्टच चढायला हवं का? हिरोगिरीची मात्र भारी हौस दिसते. व्यसन नाही हे किती चांगलं. कुठलंच नसेल

ना?

कसा जवळ घेईल मला? प्रेम करेल माझ्यावर? खरं खरं प्रेम! कसं असतं ते? त्याला माहीत असेल? खोटारडा, फसवा असेल? क्रूर, निष्ठूर, लबाड, धूर्त असेल? परमेश्वरा! नको रे! बाकी थोडं कमी चालेल. पण असं निगेटिव्ह काही नको.

हौस मौज? माझ्या स्वयंपाकात गुंतून पडेल? माझ्या नक्की कुठल्या गुणात... माझ्यात गुंतून पडेल?

'आपला जोडीदार कसा असेल याचा पुरुषापेक्षा स्त्री जास्त विचार करते.'

वास्तव

स्वप्नांच्या दुनियेतून आता वास्तवाच्या दुनियेत येऊ. तुमच्यासमोर जी व्यक्ती आहे ती तुमची आयुष्यभरासाठीची जोडीदार आहे. मरेपर्यंत ती तुमच्याबरोबर राहणार आहे. प्रपंच, संसार, पती-पत्नी असं एक कॉमन व्यक्तिमत्त्व, कॉमन ओळख, कॉमन आयडेंटिटी लोकांसमोर, समाजासमोर जाणार आहे. यालाच कुटुंब आणि कुटुंबाची ओळख म्हणतात.

तुमच्या समोरच्या व्यक्तीला तुम्ही मनोमन आणि अंतर्बाह्य समजावून घेण्याची गरज आहे. एखाद्याला समजावून घेणं ही मोठी प्रक्रिया आहे. त्याला बराच वेळ लागतो. ती प्रक्रिया कधीही पूर्ण होत नाही. त्यामुळं समोरच्या व्यक्तीबाबत आपण घाईनं, वेगानं काही अनुमानं काढली तर ती चुकू शकतात. अशी अनुमानं काढण्यापेक्षा वस्तुस्थिती समजावून घेणं, तिचं ज्ञान करून घेणं महत्त्वाचं.

ही वस्तुस्थिती समजावून घेण्यासाठी समोरच्या व्यक्तीकडे बघण्याची दृष्टी पूर्णपणे प्रेमाची, आपलेपणाची, ओलेपणाची, माणुसकीची, मानवतावादाची हवी. दुसरी महत्त्वाची गोष्ट! समोरची व्यक्ती जशी उलगडत जाते, त्याला वस्तुस्थिती समजून तशीच्या तशी ती स्वीकारणं हे महत्त्वाचं आहे. हे असंच का, ते तसंच का? असे विचार खड्ड्यात घालणारे, नकारार्थी आणि निराशावादी आहेत. लगेच त्यावर खल करणं निष्पत्ती शून्य आहे. समोरच्या व्यक्तीस सर्वात प्रथम आपलं मानून स्वत:मध्ये सामावून घेण्याचा प्रयत्न करा. समोरच्या व्यक्तीमध्ये काही बदल घडावा असं वाटत असेल तर तो विचार एक वर्षभर तरी लांबणीवर टाका. समोरच्या व्यक्तीस तो बोलूनही दाखवू नका.

महत्त्वाचं म्हणजे, समोरच्या व्यक्तीस तुम्ही समजावून घेण्याचा प्रयत्न करत आहात, तिला स्वीकारण्याचा प्रयत्न करत आहात, तिच्यावर प्रेम करण्याचा प्रयत्न

करत आहात, असलं काही त्या व्यक्तीला जाणवून देण्याचा प्रयत्न करू नका. ऊठसूट तिच्या मनावर तसं ठसवण्याचा प्रयत्न करू नका. तुमच्या प्रयत्नांचं प्रदर्शन करू नका. किंवा असा प्रयत्न करून तुम्ही काहीतरी ग्रेट, थोर गोष्ट करत आहात किंवा त्याग वगैरे करत आहात असला भ्रम मनात पैदा होऊ देऊ नका. आणि अशा भ्रमामध्ये, समोरच्या व्यक्तीलाही ओढण्याचा प्रयत्न करू नका.

सत्य

तुमचं लग्न समजा आज झालंय, काल झालंय! पण ही लग्नव्यवस्था, कुटुंबव्यवस्था कित्येक शेकडो वर्षे अस्तित्वात आहे. तशी ही रुळलेली वाट आहे. त्यामुळं प्रत्येक गोष्ट नव्यानंच अनुभवून त्यातून काही जगविख्यात शोधून काढण्याची जबाबदारी तुमच्यावर नाही. तुमचं ते कामही नाही. संसार त्यासाठी नाही. एक गोष्ट सत्य, की अजूनही काही नवं प्रत्ययास येतं, नवे पदर उलगडतात, नव्या छटा दिसतात. हे सहजपणे, नैसर्गिकपणे घडूद्यात. त्यासाठी अट्टाहास नको.

वर्षानुवर्षांच्या मंथनातून आधीच खूप काही विपुल प्रमाणात निष्पन्न झालेलं आहे. अमृतही आहे, विषही आहे. या दोहोंच्या मधल्याही अनेक गोष्टी आहेत. पूर्व सिद्धान्तामधील काही अंधश्रद्धा, गैररूढी, गैरसमजुती, पायाहीन निष्कर्ष हे बाजूला ठेवायला हवं. पुरुषानं आणि स्त्रीनं स्वहितासाठी, स्वसंरक्षणासाठी, स्वार्थ आणि मतलबासाठी काढलेले आणि रुजवलेले ढोंगी, लबाड, दांभिक निष्कर्षही कटाक्षानं बाजूला ठेवायला हवेत. 'यापेक्षा वेगळ्या चांगल्या संदर्भांचा, पूर्वसिद्धान्ताचा आधार जरूर घ्यायला हवा. पूर्ण सकारात्मक आणि न्यायी निष्कर्ष, आडाखे, ठोकताळे यांचा संदर्भ आपल्या नित्य जीवनात जरूर वापरायला हवा.'

नातं

आई-वडिलांकडे बघण्याची आपली दृष्टी कशी असते? स्वतःच्या मुलांकडे बघण्याची दृष्टी कशी असते? तीच दृष्टी तुमच्या जोडीदाराकडे पाहताना हवी. कारण स्त्री-पुरुषामध्ये असलेलं सर्वांत परिपूर्ण आणि म्हणूनच श्रेष्ठ दर्जाचं नातं कुठलं असेल तर ते खात्रीनं पती-पत्नीचंच आहे. या नात्याची व्याप्ती प्रचंड आहे. या नात्यात जगातली इतर सगळी नाती सापडतात. आई-बाप सापडतात, मुलं सापडतात, भाऊ-बहीण सापडतात, मित्र-मैत्रीण सापडतात, प्रियकर-प्रेयसी सापडतात, सखा-सवंगडी सापडतो, सहप्रवासी, शेजारी सापडतो. मुख्य म्हणजे कायम स्वरूपाचा, आश्वासक असा सोबती सापडतो.

या जीवनाची अंतिम कड गाठण्यासाठी तुम्हाला मुद्दाम काही करावं लागत नाही. जो प्रवास होतो तो नाही करायचा म्हटलं तरी होतोच. तुमची इच्छा असो वा

नसो. एकदा जन्म घेतलात... आणि त्याहीपुढे लग्न करून प्रपंचात पडलात, की हा प्रवास सक्तीचाच आहे. त्यातून सुटका नाही. लग्न केलं नाही तरी ती शेवटची कड, शेवटचा टप्पा गाठावाच लागतो. पण लग्न करून प्रपंचात पडल्यानंतर या प्रवासासाठी एक ठाम, आश्वासक आणि अखंड सोबत मिळते. ही सोबत इतर कुठल्याही नात्यांत नाही. सर्वसामान्य माणसाच्या प्रवासामध्ये सोबत ही फार मोठी शक्ती आहे. ऊर्जा आहे, आनंद आहे. प्रेरणा आहे, आधार आहे.

हे जर असं आहेच! आणि तुम्ही लग्न करण्याआधीच जर हे सिद्ध झालेलं आहे, तर मग हे पुन्हा सिद्ध होण्याची वाट कसली बघत बसता? त्याच गोष्टीची पुन्हा प्रचिती यावी म्हणून हट्ट कसला करता? ही गोष्ट संदर्भाची माना. सत्याची माना. लग्न झाल्या दिवसापासून आपल्या जोडीदाराकडे, आई-वडील, भाऊ-बहीण, सखा-सखी, मित्र-मैत्रीण, प्रियकर-प्रेयसी, पुढे जाऊन मग आपला मुलगा-मुलगी आणि या सर्व नात्यांना व्यापून उरेल असा सोबती असंच पहावं. अवघं आयुष्य सोपं होऊन जाईल.

कमी बोला

बऱ्याचदा असं प्रत्ययास येतं, की लग्नानंतर दोघांपैकी एकजण सुसाट बोलत सुटतो आणि दुसरा तोंडाला कुलूप घालतो. वास्तविक दोघांचेही मूळ स्वभाव इतके टोकाचे नसतात. म्हणजे दोघेही कदाचित, नॉर्मल 'हेल्दी' बोलणारे असतात. पण एकमेकांवर काही प्रभाव टाकण्याच्या नादात, काही विशिष्ट परिणामांचा हेतू मनात धरून, काही प्राप्तीसाठी धोरण म्हणून, हे घडत जातं. हे अतिशय मारक आहे. दोघांनीही बोलायला हवं पण हळूहळू सावध बोलायला हवं. माफक गरजेपुरतं बोलता-बोलता बोलण्याची लांबी, आकारमान, खोली वाढवायला हवी. समोरच्यास केवळ इंप्रेस करण्यासाठी तर उगीच भरमसाट बोलू नये. त्यातली कृत्रिमता लगेच समोरच्या व्यक्तीच्या लक्षात येते. बढाया मारणं, स्वतःबद्दलची अवास्तव, अतिरंजित माहिती सांगणं, इतरांबद्दल अनावश्यक बोलणं टाळावं, पूर्वीच्या आयुष्यात घडलेल्या मौजमजा, मित्रांबरोबर केलेली धमाल, कुणाला शिकवलेला धडा, गाजवलेला पराक्रम हे असलं काहीही भडाभडा बोलू नये.

तोंडाला कुलूप घालूनही बसू नये. असं एकानं तोंडाला कुलूप घातलं की समोरचा माणूस हतबल होतो, चिडचिडा होतो. आपण फसलो असं क्षणात त्याला वाटू शकतं. मनाला ग्रासू शकतं. आपण नक्की कुणाशी लग्न केलंय, आपल्यासमोर नक्की कुठला प्रकार वाढून ठेवला आहे याचा अंदाज न आल्यानं त्याला सैरभैर वाटतं. समोरच्या माणसाबद्दल मनात एक कायमस्वरूपी तिडीक जाऊ शकते. या

केवळ गप्प बसणाऱ्या व्यक्तीबरोबर संपूर्ण आयुष्य काढायचंय, या कल्पनेनं पोटात खड्डा पडतो. समोरची व्यक्ती सहन करण्यास अवघड आहे असं वाटू लागतं. त्यापुढे जाऊन समोरची व्यक्ती सहन करण्यास अशक्यच आहे असं वाटू शकतं. नैराश्य सगळ्या दिशांनी येऊन मनाला विळखा घालतं. हा परिणाम पुसण्यासाठी पुढे भयानक त्रास पडतात. तेव्हा असं ठार गप्प तर कुणीही आणि शक्यतो कधीही बसू नये.

समोरच्या व्यक्तीस बोलतं करण्यासाठी कधी मग अती बोलण्याची चूक करावी लागते. शंका येतात. गप्प का? काही प्रॉब्लेम? आपली काही चूक? इतर कुणाची? समोरच्या व्यक्तीतच काही दोष? तिला बोलायला भाग पाडण्यासाठी मग बोलत सुटावं लागतं. थोडी भीती, थोडा उतावळेपणा हेही असतंच. पण मग हे अती बोलताना स्वत:मध्ये नसलेलेही अवगुण उफाळून येतात. नसलेल्या कमतरतांचं प्रदर्शन होतं. उगाचंच बोलणाऱ्यांचं व्यक्तिमत्त्व खाली येतं. किंमत कमी होते. 'नाईलाजानं कमी केली' असं त्यास वाटतं आणि 'नाहीतरी ती तेवढीच आहे' असं गप्प बसणाऱ्यास वाटतं. गोष्टी बिघडायला सुरुवात होते.

सुवर्णमध्य असा, की दोघांनीही बोलावं. सावध, सावकाश. हळूहळू बोलण्याची लेंग्थ, व्हाल्यूम, डेप्थ वाढवावी. अंदाज घेत घेत बोलण्याच्या विषयांमध्ये प्रगती करावी.

मधुचंद्राच्या रात्रीच एक हीरो सुसाट बोलत सुटले. कुणी सांगितलं होतं की खूप बोलण्यानं मनं मोकळी होतात, वातावरण तरल होतं, पुढचं सगळं सोपं जातं. मुलगी तोंडाला कुलूप घालून तिसरीकडेच एकटक पहात राहिली. पहाटे तीन वाजेपर्यंत हा बोलतोच आहे. ती इतकी थकली की झोप लागून घोरायला लागली. हा मनातून खजील झाला. चडफडत राहिला. तिला उठवण्याचे धाडस होईना. तोही झोपला. सकाळी नऊ वाजता त्याला जाग आली. ती स्वयंपाकघरात त्याच्या आईबरोबर स्वयंपाक करत होती. ती पहिलीच रात्र मनाला इजा करून वाया गेली होती.

ऐतिहासिक गंमती

आपल्या भूतकाळात, आपल्या मित्र-मैत्रिणींबरोबर कशी धमाल केली. काय-काय खाल्लं, कुठे कुठे हिंडलो, सहली काढल्या, पत्ते खेळले, सिनेमा पाहिले, एकमेकांच्या पाठीत कसे धपाटे मारले, किल्ला चढताना कुणी कुणाला पाठीवर कसं उचलून घेतलं याची लांबलचक वर्णन लगेच एकमेकांना ऐकवू नका. बोअरिंग तर होतंच... दुसरं म्हणजे...

लग्नानंतर गप्पा मारता-मारता एक मुलगी आपल्या नवऱ्याला म्हणाली, 'मी आणि शोभा, रजनी, शेखर, मोहन असे पत्ते खेळत होतो. श्रीधरसुद्धा! श्रीधर नेहमी माझ्या शेजारीच बसायचा. तो आणि मी एकमेकांना पत्ते पास करायचो. एक्स्चेंज करायचो. ही चोरी इतकी बेमालूम करायचो की अजूनही उरलेल्या मित्रांना माहिती नाही.' नवरा संशयी होता. तो म्हणाला, 'समोर ह्या चोऱ्या, तर लोकांच्या नजरेआड कुठल्या-कुठल्या चोऱ्या केल्या असतील?' झालं! त्यानंतर ती मुलगी कायमची संशयात सापडली. त्या थोर पुरुषानं तिचा आणि इतरांचा कायमचा संपर्क तोडला. त्या घटनेला तिच्या आयुष्यात कायमस्वरूपी काळ्या कर्माचं लेबल लागलं. नंतर संसार झाला. ती मुलगी म्हातारी झाली. तिला नातवंडं झाली. नवरा अजूनही तिला इतर कुठल्याही पुरुषाशी बोलू देत नाही.

'हे अतिरंजित नाही. धगधगीत वास्तव आहे.'

प्रदर्शन

जोडीदाराला इंप्रेस करण्यासाठी बरंच काही केलं जातं. आपण आपल्या नातेवाईकांमध्ये, मित्रांमध्ये, मैत्रिणींमध्ये किती प्रिय आणि हवेहवेसे आहोत हे जोडीदाराला दाखवण्याची घाई करतो. इतरांचं आणि आपलं प्रेम किती घनिष्ट आणि अकृत्रिम आहे, मी आधीच किती प्रेमात डुंबतो आहे हे दाखवण्याची घाई करतो.

इथे मोठा घोळ होतो. एकतर असं होतं की तुम्ही आधीच एवढे प्रेमात पोहता आहात तर माझी गरजच काय? माझी जागा कुठे? लग्न केलंच कशाला? मला फसवलं. सगळं तर करून झालंय. माझ्यासाठी आता उरलंयच काय? तुम्ही इतरांमध्ये इतके शेअर झाला असाल तर मी आता करणार काय?

लग्न झाल्यानंतर, बायकोसमोर, सुधीर त्याच्या नातेवाईकांच्या, मित्र-मैत्रिणींच्या गळ्यात पडायचा. त्यांच्यासाठी स्वतःच्या वेळेची, पैशाची उधळण करायचा. सरस्वतीनं सहा महिने पाहिलं. त्यानंतर ती खरंतर कुणाशी काहीच वागली नाही. हे तिचं कुणाशी न वागणं सुधीरच्या मित्रमंडळींना अपमानित करून गेलं. त्यांनी सरस्वतीला तुसडी ठरवलं. सुधीरला सांगितलं, तुला तिच्याबरोबर दिवस काढायचेत. आम्ही कोण? आता सुधीरकडे कुणीही फिरकत नाही. सुधीरची कशी जिरवली या उन्मादातून सरस्वती आता बाहेरच पडू इच्छित नाही. त्याची वारंवार जिरवण्याची तिला आता जणू खोडच लागली आहे. तुमचे संबंध तकलादू होते असं ती सुधीरला वारंवार चिडवते. सुधीरनं स्वतःचे मित्र, स्नेही आणि नातेवाईक यांच्याबरोबरच्या संबंधांचा अशाप्रकारे विचका करून घेतला. स्वतःच्या संसारातील काही भागाचा

कायमचा विचका करून घेतला. सरस्वतीला किती अक्कल असावी, हे सुधीरच्या किंवा कुणाच्याच हातात नाही.

मूल्यमापन - चौकशा -

आई-वडील ते अगदी दूरचे नातेवाईक हा प्रत्येकाचाच अगदी नाजूक आणि हळवा विषय असतो. पती-पत्नी जोपर्यंत एकमेकांस नवीनच असतात, तेव्हा ते जवळपास अनोळखीच असतात. एकमेकांच्या मानसिकतेचा अंदाज नसतो,एकमेकांच्या बोलण्यातून, बोलणाऱ्याला किंचितही अपेक्षित नसलेला अर्थ, समोरची व्यक्ती घेऊ शकते. आणि असं बोलणं एकमेकांच्या नातेवाईकांबद्दल असेल तर एकमेकांचा अहंकार फार खोलवर दुखावला जाऊ शकतो. एकमेकांवर हल्ले-प्रतिहल्ले होऊ शकतात. त्यामुळे, एकमेकांच्या नातेवाईकांविषयी जाणून घेणं ही सहज प्रक्रिया असली, तरी त्यातला 'चौकशा' हा उद्योग बाजूला ठेवा. नसत्या शंका, कुशंका, व्यर्थ निष्फळ वाद यांना जन्म देऊ नका.

जोडीदाराच्या नातेवाईकाविषयी कुठलंही मत, प्रतिक्रिया व्यक्त करू नका. कौतुकात्मक, आदरात्मक सुद्धा नको. गुणवाचक, संख्यावाचक, मूल्यवाचक अशी कुठलीही विशेषणं वापरू नका. कारण या कशाचाच सरळ अर्थ घेतला जाईल अशी शक्यता सुरुवातीच्या दिवसात नसते.

उदा. रामू - तुझ्या आईकडे पाहिलं की धन्य वाटतं! खरंच, या वयस्कर लोकांमध्ये अजूनही खूप शारीरिक आणि मानसिक क्षमता टिकून आहे. त्याच्या हातामध्ये चव टिकून आहे.

राधा - अशा एखाद्या वयस्कर बाईशीच मग लग्न करायचं होतंत. माझ्याशी करून मला का त्रास?

इंपल्सिव्ह रिॲक्शन

समोरच्या माणसाचं बोलून व्हायच्या आत आपलं बोलणं सुरू करण्याची वाईट खोड काही लोकांमध्ये आढळते. समोरची व्यक्ती काही बोलत असते. त्यात काही अनुभव असतो. विषय असतो. मत, प्रतिक्रिया, तात्पर्य, तथ्य असतं. समोरच्या व्यक्तीच्या बोलण्याशी सर्वच बाबतीत जुळणारं, अगदी तंतोतंत समांतर असं बोलणं तुमच्याकडे असलं तरी ते बोलण्यासाठी उतावीळ का व्हायचं? कधी बोलून टाकतो, ही घाई कशासाठी? यामुळं समोरच्या माणसाचं बोलणं वारंवार तोडलं जातं. तो दुखावतो. तुम्हाला वैतागतो. तुमचं बोलणं ऐकण्यासारखं असलं

तरी समोरच्याला ते ऐकावं वाटत नाही. कंटाळवाणं वाटतं. तुम्हीच कंटाळवाणे वाटता! बापरे! सावध.

दुसरं असं की बहुतेक प्रत्येकालाच आपली मतं आणि विचार परिपक्व वाटत असतात. कारण परिपक्वतेची सुद्धा प्रत्येकाची एक लेव्हल असते आणि दुसऱ्याला ती नेहमीच खाली वाटत असते. तुम्ही तुमची मतं धडाधड मांडत सुटता. समोरच्या व्यक्तीला श्वास घ्यायलाही उसंत देत नाही. या भानगडीत समोरच्या व्यक्तीची मतं खोडली जाण्याची क्रिया घडून जाते. ज्या मतांबद्दल समोरची व्यक्ती कदाचित खूप हळवी असू शकते, ती मतं आपण अतिशय उतावीळपणे आणि कुठलाही विचार न करता खोडून टाकतो. तुमचा उद्देश नसेल, पण समोरच्या व्यक्तीचा अहंकार दुखावला जातो. आणि तो इजा झालेला अहंकार तुम्हाला काहीही बोल लावू शकतो. निर्दयी, क्रूर, अन्यायी, स्वार्थी, शिष्ट, स्वत:स शहाणा समजणारी, मूर्ख, भंपक, अडाणी, अव्यवहारी व्यक्ती! 'मुळामध्ये, सगळ्या विषयांवर तुमचं मत इतरांना हवं असतं हे तुमचं मानणं असेल, तर ते चूकच आहे. बहुधा ते नकोच नसतं. आणि अधिक महत्त्वाचं म्हणजे तुम्ही तुमचं मत मांडलं नाही, तरी बहुतेक वेळा त्याचा इतरांवर, तुमच्यावर किंवा परिस्थितीवर काहीही परिणाम होत नसतो.'

तेव्हा स्टेडी, रिलॅक्स!

डोन्ट गेट एक्सायटेड!

निरागसता की विरोधाभास?

सुरुवातीच्या काळातलं एकमेकांवरचं प्रेम खूपच निरागस असतं. वागणंसुद्धा पूर्वग्रहविरहित असतं. बऱ्यापैकी खरं असतं. आता ते तसं असावं का? या अशा वागण्यानं पुढे जे निष्पन्न होतं, ते पाहून बऱ्याच लोकांना या वागण्याचा पश्चाताप होतो. आपण जरासं धोरणानं वागायला हवं होतं असं नंतर बहुतेकांना वाटतं. इतकं खरं वागायला नको होतं, असंही बहुतेकांना वाटतं.

निरागसतेपोटी भावनेचा खरेपणा अधिकाधिक धारदार आणि तीव्र होतो. प्रसंगानुसार वेगवेगळ्या भावनांची निष्पत्ती होत असते. प्रसंगांचा क्रम जर परस्परविरोधी भावनांची निष्पत्ती करणारा असेल तर निरागसतेपायी, अतीसंवेदनशीलतेपायी परस्पर विरोधी भावनांची निष्पत्ती होऊ शकते. उदाहरणार्थ, प्रेम-तिरस्कार, लोभ-त्याग, आनंद-दु:ख, क्षोभ-क्षमा, सहिष्णुता-क्रौर्य, ... वगैरे! या अशा प्रकारच्या परस्परविरोधी भावना एकापाठोपाठ आणि तितक्याच तीव्रपणे व्यक्त झाल्या, त्यातूनही प्रत्येक भावना जर परमोच्च गाठू लागली, तर त्या व्यक्तीचं वागणं आणि अभिव्यक्ती

भयंकर विरोधाभासानं बरबटून जाईल आणि या विरोधाभासामुळे आपण मूर्ख तरी ठरू किंवा वेडे तरी ठरू. अधिकाधिक खरे आणि निरागस असूनसुद्धा खोटारडे आणि नाटकी ठरू. ही वेळ आपण स्वत:वर ओढवून घ्यावी का?

काय करू शकाल? तुम्हीच ठरवा. तुमच्या स्वभावाचा अभ्यास करून तुमच्या अभिव्यक्तीस धोरणाचा आणि चातुर्याचा जरा लगाम लावा. अन्यथा भावी काळात तुम्हालाच असा काही लगाम लागेल की आतल्या आत केवळ खिंकाळणंच तुमच्या हाती उरेल!

टीका - टीकाकार

'काही गोष्टी सुरुवातीलाच स्पष्ट केलेल्या बऱ्या' अशा आविर्भावात काही शूर पती-पत्नी एकमेकांना धडाधड ऐकवू लागतात. एकमेकांमध्ये आढळलेली नावड अशा थाटात एकमेकांना सांगतात आणि सुरुवातीलाच एक भला मोठा धोंडा पायावर पाडून घेतात.

'मला हे चालणार नाही.'

'ही गोष्ट पुन्हा घडता कामा नये.'

'तू असं वागता कामा नये.'

'हे मी सहन करणार नाही.'

'हे मी चालू देणार नाही' वाक्यांचा हा एक भरणा!

'हे असंच घडायला हवं.'

'हे असं व्हायलाच हवं.'

'हे मला असं लागतंच.'

'तुला हे करावंच लागेल.'

'माझी आवड तुला सांभाळावीच लागेल.' वाक्यांचा हा दुसरा भरणा!

अशा आवेशात स्पष्ट करून गोष्टी घडवण्याच्या गुर्मीत, गोष्टी कायमच्या बिघडल्या जातात. 'अहंकार' ही प्रत्येकाचीच फार मोठी इस्टेट आहे. ती नसावी हे ठीक आहे. पण ती असते हे सत्य आहे. 'अहंकार' आहे असं मानून, मान्य करून, समजावून घेणं हे खूपच प्रगत मनाचं लक्षण झालं. 'तो' कमीत कमी राहावा म्हणून शिस्तबद्ध, पद्धतशीर प्रयत्न करणं हे आणखी प्रगत मनाचं लक्षण झालं. आपण सर्वसामान्य लोक आहोत. एवढं प्रगत मन आपल्याकडे हमखासच नाही. 'अहंकार' हा तुमच्या-माझ्या अस्तित्वाचा प्रमुख दागिना आहे. त्याला ऊठसूट कुणी वेडा- वाकडा आकार देण्याचा प्रयत्न केला, तर तो तुमच्या अस्तित्वावरचाच हल्ला समजून तुम्ही प्रतिहल्ला करणार! दोघेही रक्तबंबाळ होणार. टाळा!

एकमेकांच्या न आवडणाऱ्या गोष्टी धडाधड सांगणं, एकमेकांना धडाधड नावे ठेवणं किंवा तू असंच असायला हवं होतंस, यासारखी वाक्ये बोलणं म्हणजे स्वत:च्याच हातानं स्वत:च्या प्रापंचिक सुखाचा गळा घोटणं.

हे सगळं काही सांगता येतं. मनासारखं घडवण्याची क्रिया-प्रक्रिया सुरू करता येते. पण हे पहिलं वर्ष जाऊ द्यायला हवं. पहिल्या वाफेला वाट करून द्यायला हवी. त्या वाफेत तोंड घालून तोंड कायमचं पोळून घेणं, व्यवहार्य नाही.

स्तुतीचा उमाळा

समोरच्या व्यक्तीस निव्वळ खूष करण्यासाठी, काहीही कारणाशिवाय, त्याची निव्वळ स्तुतीही करू नये. लग्नानंतर लगेचच ही उबळ बऱ्याच प्रमाणात दाटून येते. पुरुषांमध्ये ही खोड जास्त प्रमाणात आढळते. 'काही गडबड तर नाही ना' येणारी पहिली शंका! अकारण स्तुतीमागे स्वत:चंच काही व्यंग, भानगड, कमतरता, दोष लपवण्याचा प्रयत्न नाही ना? व्यक्त होणारी किंवा मनात उगाच फोफावणारी आणखी एक शंका!

दुसरं म्हणजे, अशी अकारण स्तुती करणारा माणूस लबाड, खोटा, नाटकी वाटू शकतो. त्याला स्वार्थीपणे आपल्याकडून काही हवंच आहे असेही वाटू शकते. हरघडी स्तुती करणाऱ्याच्या स्तुतीला फार महत्त्वही मिळत नाही. केव्हातरी स्तुतीपर बोलणाऱ्याच्या शब्दाला मोल असतं, किंमत असते.

समोरच्या व्यक्तीच्या गुणांची दखल जरूर घ्यावी, उच्च कदरही करावी. पण ती अत्यंत प्रामाणिक असायला हवी. त्याहून महत्त्वाचं म्हणजे ती अत्यंत प्रामाणिक वाटायला हवी. त्यासाठी स्तुती नव्हे पण स्तुतीचा अतिरेक टाळणं आवश्यक आहे.

तुझ्याशिवाय...

'तुझी मला आठवण येते' असं समोरच्या व्यक्तीस म्हटलं की खचितच त्या व्यक्तीस चांगलं वाटतं. एखाद्याला आपली आठवण येणं, आपली अनुपस्थिती जाणवणं, आपल्याशिवाय चुकल्यासारखं वाटणं, आपल्याशिवाय अडणं, मनास हुरहूर लागणं या अशा जाणिवेनं आपला अहंकार सुखावला जातो आणि त्याहीपेक्षा महत्त्वाचं म्हणजे आपल्या संपूर्ण मनाला स्वच्छ, आरपार अशी एक चांगलेपणाची, सुखाची जाणीव आर्द्र करून सोडते. खूप समाधानही वाटतं.

पण म्हणून वरील सर्व भावना धडाधड शब्दात व्यक्त करू नये. समोरच्या व्यक्तीच्या मनात त्या भावना पोचतील असं वागणं तुमच्याकडून घडायला हवं. तुमच्या वागण्याची एकूण प्रत आणि खरेपणा तसा हवा. सगळं असं अस्सल हवं

की वरील वाक्य बोलण्याची गरजच पडू नये. समोरच्या व्यक्तीस तसं आपोआप वाटायला हवं.

'तुझ्याशिवाय मी जगू शकत नाही' ही प्रेमाची फारच अत्युच्च अवस्था असावी. लैला मजनूच्या प्रेमात असं एकमेकांना म्हणायला हरकत नाही. पती-पत्नी या नात्यामध्ये 'तुझ्याशिवाय मी जगू शकत नाही' अशी भावना अनेकदा मनामध्ये उमटते, तीही अगदी खरेपणानं! पण मनामध्ये निर्माण झालेल्या या अतिशय खऱ्या आणि पवित्र प्रेमाचा आनंद मनातल्या मनातच घ्यायला हवा. काहीही न बोलता समोरच्या व्यक्तीस द्यायला हवा. नवरा-बायको या नात्याचे परस्परविरोधी अनेक पदर आहेत, रंग आहेत, छटा आहेत. 'तुझ्याशिवाय मी जगू शकत नाही' हे वाक्य तुम्ही प्रत्यक्ष जोडीदारास बोललात तर हेच वाक्य दुसऱ्या एखाद्या संदर्भात तुम्हाला जोडीदाराबरोबर जगणं अशक्य करून सोडू शकतं! तेव्हा... रिलॅक्स!

एक गोष्ट

'एक गोष्ट तुला सांगायलाच हवी, त्याशिवाय पुढे जाणं म्हणजे मला तुझी फसवणूक केल्यासारखं वाटतं', अशा प्रकारची खरंच काही गोष्ट असेल तर ती लग्न ठरण्यापूर्वीच एकमेकांना सांगा. लग्न नाही ठरलं तरी चालेल. पण लग्न झाल्यानंतर किमान एक वर्ष तरी अशा वाक्यानं सुरू होणारी कुठलीही गोष्ट जोडीदारास सांगू नका.

गोष्ट अत्यंत साधी असू शकते. शारीरिक व्यंग, वैगुण्य, कमतरता, सवय, बारीकसा आजार, हातून घडलेली क्षुल्लक चूक. अगदी काहीही.

उदाहरणार्थ - 'मला डाव्या कानानं कमी ऐकू येतं.'

'वांगं खाल्लं की मी बेशुद्ध पडते.'

'माझ्या गुडघ्यातून कट-कट असा आवाज येतो.'

'मला पाण्याची भीती वाटते.'

'शेजारच्या व्यक्तीच्या अंगावर हात ठेवल्याशिवाय मला झोप येत नाही.'

'मी अधून-मधून सिगारेट ओढतो.'

'एका क्षणी मी प्रेमपत्र लिहिलं होतं.'

'एका क्षणी मी 'आय लव्ह यू' असं म्हणालो होतो.

हे असलं काही सांगायचं असेल किंवा याहीपेक्षा काही गंभीर सांगायचं असेल तर ते लग्नापूर्वीच सांगा.लग्नानंतर अशी काही गोष्ट सांगायला गेलात तर तुम्ही तुमच्या जोडीदारास फसवलं, अंधारात ठेवलं असा त्याचा अर्थ होतो. आपण फसलो गेलो ही संवेदना कुणीही सहन करू शकत नाही. मनामध्ये तिरस्काराची, सुडाची भावना

जन्म घेते. गोष्ट क्षुल्लक असते, परिणाम गंभीर होतात. असं होऊ नये.

हुंदका

समोर प्रेमाचं माणूस आहे, ते खात्रीनं आपलं आहे, हक्काचं आहे, ते आपली काळजी घेत आहे, हा अनुभव मनात नकळत गहिवर निर्माण करणारा असतोच. समोर डोकं टेकायला आयताच खांदा दिसत असतो. हुंदका बाहेर पडतो. अनावश्यक शब्द आकार घेतात.

'मला आजपर्यंत कुणी समजावून घेतलं नाही. मी फार भोगलंय. मी फार थकलोय. मला आता आधार हवाय. तू मला समजावून घे.'

मला वाटतं यासारखी अनावश्यक आणि भंपक वाक्ये नसावीत आणि याइतका भंपक आणि अनावश्यक सीन नसावा.

असं उगाच गळ्यात पडणारी आणि रडगाणी गाणारी दुबळी व्यक्ती सहसा कुणालाही आवडत नाही. क्षणिक सहानुभूती तर कुणीही दाखवतं. माणुसकी दाखवतं. पण आपलेपणा, जिव्हाळा, प्रेम आणि आधार या गोष्टींची निर्मिती अशा रडगाण्यांमधून होत नसते. 'पुरुषार्थ' तो, की जो सगळ्यांना समजावून घेतो, सांभाळून घेतो, आधार देतो. प्रेम ही मुळात दुसऱ्याला देण्याचीच गोष्ट आहे. प्रेमाचं दुसरं नावच देणं. यातूनच तुमचं उमदं व्यक्तिमत्त्व आकार घेतं आणि तुम्हाला हवं ते आणून देतं. तेव्हा उमदे राहा. काही मागू नका. 'मला हे मिळालं नाही, ते मिळालं नाही' अशी उपासमारीची कथा ऐकवून समोरच्यास वीट आणू नका. 'मला हे हवंय, ते हवंय. देशील का? देशील ना' अशा अपेक्षांचं गाठोडं जोडीदाराच्या डोक्यावर देऊ नका. तिची मान, तिच्या सहनशीलतेपेक्षा जास्त अवघडली तर वैतागून मानेला झटका दिला जाईल. तुमच्या अपेक्षांचं गाठोडं खाली पडून, तुमच्या अपेक्षा इतस्ततः विखरून जातील. त्या पुन्हा गोळा करताना तुमचा पूर्ण शक्तिपात होऊन जाईल. बी ब्रेव्ह!

पूर्व दिशा - मी म्हणेन ती

माझे एक वरिष्ठ अधिकारी माझ्या लग्नाअगोदर मला नेहमी गंमतीनं हसत हसत म्हणायचे, 'पती-पत्नीमध्ये एकाने दुसऱ्याचे ऐकायचे असते. कुणी कुणाचे ऐकायचे हे जितक्या लवकर तुम्ही ठरवू शकता, तितक्या लवकर घरात शांतता नांदू लागते.'

आदर्शवादी पद्धतीमध्ये पती-पत्नीचं वैचारिक आणि भावनिक अंडरस्टँडिंग खूप वरच्या दर्जाचं असावं आणि कुठलाही निर्णय दोघांनी एकमेकांचे विचार

समजावून घेऊन एकमतानं घ्यावा.

माझे अधिकारी आणि आदर्शवादी पद्धत याहीपेक्षा वेगळे असे माझे निरीक्षण आहे. निर्णयक्षमता पुरुषापेक्षा स्त्रीमध्ये अधिक आहे असं मला वाटतं. पुरुषाच्या निर्णयामध्ये अकारण भावुकता असते. तीच तोट्यात घालणारी असते. निर्णयाप्रत येताना स्त्री जास्त प्रॅक्टिकल असते, व्यवहारी असते, सेन्सिबल असते, रिझनेबल असते. प्रसंगी ती पुरुषापेक्षा अधिक कठोर होऊनही विचार करते. तिच्या निर्णयामध्ये त्यामुळेच जास्त अचूकता येते. प्राप्त परिस्थितीचं ज्ञान आणि भान स्त्रीस अतिशय वेगानं होतं आणि निर्णय घेताना ती अतिशय वेगानं भविष्याचा वेध घेऊ शकते. आणि यामुळंच,

''संसारातला कुठलाही निर्णय आपल्या इच्छेनुसार व्हावा असं प्रत्येक बाईला वाटतं. पण तो निर्णय मात्र नवऱ्यानं एकट्यानंच घ्यावा असा तिचा पूर्ण प्रयत्न आणि कटाक्ष असतो.''

याचं कारण एकच! कुठल्याही घटिताची जबाबदारी स्वतःकडे घेण्याइतपत, अजूनही स्त्रीची मानसिकता तयार झालेली नाही. याउलट प्रत्येक गोष्टीला आपल्यापेक्षा दुसरंच कुणी जबाबदार आहे हीच एकमेव जाणीव तिला अजूनही सुरक्षेच्या कवचामध्ये ठेवत आहे.

'केवळ स्वतःच्याच मनाप्रमाणे समोरच्या व्यक्तीनं वागावं. मी म्हणेन ती पूर्व दिशा. हा संपूर्ण चुकीचा विचार आहे.'

संपूर्ण प्रपंचाला कायमस्वरूपी कीड आणि वाळवी लागावी असा हा विचार आहे. कुठल्याही स्त्री-पुरुषानं असा आग्रही आणि हट्टी विचार करू नये. तो निश्चित खड्ड्यात घालणारा आहे. त्यातून कसल्याही सुखाची निर्मिती होत नाही.

प्रत्येक व्यक्ती ही स्वतंत्र अस्तित्वाची ओळख सांगते. तिचं एक विश्व असतं. पूर्ण स्वतंत्र. त्यात तिचं बालपण, संस्कार, संगोपन, वातावरण, सवयी, आवड-निवड, अपेक्षा, तिचं जीवनविषयक आकलन, मंथन आणि नियोजन, आलेख, आडाखे, अनुमानं... तिची जगण्याची पद्धत, माणसं आणि अनुभव घेण्याची, स्वीकारण्याची आणि परतवून लावण्याची तिची एक शैली असते. त्याप्रमाणे ती लग्नापर्यंत वागलेली असते, वाढलेली असते. अशा व्यक्तीला लग्नानंतर तू अमुक-अमुक प्रमाणेच वाग असं सांगूच कसं शकता? तिच्या व्यक्तिस्वातंत्र्यावर आणि अस्तित्वावर असा अन्याय करण्याचा अधिकार जोडीदारासच काय, पण कुणालाही नाही. असा प्रयत्न करणं हा क्रूरपणा किंवा जंगलीपणा, रानटीपणा आहे, तर अशी अपेक्षा करणे हे अडाणीपणाचे लक्षण आहे.

'असा विचार अर्थातच दोघांनी करायला हवा.'

का रे अबोला?

'किसीके मनानेमें लज्जत वो पायी,
के फिर रूठ जाने को जी चाहता है।

इतपतच रुसणं, फुगणं ठीक आहे. त्यात मजाही आहे. लज्जतही आहे. अबोल्यामध्येच ती ओढ आहे. केव्हा एकदा बोलणं सुरू होतंय असा असह्य उतावीळपणा आहे. गोडी आहे. मधाळपणा आहे. आवेगाच्या एका मिठीत, स्पर्शात हा अबोला क्षणात विरघळून जातो. पुन्हा प्रेमाचा खळाळता निर्झर आहेच. सगळं कसं निर्मळ, आरस्पानी!

अबोल्याची पुढची पायरी फारच गंभीर आहे, वाईट आहे. 'अबोला' या खेळाला पुढे जाऊन अहंकाराचं मैदान मिळतं. आपल्याही नकळत. आपण 'अबोला' धरला ते कारण बहुधा क्षुल्लक असतं. आपण नंतर ते विसरूनही जातो. नंतर उरतो तो फक्त अहंकार. त्याला कसलंही कारण लागत नाही. तो मनाला जाळून, होरपळून काढतो. अक्राळ-विक्राळ राक्षसाचं रूप घेऊन तो आपल्या मार्गातच उभा राहतो. तो आपल्याला पुढेही जाऊ देत नाही. मागेही सरकू देत नाही, अबोल्याचं दुराव्यात रूपांतर होऊ लागतं. दुरावा मनाला आणि जाळणारा! पुन्हा हे सगळं अकारणच! हे कधी असह्य झाल्यानं आपण 'फ्रस्ट्रेट' होऊन स्वत:चा छळ आरंभू लागतो. स्वत:च्या शरीरास इजाही करू शकतो. आणि हे सगळं कशासाठी चालू असतं? तर काहीच नाही.

केव्हातरी शरीर- मन दोन्ही थकतं. ताण असह्य होतो. कुणी रडतं, कुणी वेड्यासारखं हसतं. एकमेकांना लुटुपुटीचं मारतं. एकमेकांना बिलगत हा रुसवा, अबोला, दुरावा संपतो.

या काळात प्रचंड नुकसान होतं. बोलणं, संभाषण हा एकमेकांना सोबत करण्याचा अत्यंत प्रभावी मार्ग आहे. तो असा ऊठसूट बंद करू नये. त्यामुळे मनावरील ताण वाढतो, एकटेपण येतं, असुरक्षित वाटतं, एकमेकांवरचा विश्वास कमी होतो, आत्मविश्वास कमी होतो, एकमेकांविषयी तिडीक, तिरस्काराची भावना वाढीला लागते, एकमेकांचा सहवास ही बळजबरी वाटते. असो!

'जिथपर्यंत गोड वाटतो तिथपर्यंतच अबोला ठीक. त्यापुढे नको. कुणीही, कुणाची ही समजूत काढावी, जवळ जावं, जवळ घ्यावं, नुकसान टाळावं, फायद्यात पडावं.

एक छोटासा उपाय सांगतो. अबोला संपताना आधी कुणी बोलायचं इथे अहंकार आडवा येऊन गाडं अडतं. कुणी बोललं तरी दुसरा, 'लगेच कशाला

बोलू?' म्हणून प्रतिसाद देत नाही.

त्यामुळे दोघांनी मिळून खालील छोटासा उपाय करा.

* भांडणं होतच असतात असं म्हणून ती होऊ नयेत यासाठी प्रयत्नच न करणे ही नकारात्मकता आहे.
* भांडणानंतर अबोला किती दिवस टिकतो ते पहा.
* अगदी टोकाचं म्हणून, दोन आठवडे अबोला टिकतो असं समजा. पहिल्या वर्षी इतका टिकत नाही. पुढे मात्र टिकू शकतो.
* दोघांनी ठरवून तो एक आठवडा करा. कुणीतरी बोलायचं आणि संपवून टाकायचा हे ठरवा आणि तसे करा.
* मग चार दिवस, दोन दिवस, चोवीस तास, बारा, सहा, तीन, नव्वद मिनिटे, एक तास, अर्धा तास, दहा मिनिटं, पाच मिनिटं, दोन, एक, तीस सेकंद, दहा, पाच, एक, शून्य... करून पहा. अबोल्यामुळं होणारं नुकसान तर टळेलच आणि भांडणाचं प्रमाणही खूप कमी होईल.

मिठीत की मुठीत?

लग्न झालेल्या दांपत्यास कधी काही अज्ञानी आणि अडाणी माणसे विचित्र सल्ला देतात. याला ते ट्रिक किंवा अटकळ समजतात. प्रत्यक्षात तो मूर्खपणा असला, तर काय होते ते पहा.

दोघांचं लग्न पार पडलं. वैवाहिक जीवन नॉर्मल सुरू झालं. तो बुद्धिमान, मनमिळावू, धडाडीचा होता. ती थोडीशी अबोल, पण प्रामाणिक आणि खरी कष्टाळू होती.

त्यांचं कामजीवनही अतिशय छान सुरू झालं होतं. अगदी नॉर्मल. थोडंसं चाचपडत, बिचकत, सावध... मग त्यानं छान वेग घेतला. महिन्यातले ते चार दिवस सोडले तर पहिल्या वर्षातला एकही दिवस त्याशिवाय गेला नाही. सकाळ, दुपार, सायंकाळ, रात्र, मध्यरात्र, पहाट वगैरे कुठलीही वेळ, इच्छा असेल तर त्यांनी वर्ज्य मानली नाही. ते एकमेकांना मनमुराद सुख, आनंद देत होते.

एक वर्ष असं गेल्यानंतर मुलीला तिच्या माहेरच्या एका स्त्रीनं सांगितलं, 'असं काय करतेस? रोज असं करत राहिलीस तर तुझ्या अंगातली सगळी शक्ती निघून जाईल. तुझी कंबर, पाय कामातून जातील. आणि वेडे, नवऱ्याला असं रोज देशील तर त्याचा तुझ्यातला रस लवकर कमी होऊन तो दुसरीकडे पाहील. आढे-वेढे न घेता रोज अशी तयार झालीस तर तो तुझ्या मिठीत राहाणार नाही. तेव्हा

लक्षात ठेव, आठवड्यातून फक्त एकदा! एरव्ही तो तडफडला पाहिजे. तुझ्या मागे मागे फिरत राहिला पाहिजे.'

त्या महिलेबद्दल मुलीस काही आदर असावा. पण त्यानंतर त्या मुलीनं कुठल्याही कारणाशिवाय नाही म्हणायला सुरुवात केली. त्याची चिड-चिड होऊ लागली. नंतर ती काहीही कारणं सांगू लागली. बरं वाटत नाही, अंग दुखतं, डोकं दुखतं, मन:स्थिती ठीक नाही, वगैरे! परिणामी त्यांच्यामध्ये भांडणं होऊ लागली. त्या भांडणामुळे त्यांच्यामध्ये अबोला वाढू लागला. कधी एक-दोन-तीन आठवडे शरीरसंबंधामध्ये गॅप पडू लागली. तिला त्याचं काहीच वाटेना, पण तो झुरू लागला. 'सगळ्यांचं व्यवस्थित चाललंय, फक्त आपलंच वाटोळं झालं आहे.' या भावनेनं त्याला ग्रासलं. तो हळूहळू अनेक छोट्या-मोठ्या शारीरिक दुखण्यांच्या ताब्यात सापडू लागला. तिला ते कळेचना! किंवा कळलं तरी आता तिचंही मन त्रासलं होतं. कारण मधल्या काळात निव्वळ विषारी बोलून-बोलून त्यानंही तिच्या मनाला गंभीर इजा केल्या होत्या. तिलाही छोटी मोठी दुखणी सतावू लागली. ती अधिकाधिक चवताळू लागली. आक्रस्ताळी झाली. लग्नानंतरची वीस वर्षे, शरीरसुख उपभोगण्याचे दिवस त्यांच्या दुर्दैवानं त्यांना असे घालवावे लागले.

आपलं काही चुकलंय असं अजूनही तिला वाटत नाही आणि हिच्यामुळे आपण नॉर्मल संसारी आयुष्याला मुकलो, आपलं वाटोळं झालं, या खात्रीतून तो बाहेर पडत नाही. त्याच्या मनात त्यानं तिरस्कार वाढू दिला नाही. माणुसकी शिल्लक ठेवली. शरीरसुख त्याला इतरत्र उपलब्ध असूनही तो तिच्याशी प्रामाणिक राहिला हा त्याचा मूर्खपणा झाला असं त्याला वाटतं. पण आता त्याचीही वेळ निघून गेली आहे असं त्याला वाटतं. आता सगळ्याचीच वेळ निघून गेली आहे असं त्याला वाटतं.

विशेष! यातलं तिला काहीही वाटत नाही. आपलं आयुष्य, संसार, प्रपंच हे सगळं नॉर्मल चाललं आहे असं तिला अजूनही वाटतं. तुम्हाला काय वाटते?

आर्थिक डामडौल- विपर्यास

लग्नानंतर पहिल्या वर्षी पुरुष स्त्रीला इंप्रेस करण्यासाठी सारखा धडपडत असतो. अर्थात एरव्हीही तिला इंप्रेस करण्यासाठी तो खटाटोप करतच असतो. पण लग्नानंतर बायकोला इंप्रेस करण्याच्या नादात तो जे खोटं बोलतो, त्याची फळं मात्र त्याला आयुष्यभर भोगावी लागतात. इतरत्र केलेला खोटेपणा बऱ्याचदा सोडून दिला जाऊ शकतो, सोडला जाऊ शकतो. इथे तसे नाही.

आर्थिक परिस्थितीबाबत आपल्या पत्नीस बिलकूल थापा मारू नये. स्वत:च्या

आर्थिक परिस्थितीची आणि पैसा खर्च करण्याच्या धोरणाची वस्तुनिष्ठ कल्पना द्यावी. बायकोवर उगाच वारेमाप पैसा उधळू नये. स्वत: खूप दानशूर आहोत हे दाखवण्यासाठी मित्रांना, स्वत:च्या अथवा बायकोच्या नातेवाईकांना भरमसाट पैशाची मदत करू नये. तेवढी श्रीमंती असेल तर जरूर करावी. श्रीमंती नसेल तर तसे दाखवण्यासाठी मुळीच करू नये. असे केल्यास पैशाचा अपव्यय आणि कर्जबाजारीपणा याला सामोरं जावं लागतं. घरात खर्च करण्याची पद्धत एकदा ठरून गेली तर महत्प्रयास करूनही बदलणं अवघड जातं. कर्जाचा डोंगर वाढू शकतो.

दुसरं असं, की पैशाचा आधी असा उगाच बडेजाव मिरवला तर लोकांच्या तुमच्याकडून अपेक्षा वाढतात. पुढे तशाच राहतात. काही काळानंतर तुम्हाला त्या अपेक्षा पूर्ण करता आल्या नाहीत, तर आजवर ज्यांच्यासाठी भरमसाट पैसे खर्च करून तुम्ही कर्जबाजारी झालात तेच तुम्हाला कंजूष म्हणतात. तुमच्यासाठी पाच पैशाचाही खर्च न करता, तुमच्यावर तेच लोक फुकटेपणाचा आरोप करू शकतात.

तुमच्या पत्नीच्या खर्चाच्या अपेक्षा अशा रीतीनं वाढल्या तर नंतर त्या कमी करणं तिलाही अवघड जातं. आधीच खबरदारी घेतलेली बरी!

तर असो!

बागेमध्ये किंवा कधी अगदी रस्त्याच्या कडेलाही एक दृश्य दिसतं. कधी अंधारात, कधी दिवसाउजेडी पंधरा-सोळा वर्षांची मुलगी. जीन किंवा गुडघ्याच्याही वर स्कर्ट आणि वर नावापुरतं पोलकं घातलेली. तिच्याबरोबर त्याच वयाचा मुलगा. जीन पँट मांडीला चिकटल्यामुळे मांडीवरच रंगवल्यासारखी वाटते. वेडा-वाकडा शर्ट. कावरीबावरी नजर! स्कूटर किंवा मोटारसायकलला टेकलेले दोघं!

ती मुलगी त्या मुलाच्या खांद्यावर, मांडीवर, जिथे शक्य असेल तिथं डोकं टेकवून ढसाढसा रडत असते. आणि सगळ्या जगाचा विसर पडून तो तिच्या डोक्यावर थोपटत असतो. वयाच्या पंधराव्या-सोळाव्या वर्षी त्या चिमुरडीला जगातल्या अशा कुठल्या दु:खाचा उलगडा झालेला असतो? आणि त्या दु:खावर हा शूर वीर मार्ग काढणार असतो? त्या मुलाकडे पाहिल्यावर, त्या मुलाची क्षमता स्वत:चंच नाक जोरात शिंकरण्याइतपत सुद्धा वाटत नाही.

एखाद्या मुलीची दुर्दैवी कहाणी असू शकते. घरात सावत्र आईचा छळ असणं, वडील व्यसनी किंवा आई व्यभिचारी असणं, आई-वडिलांची सतत भांडणं, मारामारी असणं. कारणपरत्वे ती मुलगी तिच्या मामाकडे, आत्याकडे रहात असणं आणि तिथे काही समस्या असणं. म्हणजे तिला राबवून घेणं, तिच्यावर कुणाची वाईट नजर असणं. मी खूप वेळा सकारात्मक विचार केला. एकदा न

राहवून रस्त्याच्या कडेचं असं दृश्य पाहून मी त्यांना हटकलं. ते दोघेही गडबडले.

'काय प्रॉब्लेम आहे?' मी दरडावून विचारलं.

'अंकल, तिला घरात कुणी समजावून घेत नाही.' तो शूरवीर म्हणाला.

'कुणी म्हणजे?' मी.

'आई,वडील, भाऊ.'

'समजावून घ्यायची ती गोष्ट काय आहे?'

'जाऊ द्या अंकल... प्लीज!'

'तू समजावून घेणार आहेस का तिला?'

'सॉरी अंकल!'

'तुमच्या दोघांच्या घरचे फोन नंबर्स द्या. त्या सगळ्यांना मी इथं बोलावतो. सगळेजण, सगळं व्यवस्थित समजावून घेऊ या!'

तर असो!

'प्लीज नको, अंकल! तसा काहीही प्रॉब्लेम नाही. आमचं चुकलं. आम्हाला उगाचच तसं वाटलं.'

'परत असे कुठे दिसाल तर पोलिस पकडून नेतील'.

'तुम्ही पोलिस, सीआयडी इन्स्पेक्टर आहात का? आम्ही परत असं करणार नाही. आम्हाला माफ करा.'

उगाचच हा भंपकपणा? असा भंपकपणा लग्नानंतर चालत नाही. संसार हा एक धगधगता दाह आहे. तिथं खोटं, भंपक, मूर्खपणाचं हे सगळं पहिल्या वर्षी तरी खात्रीनं जळून जातं. ते चटके भयानक असतात. हा दाह पुढे कालांतरानं शांत आणि सवयीचा होतो. 'आपलं माणूस' म्हणून थोडा भंपकपणा, थोडा मूर्खपणा, थोडा खोटेपणा, थोडं हे थोडं ते... वगैरे नंतर खपवून, चालवून घेतलं जातं. टॉलरेट केलं जातं. पण ते एक वर्षानंतर. पहिल्या वर्षी तर नाहीच. तेव्हा पहिलं वर्ष तरी सावधान!

"आपण प्रपंचाच्या कुठल्याही स्टेजला असा. पहिल्या वर्षी आपण वरील गोष्टी पाळू शकला नसाल, गोष्टी बिघडल्या असतील तर आत्ता जिथे आहात तिथून पुढे प्रयत्नपूर्वक यातला आधी विचार अंमलात आणा. वरील गोष्टींमधील घटनात्मकता जशीच्या तशी संपूर्ण आयुष्याशी संलग्न नसली, तरी त्यातला विचार मात्र पूर्ण आयुष्याशी संलग्न आहे. त्या दृष्टीनं घटनात्मकतेचा विचार करा. तशा त्या जुळवून घ्या. तेवढं कौशल्य, एक सकारात्मक- समंजस माणूस म्हणून तुमच्याकडे नक्कीच आहे. तुम्ही नक्कीच तेवढे बुद्धिमान आहात. गरज आहे ती आळस आणि

स्वप्नाळूपणा सोडून प्रत्यक्ष काही करण्याची. कुठल्याही क्षणी आयुष्य संपलेलं नसतं आणि जे शिल्लक असतं त्या आयुष्याकडे तुम्हाला खूप काही देण्याची क्षमता असते. तुम्ही घेण्याची मानसिकता आणि सकारात्मकता टिकवायला हवी.

पुन्हा एकदा आवर्जून सांगतो, की दुर्दैवानं पहिल्याच वर्षी रुळावरून खाली उतरलेली गाडी निश्चितपणे पुन्हा रुळावर येते. चांगला वेगही घेते. अगदी शंभर टक्के खात्री देतो. पण त्यासाठी प्रामाणिक आणि डोळस प्रयत्न करा. भाबडेपणात राहू नका. वस्तुस्थितीमध्ये राहा.''

लग्न टिकवणे, प्रपंच टिकवणे, पती-पत्नी हा नातेसंबंध टिकवणे म्हणजे काय ते आपण पाहतोच आहोत. पाहणारही आहोत. पण एक गोष्ट मनात स्पष्ट असलेली बरी! लग्नानंतरचे वर्ष संपल्यानंतर कदाचित असं वाटलं की समोरच्या व्यक्तीबरोबर राहणं आणि मरणं यामध्ये मरणं अधिक चांगलं. समोरची व्यक्ती इतकी वाईट आहे याची ठाम खात्री झाली, तर ही गोष्ट लपवून ठेवू नका. आपल्या आई-वडिलांना, वडीलधाऱ्या व्यक्तींना सांगा. त्यांचे मत,विचार घ्या. क्वचित, गोष्टींचं दिसणं आणि प्रत्यक्ष असणं यात फरक पडू शकतो. अर्थातच हा अपवाद आहे, नियम नाही. वडीलधारी मंडळी संसार टिकण्याच्या दृष्टीनं प्रयत्न करतीलच. समस्या समजावून घेऊन सोडवण्याचा प्रयत्न करतीलच! पण खरोखरच समस्या अती गंभीर असेल आणि सोडवण्यापलीकडची असेल तर वडीलधाऱ्या लोकांनीसुद्धा केवळ लग्न टिकवण्याच्या हेतूनं अशा जोडप्यातील एकाचा बळी देऊ नये. यातून दोघांचेही आयुष्य करपते. आत्महत्या करण्याचा पळपुटेपणा तर अजिबात करू नये.

''समोरच्या व्यक्तीशी शांतपणे घटस्फोट घेऊन आधी बाजूला व्हावं. वडीलधाऱ्या व्यक्तींनी सहकार्य करावं. आधी अडकलेला जीव स्वतंत्र करावा. पुढचं पुढे पाहता येतं''.

वरील गोष्ट आणि संसार टिकवणं, पती-पत्नी हे नातं टिकवणं ही गोष्ट, या दोन वेगळ्या गोष्टी आहेत. त्यांचा एकमेकांशी काहीही संबंध नाही.

❑❑❑

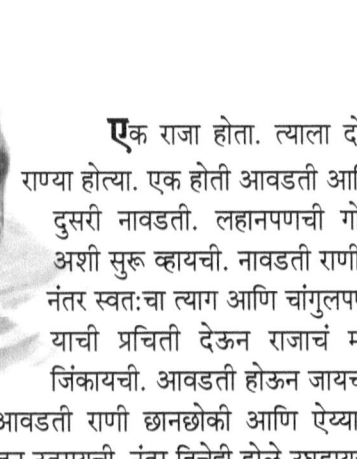

.४.

आवडती नावडती

एक राजा होता. त्याला दोन राण्या होत्या. एक होती आवडती आणि दुसरी नावडती. लहानपणची गोष्ट अशी सुरू व्हायची. नावडती राणीच नंतर स्वत:चा त्याग आणि चांगुलपणा याची प्रचिती देऊन राजाचं मन जिंकायची. आवडती होऊन जायची. आवडती राणी छानछोकी आणि ऐय्याषी असल्यानं राजाच्या मनातून उतरायची. नंतर तिचेही डोळे उघडायचे. दोघीही राजावर खरं प्रेम उधळायच्या. राजाची सेवा करायच्या.

राजाला सुरुवातीपासूनच निदान एक तरी आवडती राणी असायची. आपणा सर्वसामान्य माणसांच्या आयुष्यात अशी सोय नाही. लग्नानंतर वर्ष-सहा महिन्यातच बऱ्याच पती-पत्नींमध्ये एक टोकाचा नावडता भाव निर्माण होतो. दोघं एकमेकांना सपशेल आवडत नाहीत. आपलं लग्न, आपल्याला न आवडणाऱ्या व्यक्तीशी झालं आहे, हा विचार मनाला विळखा घालून आवळून टाकतो. निराशेनं पूर्ण खचल्यासारखं होतं. आपण आपल्या जोडीदाराबद्दल जी कल्पना, अपेक्षा केली होती त्यापेक्षा भयंकर वेगळं आणि विरोधी असं समोर काही आहे हा विचार मनाला अस्वस्थ करत राहातो. अंधार! घोर अंधार! जे हवं होतं त्यातलं समोर काहीही दिसत नाही. मन असहाय आणि व्याकूळ होतं. वाटतं काही चमत्कार घडावा. काळ मागे जावा. आपल्याला आपल्या पसंतीचा आणि योग्यतेचा जोडीदार निवडण्याची पुन्हा संधी मिळावी. पुरुषाच्या मनात ही फसगत झाल्याची भावना फार झपाट्यानं वाढते. स्त्री

त्या तुलनेनं संयम बाळगून असते. हळूहळू सुरळीत होतं हे बाळकडू स्त्रियांना अशासाठीच देत असावेत.

काही पती-पत्नींमध्ये लग्नानंतर वर्षाच्या आतच हा नावडता भाव निर्माण होऊन आभाळाला भिडल्याचं प्रत्ययाला येतं. बहुतेक ठिकाणी स्त्रीचा संयम, धीर सोशिकता, सकारात्मकता, आशावाद त्यांना तारून नेतो असं दिसतं. पुरुषाला मात्र वडीलधाऱ्यांनी चुचकारावं लागतं. फटकारावं लागतं. अनुभवाच्या, समजुतीच्या चार गोष्टी सांगाव्या लागतात. धीर द्यावा लागतो. स्वत:च्या प्रपंचाचं उदाहरण द्यावं लागतं. सुरुवात अशीच असते हे त्याच्या मनावर बिंबवावं लागतं. 'तुझी पत्नी लाखात एक आहे, तुझ्या योग्यतेपेक्षा लाखपटीनं जास्त आहे, तुझ्या नशिबानंच तुला ती मिळाली आहे. वास्तविक तुझ्यात विशेष असं काय आहे?' वगैरे काही खरं, काही खोटं सांगून त्याला ताळ्यावर आणावं, दावणीवर आणावं लागतं. संसाराचं, प्रपंचाचं दावं हलकेच त्याच्या गळ्यात अडकवून, करकचून गाठ मारावी लागते. बस! नंतर समोर येईल तो चारा आनंदानं खायचा असतो, हे त्याला शिकवण्याची गरज उरत नाही.

प्रपंचामध्ये, सहवास हेच प्रमुख साधन आहे. जे समोर आहे तेच आहे, दुसरं काहीही नाही. या सत्य स्थितीची जाणीव झाल्यानंतर, जे आहे त्यातच चांगलं शोधण्याची अपरिहार्यता लक्षात येते. तसं चांगलं शोधण्याची मग दृष्टीही मिळते. चांगलं शोधण्याच्या इच्छेतूनच चांगलं सापडू लागतं. 'इथं ते चांगलं आहे' अशी खात्री हळूहळू मूळ धरते. आणि मग 'इथंच केवळ चांगलं आहे' हे सत्य किंवा हा भ्रम अंगवळणी पडतो. सहवास दृढ होत जातो. आपलेपणा वाढीला लागतो. हक्क, स्वामित्व या भावना जन्म घेतात. 'आपलं माणूस' ही अनुभूती तुम्हाला बिलगू लागते. जिव्हाळा, उमाळा, भरतं, प्रेम पाझरू लागतं. जे समोर आहे ते आवडू लागतं.

ज्या कुटुंबामध्ये आई-वडील किंवा तत्सम वडीलधारी मंडळी आहेत, तिथे नावडतेपणाची ही अवस्था, हे दिवस नैसर्गिकपणे घेतले जातात. पण पती-पत्नी लग्नानंतर लगेचच वेगळं बिऱ्हाड थाटून राहू लागले आणि नावडता भाव निर्माण झाला तर तिथे मात्र योग्य अशा ज्येष्ठ मित्राची, स्नेह्याची मध्यस्थी आवश्यक ठरते. अन्यथा हा काळ खूप लांबू शकतो. आणि कधीही भरून न येणाऱ्या मरणप्राय जखमा करू शकतो.

'आपला जोडीदार आपल्याला न आवडणं' हीच या समस्येची खरी ओळख आहे. आपला चॉईस चुकला किंवा आपली फसगत झाली हे त्या समस्येशी संलग्न असं अत्यंत ढोबळ अनुमान झालं. हे कारण म्हणून पुढे करता येत नाही. ते

बिनबुडाचं ठरून तुम्ही वेड्यात निघू शकता. तुम्ही उगाचच काही निमित्तमात्र गोष्टी कारण म्हणून पुढे करू लागलात, तरी त्या जुजबीच ठरतात, कारण त्यांचा गाभा तितक्या खरेपणाने या समस्येशी जोडलेला नसतो.

* मूल कधी होऊ द्यायचं? - बेसिक नावडता भाव असेल तर असे स्त्री - पुरुष एकमेकांपासून तिसऱ्या एखाद्या जिवाला जन्म द्यायला कितपत उत्सुक असू शकतात? फार तर त्या मुलामुळे आवडता भाव निर्माण होईल या आशेपोटी!

* बायकोची नोकरी - बेसिक नावडता भाव असेल तर पैसे कमावून नवऱ्याच्या चरणी वाहणे, हे कुठल्या स्त्रीस न्यायी वाटेल? आवडेल? अथवा अशा नावडत्या स्त्रीच्या कमाईकडे पुरुष फक्त डोमकावळ्याच्याच नजरेनं पाहू शकेल.

''वरील दोन मुद्द्यांवरून नावडता भाव निर्माण झाला तर ती एक वेगळी समस्या होऊ शकते.'' पण बहुधा, केवळ नावडत्या भावातून वरील समस्या निर्माण होतात. आणि गंमतीची गोष्ट म्हणजे, हा नावडता भाव निर्माण होण्याची बहुतेक कारणं, उथळ आणि बेगडी असतात. वरपांगी आणि बिनबुडाची असतात. बाह्य देखावा, परिस्थितीचं अर्धवट आकलन, अपुरी समज, अपरिपक्वता यामधून या कारणांचा प्रवास घडतो. संसार म्हणजे काय? जोडीदार म्हणजे काय? नक्की महत्त्वाचं ते काय आणि निरुपयोगी ते काय? हे माहीत नसल्यानं किंवा न समजल्यानं हा नावडता भाव निर्माण होतो

भ्रम पुरुषाचा

बायको आवडत नाही याची काही कारणं पुरुषमंडळी खालीलप्रमाणे देतात.

* दिसायला सुंदर, चांगली नाही. उंच नाही. देखणी नाही. स्मार्ट नाही.

* वेंधळी आहे, गबाळी आहे, अडाणी आहे, हुषार नाही.

* बोलता येत नाही. बोललेलं समजत नाही. चारचौघात मिसळता येत नाही. नातेवाईक, मित्रमंडळी किंवा समाजात धीटपणे, चतुरपणे वावरता येत नाही.

* धोरणी, चाणाक्ष, तरबेज नाही. मॉडर्न नाही. व्यवहारज्ञान, सामान्यज्ञान नाही. बुरसट आहे.

* चेष्टामस्करी समजत नाही. करता येत नाही. वेळ मारून नेता येत नाही. खोटं बोलता येत नाही. कुणाला बनवू शकत नाही.

* अती सरळ, भोळसट आहे. तिला कुणीही फसवेल.

* सेक्सी नाही. बोअरिंग आहे. कामच करत राहते.

* माहेर श्रीमंत नाही.

किंवा

* हॉरिबल आहे. पझेसिव्ह आहे. डॉमिनेटिंग आहे. जेलस आहे. सेल्फिश आहे. चालू आहे. खोटारडी आहे. बनवाबनवी करते. रिलाएबल नाही. फसवू शकते. भयानक मॉड आहे. स्वत:मधला सेक्स अपील दुसऱ्याला दाखवते. फारच सोशल आहे. सगळ्यांशी बोलत बसते.
* आई-बाप माणुसकीतले नाहीत. त्यांच्या श्रीमंतीचा हिला फार गर्व आहे. कामाच्या नावानं बोंब आहे. कुकरही नीट लावता येत नाही. हिला घेऊन चारचौघात जायचं म्हणजे अवघडच आहे. नुसता शो आहे. ज्ञान नाही, अडाणीच आहे. बोअरिंग आहे.

आता वरील कारणांसाठी एखाद्याला बायको नावडती झाली, तर त्यात तथ्याचा भाग किती? खरेपणाचा आणि वस्तुनिष्ठतेचा किती? 'जोडीदार निवडताना', 'सुरुवातीचे दिवस' या प्रकरणांत आपण एकमेकांच्या अपीलिंगबाबत वेगळ्या संदर्भात चर्चा केली. आपली अक्कल अनेकवेळा अनेक प्रकारच्या उकिरड्यावर जाऊ शकते. उकिरडा ही जागा आपण आपले घर स्वच्छ राहावे यासाठी बनवली आहे. तिथली घाण घरात आणून घर अस्वच्छ करण्यासाठी नव्हे. ही गोष्ट लक्षात घेण्याच्या आतच जर आपण नावडतेपणाच्या उकिरड्यावर गेलो आणि दुर्दैवानं जरा जास्त काळ तिथेच रेंगाळलो, तर काही काळानं तो उकिरडाही बरा वाटेल. मन थोडंसं खट्याळ, वात्रट, डांबरट आणि चावट आहे. त्याला हरघडी चुचकारून सारखं, 'चांगलं वाग, चांगला विचार कर', असं सांगावं लागतं. समर्थ रामदासही मनाला, 'मना सज्जना' असं आधी स्तुती करून गोडीनं सांगतात. आपल्यालाही सतत असं मनाला सांगायला हवं. नावडतेपणाचा ज्वर हा तात्पुरता आजार आहे. हवेचा ताप! हवेबरोबर येतो आणि हवेबरोबर जातो, हे सतत सांगायला हवं. तरच मन नावडतेपणाच्या उकिरड्यावरून लगेच माघारी फिरतं. अन्यथा वेळ जातो आणि तो नुसताच जात नाही, तर रक्तबंबाळ करणाऱ्या वेदना देऊन जातो. जीवनामध्ये प्रत्येकालाच (सन्माननीय अपवाद वगळता,) एकूण सत्याची ओळख उशिरा होते. भ्रमात जास्त दिवस जातात. सत्याची ओळख झालेले, प्रचिती आलेले, समजलेले, उमजलेले (पोळलेले) वडीलधारे अवती-भवती असतात. पण त्यांच्याकडचं रेडिमेड, आयतं शहाणपण स्वीकारण्याच्या मन:स्थितीमध्ये आपण नसतो. मग वडीलधारेही विचार करतात, ''येऊद्या अनुभव. होतील शहाणे'' आणि पिढ्यान्-पिढ्या सिद्ध झालेल्या सत्याची अनुभूती घेण्यासाठी आपण पुढे सरसावतो.

* एका मारुतीच्या मंदिरामध्ये प्रचंड मोठी रांग लागलेली असते. मारुतीरायाची भव्य दगडी मूर्ती समोर असते. त्या दगडी मूर्तीच्या पिळदार पोटावर शिल्पकारानं खोलवर अशी बेंबी कोरलेली असते. लोक दर्शन घेऊन पुढे सरकत असतात. एका सज्जन गृहस्थांना इच्छा होते की या बेंबीच्या आतमध्ये बोट घालून पहावे. ते मागे पहात, कानोसा घेत, बेंबीच्या पोटात बोट घालतात. योग असा की तिथे अंधारात एक विंचू बसलेला असतो. तो त्या गृहस्थांच्या बोटाचा कडकडून चावा घेतो. गृहस्थ विव्हळतात, कळवळतात पण मनातल्या मनात चेहऱ्यावर उसनं हसू आणतात. कारण मागचा माणूस कुतूहलानं पहात असतो. टाचा वर करून, या गृहस्थांच्या खांद्यावरून पहात असतो. तो विचारतो,

'काय झालं?'

'काही नाही. सहज आपलं... क्युरॅसिटी! मूर्तीच्या बेंबीत बोट घालून पाहिलं.'

'मग?'

'मग काय? केवढं थंड, आल्हाददायक वाटतंय. फार सुखाचं वाटतंय.'

'खरं? काय सांगताय?'

आधीचा गृहस्थ बाजूला होतो आणि मागचा पुढे सरसावतो. तो बोट घालतो. विंचू चावतो. त्याच्या मागचा विचारतो. हा, 'थंड वाटतंय, सुखाचं वाटतंय', असं सांगतो. बाजूला होतो. त्याच्या मागचा पुढे सरसावतो. तेच करतो. हे चालूच आहे.

संसारातल्या अनुभवांबाबत असंच होतं. आधीचे सांगतात, 'थंड, आल्हाददायक, सुखाचं वाटतंय' आणि मागचे संसारात पडत राहातात. समजा आधीच्यानं सांगितलं, की 'विंचू चावला' तरी तो कसा चावला हे पाहण्यासाठी मागचे पुढे सरसावणारच. एकूण काय! विंचू असा चाववून घेऊनच त्यातल्या वेदनेची अनुभूती घेण्याची आपली परंपरा आहे. ही परंपरा पूर्ण खंडित करा असं सांगणारा मी कोण? पण आपल्या वडीलधाऱ्यांचा अनुभव ऐकून घेणं, त्यावर विचार करणं एवढं तरी होऊ शकेल? मग कुठला अनुभव टाळायचा आणि कशाचा पुन:प्रत्यय घ्यायचा हे ठरवणं तुमच्या हातात आहेच.

भ्रम - स्त्रीचा

नवरा आवडत नाही याची खालील काही कारणं स्त्रिया लग्नानंतर देतात.

* नेभळट आहे. बावळट आहे. आईच्या ताटाखालचं मांजर आहे. घाबरट आहे. बहीण-भावाच्या हातातलं बाहुलं आहे. रड्या आहे. धमक नाही. कुवत नाही.
* कर्तृत्वाच्या नावानं बोंब आहे. या जन्मात कार घेईल असं वाटत नाही.
* हा कसला दुकानदार? नोकर पण वाटत नाही.
* नोकरीच्या ठिकाणी हा मागेच असणार.
* कशातलंच काहीच कळत नाही. चार वाक्ये सलग बोलता येत नाहीत. कुणाच्याही मागे-मागे फिरत असतो. याच्या मागे कोण जाणार?
* हा सुधारण्यासाठी वाट तरी किती पहायची? बोलताना थुंकी काय उडवतो. कुठेही, चारचौघात अंगच काय खाजवतो. नाकात बोटंच काय घालतो. आणि वर कटकट्या आहेच.
* बाकी बिछान्यावरही बऱ्यापैकी बोंबच आहे. कधी जमणार आहे कुणास ठाऊक? बोअरिंग आहे!

किंवा

* माणूस आहे की पशू? संवेदना नाही. प्रेम नाही. निव्वळ दगड. स्वार्थी, ओरबाडणारा, हिसकावून घेणारा, दहशतवादी. शिव्या किती? दमदाटी किती? सगळं याच्या मनासारखं करायला याच्या बापाची नोकर मी?
* ह्याचे आई-वडील याच्या देखत छळतात. आणि हा निर्बुद्धासारखा हसत असतो. रेडा! बैल!
* अधून-मधून दारू ढोसतो. सिगारेट ओढतो. तंबाखू खातो. मटण-मच्छी खातो. आणखी काय करतो त्यालाच माहीत!
* माझ्या पगारादिवशी, याच्या हवाली करायचा पगार. आणि मग महिनाभर याला भीक मागत राहायचं. का?
* माझ्या आई-वडिलांविषयी घाणेरडं बोलतो.
* रोज कुठली ना कुठली पार्टी.
* रोज माझ्यावर होणारा याचा बलात्कार.
* रात्रभर घोरतो.
* हलकट! माझ्यासाठी केलेला खर्च लिहून ठेवतो.
* स्वत: घाण दिसतो, इतरांना सतत नावे ठेवतो.
* जनरल नॉलेज शून्य.
* बोअरिंग आहे.

वरीलपैकी काही कारणं फारच तीव्र स्वरूपाची आहेत. त्याप्रमाणेच पुरुषाच्या मनामध्ये नावडता भाव निर्माण होणारी जी काही कारणं आपण पाहिली, त्यातील सुद्धा काही अतिशय तीव्र आहेत. या सगळ्यालाच सरसकट भ्रम म्हणायचं का? तथ्य नाही म्हणायचं का? खरं म्हणायचं का?

'या गोष्टींकडे पाहण्याची पुरुषाची दृष्टी आपण पाहिली. आता स्त्री या गोष्टींकडे कशी पाहते ते पाहूया'

बायकोविषयी नावडता भाव निर्माण झाला की पुरुष बायकोच्या नावानं बोंबा मारायला लागतात. आई-बाप, मित्र, नातेवाईक... जिथे शक्य होईल तिथे तो बोंबलत सुटतो. 'ही वाईट आहे. मला आवडत नाही. वगैरे. स्त्रीच्या मनात नावडता भाव निर्माण झाला तर ती एकटी प्रचंड रडून घेते. अती झालं तरी आतल्या आत खदखदते. नंतर शांत होऊन विचार करते. स्थिर होते.

पहिलं वर्ष तरी शक्यतो बाहेर काहीच सांगत नाही. (अपवाद वगळता) अगदी आई-वडिलांनासुद्धा काही सांगत नाही. या बाबतीत तिची समज पुरुषापेक्षा नक्कीच जास्त असते. वातावरणाचा, एकूण परिस्थितीचा तिला लवकर अंदाज येतो.

स्त्री- आदिशक्ती

आपल्याकडे लग्नसंस्था यशस्वी झाली आहे. तुलनेमध्ये, आदर्श जगण्याची पद्धत म्हणून लग्नव्यवस्थाच सिद्ध झालेली आहे. या व्यवस्थेतूनच स्त्री-पुरुषाची जीवन-नौका पैलतीराला लागली आहे. या व्यवस्थेत प्रेम टिकलेलं आहे. कारण नाती टिकली आहेत. कारण घरं टिकली आहेत. कारण 'घर' टिकलं आहे. ''कारण स्त्री टिकली आहे.''

आपल्या भारतापुरतं बोलायचं झालं तर घर टिकण्यामध्ये, भारतीय स्त्रीच्या व्यक्तिमत्त्वानं फार महत्त्वाची आणि मोलाची कामगिरी बजावली आहे. मी स्त्रियांची वृथा बाजू घेतो असं नाही, पण स्त्रीनंच घर टिकवलं आहे. पुरुष हरघडी ते मोडण्यासाठीच धडपडतो असं नाही. पण पुरुषी प्रवृत्तीमधून निर्माण झालेली त्याची धडपड मात्र अनेकदा घर मोडण्याला रेटा देते. हा रेटा स्त्रीला झेलावा लागतो. पेलावा लागतो. पुरुष बेजबाबदारपणे तर वागतोच. पण त्याच्या वागण्यात, घर मोडण्यापर्यंतची बीजं तो वारंवार रोवत असतो. त्याच्या ते लक्षात येत नाही, त्याला कळत नाही, तसं वाटत नाही.

घटना, कृत्य, कर्म आणि त्याचा परिणाम याचा सारासार विचार स्त्री अतिशय गांभीर्यानं करते. अतिशय जबाबदारीनं करते. ती फार वेगानं परिस्थितीला समजू शकते. पुरुषाची बेफिकीर वृत्ती आड येते. काहीही झालं तरी ते आपण

निस्तरू शकू अशी घमेंड त्याला असल्यानं तो बेफिकीर राहतो. स्त्री मात्र सतत जागरूक आणि सतर्क असते. हे घर टिकवण्यासाठी स्त्रीला जो त्याग करावा लागतो, त्याला त्याग म्हटलं तरी बिचारीच्या भावनेचा अपमान होईल. पण तिचं, स्वत:चं मन बाजूला ठेवून (मन मारून) जगणं पुरुषानं नीट समजावून घ्यायलाच हवं. यापूर्वीच खूप थोरामोठ्यांनी ते समजावून घेतलंच असेल. या स्थितीला स्त्रीविषयीची माझ्या मनातील आस्था मीच खरेपणानं समजावून घेण्याचा प्रयत्न करीत आहे.

परमेश्वरानं म्हणा अथवा निसर्गानं म्हणा, पुरुषाच्या तुलनेत स्त्रीला, कमी शारीरिक ताकद किंवा बळ दिलं. निसर्गत:च जास्त शारीरिक बळ असलेल्या पुरुषाकडूनच तिला संरक्षणाची गरज भासली. कधी पशूंपासून, तर कधी परिस्थितीपासून संरक्षण! या संरक्षणासाठी तिला पुरुषावरच अवलंबून राहावं लागलं. या गोष्टीचा पुरेपूर फायदा आणि गैरफायदा पुरुषानं घेतला. पिढ्यान्-पिढ्या, हजारो वर्षे घेतला. स्त्रीचं हे शारीरिक दुबळेपण तिच्या वैयक्तिक अस्तित्वाच्या मार्गातली मोठीच धोंड ठरली. तिचा वैयक्तिक स्वातंत्र्याचा, स्वतंत्र अस्तित्वाचा हक्क वारंवार नाकारला गेला. हिरावला गेला. तिचं हे दुर्दैव नाही तर दुसरं काय म्हणायचं? त्यानंतरही ती जगली.

निसर्ग एका ठिकाणी तुम्हाला कमजोर ठेवत असेल तर दुसऱ्या ठिकाणी तुहाला तो सशक्त करत असतो. स्त्रीनं तिच्या मनाची आणि अंतर्मनाची ताकद पुरुषापेक्षा कित्येकपटीनं जास्त असल्याचं सिद्ध केलं आहे. या ताकदीमध्ये खूप महत्त्वाच्या गोष्टी आहेत. प्रामुख्यानं,

सोशिकता आहे. सहनशीलता आहे.

धीर आहे. संयम आहे.

वाट पहाण्याची तयारी आहे.

त्याग आहे. सेवाभाव आहे.

दुसऱ्यासाठी करण्यात, आनंद आणि

धन्यता वाटण्याचं तिच्या मनाला

मिळालेलं वरदान आहे. जबरदस्त इच्छाशक्ती, महत्त्वाकांक्षा आहे.

जिद्द, चिकाटी आहे, ध्यास आहे.

अथक कष्ट, अथक प्रयत्न आणि त्या

कष्टांमधलं, प्रयत्नांमधलं सातत्य आहे.

प्रदीर्घ सातत्य आहे.

अत्यंत हळवं असूनही प्रसंगी अगदी स्वत:च्या

मुलांबाबतही कठोर होणारं मन आहे.
शिस्तप्रिय आणि धाडसी मन आहे.
परिणामांची पर्वा न करता, चांगल्यासाठी
अगदी टोकाला जाण्याची आणि वाट्टेल
त्याला तोंड देण्याची मानसिक तयारी आहे.

या सगळ्या थक्क करणाऱ्या गोष्टी आहेत. पुरुषाचा दम बऱ्याचदा बहुधा तोंडात आणि मनगटात! शारीरिक ताकदीच्या जोरावर लढाया करतील. अरेरावी, दादागिरी, मस्ती! पण एकूण जीवनात स्त्रीच्या मानसिक सामर्थ्यापुढे फारच कमी. स्त्रीच्या मनाचं जे वर्णन वर केलेलं आहे, त्या वर्णनात पुरुषाचं व्यक्तिमत्त्व नक्कीच कमजोर ठरतं. कित्येकदा कुचकामी ठरतं. स्त्रीच्या मनाची ताकद त्याच्या पाठी उभी राहिल्याशिवाय, त्याचं मन प्रसंगी धड उभंही राहू शकत नाही. स्त्रीच्या कुशीत शिरून म्हणूनच पुरुष हळवेपणानं रडतात. यावेळी स्त्री रडताना दिसणार नाही. उलट तिच्या आत शक्तीचा, ताकतीचा प्रचंड स्थिरभाव संचारून राहतो. हा स्थिरभाव पुरुषाला आश्वासकता देतो. बळ देतो. त्यानंतर पुरुष धडपणे समोर पाहू शकतो. स्वत:च्या ताकदीची आणि अरेरावीची घमेंड मिरवणाऱ्या बहुतेक पुरुषांना या साक्षात्कारातून जावं लागतं.

खरोखरीचा त्याग

स्त्रीच्या मनाच्या रचनेमुळे, ताकदीमुळे स्त्रीला खूपच गोष्टींना मुकावं लागतं. खूप गोष्टी तिला गमवाव्या लागतात. सोडून द्याव्या लागतात. यालाच मी त्याग म्हणतो. याला स्त्री काहीच म्हणत नाही. क्वचित् 'स्त्रीचा जन्म' म्हणते. तिला ते वरवर जरी नुकसानीचं वाटलं, तरी आतून खूप नैसर्गिक आणि ताकदीचं वाटतं.या नुकसानीचं तिला दु:ख मात्र निश्चित नसतं. दु:ख असतं ते, या गोष्टीची आपल्या नवरोबानं योग्य दखल घेतली नाही,त्याला हे कळलंच नाही, याचं!

* सोशिकता आणि सहनशक्ती या गुणांमुळे स्त्री मूलत: अन्यायही सहन करत राहते. तिच्यावर अन्याय करणारी एखादी गोष्ट घडत असेल तर तिची पहिली प्रतिक्रिया ते सोसण्याची आणि सहन करण्याची असते.
* वाट पहाणे, धीर धरणे या तिच्या गुणांमुळे तिला खोटी आश्वासनं देणं, तिची सहज फसवणूक करणं अशा प्रकारची लबाड आणि हलकट वृत्ती पुरुषांमध्ये वाढीला लागते. म्हणजे थोडीफार ती आधी असतेच! पुरुष चटावतो. कधी तरी, अपवादात्मक परिस्थितीमध्ये या वाट पाहण्याला फळ येते. अन्यथा अपेक्षाभंग आणि भ्रमनिरास ठरलेला.

* संयमामुळे हवं ते बरचसं ती पुढे लांबणीवर टाकत असते. आवडीच्या वस्तू, छंद, विचारधारा, हौस, आनंद, सुख असं कितीतरी, ती पुढं ढकलते. पुढे तरी मिळण्याची खात्री असते? आणि तो क्षण गेला तो गेलाच.
* तिच्या सेवाभावी वृत्तीमुळेच तिला गुलाम आणि नोकर समजण्याची पुरुषाची निर्बुद्धता वाढली आहे. तिचीच कुणी सेवा करणं, विशेषत: पुरुषानं सेवा करणं, या अनुभवाला ती जवळ-जवळ मुकलीच आहे.
* त्यागामध्ये स्वत:लाच सुख आणि आनंद वाटत असेल, तर तो आपलाच एक भावनिक स्वार्थ म्हणून स्वीकारता येतो. समाधानाचा, सार्थकतेचा परिणाम साधता येऊ शकतो. पण केवळ परिस्थितीचा रेटा म्हणून त्याग करावा लागला, तर तो निश्चितच क्लेषकारक होतो. नैराश्यानं वेढून टाकतो.
* दुसऱ्यासाठी काही करणं ही खरोखरच आनंदाची गोष्ट आहे. सर्वसामान्य माणसालाही ही गोष्ट आनंदच देते. पण अपवादात्मक म्हणून ती गोष्ट करावी लागणं आणि नित्याचं कर्म म्हणून ती गोष्ट करणं यात फरक आहे. स्त्रीला ही गोष्ट नित्याचं कर्म म्हणून करावी लागते. ड्युटी, चाकरी म्हणून करावी लागते. तिच्यासाठी कुणी करणं, करावं लागणं म्हणजे काही गंभीर संकटच, असंच मानलं जातं.
* पुन्हा पुन्हा चुकणाऱ्या घराला, आपल्या जबरदस्त इच्छाशक्तीनं ती पुन्हा पुन्हा जाग्यावर आणत राहते आणि यातूनच पुन्हा पुन्हा चुकण्याचा परवाना तिच्या घराला मिळत राहतो.
* स्वत:च्या जबरदस्त महत्त्वाकांक्षेनं, घराला प्रगतिपथावर नेण्यासाठी ती जिवाचं रान करते. मुलांच्या प्रगतीसाठी, स्वत:स, स्वत:च्या आयुष्यास वेठीस धरते. यातूनच कदाचित ती कटकटी वाटू शकते. महत्त्वाकांक्षा, बऱ्याचदा तिच्या शरीराला पेलवत नाही. ती बऱ्याच आजारांना निमंत्रण देते.
* जिद्द आणि चिकाटी खरं तर प्रत्येकाला हवी. लहानपणीच भावाला, चिमुरड्या बहिणीचं उदाहरण दिलं जातं. 'बघ तिची जिद्द आणि चिकाटी!' लहान वयातच, जिद्द आणि चिकाटी तिला अशी चिकटते. आणि निर्लज्ज भाऊ खदाखदा हसून उनाडक्या करायला मोकळा होतो.
* अथक कष्ट आणि प्रयत्नांत, तिची मानसिक ताकदच जास्त असते. परिणामी शरीर लवकर झिजू लागतं.
* कष्ट आणि प्रयत्न यातलं सातत्य तुलनेनं स्त्रीच जास्त टिकवू शकते. अगदी मरेपर्यंत! मृत्यूच या सातत्याला थांबवतो. 'लाज' हा प्रकार पुरुषापेक्षा स्त्रीकडे जास्त आहे. एखादी गोष्ट जमत नाही म्हणून, कंटाळा आला म्हणून, कष्ट

पडतात म्हणून, कुठल्याही परिणामांचा विचार न करता, नुकसानीचा विचार न करता निर्लज्जपणे मध्येच सोडून देणं, हा पुरुषाचा हातखंडा प्रयोग आहे. स्त्रीची, सातत्याची ओढ ही नैसर्गिकच आहे. हीच तिला झिजवते, बऱ्याचदा तारते, क्वचित मारतेसुद्धा!

* बेभरवशाच्या पुरुषावर ती लवकर विश्वास टाकू शकत नाही. तिच्या सुरक्षेचा विचार करताना ती पुरुषाविषयीचं स्वत:चं मत नाईलाजानं काही वेळा बदलते. आणि यामुळेच तिच्या मनाला चंचलपणाचं दूषण चिकटवलं जातं.
* कठोर आणि शिस्तप्रिय होऊन, प्रसंगी अप्रिय निर्णय घेताना तिला किती मानसिक पीळ पडत असेल, याचा अनुभव पुरुषानं प्रसंगी घ्यावा. त्यासाठी, अशा निर्णयप्रसंगी, पळपुटेपणा न दाखवता तिच्याबरोबर ठामपणे राहावे. अन्यथा तिचं एकटेपण तिला खायला उठतं. या एकटेपणात तिच्या मनाला होणाऱ्या वेदना तीच सहन करू जाणे!
* स्त्री बऱ्याच प्रसंगी अतुलनीय धाडस दाखवते. पुरुष बऱ्याच प्रसंगी गारठून जातात. कारण स्वत:च्या जिवाची काळजी स्त्री फारच कमी करते. पुरुष स्वत:च्या जिवाला फारच जपत असतो. तुलनेनं पुरुषापेक्षा स्त्री मरणाला कमी घाबरते. स्वत:च्या घरासाठी स्वत:च्या देहाचा त्याग करण्यासाठी ती सदैव सज्ज असते. तिच्या धाडसाची हीच मूळ प्रेरणा आहे. अर्थातच! घरासाठी मरण्यापेक्षा घरासाठी जगण्याला ती नेहमीच प्राधान्य देते.
* चांगल्या परिणामांसाठी वाट्टेल त्या टोकाला जाण्याची रिस्क स्त्रीच जास्त प्रमाणात घेते. यालाच पुरुष 'स्त्रीचा इमोशनल ॲप्रोच' म्हणून हिणवतात. पुरुषांचा लॉजिकल, रॅशनल, विवेकनिष्ठ ॲप्रोच त्यांची कातडी बचावत राहतो आणि स्त्रिया प्रसंगी, स्वत:ला कुठल्याही समरप्रसंगात झोकून देतात.
* हे सर्व झाल्यानंतर, वाट्टेल त्या परिणामांना खंबीरपणे तोंड देण्याची मानसिकता स्त्रीकडे आहेच. पुरुष अप्रिय परिणामांकडे बऱ्याचदा पाठ फिरवतात. गैरसोयीच्या परिणामांपासून दूर पळून जाण्याचा प्रयत्न करतात.

असो!

या सगळ्यातून स्त्रीस काय मिळते? तिच्या या सगळ्या शारीरिक आणि मानसिक झिजण्यामधून तिला मिळतं काय? तर 'घर टिकवल्याचं अवर्णनीय, अजोड, अतुलनीय समाधान!' हे समाधान हाच स्त्रीचा श्वास असतो. घर टिकतं तिथं स्त्रीचा श्वास टिकतो आणि जिथे स्त्रीचा श्वास टिकतो तिथे घर टिकतंच! मग स्त्रीचा श्वास टिकवण्यासाठी पुरुषानं प्रयत्नशील का राहू नये? स्त्रीचा श्वास, बऱ्याच

शारीरिक, मानसिक, भावनिक ओझ्याखाली गुदमरलेला असतो. तो मोकळा राहण्यासाठी पुरुषानं तिचं ओझं घ्यायची गरज नसते, तर तिला प्रसन्न ठेवण्यासाठी सतत आणि आटोकाट प्रयत्न करायचा असतो. एवढ्या प्रचंड कष्टानंतर बिचारीच्या फार छोट्या अपेक्षा असतात.

"नवऱ्याच्या मनात आपला विचार असावा. आपली काळजी असावी. काही दुखलं, खुपलं तर त्यानं दवाखान्यात न्यावं. औषधपाणी करावं. क्वचित एखादा कप चहा उकळून द्यावा. भाजी निवडून द्यावी. घरस्वच्छतेमध्ये मदत करावी. तिचं अतार्किक, तर्कविसंगत, नवऱ्यावर वृथा आरोप करणारं वेड्यासारखं वागणं नजरेआड करावं. तिनं त्रागा केला, रागावून नवऱ्याला शिवीगाळ केली, तरी नवऱ्यानंच दहा वेळा 'सॉरी' म्हणावं. माझंच चुकलं असं म्हणावं. तिच्याशी बोलायला जावं. तिच्या आवडीचं काही घरात खायला आणावं. तिला हॉटेलात न्यावं. बेसिकली वारंवार स्वत:हून तिच्याकडे जावं."

नवरा बोलला नाही तर स्त्री जगात एकटी पडते. तिला कुणीही उरत नाही. ती एकटी उरते. झुरते, झुरत राहाते. नवरे लोकांनी या गोष्टीची गंभीर दखल घ्यायला हवी. नवरा बाजूला झाला तर स्त्री तीव्रपणे फक्त स्वत:च्या आई-वडिलांची आठवण करते. आई-वडील क्वचित असतात, दूर असतात, क्वचित नसतात. नवरा हेच तिचे आई-वडील आणि सर्वस्वच असतं. मुलांकडूनसुद्धा स्त्री काही अपेक्षा करत नाही. नवरा असेपर्यंत तर नाहीच. तिच्या जीवनातल्या सगळ्या अपेक्षा ती एकमेव नवऱ्याकडून करते. सतत नवऱ्याचा विचार करते. त्याच्यावर अवलंबून राहते. म्हातारपण संपताना, अगदी निघायच्या वेळी जर या गोष्टीची नवऱ्याला कल्पना आली तर त्याचा उपयोग काय? पुरुषाच्या आकलनशक्तीची कीव करावी थोडीच!

घर

स्त्रीचं घरावर अतोनात प्रेम असतं. पुरुषाचंही घरावर अतोनात प्रेम असतं. पण पुरुषाला कायमच घराबाहेर पडायला आवडतं. स्त्रीला घरात राहायला आवडतं. स्त्री घर झाडते, पुसते, घरातला कानाकोपरा, धुळीचा कण न् कण तिच्या हाताला, मनाला, त्या घराचा आपलेपणा देऊन जातो. एकूण घरापैकी वीस-पंचवीस टक्के घराशी पुरुषाचा संबंध येतो. तर स्त्री स्वत:च ते घर होऊन जाते. ती स्वत: ते घरच होऊन जाते. घर हा तिचा आत्मा आहे, तिचा आनंद आहे, तिचा परमेश्वर आहे. घर हे पुरुषाचं विश्रांतीस्थान आहे. पण स्त्री स्वत:च ते घर आहे. म्हणून स्त्री हे पुरुषाचं विश्रांतीस्थान आहे.

अशी आहे स्त्री! घर टिकवणारी! म्हणून लग्नानंतरच्या सुरुवातीच्या काळात कधी निर्माण होणारा जोडीदाराबाबतचा नावडता भाव ती धीरानं बाजूला करते. स्वत:ला कमीत कमी इजा करून घेत, हा समय ती तरून जाते. पण नेमक्या याच काळात पुरुष मात्र रक्तबंबाळ होतो आणि म्हणूनच नावडता भाव निर्माण होण्याचा हा काळ पुरुषानं जास्त डोळसपणे घ्यायला हवा. चातुर्यानं आणि शहाणपणानं यातून पुढे सरकायला हवं. पुढे ती तुमचीच आहे. तुम्ही तिचेच आहात. आजचा नावडता भाव खोटा आहे. खोट्याकडे दुर्लक्ष करायला हवं. खऱ्याकडे लक्ष द्यायला हवं. आणि खरं ते एकच आहे, तुमचा जोडीदार तुम्हाला आवडतो. आवडत असतो.

❑❑❑

.५.
स्वभाव, आवड, सवयी

पहिल्या चार प्रकरणांमध्ये साधारण एवढं तरी लक्षात आलंच असेल की सौख्यभरे नांदण्यासाठी जोडीदार बदलून काहीही उपयोग नाही. जोडीदाराकडे बघण्याची आपली दृष्टी बदलायला हवी. जोडीदार कधीही पूर्ण सदोष नसतो. आपली दृष्टी मात्र पूर्ण सदोष असू शकते. आणि अशी पूर्ण सदोष दृष्टी कायम ठेवून वारंवार जोडीदार बदलण्याची संधी आणि सवलत तुम्हाला दिली तरी उपयोग नाही. असा वारंवार जोडीदार बदलणं व्यवहार्य नाही. प्रॅक्टिकली शक्यही नाही. आणि अपवादात्मक परिस्थिती वगळता आपल्या लग्नसंस्थेस म्हणूनच मान्यही नाही. तेव्हा जोडीदार आवडत नाही म्हणून झुरत बसू नका. तो मनासारखा वागत नाही म्हणून चडफडत बसू नका. दुसऱ्याच एखाद्या व्यक्तीकडे आशाळभूतपणे पाहू नका. ही व्यक्ती जोडीदार म्हणून मिळाली असती तर किती बरे झाले असते! असा भाबडा विचार करू नका. ती व्यक्ती जोडीदार म्हणून आणखी 'हॉरीबल' असू शकते. 'सौख्यभरे' नांदण्याची सुरुवात प्रपंचाच्या कुठल्याही टप्प्यावर होऊ शकते. लग्नानंतरच्या कुठल्याही दिवसापासून होऊ शकते. सौख्यभरे नांदण्याची जबरदस्त इच्छा मात्र हवी. दोघांनीही एकत्र येऊन तशी इच्छा वाढवायला हवी. दुसरं म्हणजे कुठल्याही दिवसापासून आनंदानं एकत्र राहण्यास सुरुवात होऊ शकते, या गोष्टीवर जबरदस्त विश्वास हवा. तो विश्वास का ठेवायचा? 'मी सांगतो' म्हणूनसुद्धा ठेवायला हरकत नाही. हा 'मी' कोण?

पन्नास एक संसारात अशी सुखानं एकत्र नांदण्याची सुरुवात झालेली पाहणारा साक्षीदार आहे. आधीचं काय घडलं, किती घडलं, कसं घडलं, कुणी घडवलं, कुणाचं चुकलं... हे असले विचार मात्र पूर्णपणे डोक्यातून काढायला हवेत. हळूहळू नव्हे! एका क्षणात, एकाच वेळी हे विचार फेकून द्यायला हवेत. दारूचं व्यसन, तंबाखू-सिगारेटचं व्यसन हळूहळू कधीच सुटत नाही. ते एका क्षणी पूर्ण बंद करायचं असतं. हाच त्यावर उपाय असतो. तसं जोडीदाराबद्दल मनात निर्माण झालेले तिडीक हळूहळू डोक्याबाहेर जात नाही. उलट अशा प्रयत्नात, जोडीदारानं तुम्हाला दुखावलेला प्रत्येक क्षण नव्यानं पुन्हा पुन्हा आठवत रहातो. तो आणखी क्लेष देतो. जोडीदाराबद्दल आणखी तिरस्कार निर्माण करतो. त्यामुळे हे सगळं एका क्षणात थांबवायचं असतं. एका क्षणात फेकून द्यायचं असतं.

"या व्यक्तीकडे पाहिलं की सगळं, पुन्हा पहिल्यापासून आठवतं. लग्न झाल्या क्षणापासून या व्यक्तीनं माझा जो छळ केला आहे, तो मी मरेपर्यंत विसरू शकत नाही. या व्यक्तीबद्दल, मी मेलो तरी, मला चांगले वाटणे शक्य नाही." अशा नकारार्थी फुल्या मारण्यातच काही लोकांना धन्य वाटतं. या विचारानं झुरत बसण्यात ते आत्मक्लेषाचं एक नकारात्मक सुख अनुभवत असतात. आपण फार दुःखी आहोत या कल्पनेनंच त्यांचं मन सुखावतं. आता या दुर्दैवाला काय म्हणावं? हा निव्वळ चुकीचा आणि आत्मविरोधी विचार झाला. या विचाराला एकूण जगण्याच्या भाषेत काडीचीही किंमत नाही किंवा शून्यच किंमत आहे. स्वत:चा प्रेमभंग झाला अशा थाटात आणि भ्रमात देवदासाचं सोंग घेऊन फिरायचं आणि चार लोकांची सहानुभूती मिळवायची हे दिवस आता खूप जुने झाले. तो जवळपास इतिहास झाला. आता परिस्थितीबाबत डोळस आणि जागरूक राहण्याचे दिवस आहेत. सगळं समजावून घेऊन त्यावर अंतिम म्हणून जो मार्ग सिद्ध झालेला आहे तोच स्वीकारण्याचे दिवस आहेत. सकारात्मक राहून अंतिम क्षणापर्यंत प्रयत्नशील राहण्याचे दिवस आहेत. रडून काय मिळणार आहे तुम्हाला? आणि कोण देणार आहे? रडल्यावर फक्त आई पदराखाली घेते. ती रडणाऱ्या आपल्या बाळाला काही देते. पण मग तुम्ही आयुष्यभर, रडणारं बाळच राहणार आहात का? मोठे होऊन आईस अभिमान वाटेल असा पुरुषार्थ केव्हा दाखवणार? तेव्हा रडू नका. काही करण्यासाठी सिद्ध आणि सज्ज व्हा.

बरंच काही स्वीकारण्याची तयारी हवी. बरंच सोडून द्यायची तयारी हवी. आणि मुख्य म्हणजे बरंच बदलण्याची तयारी हवी. आणि हे जबरदस्तीनं नव्हे, तर आनंदानं. 'स्वत:मध्ये बदल' हा प्राप्त परिस्थितीवर एकमेव मार्ग आहे हे सत्य स्वीकारून.

स्वभाव

आवड-निवड ही खूपच वैयक्तिक गोष्ट झाली. संसारात तीच पुन्हा पुन्हा एकमेकावर आदळू लागते. एकमेकांना छेदू लागते. मनाला भेदू लागते. आवड-निवड ही स्वभावातून निर्माण होते. खरं तर आपलं पूर्ण व्यक्तिमत्त्व हे आपल्या स्वभावाचंच प्रतिबिंब असतं. स्वभाव कसा बनतो? या स्वभावाच्या जडण-घडणीमध्ये दोन गोष्टी प्रमुखपणे सहभागी असतात. पहिली म्हणजे अनुवंशिकता. Biological factor अणि दुसरं म्हणजे ज्या पद्धतीनं तुम्ही लहानाचे मोठे होता, ज्या वातावरणात, परिस्थितीत तुमचं संगोपन होतं. या संगोपनात किंवा लहानाचं मोठं होणं या प्रक्रियेत ज्या व्यक्ती, प्रसंग आणि घटना तुमच्या मनावर परिणाम करतात.... या सगळ्यांचा परिपाक म्हणून तुमचा स्वभाव बनत जातो. त्यामुळं स्वभाव कसा असावा हे बऱ्यापैकी तुमच्या हातात नाही. पण तो कसा आहे हे एका ठिकाणी जाणून घेणं हे बऱ्यापैकी तुमच्या हातात आहे. हे जाणून घेतल्यानंतर, जे बदल आपल्या स्वभावामध्ये आवश्यक आहेत ते समजावून घेणं, ते मान्य करणं आणि त्या बदलासाठी प्रामाणिक, योजनाबद्ध प्रयत्न करणं हे तर सर्वस्वी तुमच्याच हातात आहे.

स्वभावाकडे आपण मानसशास्त्रीय मार्गानं न जाता व्यावहारिक मार्गानं जाऊया. स्वभाव समजून घेताना इमोशनल व्हायची गरज नाही. प्रॅक्टिकलच असायला हवं. आता 'प्रॅक्टिकल' या शब्दाची बऱ्याच चतुर मंडळींनी स्वतःच्या सोयीसाठी पुरती वाट लावून ठेवलेली आहे. त्यांना वाटतं प्रॅक्टिकल म्हणजे,

"तत्त्वांना, मूल्यांना दूर करणं, नीतीमत्ता न पाळणं,
स्वतःच्या स्वार्थासाठी, ज्या वेळी जे सोयीचं
वाटेल त्या वेळी ते वागून मोकळं होणं,
लबाडीनं वागून, कुठल्याही प्रसंगातून
आपली सुटका करून घेणं."

वरील वागणं म्हणजे 'प्रॅक्टिकल' वागणं नव्हे. अशा कल्पना रुजवणाऱ्या लोकांपासून सावध राहायला हवं. ते दांभिक असतात. पाप-पुण्याच्या, धर्माच्या संकल्पना स्वतः झुगारून देतात पण तुम्हाला पाप-पुण्य, धर्म-अधर्म, नीती-अनीती अशा रहाटगाडग्यात बसवून तिथेच फिरवत ठेवतात. "स्वतः ऐहिक सुख भोगत पुढे जातात." असं ते समजतात.

स्वतःचा स्वभाव समजावून घेताना खालील दोन गोष्टी करा.

१) आपल्या स्वभावातील नक्की कुठल्या गोष्टीमुळे स्वतःला आणि इतरांना

त्रास होतो. गोष्टी बिघडतात. स्वत:चं आणि इतरांचं मन:स्वास्थ हरवतं.

२) आपल्या अवती-भवती कुणी सुखात आहे असं वाटत असेल तर त्याच्या स्वभावातील नक्की कुठल्या अंगामुळे? एक माणूस दुसऱ्याला सुख देऊ शकत असेल तर स्वभावातल्या नक्की कुठल्या गोष्टीमुळे? एखादी व्यक्ती गोष्टी घडवू शकत असेल, स्वत:चं आणि इतरांचं मन:स्वास्थ्य जपू शकत असेल तर स्वभावातल्या कुठल्या वैशिष्ट्याट्यामुळे?

बदल

आपल्या स्वभावातील ज्या वैशिष्ट्यांमुळे आपल्याला व इतरांना स्वास्थ्य आणि समाधान लाभतं, आनंद मिळतो, त्या गोष्टी बदलायची गरज नाही. एकच पहायला हवं की या समाधानाबरोबर आपलं व्यावहारिक अथवा मानसिक नुकसान किती होतंय? ते आपल्याला पेलवतंय का? ते पेलवत असेल किंवा फार नसेल, तर अशा सुख समाधान देणाऱ्या गोष्टी बदलायची गरज नाही. पण आपल्या वागण्यानं आपलं नक्की काय आणि किती नुकसान होतं याचा स्वत:ला नीटसा अंदाज येऊ शकत नाही. अशा वेळी आपल्यावर प्रेम असणाऱ्या विश्वासार्ह व्यक्तीचं मत आणि मदत घ्यावी. आपण स्वत:कडे पन्नास टक्के तरी आंधळेपणानंच पाहत असतो. स्वत:वरच्या वृथा प्रेमाची झापडं डोळ्यावर असतात. अशावेळी सत्य स्थितीच्या आकलनासाठी त्रयस्थ, तटस्थ दृष्टी हवी.

आपला स्वभाव, त्यातील वैशिष्ट्य आणि त्यांचे परिणाम हा एक भाग. आपल्याला जे लोक सुखात वाटतात किंवा तुम्हाला हवे ते परिणाम ज्यांच्या संसारात दिसतात, त्यांचा स्वभाव आणि त्यांची वैशिष्ट्ये, त्यांचा परिणाम हा दुसरा भाग. हे दोन्ही भाग एकमेकांशी नीट ताडून पहावेत. अभ्यासावेत. पुन्हा विश्वासार्ह आणि अनुभवसमृद्ध व्यक्तीशी चर्चा करावी. स्वत:मध्ये नक्की कुठला बदल हवा आहे ते निश्चित करावं. तो कसा करता येईल, कुठल्या वेगानं करता येईल याचा अंदाज घ्यावा. हळुवारपणे तो आचरणात आणावा. तुम्ही भयंकर काहीतरी ठरवून, तुमच्या वागण्यात काही बदल केला आहे याची जोडीदारास पदोपदी जाणीव करून देण्याची गरज नाही. यामुळं तुमच्या हेतूबद्दल अकारण शंकाही उपस्थित होऊ शकतात. आणि तुमच्या स्वभावात बदल होण्याऐवजी आहे तो दोष अधिक विकोपाला जातो.

''उदाहरणार्थ! तुम्हाला बटाटेवडा खाल्ल्यानं त्रास होतो. तुम्हाला तो खायचा नाही तर खाऊ नका. इतरांना खाऊद्या! त्यांना बटाटेवड्याबद्दल काही शिकवायला जाऊ नका. एक-दोन वर्षे बटाटेवडा न खाल्ल्यानंतर त्याचा चांगला परिणाम तुमचा

तुम्हालाच कळेल. तो परिणामसुद्धा जाहीर भाषणं देऊन सांगायची गरज नाही. स्वत:च्या मनास सांगा. खूप काही बोलणं टाळण्याची गरज असते, ते आपण बोलत असतो. खूप काही बोलण्याची गरज असते, ते आपण टाळत असतो. 'बटाटेवडा आरोग्यास चांगला नाही. मी तो सोडणार आहे.' असा डांगोरा वर्षभर पिटून स्वत:चं हसं करून घ्यायचं आणि मग त्या पश्चात्तापात उगाच जास्त बटाटेवडे खात राहून तब्येतीला अधिक त्रास द्यायचा, हे दुबळ्या मनाचं लक्षण आहे. चांगल्या गोष्टींची प्रयत्नपूर्वक सवय लावून मनाला सशक्त करायचं असतं. ती क्रिया आपोआप घडत नाही.''

सगळ्या गोष्टी सगळ्यांनाच जमतात किंवा सगळ्यांनाच त्या योग्य असतात असंही नाही. व्यक्ती तितक्या प्रकृती, तसंच व्यक्ती तितक्या अभिव्यक्ती. प्रत्येकाची स्वत:ला व्यक्त, अभिव्यक्त करण्याची स्वतंत्र शैली असते. अर्थात तीही स्वभावातूनच निर्माण झालेली असते. जोडीदारांमध्ये एकमेकांबद्दल एक कॉमन तक्रार असते. 'याचं प्रेम व्यक्तच होत नाही. भावना व्यक्त होत नाही. मग याच्याकडे प्रेमच नाही. भावनाच नाही. असं कधीही नसतं. प्रेम वा अन्य भावना या व्यक्तीकडून व्यक्त होतच असतात. त्याची शैली, पद्धत वेगळी असते. कित्येक लोक अमुक एका शैलीसाठी, पद्धतीसाठी आग्रही असतात. हटून बसतात. यातून संघर्ष निर्माण होतो. कारण हे चुकीचं आहे. प्रेमाची अपेक्षा करावी. व्यवहारी प्रपंचात ती करणं क्रमप्राप्तच आहे. मानसशास्त्राप्रमाणे किंवा पारमार्थिक विचारांप्रमाणे अपेक्षा ही वृत्तीच चुकीची आहे. आणि प्रेमाची अपेक्षा हे तर आणखी चूक! कारण प्रेम ही घेण्याची नसून देण्याची गोष्ट आहे. हे एका बाजूला असू देत! माझं म्हणणं असं की दैनंदिन संसारात, प्रपंचात, हरघडी जोडीदाराकडून काही हवं असतं. अपेक्षा ही शेवटी दु:खालाच जन्म देते, हा आध्यात्मिक विचार तूर्त बाजूल ठेवूया! तूर्त एवढंच ठरवूया की जोडीदाराकडून प्रेम वा इतर भावनेची जरूर अपेक्षा करा, पण ते अमूक पद्धतीनंच किंवा अमूक शैलीतच मिळायला हवं हा अडाणी आणि मूर्ख हट्ट सोडा. अन्यथा दु:खालाच सामोरं जावं लागेल. असो!

तर Way of expression हे प्रत्येकाचं वेगळंच असतं. त्यामुळं स्वभावात बदल करताना अंधानुकरणसुद्धा नको. कुणाची सही-सही नक्कलसुद्धा नको. आपल्याला हवा असलेला अंतिम परिणाम डोळ्यासमोर ठेवून स्वत:च्या व्यक्तिमत्त्वाला शोभेल आणि पेलेल असाच बदल स्वभावात करावा आणि अंदाज घेत तो कायम करून त्यात सातत्य ठेवावं.

स्वभाव आणि आवड

आवड हे स्वभावाचंच प्रत्यक्ष व्यवहारातलं रूप आहे. आवडीतून पुन्हा-पुन्हा स्वभावच परावर्तित होत असतो. स्वभाव कळत नाही, दिसत नाही. आवड दिसते, कळते. सुरुवातीलाच सांगतो, एखादी गोष्ट एखाद्याला का आवडते आणि एखादी गोष्ट का आवडत नाही याचं अचूक शास्त्र अजूनही मानसशास्त्रज्ञांनाही मांडता आलं नाही. प्रत्येक व्यक्तीमध्ये थोडीफार विविधता आहे. म्हणून तर एकमेकांबद्दल कुतूहल आहे. आकर्षण आहे आणि म्हणूनच एकमेकांबद्दल आवड टिकून आहे. सगळ्या व्यक्तींच्या आवडी-निवडी सारख्याच असत्या तर नि:संशय आपण एकमेकांना आवडलो नसतो.

समोरच्या व्यक्तीच्या आवडी-निवडी समजावून घ्याव्यात. ही सुद्धा फार मोठी गोष्ट आहे. एवढी जमली तरी निम्मं काम झालं. त्यांचा जिथपर्यंत आदर करणं शक्य आहे, मान राखणं शक्य आहे तिथपर्यंत ते करावं. पण कुणाचाही कुठल्याही आवडीसाठी तिटकारा करू नये. कुणालाही त्याच्या आवडीसाठी वेड्यात काढू नये. असं करणं म्हणजे विषारी सापाच्या शेपटीवर पाय देण्यासारखंच आहे. कारण आवडी-निवडीचा संबंध स्वभावाशी आणि थेट व्यक्तीच्या अहंकाराशी असतो. कुणाच्याही अहंकारावर उगाचच हल्ला करू नका. आपल्या जोडीदाराच्या अहंकारावर हल्ला करण्यामध्ये सर्वात जास्त नुकसान आहे.

आता आपण काही जोडप्यांमध्ये वावरूया. आवड-निवड या संदर्भातली त्यांची काही गुपितं समजावून घेऊया. जशीच्या तशी! ती तशीच का? आणि ती कशी असायला हवी होती हे सांगून तुमच्या तल्लख आकलनशक्तीबरोबर मी खोडकरपणा करू इच्छित नाही. तर तुमच्या आकलनशक्तीचा आदर करतो. उरलेलं काय ते तुम्ही ठरवा.

* संध्या सावळी आहे. प्रकाश परावर्तित करणारे ब्राईट रंग, क्वचित भडक रंग तिला खुलून दिसतात असं उद्धवला वाटतं. संध्या मात्र प्रकाश शोषून घेणारे रंग पसंत करते. यामध्ये काळपट, विटके, फिके असे असतात.

ते रंग संध्याला चांगले दिसत नाहीत असं म्हणण्याची उबळ उध्दव फार काळ दाबून ठेवू शकत नाही. उद्धवची रंगाची चॉईस चीप आणि उथळ आहे असं संध्या सांगते.

* पावसाळ्यात, रस्त्याच्या कडेला, हातगाडीवर जे वडे आणि भजी तळली जातात त्याचा वास उषाला खूप आवडतो. ती भजी, ते वडे, तळलेली आणि मीठ लावलेली मिरची तिथंच हातगाडीवर खावी ही तिची इच्छा.

माधव याला भिकारडी लक्षणं समजतो. 'अनहायजिनिक' समजतो. मुलांच्या आरोग्याच्या दृष्टीनं गंभीर समजतो. उषा हिरमुसते. माधव अगदी तिच्या

शिक्षणावर, संस्कारावर घसरतो. उषा पिसाळून उठते. 'साधी गोष्ट, साधेपणानं पार पाडता येते पण माधव त्याला गंभीर वळण देतो.' असं तिचं म्हणणं. तर 'जगातला कुठलाही माणूस मलाच बरोबर म्हणेल'. असं माधवचं म्हणणं.

* किशोरला सगळंच झटका काम हवं असतं. डोक्याला किक आणि झिंग देणारं! अती तिखट, अती गोड, खारट त्याला आवडतं. टी. व्ही.रेडिओचा कर्कश आवाज त्याला आवडतो. अती वेग, अती आवेग त्याला आवडतो. टोकाचं हळवं, टोकाचं कठोर तर क्षणात प्रेमळ, क्षणात दुष्ट! टोकाचा समज आणि टोकाचाच गैरसमज!

मृदुलेला सगळ्या पदार्थांच्या मंद चवी आवडतात. त्या पदार्थांचा बराच वेळ, शांतपणे आस्वाद घ्यावा असं तिचं म्हणणं. मंद संगीत तिला आवडतं. साधारण वेगानं पण मोठा प्रवास तिला आवडतो. ती फार भावूक, हळवी होत नाही तर टोकाची कठोर, आक्रस्ताळीही होत नाही. कुणाहीबद्दल फार समज आणि टोकाचा गैरसमज या फंदात ती पडत नाही.

स्वभाव किंवा विचार करण्याच्या पद्धतीमधून आवड-निवड निर्माण होते. विशिष्ट आवडीतून सवय निर्माण होते. आवडणाऱ्या अनुभवाचा पुन्हा-पुन्हा अतिरेकी अनुभव घेण्याची वृत्तीमधून त्या गोष्टीची सवय निर्माण होते. (सवयीचा हा एक उगम आहे. इतरही अनेक उगमस्थानं आहेत ते सविस्तर आपण 'सवयी' मध्ये पाहू.) पण आवडीतून निर्माण झालेली सवय जर कायमची चिकटून राहिली तर आपण तिचं समर्थन करू लागतो. कुणी आपल्याकडे बोट दाखवण्यापूर्वी बहुतेक वेळा जोडीदारच तुम्हास लक्षात आणून देतो, 'तुमच्या एकेकाळच्या आवडी, आजच्या सवयी उद्या व्यसनात रूपांतरित होतात. तुमच्याबरोबरच्या लोकांना या गोष्टी त्रासदायक आणि गैरसोयीच्या होतात.' तुम्ही भावनिकरीत्या दुखावले जाता. अपमानित होता. भांडायला उठता.

तुमच्या स्वत:बद्दल तुम्हाला नक्की काय वाटतं? उदाहरणार्थ - प्रेम, आदर, अभिमान, गर्व! हे सगळं तुमचं तुम्हाला वाटतं ते तुमच्या अस्तित्वाबद्दल.

पण लक्षात घ्या, समोरच्या व्यक्तीस अगदी जोडीदारासही, प्रभावित काय करत असतं? तुमचं अस्तित्व? नाही!... जोडीदारास त्याच्या गुण -अवगुणांसह स्वीकारायचं ही व्यवहार्य तडजोड मान्य जरी असली तरी समोरच्या व्यक्तीस प्रथम प्रभावित करणारी गोष्ट म्हणजे तुमच्या अस्तित्वाची ओळख सांगणारे तुमचे गुण आणि अवगुण! समोरची व्यक्ती प्रथम प्रभावित होते ती तुमच्यातील कुठल्यातरी गुणवैशिष्ट्यामुळे. आधी त्या गुणाचा ती आदर करू लागते, त्या गुणावर ती प्रेम करू लागते. समजावून घ्या, हे लैला मजनूचं प्रेम नाही. पती-पत्नीचं प्रेम आहे.

तुमचा जोडीदार तुमच्या एकेका गुणांवर प्रेम करत, एकेका अवगुणाला बाजूला करत तुमच्याकडे सरकत असतो. वाट काढत असतो. जवळ येत असतो. मग हळूहळू तुमचं पूर्ण व्यक्तिमत्त्व तो सवयीचं करतो. आपलंसं करतो. तुम्हाला पाहताक्षणी तुमचं संपूर्ण अस्तित्व समोरच्यास प्रेमाचं वाटावं ही फाजील अपेक्षा नाहीतर काय? असं होणंही शक्य नाही.

हे जर असंच आहे, तर तुमच्या आवडीनिवडी या सुद्धा तुमच्या व्यक्तिमत्त्वाच्याच ओळखीच्या खुणा आहेत. तुमच्या प्रत्येक आवडीबद्दल तुम्ही टोकाचे आग्रही असण्याचं कारणच काय? समोरच्या व्यक्तीसही मन आहे. तुमची प्रत्येक आवड तिला आपलीशी वाटणं शक्यच नाही आणि त्याचप्रमाणं तुमच्या जोडीदाराचीही प्रत्येक आवड तुम्हाला पटण्याची किंवा आपलीशी वाटण्याची गरज नाही. तुमच्या जोडीदाराच्याही भावना आहेत. एक स्वतंत्र भाव-विश्व आहे. तिचं स्वतःचं स्वतंत्र अस्तित्व आणि स्वतंत्र व्यक्तिमत्त्व आहे. तिची स्वतंत्र अशी काही आनुवंशिकता आहे. तिच्या जन्मापासून ते तुमच्याशी गाठ पडेपर्यंतचं स्वतंत्र जगणं आणि स्वतंत्र संदर्भ आहेत. बालपण, शैशव, तारुण्य आहे. संगोपन आहे, त्यांचे संस्कार आहेत. काही मैत्र आहे. काही स्नेह आहे. जिव्हाळा आहे, उमाळा आहे. आणि यातूनच जन्माला आलेला स्वभाव, आवडीनिवडी आहेत. त्यांच्या काही छटा आहेत, पदर आहेत. या सगळ्याकडेच केवळ समंजसपणानं, शहाणपणानं, डोळसपणानं आणि प्रचंड प्रेमानंच पहायला हवं. समोरचं माणूस आपलं आहे ना? मग बाकी प्रश्न येतोच कुठं?

* सारसबागेतील गणपतीच्या मंदिरात एखाद्याच्या मनाला समाधान, शांतता वाटते. त्याच्या जोडीदाराला थेऊरच्या गणपतीच्या मंदिरात छान वाटतं. आता किती व्यक्तिगत गोष्टी आहेत या! व्यक्तिगत अनुभव - अनुभूती आहेत. एकमेकांनी त्यांचा आदर करायला हवा. दोन्ही मंदिरात गणपतीबाप्पाच आहेत. तरीसुद्धा दोघेजण भंपकपणे, तुझ्यापेक्षा माझी आवड श्रेष्ठ कशी हे सिद्ध करून दाखवण्याचा प्रयत्न करत राहतात.

* भाग्यश्रीला घराच्या बाहेर पडायला आवडत नाही. फ्लॅटच्या तीन खोल्या, गॅलरी, संडास, बाथरूम, किचनचा ओटा... हे तिचं विश्व. घरात लागणाऱ्या सगळ्या गोष्टी उंबऱ्याच्या आत याव्यात किंवा मोहननं आणून द्याव्यात असं तिला वाटतं. मोहनला घराबाहेर पडायला आवडतं. वर्षाचे सगळे दिवस घराबाहेर पडणं, माणसांमध्ये मिसळणं, प्रवासाला जाणं, प्रवास करणं हे त्याच्या आवडीचे विषय.

दोघांचंही वाटणं, दोघांच्याही आवडी विरुद्ध टोकाच्या आहेत. थोड्या अव्यवहारी

आणि थोड्या अतिरेकी आहेत. असंमजसही आहेत. पण हेच दोघांनीही एकमेकांना सतत बोंबलून सांगणं आणि यातच आयुष्य बरबाद करणं किती शहाणपणाचं आहे? मोहननं थोडं घरात रमावं. भाजीबाजारापर्यंत जाण्यासाठी तरी भाग्यश्रीनं बाहेर पडावं. दोघांनाही बरं वाटेल. मग हळूहळू भाग्यश्री प्रवासास तयार झाली तर मोहननं छोटी मोठी फॅमिली ट्रीप काढावी. तास-दोन तास, मग दिवस - दोन दिवस अशी ती वाढवावी. मोहन घरात रमतोच आहे हे लक्षात आल्यानंतर भाग्यश्रीनं त्याला हळूहळू घर झाडायला शिकवावं. मुलांचा अभ्यास घ्यायला, भाजी निवडायला, स्वत:चे कपडे धुवायला शिकवावं. हळूहळू मोहननं, भाग्यश्रीला घेऊन ट्रेकिंगला जावं. असं हळूहळू जमत जातं! निश्चित जमत जातं! खूप मजाही येते. करून बघा तर खरं!

आवड माणसांची

अतिशय महत्त्वाचा विषय आहे हा! आपल्याला तो थोडा सविस्तर आणि तपशिलातच पहायला हवा. एखाद्याला कुठल्या प्रकारची माणसं आवडावीत हे कुणी दुसरं ठरवू शकत नाही. तुमच्या जोडीदारास कुठली माणसं आवडावीत हे तुमच्या हातात नाही. तसा कुठला नियम किंवा शास्त्र संशोधकांनी अजून तरी मांडलेलं नाही. एखाद्या व्यक्तीस.....दुसरी एखादी व्यक्ती का आवडते? किंवा का आवडत असावी? याचं यथामती विश्लेषण तुम्ही आणि मीसुद्धा करू शकतो. पण काय आवडावं ही तूर्त तरी नियंत्रणाबाहेरचीच गोष्ट आहे.

या आवडीचे अतिशय विविध नमुने आहेत. त्या तऱ्हा अतिशय अजब, गूढ आणि थक्क करणाऱ्या आहेत. आता आपण एक प्रयोग करूयात किंवा खेळ खेळूया! तुम्हा दोघांनी, पती-पत्नीनं आपल्याला आवडणाऱ्या माणसांची यादी करावी. आपला जोडीदार या खेळास तयार नाही झाला तर नाराज होऊ नका किंवा जोडीदारावर जबरदस्ती करू नका. तुम्ही एकट्यानंच तुम्हाला आवडणाऱ्या माणसांची यादी करायला घ्या. अगदी क्रमांक द्या. अवघड आहे! कारण कुठल्या व्यक्तीला क्रमांक एक आणि क्रमांक दोन द्यायचा हा गोंधळाचा भाग आहे. तुमच्या भावनेशी खेळण्याचा भाग आहे. मी खेळत नाही. तुम्हीही इतरांच्या भावनेशी खेळा असं सांगत नाही. स्वत:च्या भावनेशी खेळा अथवा खेळू नका... अंदाज तरी घ्या.

आता सर्वात महत्त्वाचं म्हणजे आवडणाऱ्या व्यक्तींची यादी झाली की, (ती पूर्ण होणं अशक्य आहे.) त्यातील प्रत्येक व्यक्तीसमोर ती व्यक्ती तुम्हाला का आवडते याची सविस्तर आणि अत्यंत प्रामाणिक कारणे लिहा. असं लिहिणं कठीण जाईल, मला कल्पना आहे. तुम्ही म्हणाल, आई-वडील, मुलं, भाऊ-बहीण हे का

आवडतात, हे लिहायचं? कायतरीच! आणखी सोपं करूया. तुम्हाला आवडणाऱ्या लोकांशी तुमचे असलेले नाते क्षणभर बाजूला ठेवा. या लोकांकडे एक स्वतंत्र व्यक्ती म्हणून पहा. या लोकांमध्ये तुम्हाला आढळलेले जे 'ग्रेट' गुण आहेत, त्यांची यादी त्यांच्या नावासमोर लिहा. ''ग्रेट म्हणजे दुर्मिळ किंवा इतर कुणात न आढळणारे गुण''असं मी म्हणत नाही. तर गुण सर्वसामान्यच! पण सर्वसामान्य माणसास जपण्यास जे गुण कठीण जातात असे! तुम्हाला आवडणाऱ्या व्यक्तींचा आणि तुमच्या जोडीदाराचा कधीच संबंध येणार नसेल तर अशा व्यक्तींना यादीतून वगळा. उदा. सनी देओल किंवा माधुरी दिक्षित! जोडीदाराचा अंदाज नसेल तर संशयाच्या आणि वादाच्या दलदलीत शिराल. जरा बेतानं! दोघांनी एकमेकांना अशी यादी दाखवली, समजावून सांगितली, पटवून देण्याचा प्रयत्न केला, तर काय होईल? तुम्हाला आवडणाऱ्या व्यक्तीबद्दल तुमच्या जोडीदाराच्या मनात लगेच प्रेमाचा उमाळा दाटून येईल असं नाही. पण या लोकांबद्दल किमान सहनशीलता बाळगणं शक्य होईल.

प्रतिक्रिया - त्रयस्थ नजर

आणखी महत्त्वाच्या दालनात आपण प्रवेश करूया! तुमचा जोडीदार अशा प्रयोगांना 'पुस्तकी' असं हिणवून तुम्हाला मोडीत काढण्याची खूप शक्यता आहे. अशा वेळी नाराज होऊ नका. चिडचिड करू नका. जोडीदाराकडे हट्ट करू नका. बळजबरी तर आपल्या संकल्पनेतच नाही. तुमची यादी मात्र जरूर तुमच्या जोडीदारास दाखवा. समजावून सांगा. तुमचं भाषण, तुमचा जोडीदार नक्की ऐकून घेईल याची खात्री मी देतो. एक मानवी स्वभाव म्हणून दुसऱ्याच्या अशा यादीत डोकावून पाहायला बहुतेकांना आवडतं. तुमचा जोडीदार तुम्हास असं काही समजावून सांगत नसेल तर त्याला कमी लेखू नका. तुमच्यासारखं समजावून सांगण्याची क्षमता जर तुमच्या जोडीदाराकडे कमी असेल, तर वेगानं आणि अचूक समजावून घेण्याची क्षमता त्याच्याकडे तुमच्यापेक्षा जास्त आहे हे सत्य म्हणूनच लक्षात ठेवा.

तुमच्याकडे जशी यादी आहे, तशीच यादी तुमच्या जोडीदाराच्याही मनात आहे. भले त्यानं ती यादी तुम्हाला दाखवली नाही, तरी ती यादी जरूर आहे. त्या यादीतही अशीच माणसांची नावं लिहिलेली आहेत. त्या नावांसमोरसुद्धा ती माणसं का आवडतात याची कारणं लिहिली आहेत. त्या माणसांमधले 'ग्रेट' असे गुण लिहिले आहेत. या वास्तवतेचं भान ठेवा. तुमच्या प्रेमरूप, प्रेमस्वरूप ताकदीनं, जोडीदाराच्या मनातील या यादीचा मागोवा घ्या. एवढं शहाणपण तुमच्यात नैसर्गिकरीत्याच आहे. आपल्या जोडीदाराच्या मनातील यादीचा आदर करणं हे ताबडतोब अंमलात

आणा. तुमच्या यादीचा दुप्पट आदर झालेला तुमच्या लक्षात येईल.

तुम्ही तुमच्या आवडत्या व्यक्तीला तुमच्या नजरेतून पहात असता. तुमचा जोडीदार त्याच्या नजरेतून पहात असतो. आपली नजर काही अंशी आंधळी असू शकते. कारण आपल्या आवडत्या माणसाबाबत आपण खूप हळवे असतो. त्या व्यक्तीवर आपलं प्रेम असतं. आदर, कृतज्ञतेची तर क्वचित आपल्यावर केलेल्या उपकाराची भावना असते. आणि या गोष्टी आपल्या दृष्टीस काही अंशी अंध बनवू शकतात. पण सत्य आणि वास्तव असं की या व्यक्तींमध्येही काही दोष असतात. दोष कुणामध्ये नसतात? माझ्यात-तुमच्यात, सगळ्यांमध्येच आहेत. पण आपल्या आवडत्या व्यक्तीतील हे दोष आपल्याला तेवढे पटकन् दिसत नाहीत. आपल्या जोडीदाराने धाडकन् असे दोष दाखवून दिले, तर पहिल्यांदा आपल्याला धक्काच बसतो. बहुतेक प्रतिक्रिया आपल्या जोडीदाराच्या हेतूवरच शंका घेणाऱ्या असतात. आपण जोडीदारासच बोल लावतो. जोडीदाराच्या अंगावर ओरडतो. प्रसंगी धावून जातो, इतका हा धक्का अनपेक्षित असतो.

अशा वेळी स्थिर आणि शांत राहावे. जोडीदार काय म्हणतो आहे, नक्की काय सांगतो आहे ते नीट ऐकून घ्यावे. जोडीदाराचा हेतू जाणावा. मग काही दिवस जाऊ द्यावेत. त्या दिवसात जोडीदाराचा हेतू आणखी स्पष्ट होतो किंवा स्पष्ट झालेला हेतूच सत्य म्हणून सिद्ध होतो. यानंतर जोडीदारानं, तुमच्या आवडीच्या व्यक्तींबाबत दाखवलेल्या दोषांसमोर तुमच्या आवडीच्या व्यक्तीस आणून उभे करावे.

''तुमच्या अत्यंत आवडत्या माणसांमध्ये, तुमचा जोडीदार खालील दोष दाखवू शकतो.''

* तुमच्या मित्राला किंवा मैत्रिणीलाच तुमच्याबद्दल, तुमच्यामागे वाईट बोलण्याची किंवा तुम्हाला नावे ठेवण्याची सवय आहे.

* तुमची आवडती व्यक्ती, तुमच्यासमोर स्वतःच्या आर्थिक स्थितीचं सतत एक रडकं चित्र उभं करते. तुमच्याकडून सतत आर्थिक मदत घेते आणि स्वतः फुकटे बनून बऱ्याच गोष्टी वरच्यावर भागवते.

* एखादी व्यक्ती तुमच्याकडून आर्थिक मदत घेते. पाहुणचार घेते. स्वतःसाठी तुम्हाला भरपूर खर्च करायला लावते. तुमच्यासाठी दोन रुपयेही खर्च न करता अचानक तुमच्यावरच उलटते. तुम्हालाच बोल लावते. स्वार्थी म्हणते, शिव्या देते.

* काही लोक तुमच्याशी गोड बोलतात. तुमची स्तुती करतात. तुम्हाला खोटा-खोटा मोठेपणा देतात. तुमच्याकडून हवं ते करून घेतात. तुमच्यासाठी ते

कणभरही झिजत नाहीत, हे तुमच्या लक्षात येत नाही.

* काही लोक तुम्हाला सतत मिंधेपणाचा, अपराधीपणाचा फील देतात. तुम्हाला मदत करण्यात त्यांना रस नसतो. तुम्ही तुमच्या पायावर नीट उभे राहू शकत नाही, या गोष्टीचा ते विकृत आनंद घेतात.

* काही लोक तुम्हाला सतत सहवासात ठेवतात. पण त्यांच्या वर्तनानं ते तुम्हाला सतत न्यूनगंडात ठेवतात. 'इन्फिरियारिटी कॉम्प्लेक्स' हा इंग्रजी नाव असलेला गोंडस आजार तुम्हाला चिकटून तुमचा आत्मविश्वास कमी करतो. तुमचं दुबळेपण वाढतं. या व्यक्तीवर तुम्ही अवलंबून आहात असं तुम्हाला उगाचच वाटतं. 'डिपेन्डीबिलिटी' हा सुद्धा इंग्रजी नाव असलेला एक भ्रामक आजार तुम्हाला झालाय असं तुम्हाला उगाचच वाटतं. तुमच्या मनाला अशा गंभीर इजा करणाऱ्या लोकांपासून अतिशय सावध राहावं. यांच्यापासून दूर जाण्याचा तुम्ही प्रयत्न केलात तर तात्पुरता चांगुलपणा, खोटा-कृत्रिम ओलावा दाखवून ते तुम्हास पुन्हा जवळ खेचतात. दूर जाऊ देत नाहीत. कारण तुमच्या पार्श्वभूमीवरच त्यांना त्यांचा 'सुपिरियारिटी कॉम्प्लेक्स' जोपासायचा असतो.

* तुम्हाला अती प्रिय असणाऱ्या व्यक्तीच तुम्हाला सतत टाळण्याचा खोटा देखावा करतात. तुम्ही त्यांच्या मागे लागला आहात एवढी एकच गोष्ट त्यांना समाधान देण्यास शिल्लक उरलेली असते. इतरांसमोर नेहमीच स्वाभिमानी असलेल्या तुमच्या व्यक्तिमत्त्वाला तडा जाऊ शकतो.

* तुमच्या आवडीच्या व्यक्तीनं तुम्हाला चांगलं म्हणावं अशी तुम्ही अपेक्षा करता. हे त्या व्यक्तीच्या लक्षात येतं. मग ती मुद्दामच तुमचं कौतुक करत नाही. तुमच्यासमोर इतरांचं कौतुक करतील पण तुमचं कौतुक करण्याची वेळ आली की तोंडाला कुलूप घालतील. तुम्हाला तडफडत ठेवणं हा उद्देश असतो आणि कौतुक केल्यास तुम्ही चढून जाल ही भीती असते.

* तुमच्या आवडीची माणसं पझेसिव्ह असू शकतात. मालकी हक्काची ही भावना अती प्रेमापोटी निर्माण होऊ शकते. अती हळवेपणापोटी निर्माण होऊ शकते. असुरक्षिततेच्या भीतीपायीही निर्माण होते. विकृत सुखाच्या लालसेपोटी निर्माण होते. आपण कुणाच्या अशा भावनेला बळी का पडायचं?

* केवळ धोरण म्हणून चांगल्या गोष्टींना म्हणजेच तुमच्या चांगल्या गोष्टींना चांगलं म्हणायचं नाही आणि तुम्हाला खचवायचं असंही काही लोक, तुमच्या आवडीचे काही लोक करतात.

वरील गुणांपैकी, अवगुणांपैकी एखादा, तुमच्या आवडीच्या माणसामध्ये

असतो. त्यायोगे तो तुम्हाला तुमच्या नकळत, कदाचित स्वत:च्याही नकळत छळत असतो. हे तुमच्या लक्षात येत नाही. तुमच्या जोडीदाराच्या लक्षात येतं. तो पुन्हा पुन्हा कळवळून, तुम्हाला ही गोष्ट सांगत असतो. तुमच्या मनावर, तुमच्या आवडत्या माणसाच्या चांगल्या गुणांचा पगडा असल्यानं, तुम्ही तुमच्या जोडीदाराच्या म्हणण्याला धुडकावून लावता. असं करू नका. त्यात खूप तथ्य असू शकतं.

माणसांच्या आवडी-निवडीमध्ये आणखी बरंच असतं. नातेवाईक, मित्र, स्नेही, शेजारी, ऑफिसमधील सहकारी, सिनेमा-नाटकातले हिरो-हिरॉईन, पुढारी असतात. वाणी, कासार, सुतार, शिंपीही असू शकतो.

आवडी-निवडी स्थळांच्या बाबतीत असतात. गावांच्या बाबतीत असतात. निसर्गातील घटकांबाबत असतात. आशा-अपेक्षा-हव्यास या बाबतीत असू शकतात. साहित्याबाबत असतात. कला, संगीत, खेळ, क्रीडा याबाबत असतात. स्वप्न, जिद्द, महत्त्वाकांक्षा, माणसा-माणसांमधील संबंध, स्त्री-पुरुष संबंध, रोमान्स, प्रणय, कामक्रीडा, मुलं-मुली, अपत्यसुख, पैसा, सुखाच्या समाधानाच्या कल्पना... अशा हजारो गोष्टी आहेत. गुणवाचक, भाववाचक, संख्यावाचक वगैरे!

मत आणि आवड

मत ही आवडीपेक्षा वेगळी गोष्ट आहे. आपल्या वैचारिक मंथनातून बाहेर आलेली, एखाद्या गोष्टीबद्दलची/व्यक्तीबद्दलची आपली तार्किक प्रतिक्रिया म्हणजे मत! आपल्या स्वभावाचं भावनिक प्रत्यंतर म्हणजे आपली आवड! आपल्या स्वभावाचा भावनिक पडसाद म्हणजे आपली आवड! मतावर आपलं नियंत्रण असतं. आवडीवर आपलं नियंत्रण नसतं. तळलेलं चमचमीत खाणं आरोग्यास फारसं हितकारक नाही हे शास्त्रीय सत्य आहे. स्वअनुभवातून ते आपलं मतही बनलं आहे. परंतु चमचमीत, तळलेलं खाणं ही आपली आवड आहे. 'कंट्रोल' करावं लागतं.

तर असो!

आपल्या जोडीदारानं आपल्या आवडी समजावून घ्याव्यात. आपल्या आवडीचे आपल्या जोडीदारानं लाड करावेत ही लाडात येणारी अपेक्षा एका ठिकाणी, एका क्षणी थांबवणं गरजेचं आहे. ही अपेक्षा काही अंतरावरच थांबवणं हिताचं आणि व्यवहार्य आहे. दोघांनीही आपल्या आवडी-निवडी जरूर तिथं कंट्रोल करणं, दोघांच्या आणि प्रपंचाच्या दृष्टीनं हिताचं असतं. काय कंट्रोल करायचं, कुठे आणि किती कंट्रोल करायचं हे तुम्हाला तुमचा जोडीदार आणि परिस्थिती शिकवेल. का

आणि कसं कंट्रोल करायचं हे तुम्हाला तुमची जबरदस्त इच्छाशक्ती शिकवेल.

"दुसऱ्याला जपण्याची इच्छाशक्ती! आपल्याच माणसाला जपण्याची इच्छाशक्ती! तुम्ही आपोआप जपले जाता, हे वेगळं सांगायला नकोच."

सवयी -

स्वभावातून आवड निर्माण होते. आवडीतून सवय आणि सवयीतून व्यसन! सवयी निर्माण होण्याचा हा एक मार्ग झाला. काही सवयी आनुवंशिकतेमधूनही येतात. एखादी सवय होणं किंवा लागणं हा त्या त्या वेळी उद्भवणाऱ्या वातावरणाचा परिणाम असू शकतो. हा परिणाम आपल्या विवेकानं आपण नाही पुसला तर त्याचं सवयीत रूपांतर होऊ शकतं. एखाद्या अपघाताचा किंवा धक्कादायक अनुभवाचा परिणाम म्हणून सवय लागू शकते. काही सवयी आपण स्वतःहून लावून घेतलेल्या असतात.

चांगले- वाईट

याशब्दाचे शब्दकोशातले अर्थ, तुमच्यासारखे मलाही माहीत आहेत. पण जीवन झपाट्यानं गतीमान होतंय. त्यामुळंच ते बदलतंय असं वाटतंय. कारण दरदिवशी स्पर्धा तीव्र बनत चाललीय. एकाच गोष्टीसाठी अनेकजण प्रयत्नशील आहेत. त्यामुळं मूळ जीवन तेच असलं, तरी त्याचं स्वरूप सारखं बदलल्यासारखं वाटतं. स्थित्यंतर आणि संक्रमणाची ही क्रिया प्रत्येक क्षणालाच चालू आहे. आपल्याला टिकून राहायचं असेल तर या बदलांना समजावून घ्यावं लागतं. सामोरं जावं लागतं. प्रसंगी दोन हात करावे लागतात. प्रसंगी जुळवून घ्यावं लागतं.

या प्रक्रियेत आपल्या संकल्पनांची मूळ आकृती थोडी-थोडी बदलत चालल्याचं आपल्या लक्षात येतं. या गोष्टीचा आपल्याला त्रास होतो. काय करायचं? आदर्शांना आणि मूल्यांना घट्ट चिकटून राहा असाच उपदेश एकमेकांना करायला हवा. त्यासाठी एकमेकांना बळही द्यायला हवं. स्वतःच्या जीवनाचं बलिदान देऊनही ही उच्च दर्जाची जीवनमूल्यं आणि आदर्श टिकवणारे लोक आजही आपल्या आसपास आहेत. आपल्यापुढे आदर्श म्हणून त्यांचं उदाहरण आहे.

एका बाजूला आदर्शवादाच्या कसोटीवर जीवनाचं दान देणारे हे थोर लोक असतानाच दुसऱ्या बाजूला स्वतःस हवं ते मिळवण्याची प्रचंड धडपड तुमच्या-माझ्यासारखे सामान्य लोक करत आहेत. चांगलं काय? आणि वाईट काय? हे ठरवताना आपणही 'सापेक्षता' या मोजपट्टीचा वापर करू लागलो आहोत. व्यक्तीसापेक्ष, घटनासापेक्ष, परिस्थितीसापेक्ष, हेतूसापेक्ष, स्थल-कालसापेक्ष असा विचार करून

आपण चांगलं आणि वाईट या शब्दांचे अर्थ पुन:प्रत्ययाला घेत आहोत. त्यामुळे 'चांगलं-वाईट' या शब्दांचे डिक्शनरीतले अर्थ एका बाजूला राहिले आहेत आणि वेगवेगळ्या संदर्भात आणि वेगवेगळ्या परिस्थितीत 'चांगलं-वाईट' या शब्दांच्या अर्थाची भलीमोठी यादी दुसऱ्या बाजूला तयार होत राहिली. सवय चांगली की वाईट? हे ठरवताना वेळ लागला, कुठलीही गोष्ट 'चांगली की वाईट' हे ठरवताना वेळ लागला, की आजकाल 'ढोबळमानानं', 'स्थूलमानानं' असं लेबल लावणं, त्यामुळंच आवश्यक होऊन बसलंय. ते सोपंही जाऊ लागलंय.

तुमच्या सवयीचा त्रास किंवा फायदा यानं जास्तीत जास्त प्रभावित होणारा किंवा या सवयींचा जास्तीत परिणाम होणारा घटक म्हणजे तुमचा जोडीदार. तोच सतत तुमच्याजवळ असतो. प्रत्यक्ष सहवास म्हणूनही जवळ असतो आणि मनातही जास्त वेळ, मनाचा जास्तीत जास्त भाग तोच असतो. (नसतो का?)

काही सवयींमध्ये शारीरिक आणि मानसिक किरकोळ दोषांचा प्रादुर्भाव असतो. किरकोळ वैद्यकीय उपचारानं या सवयींपासून सुटका होऊ शकते. झोपेत चालणं, स्वत:शीच मोठ्यांदा बोलणं, नखे कुरतडणं, अंगठा चोखणं, हातापायांचे चाळे करणं, बोलताना अती हातवारे करणं, डोळे उगाचच मिचकावणं, झोपेत घोरणं, रडल्यासारखं हसणं किंवा हसल्यासारखं रडणं अशा सवयी जाण्यासाठी स्वत:ची जबरदस्त इच्छा आणि किरकोळ वैद्यकीय उपचार आणि मदत हवी. हे होऊ शकतं.

आपला प्रांत वेगळा आहे. या प्रांतात आपण आता शिरूया! इथे पती-पत्नीमधल्या काही अशा सवयी आपण उदाहरण म्हणून पाहणार आहोत की ज्यामुळं त्यांचं एकमेकांचं आयुष्य डिस्टर्ब होऊन गेलेलं आहे.

* सुधीरच्या आधी त्याची बायको झोपेतून जागी होते. त्या क्षणी तिला शौचास जाण्याची भावना असतानाही ती जात नाही. इतर सटरफटर उद्योग करत राहते. शौचास जाण्याची भावना ती अर्धा-पाऊण तासही लांबणीवर टाकू शकते. सुधीर अंथरुणावर उठून बसल्यानंतर दहा सेकंदाच्या आत त्याला शौचालयात जावंच लागतं. एक सेकंदही तो पुढे थांबू शकत नाही. ''सुधीर अंथरुणावर उठून बसल्याची चाहूल लागताच दुसऱ्या सेकंदाला त्याची बायको शौचालयात असते.'' नंतर वीस-पंचवीस मिनिटे बाहेर येत नाही. सुधीरचे काय?

''खूप वाद आणि भांडणे होऊन सुद्धा सुधीरची बायको यात बदल करत नाही.''

* सगळं काही व्यवस्थित चाललेलं असताना, उगाचच सवय म्हणून, कृष्णाजी

आपल्या पत्नीस काही भयंकर कुजकट बोलतात. त्याचा उद्देश क्षणभर गंमत करण्याचा असतो असं ते म्हणतात. या प्रकारानं त्यांची बायको इतकी दुखावली जाते की ढसढसा रडून आजारी पडते. कृष्णाजींना पश्चात्ताप होऊन ते माफी मागतात, पण ही सवय थांबवणं त्यांना जमत नाही. आणि त्या सवयीकडं दुर्लक्ष करणं त्यांच्या बायकोला जमत नाही.

* एखादी गोष्ट करण्याची गंधालीची पद्धत तिला सवयीची झाली आहे. पण त्या पद्धतीचा तिला आणि घरच्यांनाही खूप त्रास होतो. वेळेचं आणि पैशाचं नुकसान होतं.

ती गोष्ट करण्याची दुसरी एखादी पद्धत असू शकते, असते, या ज्ञानाशी, गंधाली स्वत:चा संपर्कही येऊ देणं म्हणजे अपमान समजते. नवरा खूप तळमळीनं ही गोष्ट तिला सांगू लागला की ती चवताळते. नवऱ्यानं माझा अपमान केला, मला दोष दिला असं म्हणून ओरडू लागते, किंचाळते. त्याला कुत्रा म्हणते. नवरा गप्प बसतो. त्याला बायकोला जे सांगायचं ते त्याला कधीच सांगता येत नाही.

* प्रत्येक काम अगदीच सावकाश करणे ही स्वातीची स्पेशालिटी. सवयीचा भाग म्हणजे, झाडताना एकेक फरशीवर दहा वेळा झाडू फिरवणे, भांडे घासताना दहावेळा त्यावर हात फिरवणे, एखादी गोष्ट पुसताना त्यावर पंधरा वेळा फडके फिरवणे आणि भात लावताना आधी वीस ते पंचवीस वेळा तांदूळ धुणे! प्रत्येक काम अप्रतिम पण कुठलंही वेळेवर नाही.

दहा किलोमीटरवर दहा - एकतीसचं लग्न असेल तर ती दहा - एक्कावन्नला घरात तयार होते. गावी जाताना दुपारी साडे-तीनला तयार होते. यालाच ती वेळेवर आवरणं असं समजते.

एखाद्या घाईच्या किंवा सणाच्या दिवशीही ती पहाटे उठू शकत नाही. रोजची कामे कमी करू शकत नाही. कामे टाळू शकत नाही. कामे वेगानं करू शकत नाही. कामांचा क्रम बदलू शकत नाही.

नवऱ्यानं तिच्यासमोर हात टेकले. आयुष्यातल्या काही गोष्टी कायमच्या सोडून दिल्या. ती काहीही सोडू शकत नाही.

* मीनाक्षी सकाळी उठल्यापासून रात्री झोपेपर्यंत अव्याहतपणे रोजचीच कामे करत राहाते.

सगळी भांडी घासणे, पुन्हा पुन्हा घासणे.

पूर्ण घर, बाल्कन्या दिवसातून दोनदा झाडणे.

घरातील प्रत्येक वस्तू, फर्निचर ओल्या फडक्याने दोनदा पुसणे.

संडास, बाथरूकम, बेसिन चार-पाच वेळा घासून धुणे. तास दीड तास धुणे!
अंघोळ, एक तासभर देवपूजा, आरती, नैवेद्य!
नवऱ्याचा, मुलांचा नाश्ता, डबा, लागेल तसा स्वयंपाक.
मुलांचा मनापासून अभ्यास घेणे, चार-चार तासमुद्धा!
निवडणं, दळणं करून ठेवणं, मुलांना खाऊ करून ठेवणं.
मुलांचे जादा कपडे धुवून त्यांना इस्त्री करणे.
महिन्यातून दोनदा घरातल्या सगळ्या चादरी, बेडशीट्स धुणे. सगळ्या दारे, खिडक्या, लोखंडी बार पुसून घेणे.
रात्री पुन्हा किचन ओटा, स्वयंपाक, भांडी, धुणं, पुसणं.
रात्री मुलांना दूध गरम करून देणं!
वरील कामांच्या प्रमाणात, क्रमवारीत तिला बदल नको. कुठलेही काम वगळायचे नाही आणि तिला आयुष्यात आनंद हवाय. थोडं स्वास्थ्य, मौजमजा, फिरणं, सिनेमा, नाटक हवंय. तिच्याकडे वेळ शिल्लक राहात नाही. नोकर, कामवाली बाई तिला पसंत नाही. नवरा चार-सहा नोकर घरात ठेवायला तयार आहे. ती म्हणते, त्यापेक्षा मला वाटतं. 'तुम्ही चार-सहा कामं करावीत.' नवऱ्याला तसं वाटत नाही.

* ज्योती रात्री दहालाच झोपते. तिला जागरण आवडत नाही. म्हणून सहन होत नाही. सकाळी सातच्या आधी उठली की तिला त्रास होतो असं ती म्हणते. सेक्ससाठी वेळ कुठला? या विवंचनेत नवरा हातावर हात चोळत बसलाय! संसार मोडण्याइतपत वेळ आली, पण ज्योती तिची सवय बदलायला तयार नाही.
* शोभाला विचार करण्याची सवय/खोड आहे. विचारांचे विषय-नवरा, नातेवाईक, मित्र, स्नेही! त्यांचं वागणं! लोक 'असे' वागतात असं ती गृहीत धरते आणि मग 'ते' 'तसे' का वागतात याचा व्याकूळ होऊन विचार करते. ती आजारी पडते. तिला असह्य त्रास होतो. नवऱ्याला ती एकच प्रश्न सतत विचारते. हा असा का वागतो? ती तशी का वागते? नवरा वैतागून सगळ्यांना अर्वाच्य शिव्या देतो.
  या विषयात नवरा रस घेत नाही म्हणजे त्याला आपल्यातच रस नाही हे ती लोकांना सांगते आणि आता हिच्याबद्दल मला काही वाटणं शक्यही नाही असं नवरा लोकांना सांगतो.
* बाता मारणं, बढाया मारणं, खोटं बोलणं, या बोटावरची बात त्या बोटावर घेणं ही साधनाची सवय. साधना खूप सुंदर आहे. देखणी आहे. खूप काही

गोष्टी घडवून आणण्याची तिची क्षमता आहे. ती कुठल्याही व्यक्तीशी संभाषण साधू शकेल. गल्लीतल्या लहान मुलापासून ते थेट पंतप्रधान, राष्ट्रपती यांच्यापर्यंत. तिची बाजू, तिचे विचार ती प्रभावीपणे मांडू शकते. दुसऱ्याचे समजावून घेऊन त्याला सल्ला देऊ शकते. ती सोशल आहे, प्रॅक्टिकल आहे, धाडसी आहे. सामान्यज्ञान, व्यवहारज्ञान चांगलं आहे. कुठलाही, कसलाही प्रसंग ती लीलया पार पाडू शकते, हाताळू शकते.

नवऱ्याला तिच्या एकाही गुणांशी घेणं देणं नाही. खरं तर तिला जे सासर, जो नवरा मिळाला त्याच्या दहापट गुणवत्तेचं सगळं मिळायला पाहिजे होतं. पण काहीच तसं मिळालं नाही. अगदी नवरासुद्धा!

मग तिनं डोक्यात एक भ्रम करून घेतला. तिला तिच्या योग्यतेचं सगळं मिळालं आहे. तिला हवं ते घडलं आहे. या भ्रमाचं सवयीत रूपांतर झालं. या सवयीचं बढाया, बाता, खोटेपणा यात रूपांतर झालं. आता तो खोटेपणा थांबत नाही.

ती बिचारी खूप प्रेमळ आहे. को-ऑपरेटिव्ह आहे. पण या बढाया, बाता आणि खोटेपणा या तिच्या वेडेपणापायी, या सवयीपायी तिच्यावर खरं प्रेम करण्याची इच्छा असलेले लोक तिच्यापासून दूर राहातात. तोंडावर तिची स्तुती करून, चार दिवस फुकट घालवण्यासाठी लोक तिच्याकडे जातात. तिच्यामागे पुन्हा तिची टिंगल करतात.

* प्रदीपचा प्रेमविवाह. त्याच्या रोख-ठोक बोलण्याच्या सवयीवर रेखा फिदा झाली. प्रदीपची रोख-ठोक बोलण्याची सवय अधिक विस्तारानं तिच्या लक्षात आली. ''अंगावर ओरडणं, किंचाळणं, शिव्या देणं, स्वत:चंच चालवणं, दुसऱ्याचं ऐकूनही न घेणं! रेखा रक्तबंबाळ झाली. तिच्या मनाच्या जखमांवर औषध शोधण्याइतपतही उत्साह आणि रस तिला उरला नाही.

* दुसऱ्याला सुखात पाहिलं की ज्यांचा उगाचच जळफळाट होतो, असे लोक असतात. अनिल बायकोला सुखात पाहून त्रासतो. बायको कायमच खचलेली, पिचलेली, वैतागलेली, त्रासलेली पहायची त्याला सवय आहे. ती सवय विकोपाला गेली.

* मोहनला सरळ विचार करायची सवय आहे. या सवयीचं आता आंधळेपणात रूपांतर झालंय. त्यामुळं त्याला खड्डे दिसत नाहीत. तो स्वत: खड्ड्यात पडतो. कधी स्वत:बरोबर इतरांनाही घेतो. त्याची बायको त्याला सावध करते. त्याला काही सांगणारे लोक त्याला मूर्ख वाटतात. त्यापेक्षा पुन्हा-पुन्हा खड्ड्यात पडण्याची सवय त्याला शहाणपणाची वाटते.

* अठरा तास सलग कष्ट करणं याचं कमलला काहीच वाटत नाही. तिला कशाचाही त्रास होत नाही. त्रास वाटत नाही. मात्र 'सेक्स' आणि 'स्वयंपाक' या गोष्टींच्या कल्पनेनं सुद्धा तिच्या मस्तकात तिडीक जाते. तिला शारीरिक आणि मानसिक वेदना होतात. या दोन गोष्टींचा तिला तिरस्कार वाटतो. ती दोन मुलांची आई आहे.

* नवऱ्याचा पैसा अत्यंत बेजबाबदार पद्धतीनं खर्च कसा होईल हे पाहणं, ही वैशालीची सवय. कुठलीही गोष्ट असेना का! पण ती महागातली महाग आणि लवकरात लवकर निरुपयोगी होईल अशी घ्यायची ही तिची सवय. प्रसंगी, हॉटेलात जेवणासाठी पाचशे रुपये खर्च करायचे आणि वर ''शी! किती घाणेरडे जेवण होते. मी तर काही खाल्लंच नाही.'' असं म्हणायचं ही तिची सवय.

  नवरा कर्जबाजारी झालाय. दुसऱ्या बायका पैसे वाचवून श्रीमंत झाल्यात. त्यांच्या नवऱ्यांना याच्यापेक्षा कमी पगार आहे. 'मी दारिद्र्यात मरणार' ही वैशालीची वाक्ये ठरलेली!

* इंदुमतीच्या वडिलांनी लग्नात जावयास पंचवीस हजार रुपये दिले. इंदूस नऊ तोळे दिले. नंतर वीस वर्षांत जावयासाठी वीस रुपये सुद्धा खर्च केला नाही. या वीस वर्षांत इंदूच्या नवऱ्यानं इंदूच्या माहेरच्यांसाठी नऊ तोळे सोनं आणि पंचवीस हजार रुपये यांच्या तिपटीपेक्षा अधिक खर्च केला. इंदूला तो आठवतच नाही. कळतच नाही. तिला एकच कळतं! नऊ तोळे, पंचवीस हजार.

* स्वतःमध्ये काही कलागुणांची सवय असणं हे चांगलंच आहे. नसेल तर आपल्या जोडीदारामध्ये काही कलागुण असतील तर ते मारण्याची सवय नसावी. त्या कलागुणांना वाव कसा मिळेल यासाठी प्रयत्न करण्याची सवय असावी.

* स्वतःच्या वाईट सवयीतून बाहेर पडण्याची सवय असावी. जोडीदाराला त्या सवयीत ओढण्याची सवय नसावी.

बदल

स्वभाव बदलणं ही मोठी क्रिया आहे. कारण स्वभावाचं नवनीत येण्याअगोदरची मनाची घुसळण फार प्रदीर्घ असते. स्वभाव आणि आवड या झालेल्या जखमांवरची खपली म्हणजे सवय असू शकते. ती हलकेच दूर करावी लागते. नाहीतर मूळ जखमच भळाभळा वाहू शकते. ''पण सत्य म्हणजे जखमेवरची ही खपली अतिशय

हलकेच दूर होऊ शकते.''

सवय वाईट आहे हे कदाचित लवकर नसेल समजत (?) पण जेव्हा समजतं की सवय वाईट आहे. तिचा स्वत:स, मित्रमंडळीस, कुटुंबियांस तोटा आहे. त्रास, नुकसान आहे. तेव्हा मात्र जिवाची पराकाष्ठा करून अशी सवय सोडून द्यायला हवी.

वाईट सवयींमुळे (उदा. दारू पिण्याची) आपला जोडीदार सर्वात अधिक 'डिस्टर्ब' होतो. मुलं 'डिस्टर्ब' होतात. हळूहळू 'संसार' डिस्टर्ब होतो. ''मग हे सगळंच डिस्टर्ब करून घेण्यापेक्षा सवयीच डिस्टर्ब करून घेतलेल्या काय वाईट!''

थोडेसे कष्ट हवेत. धीर हवा. अहंकार पूर्णपणे बाजूला ठेवायला हवा. इतरांसाठी काही करतो आहोत ही मिजास नको. स्वत:साठीचं ते करणं. ''स्वत:स आणि आपल्या कुटुंबियांस ज्या सवयीनं फायदा होतो, सोय होते, सुख-समाधान मिळतं, अशा सवयी मुद्दाम लावून घ्यायला काय हरकत आहे?''

असा विचार करा, की तुम्ही खूप चांगले आहात. तुमचा स्वभाव खूप चांगला आहे. तुमची आवड-निवड खूप चांगली आहे. दुर्दैवानं तुम्हाला काही वाईट सवयी आहेत आणि वाईट सवय प्रयत्नानं पटकन् थांबवता येते. थांबवून टाका. सवय थांबवता येत असेल तर तुमच्याकडे जे जे वाईट आहे त्याला सवय म्हणा आणि थांबवून टाका.

लहानपणी कुठल्यातरी संदर्भात एक वाक्य वाचलं होतं. ''भीती ही सहजप्रवृत्ती आहे. धैर्य जोपासावं लागतं.'' या वाक्याकडून खूप शिकायलां मिळतं. धैर्यासारखी चांगली, उपयुक्त गोष्ट. पण ती सहजप्रवृत्ती म्हणून आपल्या मनातच 'इनबिल्ट' का असू नये? जशी भीती असते तशी! भीतीचं कुठं शिक्षण घ्यावं लागत नाही. धैर्य प्रयत्नपूर्वक आत्मसात करावं लागतं. वाईट आणि चांगल्या सवयी यांचंही असंच आहे.

चांगला स्वभाव बांधण्यास जड जात असेल तर 'रिव्हर्स इंजिनिअरिंग' म्हणून चांगल्या सवयी बांधायला घ्या. चांगली आवड, चांगला स्वभाव आपोआप बांधला जाईल. थोडासा 'एक्सरसाईज' करूया.

* प्रेम काय आहे? वृत्ती, स्वभाव की सवय?
* मानवता, माणुसकी, निष्ठा हे मूल्य म्हणून सोपं की सवय म्हणून सोपं?
* स्वत:मधून वजा जाऊनही इतरांसाठी उरण्याची सवय लावून घेतली तर?
* प्रपंच हे कर्म, कर्तव्य, जबाबदारी न मानता चांगल्या सवयीचा भाग मानला तर?
* जिवंत राहाणं, जगणं हीच एक महत्त्वाची सवय नाही का?

* वरील सवयींसाठी विश्वासाची सवय हवी. हा विश्वास कुणावर ठेवायचा? स्वत:वर की जीवनावर?
* जीवनावर शंका घेण्याची सवय म्हणजे स्वहस्ते स्वत:चं केलेलं विसर्जन नाही का?

  याnंतरही खूप काही उरतंच. आजवर आपल्या वाईट सवयींनी स्वत:चं खूप नुकसान करून घेतलं. पण त्याकडे पाहत, निव्वळ ऊर बडवूनच किती दिवस घ्यायचा? जे सांडून गेलं ते जमिनीत मिसळूनही गेलं. अजूनही खूप आयुष्य उरलंच आहे. खूप संसार-प्रपंच उरलाच आहे. जोडीदार उरलाच आहे. अजूनही खूप काही घडू शकतं.

  ''पण आता मात्र चांगलंच घडवण्याची सवय लावून घ्यायला हवी.''
* आपला स्वभाव नक्की कसा असतो, कसा बनतो, आपण विचार करताना कसे चुकतो, वागताना कसे चुकतो किंवा स्वभाव, विचार वर्तन कसं असावं याचं सुंदर विवेचन डॉ. आनंद नाडकर्णी यांनी 'स्वभाव-विभाव' या पुस्तकात केलं आहे. हे पुस्तक विकत घेऊन वाचावं. संग्रही ठेवावं. खूप उपयुक्त आहे.

❑❑❑

६ अॅप्रोच

'अॅप्रोच' या शब्दाचा अर्थ 'जवळ जाणं', एखाद्या गोष्टीकडे सरकणे, मार्गक्रमण करणे, एखाद्या गोष्टीमधला आणि आपल्यामधला दुरावा कमी करणं. आपल्याला जीवनाच्या जवळ जायचं आहे. प्रपंचाच्या जवळ जायचं आहे. किंवा प्रपंचातून जीवनाच्या जवळ जायचं आहे. जवळ जाणं महत्त्वाचं आहेच. पण त्याहीपेक्षा कुठल्या भूमिकेतून, कुठल्या दृष्टीनं आणि कुठल्या पद्धतीनं आपण जीवनाच्या आणि पती-पत्नी या नात्याच्या जवळ जातो हे त्याहीपेक्षा जास्त महत्त्वाचं आहे.

'अॅप्रोच' हा शब्द खरंच चांगला आहे. या शब्दामध्ये खूप छटा आहेत. दृष्टी, दृष्टीकोन, भूमिका, पवित्रा, भिडण्याची पद्धत, एखाद्या गोष्टीमधून पार पडण्याची पद्धत! या अॅप्रोचला आपण लेबलं चिकटवलेली आहेत. सदोष-निर्दोष, चुकीचा - बरोबर, परिपक्व, अर्धवट... वगैरे! अर्थात ही लेबलं लावताना आपण अंतिम परिणाम डोळ्यासमोर ठेवलेला असतो. तो आपल्याला स्वास्थ्य, सुख आणि आनंद देणारा हवा असतो. सातत्य देणारा हवा असतो. सोपेपणा आणि आनंद देणारा हवा असतो. आत्मविश्वास, जगण्याची इच्छा, जगण्याचं बळ आणि आनंद देणारा हवा असतो. बेसिकली आनंद देणारा हवा असतो.

अॅप्रोच हा शब्द घेऊन नवरा-बायको एकमेकांना दोष देतात. नावे ठेवतात. बऱ्याच ठिकाणी! आणि बऱ्याचदा उगाचच!

अॅप्रोच । १०९

स्वत: करत असलेला विचार हेच अंतिम सत्य, असा भ्रम झाल्यानं, आणि तोच भ्रम घेऊन जगण्याची सवय झाल्यानं! दुसऱ्याला दोषी ठरवण्यानं आपण शहाणं ठरतो, अशा धोरणामध्ये पूर्ण आयुष्य निरर्थकपणात घालवणारे कमी नाहीत. 'पती किंवा पत्नी' एकमेकांची टवाळी करतात. 'त्याचा किंवा तिचा जीवनविषयक ॲप्रोचच चुकीचा आहे. त्याला मी काय करू?'अशी संभावितपणाची मल्लिनाथी सुद्धा पहायला मिळते.

'ॲप्रोच' - मांडणी

सर्वसाधारण मांडणी करायची झाली तर 'ॲप्रोच' तीन टप्प्यांमध्ये समोर येऊ शकतो.

* मनस्वीपणे, उत्कटपणे, तीव्रपणे समरसून जीवनातला क्षण न् क्षण जगणं. त्या प्रत्येक क्षणाची निष्पत्ती एन्जॉय करणं, एक अनुभव म्हणून. अत्यंत निरोगी मनानं. जीवनावर प्रेम करणं, श्रद्धा ठेवणं, जीवनाची भक्ती करणं.

* अतिशय सिन्सीअरली जगणं. जीवनावरची भक्ती आणि श्रद्धा यांना प्रमाण न मानता. कर्मकांडांना टोकाचं महत्त्व देणं. ती अतिशय कर्तव्यबुद्धीनं पार पाडणं. जीवन जगणं. जगत राहाणं.

* जीवनाबद्दल, मनात कायमच एक कंटाळा बाळगणं. निरिच्छ भाव, आळस मनात ठेवणं. सगळंच कुणीतरी लादल्यासारखं बळजबरीच्या भावानं करणं. प्रत्येक क्षणाची निष्पत्ती एक भोग म्हणून भोगत राहाणं. स्वत:च स्वत:चा वैताग बनून जगत राहाणं.

''या मांडणीच्या मध्ये आणखी शेकडो छटा आणि शेकडो पदर असू शकतात.''

माझ्या एका मैत्रिणीला मी एकदा विचारलं,

''कालसापेक्ष काही गोष्टी करायच्या राहून गेल्या तर त्यावर आता उपचार काय?''

''म्हणजे?''

''अगदी रोजचा सकाळचा नाश्ता किंवा रात्रीचं जेवण समज. यातल्या खूप वेळा उपासमारीत गेल्या. शरीर धडधाकट आणि जवान असताना हे घडलं. आता वयाच्या पन्नाशीला समजा सुबत्ता आली तर या उपाशी राहिलेल्या वेळा मनाला समजावून कशा सांगायच्या?''

क्षणभरही न थांबता किंवा विचार न करता ती म्हणाली,''आयुष्यामध्ये जो क्षण वाट्याला येतो तो उत्कटपणे जगावा. त्या त्या वेळी त्या क्षणांकडून जितका जास्तीत जास्त आनंद घेता येईल तेवढा घ्यावा. ज्यावेळी हे आनंदाचे

क्षण पुन्हा हवे असतात, त्यावेळी ते नेमके आपले नसतात. या उत्कटपणे घेतलेल्या आनंदाची आठवण त्यावेळी पुरते.''

''म्हणजे उंटासारखं, मिळेल तेव्हा भरपूर खाऊन घ्यावं. पोटात साठवावं आणि नंतर काही महिने त्यावर राहावं.''

''हे बघ, आपण ऊंट नाही. आपण माणूस आहोत. पहिली गोष्ट म्हणजे भरपूर खाऊ नयेच. त्यानं शरीर आपली आकृती बदलेल. कमी खाण्यानंही मन आनंदानं तुडुंब भरू शकतं. पण त्यात खूप उत्कटता, तन्मयता, एकरूपता, मनस्विता, तद्रूपता हवी. मनाच्या या अशा कित्येक अवस्था आहेत, ज्या या कमी खाण्यामध्ये सुद्धा ओतल्या, तर जो आनंद मिळेल तो नुसता आठवला तरी पुढच्या कित्येक उपाशीवेळा तृप्तीनं ओसंडून वाहतील.''

''हा तुझा जीवनविषयक ॲप्रोच समजू का?''

''तुला हवं ते समज.'' तिनं विषय बंद केला.

माझ्या या मैत्रिणीनं फार काही जगावेगळा शोध लावून तो माझ्यासमोर मांडला नव्हता. पण तिचा हा विचार आधीपासूनच तयार होता, याचं मला जास्त कौतुक वाटलं आणि त्या विचाराला अनुसरूनच ती जीवनाकडे पहात होती. जीवन जगत होती. तृप्त होती. मूलत:च निसर्गात असलेलं, माणसाच्या वृत्तीत असलेलं एक दालन तिनं माझ्यासमोर खुलं केलं होतं.

समीक्षा

समीक्षकाची साधारण व्याख्या अशी करतात की सकळजनांच्या अभिरुचीला वळण लावणारी व्यक्ती. आणि मग समीक्षा म्हणजे तुमच्या -माझ्या अभिरुचीला तसं वळण देणारी दृष्टी असावी. आमच्या जीवनविषयक अभिरुचीला वळण लावण्याची आम्हाला गरज आहे. जीवन आम्हाला आवडायला तर हवंच! ते आवडण्यासाठी आम्हाला पदोपदी योग्य अशी वळणं घ्यायला हवी. पण ती योग्य वळणं पावलांना भेटण्यासाठी पावलं आधी योग्य रस्त्यावर तरी पडायला हवीत.

आमच्या जीवनविषयक अभिरुचीला वळण लावणारी दृष्टी म्हणजेच आमचा ॲप्रोच. इथे या जीवनात खूप समीक्षक भेटतात. आपल्याला कायमच शहाणं करून सोडत पुढे सरकणारे क्षण, त्या क्षणांना साक्ष म्हणून घडलेल्या घटना आणि त्या घटनांना निमित्त होणाऱ्या व्यक्ती या सगळ्या आपल्या समीक्षकच असू शकतात. आपली वेचण्याची वृत्ती हवी. नसेल तर तयार करायला हवी. आपल्याला सगळं काही किंवा खूप काही येतंय या शिष्टपणातून बाहेर न पडताच कित्येक पिढ्या संपल्या. परिणामी त्यांचं जग डबक्याएवढंच राहिलं. त्या डबक्यातच त्यांनी त्यांची

श्रीमंती आणि साम्राज्य अनुभवलं. स्वामित्व आणि श्रेष्ठत्वाची भ्रामक जाणीव अनुभवली. या डबक्याबाहेर पडण्याचं धाडस कित्येक लोक अजूनही दाखवू शकत नाहीत. डबक्याबाहेर पडलो तर आपलं खुजेपण, आपलं थिटेपण जगाला कळेल अशी त्यांना भीती वाटते. अर्थात ते खुजेपण आणि थिटेपण एरव्हीही कळालेलं आहेच. मला असं वाटतं की सभोवतालच्या वातावरणात, कणाकणातून आणि क्षणाक्षणातून ज्ञान झिरपतं आहे. आपण स्पंजासारखं ते टिपायला हवं.

नवरा-बायको एरव्ही इतरांसमोर स्वतंत्रपणे लीन असतील. ज्ञानग्रहणासाठी उत्सुक आणि तत्पर असतील. विद्यार्थ्यांच्या भूमिकेत असतील. पण एकमेकांसमोर आले की लगेच मास्तर होतात. आपण सर्वगुणसंपन्न आहोत अशा थाटात जोडीदारास शिकवायला जातात. का? शिकण्याचाच ॲप्रोच ठेवला तर बिघडतं कुठं? शिकण्यासाठी जवळ जायला हवं. जवळ जाऊन काही शिकायला हवं! त्यासाठी आधी जवळ जायला शिकायला हवं!

एकमेकांच्या जवळ न जाता उलट दूर दूर जाणं आणि एकाकी होऊन झुरत बसणं हा फार कॉमन आजार पती-पत्नीमध्ये पहायला मिळतो. कशासाठी झुरत बसायचं? एक तर अपेक्षा करायची. ती व्यवस्थितपणे एक-दुसऱ्याला सांगायचीच नाही. जोडीदारानं ती आपोआपच समजावून घेतली पाहिजे असा अव्यवहार्य हट्ट मनात बाळगायचा. त्या हट्टाला मग अहंकाराचा मुलामा द्यायचा. वाट पहात राहायचं! याला मी तरी वांझोटी वाट पहाणं म्हणतो. एखाद्याला घरी बोलवायचंच नाही आणि त्याची घरी वाट पहात बसायचं, हा फाजीलपणा, मूर्खपणा नाही तर काय?आणि मग ती गोष्ट घडत नाही म्हणून झुरणी लागायचं. दिवस, महिने, वर्षे, आयुष्य बरबाद करायचं? कशासाठी?

यावर मार्ग नाहीये का? साधा मार्ग आहे हो! ॲप्रोच! जवळ जा, जोडीदाराच्या जवळ जा! पती-पत्नी हे नातं म्हणून नव्हे, भूमिका म्हणून नव्हे तर समोर एक माणूस आहे म्हणून. एक जीव आहे, एक मन आहे, आपल्याच आत्म्याचा काही अंश आहे, समोर जे काही आहे ते आपलं आहे या प्रेमाच्या भावनेनं समरसून जवळ जा. जवळ जाऊन तर बघा. सुखाचा, आनंदाचा सागर आहे. पण यू हॅव टु ॲप्रोच!

आपल्यासारखे आपणच

परमेश्वर कृपेने आपण जगणं मिळवतो ते माणसाकडून आणि त्याच्याच कृपेने जगण्याचं हे लोन पुढे देतो तेही माणसालाच. पुन्हा जगण्याचा सगळा व्यवहार तो माणसाशीच. जमतं ते माणसाशी आणि नाही जमत तेही माणसाशीच.

प्रपंचाचा, संसाराचा व्यवहारसुद्धा एका माणसाशीच. तुमच्याचसारखं अस्तित्व, मन, विचार, भावना, इच्छा, आकांक्षा असलेल्या माणसाशी. मग गाडं अडतं कुठं? दु:ख आहे कुठं?

खरं तर माणसं आपल्याला फार कमी दु:ख देतात. माणसांकडून अपेक्षा करणारा आपला स्वभाव आपल्याला जास्त दु:ख देतो. माणसं स्वत:च्या मनासारखी वागतात हा आपल्या दु:खाचा विषय नसतो, तर ती आपल्या मनासारखी वागावीत, अशी आपण केलेली अपेक्षा हा आपल्या दु:खाचा विषय ठरतो.

आपण लोकांशी वागतो. व्यवहार करतो. भावबंध निर्माण करून जोपासतो. हे सगळं आपण आपल्या स्वभावाशी जोडतो. पण गमतीचा भाग असा की आपला स्वभाव हा मूळ गाभ्यातून आपल्या अपेक्षांशी जोडलेला असतो. अपेक्षा आपल्या दृष्टीतून निर्माण होतात आणि या दृष्टीतूनच 'ॲप्रोच' प्रवास करतो. दिशा असो, वेग असो, पद्धत, व्याप्ती, खोली ही या प्रवासाची गुणवैशिष्ट्ये आहेत. आपल्या अपेक्षा आणि ॲप्रोच यांचा ताळमेळ घालणं हे आपल्या विवेकाचं काम आहे. आणि हा विवेक आपल्याकडे उपजतच आहे. या विवेकाचा वापर करून त्याचा विकास करायचा की आधी त्याचा विकास करून मग वापर करायचा हे ठरवणं आपल्या धोरणाचा भाग आहे. अर्थात आपलं एकूण धोरण हे एकूण आपल्या इच्छाशक्तीची तीव्रता आणि आपली वैयक्तिक क्षमता यातून निर्माण झालेलं असतं. आपली इच्छाशक्ती आणि कार्यक्षमता ही आपण अंतिम परिणामाशी जोडतो. 'तुम्हाला, मला आयुष्याकडून नक्की काय हवंय' याच्याशी अंतिम परिणाम जोडला जाऊ शकतो. तुम्हाला आयुष्याकडून काय हवंय हे फक्त तुमच्याशीच जोडलं जाऊ शकतं. तुमचं सुख, तुमचा आनंद नक्की कशात आहे, हे तुमचं तुम्हाला ठरवायचं आहे. इथे ज्या पारंपरिक कसोट्या आणि मानदंड आहेत, संकल्पना आहेत त्या तुमची मदत करतीलच. पण त्या व्यतिरिक्त मात्र तुमची मदत तुम्हाला करायची आहे. "यू हॅव टु हेल्प युवरसेल्फ. यू हॅव टु ॲप्रोच युवरसेल्फ."

ॲप्रोच-मांडणी-विस्तार

आपण 'ॲप्रोच' हा विषय तीन स्वरूपात मांडला आहेच. तोच आपण आता विस्तारानं पाहूया.

येरे क्षणा - येरे क्षणा

श्रेष्ठ कवी आरतीप्रभूंची रचना आहे,

'येरे घना, येरे घना,

न्हाऊ घाल माझ्या मना!

आपण असं म्हणू या,

'येरे क्षणा, येरे क्षणा,

न्हाऊ घाल माझ्या मना!

ही मांडणी, प्रत्येक क्षण मनस्वीपणे, तीव्रपणे, उत्कटपणे समरसून जगण्याची आहे. जीवनावर प्रेम आणि भक्ती करण्याची आहे. जगण्यातली निष्पत्ती एन्जॉय करण्याची आहे.

क्षणांनी आपल्याला न्हाऊ घालावं असं तुम्हाला वाटत असेल तर आधी तुम्ही क्षणांना न्हाऊ घातलं पाहिजे. पुढाकार घेऊन, पुढे होऊन! पंढरपूर येथे, आषाढी एकादशी दिवशी, चंद्रभागेवर जाऊन बघावं. नदीच्या पात्रात लाखो भाविक स्नान करत असतात. त्यावेळी ते शेजारच्या माणसाच्या अंगावर पाणी घालतात. प्रेमभरानं त्याचं अंग चोळून देतात. ओळख असो वा नसो, ते प्रत्येकामध्ये विठ्ठलाला पाहतात. मनाच्या एवढ्या उच्च अवस्थेशी ते तादात्म्य पावलेले असतात की प्रत्यक्ष विठ्ठलालाच आपण न्हाऊ घालतो आहोत अशा तृप्तीमध्ये ते तल्लीन झालेले असतात. ही तृप्तीची भावना त्यांना त्या क्षणांनी दिलेली असते. पण त्या आधी त्यांनी त्या क्षणांना आपलं सर्वस्व देऊन टाकलेलं असतं.

क्षणांमध्ये असं मिसळून, विरघळून जायला हवं. क्षणांपासून आपण आपलं स्वत:चं असं वेगळं अस्तित्व ठेवूच नये. आपणच ते क्षण बनून जावं. आपणच ते क्षण बनून रहावं. क्षणांच्या असं जवळ जावं. इतकं जवळ जावं. हाच तो ॲप्रोच रसिकतेचा, आर्द्रतेचा!

जड झाले ओझे!

ही दुसरी मांडणी. जीवनातील आणि जगण्यातील कर्मकांडांनाच टोकाचं महत्त्व द्यायचं! रोजची, नित्याची दैनंदिन कामेच अशी मान मोडून करत राहायची की ती तशी नाही केली तर फासावर लटकवणार आहेत. यात फक्त जगणं होतं. जगत राहणं होतं.

या जगण्यात कर्मावर श्रद्धा नसते, तर कर्मकांडांवर अंधश्रद्धा असते. जीवनाला मिठीत घेऊन जगावं. या मांडणीत लोक जीवनाला उरावर घेतात. आणि नुसते उरावर घेऊन थांबत नाहीत... पुन्हा डोक्यावर घेतात.

यामध्ये लोक उगाचच शिस्तीचा बडेजाव सांगतात. सातत्याचा टेंभा मिरवतात. सिन्सियारिटी म्हणजे काय ते दुसऱ्यांना समजावून सांगतात. पण दिवसेंदिवस त्याच्या डोक्यावरचं ओझं जड होत असतं. पुन्हा उरावर नवनवीन येऊन बसतच असतं. दैनंदिन जीवन अतिशय श्रद्धेनं जगणं हे चांगलंच. रोजची कामे अतिशय

प्रेमानं, मन लावून करणं हेही चांगलं. पण या निव्वळ कामांच्या मोटारीत जीवनाला बसवू नये. जीवनाच्या मोटारीत कामांना बसवावं. ज्यांना जिथं बसायचंय तिथं बसू द्यावं. उतरायचं तिथं उतरू द्यावं. गाडी जीवनाची चालू हवी, कामांची नव्हे.

या कामांच्या ढिगाऱ्यात आपण स्वतःची ओळख, स्वतःचं अस्तित्त्व विसरून जातो. सुख आणि आनंद विसरून जातो. स्वतःचं जीवन, जगणं विसरून जातो. अगदी टोक म्हणजे, आपण कशासाठी काय करतो आहोत हेच विसरून जातो. जीव ओझ्याखाली कासावीस होतो. कुठे चाललो आहोत? का चाललो आहोत? काय मिळणार आहे? काय भेटणार आहे? काहीच समजत नाही. काय पाहिजे ते समजत नाही.

तिसऱ्या मांडणीकडे जाण्यापूर्वी आपण वरील दोन मांडणींची तुलना करूया.

तुम्हाला परमेश्वराची भक्ती करायची आहे. दोन मार्ग आहेत.

* परमेश्वराला विनंती करा. "माझ्या मुखात, मनात, आत्म्यात आता तुझ्याशिवाय काही ठेवू नकोस. म्हणजे प्रत्येक कर्म मी तुझ्या साक्षीनं करीन. तुलाच ते अर्पण करीन. म्हणजे ते कर्म निश्चित चांगलं करण्याची किंवा चांगलंच कर्म करण्याची मला सतत बुद्धी होत राहील. यातून माझा अहंकार गळून जाईल. आणि माझ्यासाठी फक्त आनंद उरेल, आणि आनंद म्हणजे प्रत्यक्ष तूच आहेस." हा भाव सतत मनात ठेवून आपलं नित्यकर्म अतिशय उत्कटतेनं, आनंदानं, प्रेमानं समरसून करायचं. कुठलंही कामं हे परमेश्वराची सेवा मानायचं. अगदी घराची स्वच्छता सुद्धा! मग मनाची स्वच्छता आपोआप होत राहील.

* दुसरा मार्ग म्हणजे, देवाच्या मूर्तीला गरम पाण्यानं न्हाऊ घाला. दही, दूध, तूप, मध, साखर अशा पंचामृतानं न्हाऊ घाला. त्याला अत्तर लावा. हळदकुंकू, फुलं, अक्षता वहा. कापूर, उदबत्ती प्रज्वलित करा. आरती म्हणा. मंत्र म्हणा. स्तोत्र म्हणा. नैवेद्य दाखवा. पुन्हा ह्या सगळ्या गोष्टी मोठमोठ्यांदा देवालाच संस्कृतामधून म्हणून दाखवा. उदाहरणार्थ, मोठ्यांदा म्हणायचं, देवाय नमः, माधवाय नमः, केशवाय नमः, अहंम धूपम समर्पयामी, दीपम दर्शयामी...

वरील दोन्ही मार्गानं आपण परमेश्वराचीच भक्ती करतो. म्हणजेच देवाच्या जवळ जाण्याचा प्रयत्न करतो. पहिल्या प्रकारच्या भक्तीमध्ये, 'देवाला काय वाटेल?' असा विचार मनामध्ये कमी येतो. दुसऱ्या प्रकारामध्ये देवाची पूजा करताना, आपलं काही चुकतंय का? आपल्याकडून काही कमी पडतंय का? असं सारखंच मनात येतं. आणि मग तसं झालं तर देवाला काय वाटेल, असं वाटतं. हा मोठ्या गफलतीचा भाग आहे. देवाला काहीच वाटत नसतं. त्यामुळं देवाची पूजा ही देवाला बरं वाटण्यासाठी करायची नसते, तर तुम्हाला बरं वाटावं म्हणून करायची

अप्रोच । ११५

असते. जी पूजा करताना मनात सारख्या शंका येतात, धास्ती वाटते, ती कसली पूजा? डोक्यावर कर्मकांडाचं ओझं वाढत जातं आणि आपण कशासाठी काय करतो आहोत या गोंधळानं मन ग्रासलं जातं, ती कसली पूजा? ते कसलं जवळ जाणं? ''एखाद्या गोष्टीच्या जवळ जाणं हे निश्चितपणे आनंदाचंच व्हायला हवं. पण आपण जवळ जाण्याची पद्धतच जर अशी निवडली की नंतर कशाच्या जवळ जातो आहोत त्याचाही विसर पडेल... तर अशा पद्धतीचा उपयोग काय? का जवळ जातो आहोत? असा संभ्रम मनात पैदा होत असेल तर अशी पद्धत तुमच्या विश्वासाला आणि एकूण जीवनावरच्या श्रद्धेलाच तडा देणारी आहे.''

    * तुम्ही स्वत: तर आतून ओथंबलेले राहाच, पण बाहेर निसर्गात, जीवनात जो ओलेपणा, जी आर्द्रता भरभरून वाहते आहे आणि भरून राहिली आहे त्यात मिसळून जा. झोकून द्या. ओलेपणाच्या जवळ जा. हा... तो ॲप्रोच.

आता आपण तिसरी मांडणी पाहूया.

श्रेष्ठ कवी सुरेश भटांची एक कविता आहे,

''असेच हे कसेबसे
कसेतरी जगायचे...''

अर्थात 'जगानं पूर्णपणे टाकून दिलेल्या' माणसाची व्यथा या कवितेत मांडली गेली आहे. अशा माणसानं स्वत:चं दुःख स्वत:लाच सांगण्यासाठी असं म्हणणं ठीक आहे. पण परमेश्वरकृपेनं सगळं ठीक असताना सुद्धा काही लोक जीवनविषयक ॲप्रोचची मांडणी अशी करतात. घर आहे. सोन्यासारखी बायको, मुलं आहेत. आर्थिक सुबत्ता आहे. घरातील सगळ्यांची शरीरप्रकृती धडधाकट आहे. थोडक्यात कुठलीही समस्या नाही. आता तुम्ही म्हणाल, असं असतं का? कुठलीही समस्या नाही असं कसं?... या लोकांची मांडणी अशी की यांना जीवन आणि जगणं हेच जिवावर आलेलं असतं. जगण्यासाठी लागणारे कमीत-कमी व्यवहार करण्याचा सुद्धा या मांडणीत कंटाळा असतो. काही नकोच असतं. यांच्या मनात जीवनाबद्दल कायमच एक कंटाळा असतो. आळस! सगळंच कुणी लादल्यासारखं, बळजबरी केल्यासारखं! प्रत्येक क्षणाची निष्पत्ती ते एखादा भोग भोगावा तसे भोगत असतात. स्वत:च स्वत:चा वैताग बनून जगत असतात.

हे लोक असेच, कसेतरी, कसेबसे जगत असतात. यांच्या जोडीदाराचं काय होत असेल?

तर असो!

माणसाचा ॲप्रोच समजला नाही, तर त्याच्या हेतूबद्दल गैरसमज होऊ

शकतो. जोडीदारापैकी एक दुसऱ्याला 'मनुष्यद्वेष्टा' म्हणतो तर दुसरा त्याला 'मनुष्यवेडा' म्हणतो. मनुष्यद्वेष्टा हा तुसडा, खडूस समजला जातो तर मनुष्यवेडा लोचट आणि लाचार समजला जातो. शाळेत शिकवतात की माणूस हा 'समाजप्रिय प्राणी आहे.' समाज हा माणसांचा बनलेला असतो. म्हणजेच माणूस हा माणूसप्रिय प्राणी आहे. असा माणूस दुसऱ्या माणसाचा द्वेष करेल? म्हणजे केवळ द्वेषच करू शकेल?

प्रश्न आविष्काराचाही आहे. कुणाला गळ्यात पडायला आवडतं. कुणी त्यालाच लगट आणि लोचटपणा म्हणतं. आता लगट आणि लोचटपणा हे शब्दच एखाद्याच्या भावनेला आणि हेतूला खालच्या पायरीवर घेऊन जाणारे आहेत. त्यामुळे एकाने दुसऱ्याला हे शब्द वापरले की दुसरा दुखावतो. मग दुसरा पहिल्यास खडूस,तुसडा म्हणतो. दोन ॲप्रोच आहेत.

* लगट न करताही प्रेम करता येतंच की! त्याच्याजवळ जाता येतंच की! त्यासाठी गळ्यातच कशाला पडायला हवं?

किंवा

* लगट करायची नसेल, गळ्यात पडायचं नसेल तर प्रेम करायचंच कशाला? त्याला प्रेम म्हणायचं कशाला?

खरं काय असतं? खरं काहीच नसतं? असं कसं होईल? माणसाचं सर्वाधिक प्रेम स्वत:वर असतं. सर्वप्रथम प्रेम स्वत:वर असतं. त्यानंतर त्याचं प्रेम असतं त्याच्या हेतूंवर. पुढे क्रमानं सगळं काही येतंच. म्हणजे इतर माणसांविषयी त्याच्या मनात निर्माण होणारं प्रेम. या प्रेमाच्या आविष्काराचं वेगळेपण प्रत्येकाठायी आहे. तरीही आपल्या मनातील हेतूंचं प्राबल्य हेच या प्रेमाचं उगमस्थान प्रत्येकाच्या ठायी आहे. (अगदीच पारमार्थिक निरपेक्ष प्रेम वगळा.) निव्वळ अपवाद म्हणून खरं खरं उतू चाललेलं प्रेमही असतंच. पण आजकाल हे प्रेम वेड्यात किंवा विदूषकी चाळ्यात गणलं जातं. त्यामुळे लोचटपणा किंवा तुसडेपणा अशी वर्गवारी अन्यायकारक आहे.

एक गमतीचं उदाहरण पाहू या.

* पुरुषाला आनंद होईल?

आपल्या बायकोच्या माहेरचे लोक ऊठसूट येऊन आपल्याकडे राहतात. यथेच्छ पाहुणचार झोडतात. आपल्या घरातली जागा व्यापतात. त्यांच्या अनेक समस्या मिटवताना आपला प्रचंड पैसा खर्च होऊन आपण प्रसंगी कर्जबाजारी होतोय.

* स्त्रीस आनंद होईल?

नवऱ्याचे आई-वडील, भाऊ-बहीण ऊठसूट त्या स्त्रीला राबवताएत, वाकवताएत. त्यांची सेवा-सुश्रूषा करावी लागत आहे. स्वयंपाक, आवडी-निवडी, पथ्यपाणी, पाहुणचार सांभाळताना तिला स्वत:कडेही लक्ष देता येत नाही. ती अशक्त आणि कृश होत चालली आहे.

वरील दोन्ही केसेसमध्ये नवरा-बायको आनंदानं वेडे होऊन नाचताएत,गाणी गाताएत, सुखाच्या लाटेवर आरूढ झालेत असं चित्र प्रॅक्टिकली कुठं पहायला मिळेल का? पण मग नवरा-बायकोची एकमेकाकडून अशी टोकाची अपेक्षा का असावी? वरकरणी कबूल करत नाहीत की इतकी टोकाची अपेक्षा करतो, पण खरंतर भाबडेपणात इतकीच अपेक्षा केली जाते.

तुमचे आई-वडील पाहून तुम्हाला उचंबळून येणं हा निसर्ग आहे. त्याचा परिणामस्वरूप हा तुमचा वैयक्तिक अनुभव-अनुभूती आहे. तसाच अनुभव-अनुभूती तुमच्या जोडीदाराला यावी असा हट्ट का? तुमच्या जोडीदारासही उचंबळून येईल पण त्याचे आई-वडील पाहून-तुमचे नव्हे! तुमचे आई-वडील पाहून दुसऱ्याला किमान माणुसकीची उपरती झाली तरी पुरे! त्याहीपुढे नात्यातून निर्माण होणाऱ्या किमान कर्तव्यांची आणि किमान प्रेमाचीही अपेक्षा करायला हरकत नाही. पण उचंबळून येण्याची अपेक्षा कशासाठी?

आपण अशी अनैसर्गिक अपेक्षा आपल्या जोडीदाराकडून करतो आणि ती नैसर्गिकपणे पूर्ण व्हावी अशी आशा मनात धरतो. तसे गृहीतही धरतो. त्याप्रमाणे घडत नाहीच. मग आपण मनातून नाराज होतो. जोडीदारावर दोषारोप करतो. त्याच्या मनीध्यानीही नसतील अशा गोष्टी त्याच्यावर आरोप म्हणून फेकतो. त्याच्या मनाचा चक्काचूर करतो. आपल्या जोडीदाराच्या मनातली, आपल्या आई-वडिलांची प्रतिमा आपणच आपल्या अव्यहार्य अपेक्षा आणि हट्टापायी, विद्रूप करतो. आपल्या जोडीदाराला त्यामुळं काही कारण नसतानाही आपल्या आई-वडिलांचा राग येऊ लागतो. तो चिडचिड करतो, दुर्लक्ष करतो... कधी द्वेषही करतो. नसलेला प्रॉब्लेम निर्माण होतो. आपण तो निर्माण करतो.

''अत्यंत खल प्रवृत्तीचे सासू-सासरे किंवा सून-जावई (अपवादात्मक) सुद्धा क्वचित कुठे असू शकतात.'' ती वेगळी वस्तुस्थिती आहे. तो प्रॉब्लेम आहे, पण स्वत:च्या सासू-सासऱ्यांकडे तुसडेपणानं पाहणं हा प्रॉब्लेम नाही. ही बहुतांशी प्रतिक्रिया आहे. ती टाळली जाऊ शकते. सासू-सासऱ्यांच्याही जवळ जाता येते. 'यू हॅव टु अॅप्रोच.'

एकूणच अॅप्रोच या शब्दाच्या आणि त्या शब्दाच्या अर्थाच्या जवळ जाण्याचा आपण प्रयत्न केला. एकूण जीवनाच्या संदर्भात याचा विस्तार, व्याप्ती खूप अंगांनी

आणि खूप प्रमाणात होऊ शकते. हा विस्तार आपल्याकडे आपल्या कल्पनाशक्तीची आणि कृतीची मागणी करतो आहे. आपणही ही मागणी प्रपंचाच्या, संसाराच्या संदर्भात पूर्ण करण्याचा प्रयत्न केला आहे. या विस्ताराची सांगड आपण पती-पत्नी या नात्याशी आणि या नात्याच्या संदर्भाशी घातली आहे.

सौख्यभरे नांदताना इतकं पुरे!

❏❏❏

.७.
प्रायॉरिटीज

'**प्रा**धान्यक्रम' हा मराठी शब्द आहे. पण पतीस किंवा पत्नीस प्रपंचामध्ये हा मराठी शब्द वारंवार वापरावा लागत नाही. त्याचा अर्थ संसारामध्ये समरसून गेला आहे. मुरला आहे. त्याचा मुद्दाम उल्लेख करावा लागत नाही. ज्या घरी मुद्दाम उल्लेख करावा लागतो, तिथे काही समस्या आहे असे समजावे आणि तिथे समर्थनार्थ इंग्रजी शब्दाचा आधार घ्यावा लागतो. 'प्रायॉरिटी' अर्थाची एक पळपुटी शेड म्हणूनच संसारात आणि नवरा-बायको या नात्यात फारच रूढ झालेली आहे.

* आमच्या प्रायॉरिटीज मॅच होत नाहीत.

\- ही समस्या

* ही गोष्ट माझ्या प्रायॉरिटीवर नाही.

हो का! पण ती माझ्या प्रायॉरिटीवर आहे.

\- हा वादाचा विषय.

* जे जे म्हणून माझ्या प्रायॉरिटीवर आहे, नेमकं तेच, दुर्दैवानं माझ्या जोडीदाराच्या प्रायॉरिटीवर नाही.

\- हा दु:खाचा विषय.

यामध्ये बऱ्याचदा असंही होतं की आपल्या जोडीदाराच्या प्रायॉरिटीवरचे विषय आपल्याला पेलत नाहीत, पटत नाहीत हे तर प्रमुख कारण आहेच. पण ते विषय आवाक्याबाहेरचे, कुवतीबाहेरचे असणं हेही सत्य असू शकतं. त्यामुळं मग 'ते माझ्या प्रायॉरिटीवरच नाहीत' अशी खोटी पळवाटही शोधावी लागते. त्यापेक्षा स्वत:च्या

प्रायॉरिटीज जोडीदारासमोर उघड्या करणं, त्या सत्य म्हणून दुसऱ्यानं समजावून घेणं आणि दोघांनी मिळून, समजुतीनं त्यावर मार्ग काढणं हा योग्य प्रवास आहे.

एकदा असं घडलं.

* सुनीलचं लग्न झालं. इतर बहुतेक सगळ्या लग्नासारखं जुगारी पद्धतीनं त्यानं लग्न केलं. एक आठवड्यातच सुनीलची 'म्हणे' खात्री पटली की त्याला जशी बायको हवी होती तशी ती नाही. कणभरही तशी नाही. ती सर्वसामान्य पण नाही. थोडीशी वेडसर आहे. ती खरं तर वेडसर नव्हती 'म्हणे'! वेडसर लोकांसारखी ती वागायची, बोलायची, विचार करायची. आठवड्याच्या शेवटी सुनीलचं मन सैरभैर झालं. आपण फसलो, हरलो,आयुष्यातून उठलो, आयुष्याचा सत्यानाश झाला, वाटोळं झालं, शेवट झाला या अशा अंतिम टोकाच्या विचारांनी त्याला घेरलं.

या बाईबरोबर पुरा जन्म काढायचा या कल्पनेनं तो समूळ संपून गेला. कुठे तो उरलेला त्यालाच सापडेना. यावर त्याला काही उपाय, मार्ग सापडेना. हिला हाकलून कसं द्यायचं,हिच्याशी घटस्फोट कसा घ्यायचा हे त्याला नीट समजेना. नीट ठरवता येईना. घरात मात्र सर्वत्र आनंदी वातावरण होतं. त्याचे आई-वडील खुशीत होते. लग्न अत्यंत थाटात पार पडलं होतं. मुलीचे आई-वडील सज्जन वाटत होते. मुलगी लीन, शांत, कामसू वाटत होती. कामात, स्वयंपाकात कुशल, तरबेज वाटत होती.

प्रॉब्लेम झाला होता तो फक्त सुनीलचाच. आणि त्याहीपुढे म्हणजे, सुनीलच्या बायकोला कसलाच प्रॉब्लेम वाटत नव्हता. तिला घर आवडलं होतं. घरातली माणसं आवडली होती. महत्त्वाचं म्हणजे नवराही खूप आवडला होता. सुनील विचार करून करून थकला. आणि शेवटी तो मनालाच समजावून बोलला,''जाऊदे! माझ्या मनासारखी बायको मला मिळणं, ही गोष्ट माझ्या प्रायॉरिटीवरच नाही.'' 'प्रायॉरिटी' हा शब्द अशा रीतीनं त्याच्या मदतीला आला.

''कोल्ह्याला द्राक्षे आंबट'' जाऊदे! असं का असेना! मला माझ्या आयुष्यात आनंद आणि सुख मिळवण्यासाठी दुसरं बरंच काही आहे. मी उत्कृष्ट क्रिकेटपटू आहे. मी सुंदर गातो. अगदी रंगमंदिरात पब्लिक शोमध्ये गातो. माझं मित्रांचं, नातेवाईकांचं सर्कल मोठं आहे. मी बुद्धिमान आहे. नोकरीत चांगलं स्टेटस आहे. मी भरभर पुढे जाणार आहे. माझ्याकडे भरपूर पैसा आहे. मी भारत-भ्रमण करू शकतो. परदेशामध्ये फिरायला जाऊ शकतो. मी लोकांमध्ये, मित्र-नातेवाईकांमध्ये प्रिय आहे! चला... आता मी निर्णय घेतो

की मी संसार तर याच बाईबरोबर करीन. पण ही बाई माझ्या प्रायॉरिटीवर नाही. प्रायॉरिटीवर ठेवण्यासाठी माझ्याकडे भरपूर आहे. सुनीलच्या लग्नास आज तेवीस वर्षे पूर्ण झाली असून त्याचे दोन्ही मुलगे वैद्यकीय महाविद्यालयात शिकत आहेत. ''नाईलाजानं का होईना, पण प्राधान्यक्रम बदलण्याचं शिक्षण देणारं थोर विद्यापीठ म्हणजे प्रपंच! संसार... लग्नव्यवस्था. 'तडजोड' ही थोर अनुभूतीसुद्धा याच विद्यापीठात दिली जाते. प्राधान्यक्रम बदलण्याच्या क्रियेशी या अनुभूतीचा फार जवळचा संबंध आहे.''

* दिगंबर चांगला आय. ए. एस. ऑफीसर! खेड्यातून पुढे आलेला. कुठलं तरी भाबडं आणि आंधळं गणित मांडलं. फक्त एस.एस.सी. शिकलेली मुलगी बायको म्हणून घरात आणली. तिचा बाप करोडपती होता. काही दिवसातच दिगंबरास समजलं की मुलगी फक्त कमी शिकलेलीच नव्हे, तर मठ्ठही आहे. माठ आहे. तिला देशाचा पंतप्रधान किंवा राज्याचा मुख्यमंत्री यांची नावे सांगता येत नाहीत. ती कुठल्याही दिवंगत नेत्याची नावे ठोकून देते. दिगंबर तिला अडाणी म्हणाला. ती ताडकन् म्हणाली,

''शिक्षण आमच्या प्रायॉरिटीवर नाही.
आम्ही शिक्षणाच्या विरुद्ध आहोत.
मला 'आय ए एस' असला नोकर नको होता.
कारखानदार, व्यापारी असा मालक हवा होता.
तो माझ्या प्रायॉरिटीवर आहे.''

* पती-पत्नीमधील खालील संभाषण लक्ष देऊन ऐकूया. चोरून नव्हे!

पत्नी - मला भारी साड्यांची खूप हौस आहे. माझी टॉप प्रायॉरिटी.

पती - या घे चार-पाच लाख रुपयांच्या साड्या.

पत्नी - नुसत्या साड्या किती ओक्या दिसतात. सोनं ही माझी त्यापेक्षा टॉप प्रायॉरिटी.

पती - शंभर-दोनशे तोळे सोन्याचे हे दागिने घे.

पत्नी - आणि काय? घरात बसू? फिरायचं कशानं?

पती - या पाच वेगवेगळ्या प्रकारच्या कार आहेत. भारीत भारी! तुझ्यासाठी.

पत्नी - या कार पार्क कुठे करू? रस्त्यावर?

पती - हा आपला बंगला. यात शंभर माणसं राहू शकतात. पंधरा कार पार्क होऊ शकतात.

पत्नी - माझ्या माहेरचे पण सगळे इथेच राहातील. त्यांनाही ही श्रीमंती लुटू देत!

पती - आजच बोलावून घे.

पत्नी - तुम्ही मला सुखी करण्याचा प्रयत्न करू नका. सुख माझ्या प्रायॉरिटीवर नाही. मला दु:खात राहायला आवडतं.

दिवसाचं महत्त्व

कामांची विभागणी दोन वर्गात होऊ शकते. रोजची दैनंदिन कामे आणि केवळ त्या दिवसाच्या वैशिष्ट्यातून निर्माण झालेली... दैनंदिन कामाव्यतिरिक्तची कामे. वेगळं वैशिष्ट्य असलेली कामे.

दैनंदिन जीवन, दैनंदिन कर्म यावर प्रचंड निष्ठा हवीच. जगण्यावर प्रेम हवंच. रोजच्या दैनंदिन जगण्यावरही प्रेम हवंच. रोजचं कर्म, कर्तव्य आनंदानं पार पाडणं आणि त्यात आनंद घेऊ शकणं ही तर सुखाची फार मोठी गुरुकिल्ली आहे. पण माणसाच्या मनाला वेगळेपणाची नैसर्गिक आस असते. कारण त्या वेगळेपणात थोडं नाट्य असतं. त्यात हुरहूर असते. रोमांच असतो. गुदगुल्या असतात. रोजच्या सुखापेक्षा थोड्या अधिक उंचीवरची तरलता असते. तुम्हाला चार्ज आणि रिचार्ज करण्याची क्षमता त्या वेगळेपणात असते.

तसं म्हणाल तर प्रत्येक दिवसाचं असं वेगळं वैशिष्ट्य असतंच का? मला तर खरंच वाटतं की असतं. आपण ते शोधायला हवं. कालचा दिवस वेगळा होता, आजचा वेगळा आहे आणि उद्याचा वेगळा असणार आहे. तसाच उगवतो, तसाच मावळतो. आपणही तेच करतो, तेच करत राहातो तरी सूक्ष्म स्वरूपात ते वेगळेपण तुमच्या मनाला भिडत असतं. कधी कळत, कधी नकळत. म्हणून तर तुम्ही रोज जगता. त्याच गोष्टी रोज-रोज करता. मग मी तर म्हणतो वेगळेपणाच्या नजरेनंच प्रत्येक दिवसाकडे का पाहू नये? वेगळेपणाच्या अपेक्षेनं मात्र नव्हे. कारण अपेक्षेमध्ये आयतेपणानं मिळण्याची एक लालसा आहे. तर दृष्टीमध्ये, काही वेगळेपण निर्माण करण्याची क्षमता आहे आणि आपल्याला हवं ते निर्माण करण्यासाठी आपणच धडपडायचं असतं हे तर आपल्याला पटलेलं आहेच.

काही दिवसांचं वेगळेपण शोधावं लागत नाही. ते आयतं समोर येतंच. असे दिवस आपण पाहूया.

उदा. ∗ आपले सगळे सण,
वाढदिवस, लग्न, मुंज
प्रवास, गावाला जाणं.
खरेदीला बाहेर पडणं, खरेदी करणं.
बागेत जाणं, मंदिरात जाणं.
कुणाकडं जाणं, कुणी आपल्याकडे येणं.
नाटक, सिनेमा, प्रदर्शन पहायला जाणं

मुलांचं गॅदरिंग, बक्षीससमारंभ.

सत्यनारायणाची पूजा,

एखाद्याचं आजारपण,

कुटुंबातल्या कुणा व्यक्तीचं निधन,

कुणाला आपली मदत लागणं,

आपल्याला कुणाची मदत लागणं.

वेगळेपणाचे दिवस भरभरून आनंद देणारे असतात. काही दुःख देणारे, समस्या देणारे असतात. पण हे असे दिवस असतात की या दिवसांचं वेगळेपण शोधण्याचे कष्ट, त्रास तुम्हाला नाही. आयतं वेगळेपण घेऊन हे दिवस तुमच्याकडे येतात. पण तुम्ही अशा वेळी काय करायला हवं?

'आनंद असेल तर भरभरून घ्यायला हवा.

दुःख असेल तर त्यातून काही शिकायला हवं

समस्या असेल तर सामोरं जाऊन सोडवायला हवी.

ज्या दिवसाचं जे वेगळेपण असेल, त्या दिवसाच्या त्या वेगळेपणाला वेगळं महत्त्व दिलं गेलंच पाहिजे. त्या वेगळेपणाला केंद्रस्थानी मानून, दिवसातली नित्याची कामे या वेगळेपणाभोवती गुंफली पाहिजेत. नित्याची कामे ही कमीत कमी वेळेत उरकली पाहिजेत. जास्तीत जास्त वेळ या वेगळेपणाला दिला पाहिजे. उगाच स्वच्छतेची कामे, उगाच खोड किंवा सवय म्हणून केली जाणारी कामे या दिवशी टाळली पाहिजेत. आणि तो वेळही या वेगळेपणालाच दिला पाहिजे.

कित्येक स्त्रिया आणि पुरुष... पती आणि पत्नी, असा हा वेगळा दिवस सुद्धा त्याच, तशाच सरधोपट पद्धतीनं जगून, वागून मातीत घालतात. उलट, प्रत्येक दिवस त्याच त्या रटाळ, कंटाळवाण्या आणि बोअरिंग पद्धतीनं जगण्याचा त्यांना आजारच असतो. त्यांना वेगळेपणाचाच अडथळा वाटतो. अडचण, संकट वाटते.

अशा स्त्रिया आक्रोश करत राहतात, "खड्ड्यात घाला तुमचा वेगळा दिवस आणि दिवसाचं वेगळेपण! माझी कामं तशीच राहतात. ती करणार कोण? (मुलांना) तुमचा बाप? (नवऱ्याला) तुमची आई?" वेगळेपणाचा आनंद घेऊ इच्छिणारी मुलं, त्यांचे वडील हतबल होतात. कासावीस होतात. दिवस हातातून जाऊ नये म्हणून स्वतः घरातील कामं करू लागतात. या बाईचा आक्रोश आणि चडफडाट आणखी वाढतो. ती ओरडत सुटते, "तुम्हाला काय जमणार ही कामं? दगड आहात सगळे एकजात. ऐदी आणि ऐतखाऊ गोळे आहात. हे असं करायचं नसतं... राहू द्या. ठेवा खाली. हा इथे असाच केर राहिला आहे. हवेत का झाडू

फिरवला? कपड्यांच्या अशा घड्या? त्यापेक्षा चिंध्यांचं गाठोडं बरं! चहा केलाय की काढा? ढोसा तुमचा तुम्हीच. नाहीतर ओतून द्या मोरीत.'' या बायका आयुष्यातल्या कुठल्याच दिवशी सुख घेऊ शकत नाहीत. कारण त्यांना प्रत्येक दिवशी रोजचीच कामे, तशीच, त्याच पद्धतीनं करायची असतात. विशेष विरोधाभासाची गोष्ट म्हणजे या बायकांच्या आक्रोशामध्ये महत्त्वाची चडफड ही असते की, ''आमच्या आयुष्यात वेगळेपण काहीच नाही. रोजचाच रामरगाडा! आम्हाला कधीही सुख नाही.''

सुख असं बोंबा मारून आणि सगळ्या घराची मन:शांती भ्रष्ट करून मिळतं? ते मिळवायचं असतं. खरं तर अत्यंत चातुर्यानं मिळवायचं असतं. काही स्त्रिया खरोखर चतुर असतात. खरंच, या स्त्रियांना माझा मनापासून सलाम! एखाद्या दिवसाचं, प्रसंगाचं वेगळेपण त्या नेमकेपणानं हेरतात. वेगळ्या दिवसाचं वेगळं काम करायला किती वेळ लागतो? उदाहरणार्थ चार तास. त्या हिशोब करतात की हा वेळ काही आभाळातून पडणार नाही. रोजच्याच वेळातून हा वेळ काढला पाहिजे. मग त्या खूप समंजसपणे आणि बुद्धिमत्तेनं वागतात. त्या दिवशी त्या पहाटे लवकर उठतात. अगदी दोन-तीन ताससुद्धा. काय होतं असं एखादे दिवशी लवकर उठायला? रोजची कामं फटाफट जरा अधिक वेगानं आवरून घेतात. काही कामं थोडक्यात आवरतात. किंवा काही कामं चक्क राहू देतात. कित्येक कामं बायका रोज करतात. त्यात स्वच्छतेबरोबर सवयीचा भागच जास्त असतो. अशी कित्येक कामं घरात रोज चालू असतात की जी एक दिवस न केल्यानं काहीही फरक पडत नाही... आणि हे त्या चतुर बायकांना बरोबर समजतं. ही कामं न करता त्यातून वाचलेला वेळ, पहाटे उठून, कामे वेगानं आणि वेगळ्या पद्धतीनं करून वाचलेला वेळ, या चतुर बायका त्या दिवसाच्या वेगळेपणाला देतात. त्या वेगळेपणाचा आनंद आणि सुख स्वत: घेतात. कुटुंबातील इतरांना घेऊ देतात.

अशा ठिकाणचे नवरोबा नेमके वेगळ्या पंथातले असतात. दिवस कुठला का असेना! मी याच वेळी उठणार. त्याच वेळी चहा पिणार. पाऊण तास कमोडवर कुंथत बसून इंग्रजी पेपर वाचणार. अंघोळीला दोन बादल्या पाणी हवं. ते इतकंच गरम हवं. अंघोळीआधी बाथरूम डेटॉलनंच धुतलेलं हवं. ते बायकोनंच धुतलेलं हवं. दहा वेळा गालावरून हात फिरवून दाढी रोजच्यासारखी झाली का ते पाहणार. मिशीतला प्रत्येक पांढरा केस कापण्यासाठी अर्धा तास हवा. दाढीचा ब्रश आणि रेझर बायकोनं धुवायला हवं. नाश्ता हवाच. तो अमुकच हवा. ब्रेड भाजल्यावर त्याचा असाच रंग यायला हवा. बटर लावल्यावर ते अशा पद्धतीनंच पसरायला हवं. कपड्यांना स्वत:च पाऊण तास इस्त्री करणार...वगैरे! अशा पुरुषांबरोबर

बायका नाईलाजानंच राहत असाव्यात. धन्य हे पुरुष! समोर रसरसती सखी आहे. जीवनाच्या, दिवसाच्या वेगळेपणाचा आनंद लुटू या म्हणून साद घालते आहे. रसिकतेनं लडिवाळ, मधाळ मागणी करते आहे. आणि हा धन्य! इंग्रजी पेपर हातात धरून पाऊण तास कमोडवर कुंथतो आहे... शी!

वाढदिवस, लग्न, मुंज इत्यादि समारंभाचा आनंद आपण तर घ्यावाच. आपल्या कुटुंबियांनाही घेऊ द्यावा. आणि ज्यांचं लग्न अथवा वाढदिवस वगैरे आहे, त्यांनाही आनंद होईल असं वागावं. असं वर्तन करावं. त्यासाठी समारंभाच्या स्थळी आपल्याला जास्तीत वेळ देता येईल असे पहावे. स्वत:च्या (एरव्ही नसलेल्या) बिझी शेड्यूलचं वृथा प्रदर्शन करू नये. त्यामुळं तुमचं महत्त्व तर वाढत नाहीच, उलट तुम्ही वेगळे पडू शकता.

सणाच्या दिवशी कित्येक घरी एक दृश्य हमखास पहायला मिळतं. दोघांपैकी एकजण हा सणाचा दिवस हा अतिशय निवांत, आरामात आणि आनंदात घालवावा म्हणतो. लोळून काढावा म्हणतो (बहुधा पुरुषच) अगदी सायंकाळी अंघोळ करावी असा विचार करतो. तर दुसरा, जी पारंपरिक कर्मकांड आपल्या पूर्वजांनी सांगून ठेवलेली आहेत ती पार कशी पाडायची या ओझ्यानं खचलेला असतो. मग त्रासतो, चिडचिडतो. राग जोडीदारावर निघतो. सणाच्या दिवशी काही घरी नवराबायकोमध्ये हमखास भांडणे होतात. सणाच्याच असं नव्हे तर कुठल्याही वेगळेपण घेऊन येणाऱ्या दिवशी काही घरी नवराबायकोमध्ये भांडण ठरलेलं असतं.

प्रवास, खरेदी, बाग

प्रवासाला जायचं असेल, गावाला निघायचं असेल, काही खरेदीसाठी बाहेर पडायचं असेल, मंदिरात, बागेत जायचं असं ठरवलं असेल, तर शक्य तेवढ्या लवकर आणि शक्य तेवढ्या तत्परतेनं आधी घराच्या बाहेर पडलं पाहिजे. घरातलं नित्याचं आणि रोजचं जे असेल ते अगदी थोडक्यात आवरावं किंवा पहाटे तीनला उठून हवं तसं आवरून घ्यावं. पण भरपूर वेळ या वेगळ्या ठरवलेल्या कामांना द्यावा. त्यातला वेगळा आनंद घ्यावा.

उदाहरणार्थ घराच्या बाहेर पडून काही खरेदी आहे किंवा बागेत, मंदिरात जायचं आहे. तर रस्त्यानं शांत चालावं. गप्पा मारता-मारता रस्त्यावरची गर्दी एन्जॉय करावी. वेळेआधीच बस-स्टँडवर पोचावं. डोळ्यादेखत दोन बस निघून गेल्या तरी मग चडफड होत नाही. दु:ख वाटत नाही. प्रवासात काही जोडपी, मनात पेंडिंग ठेवलेली भांडणे उकरून काढतात. अगदी हमखास! प्रवास ही अशाच भांडणासाठी उपलब्ध झालेली संधी आहे असं ते समजतात. प्रवासाला

मातीत घालतात. कशासाठी असं?

बागेत भरपूर वेळ बागडावं. समाधान, शांतता मिळेपर्यंत मंदिरात बसावं. मंदिरातला वेळ असा मनापासून अनुभवावा. शांतपणे चर्चा करून, सर्वांना रुचेल असं हॉटेल निवडावं. सावकाश चव घेत खावं. शक्य असल्यास आठ-दहा दुकाने हिंडावीत. खूप ठिकाणी पहावं. खूप पहावं. खूप विचारावं. मग शांतपणे खरेदी करावी. खरेदी शंभर-दोनशे रुपयाची का असेना, पण लाख रुपये खरेदीचा आनंद घ्यावा.

घरातच सगळा वेळ रोजच्या कामांमध्ये घालवून अगदी टोकाशी बाहेर पडायचं आणि तासाभरात घरी परतलंच पाहिजे असा घोर मनात ठेवून तासभर बाहेर वावरायचं. असं असेल तर त्यातून लाखभर काय पण कवडीभर तरी आनंदाची निष्पत्ती होणं शक्य आहे का?

पती-पत्नीमध्ये एखाद्याला अशी खोड तरी असते, किंवा आधीच्या काही वादामुळे, भांडणामुळे एकाला दुसऱ्याची जिरवायची असते. मग त्या कुटुंबामध्ये बाहेरचं कुणी आलं की ते दोघं इतर कुणाकडे गेले. दोन-चार तासासाठी असेल किंवा दोन-चार दिवसासाठी असेल. पण पती-पत्नीमधील एक जण गप्प बसतो. अबोला धरतो. असहकार दाखवतो. दुसऱ्याला इतरांशी वागताना मरणयातना होतात. त्या यातना नक्की काय असतात हे गप्प बसणाऱ्या या अडाणी अवलादीला कधीही कळत नाही. जे लोक तुमच्याकडे आलेले असतात त्यांना 'झक मारली आणि आलो' असे होते. किंवा तुम्ही कुणाकडे गेला असाल तर गप्प बसलेल्या व्यक्तीचा जोडीदार स्वत: चोर किंवा गुन्हेगार आहोत अशा अपराधी भावाने वागू लागतो. त्या क्षणांचा आनंद तो घेऊच शकत नाही.यालाच ती 'गप्प बसणारी वेडसर अवलाद' 'कशी जिरवली' असं म्हणते. परमेश्वर अशा माणसांना जन्मालाच का घालतो? आणि घातलं जन्माला तर थोडी तार्किकता यांच्या मेंदूत का घालत नाही? कशासाठी हे लोक दुसऱ्याचा असा छळ करतात? आणि केवळ स्वत:चंच खरं करण्यासाठी चुकीच्या गोष्टी करून स्वत:चाही छळ करून घेतात? जे क्षण निश्चित आनंद देऊ शकतात तेच असे ठरवून मातीत घातले तर आयुष्यातला आनंद तो काय उरला?आणि आयुष्य? ते तरी काय उरले?

कुणी घरी आलं तर काही घरी, स्त्रिया त्यांच्याकडे नीट पहातसुद्धा नाहीत. दार उघडून तडक पाठ फिरवून स्वयंपाकघरात जातात. कपबशा धुवायला घेतात. पोह्यासाठी कांदा चिरायला घेतात. वीस-पंचवीस मिनिटांनी कुणाकरवी तरी पाण्याचे ग्लास बाहेर पाठवतात. बाहेरून आलेला माणूस वैतागून जाईल नाहीतर काय?तो काय तुमच्याकडे पोहे खायलाच आलाय? हसून त्याचं स्वागत तरी करा. अगदी

उमाळ्यानं, भरभरून नाही बोलता आलं तरी त्याची खुशाली तरी विचारा. कुटुंबातल्या इतर व्यक्तींची खुशाली विचारा. तब्येतीची चौकशी करा. मुलांच्या प्रगतीचं विचारा. कौतुकाचं बोला. हे बोलता-बोलता पाणी आणून ठेवा. मग चहा. आवश्यकता असेल तर पोहे.

कुणी बाहेरचं आलं तर काही घरातले धन्य पुरुष स्वत: आत बसून राहातात आणि घरातल्या स्त्रीला पुढे करतात. ते आत बसून विशेष असं काहीच करत नाहीत. रद्दी लावत बसतील, तोंडावर पांघरूण घेऊन झोपतील, टी.व्ही पहात राहतील, इस्त्री करत राहतील किंवा मग पेपर वाचत राहतील. पण बाहेर येणार नाहीत. बाहेर कुणीही असो. स्नेही, नातेवाईक, वॉचमन, दूधवाला, सेल्समन, पेपरवाला, लाईटवाला, फोनवाला...वगैरे! या लोकांच्या बायका मग नाईलाजानं बाहेर येऊन वचवच करत राहतात. पुरुष जुलमानं बाहेर येऊन दोन-चार वाक्ये बोलून आत जातात.

कधी बायकोच्या माहेरची मंडळी येतात. काही धन्य पुरुष अशा वेळी बाहेरूनच मद्यपान करून येतात किंवा चार टवाळ मित्रांना घरी बोलावून मद्यपान करतात. अत्यंत दळभद्री आणि कृतघ्न वृत्तीचे हे पुरुष असतात. काय साधतात यातून? कुठला विकृत आनंद? बायको त्यांच्याशी नीट वागत नसेलही कदाचित. पण त्याची तिला शिक्षा करण्याची ही पद्धत मुळीच नव्हे.

थोडक्यात काय, तर त्या त्या दिवसाच्या, त्या त्या वेळच्या, त्या त्या क्षणांच्या वेगळ्या गोष्टींना महत्त्व द्या. प्राधान्यक्रम द्या. प्रायॉरिटी द्या. बाकी एरव्हीचं नेहमीचं त्या वेळी बाजूला ठेवा. तरच तुम्हाला आयुष्यात रिचार्जिंग नावाचं काही घडेल. ऊर्जा देणारं, चार्म देणारं, एक्साईटमेंट देणारं! तरल, संवेदनशील, संवेदनाक्षम! हुरहूर लावणारं, मनाला गुदगुल्या करणारं. सुख आणि आनंद देणारं.

पुर्नमांडणी

प्रायॉरिटीची आपली जी यादी असते तिच्या केवळ पुनर्रचनेमुळेही खूप सोपेपणा, सुलभपणा निर्माण होतो. आपल्या जोडीदाराचा अंदाज घेऊन आपल्या कामांचा केवळ क्रम बदलल्यानं सुद्धा दोघांच्याही स्वास्थ्यामध्ये, शांततेमध्ये खूप फरक पडू शकतो. खूप भर पडू शकते. आनंद आणि सुखाची प्रचिती येऊ शकते. दिवसभराची आणि नित्याची कित्येक कामे अशी असतात की त्यांचा क्रम सहजपणे बदलता येतो. दुर्दैवानं या शक्यतेवर आपण कधी विचारच केलेला नसतो. मी म्हणतो, वेगळेपण घेऊन येणाऱ्या दिवशी तरी तो क्रम बदला. बदलून बघा तरी! किती आरामशीर वाटतं.

गीतेमध्ये भगवंत म्हणतात, तुमचं संचित बदलणं माझ्याही हातात नाही. पण तुमच्या असीम भक्तीमुळं,पारदर्शक कर्मामुळं आणि जीवनावरच्या प्रगाढ निष्ठेमुळे भगवंत प्रसन्न झाले तर ते तुमच्या संचिताचा क्रम बदलून देतात. म्हणजे संचित तेच पण त्याची मांडणी ते अशी करतात की त्या संचितामधून पार पडणं तुम्हाला खूपच सोयीचं आणि आरामाचं जावं. संचित भोगूनच संपतं. मग ते सोयीनं, आरामानं भोगायला मिळणं ही सुद्धा आनंदाचीच गोष्ट नाही का? आनंदाच्या निर्मितीसाठी प्रत्यक्ष भगवंत हा मार्ग योग्य ठरवत असतील तर तो तुम्हा-आम्हाला योग्य का वाटू नये?

पती-पत्नीच्या प्राधान्यक्रमामध्ये कधी टोकाची विरोधी दिशा पहायला मिळते.

उदा. पती - एक दोन तीन चार पाच

पत्नी - पाच चार तीन दोन एक

प्रथमदर्शनीच असं दिसतं की टोकाच्या विरोधी दिशांना जाणाऱ्या प्राधान्य क्रमामध्ये निसर्गानंच एक साम्यस्थळ दिलं आहे. सुवर्ण-मध्य दिला आहे. बघा! तुमच्या आनंदासाठी निसर्गसुद्धा कसा धडपडत असतो. मग तुम्हीच प्रयत्नांत कमी का पडता? जोडीदाराबद्दल असलेल्या प्रेमाचा भाग म्हणून, किंवा जोडीदारावर असलेल्या प्रेमासाठी, एकमेकास सोयीचा होईल अशी प्राधान्यक्रमाची, पुन्हा एकदा मांडणी आणि रचना का करू नये? त्यात अवघड ते काय? आणि नुकसान ते काय? उलट फायदाच!

सकाळच्या नाश्त्याला उपमा किंवा पोहे आपण खातो आणि रात्रीच्या जेवणात आमटीभात खातो. हे रोजच करतो महाराजा! जोडीदाराच्या सोयीसाठी, आरामासाठी किंवा जोडीदाराला लाखमोलाचा आनंद देण्यासाठी, एखादे दिवशी, सकाळी नाश्त्याला आमटी-भात खाल्ला आणि रात्रीच्या जेवणाची वेळ उपमा किंवा पोह्यावर भागवली तर तुमच्या आयुष्यात अशी काय मोठी, भयानक उलथापालथ होणार आहे? काहीही नाही. उलट त्यातून सोय आणि आनंद निर्माण होऊ शकतो. करून पहा तरी!

तसं हे पटायला सोपंच आहे. आणि बहुतेकांना पटतही असावं. पण ते प्रत्यक्षात अंमलात आणायला कुणी सहजा-सहजी तयार होत नाही. कारण याला ते 'तडजोड' म्हणतात. आणि तडजोड म्हटलं की त्या तडजोडीतून आनंद निर्माण होत आहे की फायदा निर्माण होत आहे याचा कुणीही विचार करत नाही. तडजोड या शब्दाचा अर्थच मुळी नाईलाज अपमान, दुःख असा घेतला जातो. पती-पत्नी या संबंधामध्ये तर हे सपशेल चुकीचं आहे. 'तडजोड' या शब्दाचा पती-पत्नी या

नात्यातला अर्थ म्हणजे एकमेकांना प्रेमानं समजावून घेऊन एकमेकांसाठी काही करणं! एकमेकांसाठी काही करण्याची, 'तडजोड' ही संधी मानली पाहिजे. पण आपण तडजोडीचा संबंध थेट आपल्या अहंकाराशी जोडतो. खरं तर पती-पत्नी या संबंधात आपण बहुतेक गोष्टींचा संबंध आपल्या अहंकाराशीच जोडतो. अगदी कितीही वर्षे संसार झाला असला तरी! कालांतरानं इतर नात्यातले अहंकार कमी व्हायला, गळून पडायला सुरुवात होते. मात्र या नात्यातल्या अहंकाराचं टोक आपण दिवसेंदिवस धारदार करत नेतो आणि त्या टोकानं एकमेकांच्या सुखाचा कोथळा वारंवार बाहेर काढत असतो. यातून आपण नक्की मिळवतो तरी काय? आयुष्यभर हेच करण्यानं आयुष्य वाया जात नाही का? आपलं आणि आपल्या जोडीदाराचंही?

काही करूया!

एकमेकांच्या प्रायॉरिटीज जाणून घेणं, समजावून घेणं ही एक निर्मळ सुरुवात असू शकते. प्राधान्यक्रमामागे त्या त्या व्यक्तीचा काही विचार असतो. भावना असते. कारणमीमांसा असते. तो सदासर्वकाळ निव्वळ वेडेपणाच असतो असंही नाही. आणि असलाच तरी निव्वळ प्रेमानं आणि आपलेपणानं तो जाणून घ्यावा. त्यात खरंच काही तथ्य असू शकतं. खरंच काही अर्थ असू शकतो. काही वेदना असू शकते, आनंदाची काही संकल्पना असू शकते. काही हसू असू शकतं तर काही हुंदकाही असू शकतो. हे सगळं गलबलायला लावणारं असू शकतं. काळजाला स्पर्श करणारं असू शकतं. हे जर असं समजलं तर आपल्या जोडीदाराच्या प्राधान्यक्रमाचा आदर करणं आपल्याला बिलकूल कठीण जात नाही. उलट आनंद वाटतो आणि आपल्या जोडीदाराचा आनंद तर शब्दात न मावणारा, गगनात न मावणारा असतो. आपल्या जोडीदाराचा प्राधान्यक्रम आपण समजावून घेतला तर या गोष्टीच्या आनंदातच तो स्वत:चा प्राधान्यक्रम तुमच्यासाठी स्वत:हून आनंदानं बदलायला तयार होतो आणि मग तुम्हाला दुसरं काय हवं असतं?

यात थोडी गफलतीची शक्यता अशी की, समजा, तुमच्या दृष्टीनं क्रमांक एकवर प्राधान्यानं असलेली गोष्ट तुमच्या जोडीदाराला पूर्ण निरर्थक वाटली तर तुम्ही एकदम खचून जाता. जोडीदार त्या गोष्टीला बिनगरजेची ठरवतो किंवा त्या गोष्टीचा तिरस्कार करतो असं लक्षात आल्यावर तुम्ही खूप निराश होता. जसं काही खूप मोठं अपयशच तुम्हाला आलंय अशा भावनेनं लगेच, आयुष्यावर शेवटच्या फुल्या मारायला सुरुवात करता. असं करू नका. फार गंभीर गोष्ट आहे ही! उदाहरणार्थ, नियमित सेक्स ही अगदीच नॉर्मल गोष्ट आहे. नियमित म्हणजे अगदी

रोजच नव्हे पण नियमित ठराविक अंतरानं! नवऱ्यानं ही गोष्ट प्राधान्यक्रमात पहिल्या क्रमांकावर टाकली आणि बायकोनं ही गोष्ट प्राधान्यक्रमात शेवटच्या क्रमांकावर टाकली, असं जर एकमेकांचा प्राधान्यक्रम समजावून घेताना लक्षात आलं तर मात्र गफलतीला सुरुवात होऊ शकते. समस्येला सुरुवात होऊ शकते. इथे जर दोघांनीही अहंकारी राहायचं ठरवलं तर किती दुर्दशा होईल, दोघांच्याही आयुष्याची, प्रपंचाची, मुलांची! ... गंभीरपणे घेण्याची गोष्ट आहे ही! अहंकाराला नेटानं मूठमाती द्या. अतिशय हळुवारपणे, नाजूकपणे दोघांनीही, या दोन विरुद्ध टोकावर ठेवलेल्या गोष्टी घेऊन, एकमेकांच्या दिशेनं मार्ग आक्रमण करण्यास सुरुवात करा. लवकरात लवकर कुठेतरी दोघांची गाठ पडणं आवश्यकच आहे. आपल्याला ती गाठभेट घडवून आणायचीच आहे. दोघांनीही एकत्रितपणे करण्याची गोष्ट आहे ही! आणि याचं जे फलित आहे ते अवर्णनीय आनंदाचंच आहे.

प्रत्येकाच्या ठायी माणसांबाबतही एक 'प्रायॉरिटीची' यादी असते. आवड-निवड मध्ये आपण ही गोष्ट सविस्तरपणे पाहिली आहे. त्याचं विवेचनही केलं आहे. रिपिटेशन होईल पण पुन्हा सांगतो की प्रत्येकाच्या मनात, माणसांच्या बाबतीत जी प्रायॉरिटी लिस्ट असते, ती फार गुंतागुंतीची असते. त्यामागे खूप, टोकाच्या तीव्र भावना असतात. तर्काचा भाग बहुधा कमी असतो. ही यादी खूप हळुवारपणे, नाजूकपणे समजून घ्यावी. जोडीदाराच्या या यादीचा आदर करणं अगदीच अन्यायाचं वाटलं तर त्या यादीस किमान कन्सिडरेशन तरी द्यावं. पण कुठल्याही परिस्थितीत या यादीची टिंगल-टवाळी करू नये. असं केलंत तर खेळ खलास! आधीच थोडे प्रॅक्टिकल असा. व्यवहारी असा... ते उत्तम!

□□□

८. बर्वे, एक दर्दी केस

एक दिवस बर्वे माझ्याकडे आले. पंचावन्न वर्षांचे गोरेपान, हॅन्डसम, तगडे गृहस्थ. 'एक घाव दोन तुकडे' असा कायमचा स्वभाव. भीड वगैरे शब्द त्यांच्या शब्दकोषातच नाहीत. म्हणाले, "घरात कोण आहे?"

"सगळे मंडई आणायला गेलेत. मी एकटाच घरात आहे. बोला."

"दार लावून घेता का?"

"हे पहा लावलं."

"मला रडायचंय."

"रडा" मी म्हटलं आणि धबधब्यासारखे बर्वे रडू लागले. पुरुषाला इतकं आणि असं रडताना मी क्वचितच पहात होतो. मी शांतपणे त्यांचं रडणं पहात होतो. त्यांना रडू देत होतो. रडायचे थांबून काही सांगण्याचा प्रयत्न करू लागले की त्यांना पुन्हा रडू येत होतं. अर्धा-पाऊण तासानं ते सावरले. तोंड वगैरे धुवून फ्रेश झाले. मी त्यांना चहा करून दिला. मग ते सलग बोलू लागले.

"माझ्या आयुष्याचं वाटोळं झालं हो!"

"काय,झालं, काय नक्की?"

"मातीत गेलं सगळं आयुष्य."

"कधीची गोष्ट सांगताय बर्वे? कालपर्यंत तरी सगळं ठीक होतं. मग वाटोळं झालं कधी?"

"तीस वर्षांपूर्वी! लग्न झालं त्याच दिवशी."

"आणि त्या आधीचं आयुष्य?" मला बर्व्यांच्या समस्येचा अंदाज येऊ लागला.

"लग्नाआधीचं आयुष्य अतिशय सुख-समाधानात आनंदात गेलं. हवं ते मिळालं. मागाल ते मिळालं. मनात आणलं ते मिळालं. परमेश्वर माझ्यावर बेहद्द खूष होता. एकदा मी परमेश्वराला म्हणालो सुद्धा! 'परमेश्वरा, इतके चांगले दिवस दाखवतो आहेस. लग्नानंतर जिरवू नकोस.' परमेश्वरानं ऐकलं नाही. उलट बरोबर जिरवली."

"म्हणजे नक्की झालं काय?"

"हवं ते मिळालं नाही. मागितलं ते मिळालं नाही. मनात आणलं तेही मिळालं नाही. बेसिकली काही मिळालंच नाही. काहीही न मिळताच आयुष्य संपलं."

"संपलं कुठे? आत्ताशी तर वय वर्षे पंचावन्न तुम्ही!"

"तेच तर म्हणतोय. पंचावन्न म्हणजे संपलंच की सगळं! आता काय उरलंय?"

"बर्वे, मला हे मान्य नाही. आयुष्य हे असं कधीच संपत नाही. पंचावन्नाव्या वर्षी कित्येक पुरुष लग्न करतात. आयुष्य सुरू करतात. खूप काही करण्यासारखं उरलेलं असतं."

"पण करण्यासारखं खूप काही संपलेलंही असतं. त्याचं काय?"

"बर्वे नक्की काय?"

बर्वे जरा आणखी स्थिरावले. त्यांनी खिशातून एक कागद काढला. त्यावर नजर फिरवत म्हणाले,

"मी कशा बाईबरोबर गेली तीस वर्षे काढली ते सांगतो." ते कागद बघून बोलू लागले.

* ही कणभरही देखणी नाही. मी बघा कसा उंच, गोरा आणि स्मार्ट आहे. हिला बघायला गेलो तेव्हा नक्कीच माझ्या मनाला काही बाधा झाली असावी. मी हिला पसंत केली.
* ही स्मार्ट नाही. गबाळी, वेंधळी, अडाणी आहे.
* माझ्याशी किंवा इतर कुणाशीही फार बोलत नाही. त्यामुळे व्यवहारचातुर्य नाही.
* तार्किक किंवा प्रॅक्टिकल नाही. पुस्तकी आणि इमोशनल, अडाणी आहे.
* चांगली मराठी घेऊन एम.ए. झालीए. पण एकाही कवितेचा अर्थ सांगता येत नाही. मठ्ठ आहे.

* सेक्स अपील, फिगर वगैरे मुळातही नाही आणि तसं ठेवण्याचा प्रयत्नही नाही.
* हिला माणसे आवडत नाहीत. कुणाघरी जाणे, किंवा घरी येणे हिला पसंत नाही.
* एकतर ठार गप्प बसते किंवा निर्बुद्धासारखी किंचाळते. साधं बोलणंच नाही.
* माझ्यात नसलेले दोष सतत मला दाखवत असते. हिच्यातला एक दोष जरी दाखवला तरी भयानक किंचाळते. मला कुत्रा, भडवा, हलकट, नीच, नालायक अशी शिवीगाळ करते.
* सतत नाही म्हणते. दहा साड्या घेतल्या तर चारच घेतल्या म्हणते. तीनशे वेळा दवाखान्यात नेलं तर तीन वेळा म्हणते. माझं सगळं आयुष्य वेठीला धरून पुन्हा मी काहीच केलं नाही असं म्हणते.
* माझ्या परिचयातल्या लोकांना वारंवार सासरी बोलावतात. त्यांचं आदरातिथ्य करतात. प्रसंगी कर्ज काढून! पण जावयाचे लाड करतात. मला एकदाही कधी सासरी बोलावलं नाही. मान म्हणून तर नाहीच, माणुसकी म्हणूनही नाही. मी स्वत:हून कधी गेलो तर बाजारात जाऊन दोन रुपयाची काही वेगळी गोष्ट माझ्यासाठी आणलेली मला तरी आठवत नाही.
* हिच्या माहेरच्यांसाठी आणि हिच्यासाठी मी प्रेमानं खर्च केला. पाहुणचार, खाणं-पिणं, हॉटेल, कपडालत्ता, औषधपाणी हे सगळं मी आनंदानं कर्तव्य म्हणून केलं. लाख तरी खर्च केले असतील. मी मोजले नाहीत. पण हिला त्याचं काहीच नाही. म्हणते, माझ्या माहेरच्यांनी माझ्या लग्नात एवढे खर्च केले. तुम्ही मला एक ग्रॅम सोनं घेतलं नाही.
* हिला नोकरी नाही. ही कमावती नाही.
* रोजचीच कामे करायला हिला इतर स्त्रियांच्या तुलनेत तिप्पट वेळ लागतो.
* चहा, नाश्ता, जेवण कधीही वेळेवर नाही. हिला जमेल त्यावेळी आपण घ्यायचा असतो.
* लग्नाला तीस वर्षे झाली. रोजच म्हणते, 'मी आजारी आहे आणि आजारी असून सगळी कामं करते आहे' आणि घरातील इतर कुणी आजारी पडलं तर त्याला म्हणते, तुम्ही 'आजारखाते' आहात.
* मी कुठल्याही गोष्टीतून स्वत:स आनंद अथवा सुख मिळवतोय असं तिला वाटलं तर, ती गोष्ट बिघडवण्याचा ती प्रयत्न करते.
* प्रत्येक गोष्ट स्वत:च्याच मनासारखी करते. अगदी टी.व्ही कधी पहायचा, कुणी पहायचा आणि कुठला चॅनेल पहायचा हे सुद्धा तीच ठरवते.

नांदा सौख्य भरे । १३४

*   लग्नानंतर जेमतेम एक वर्ष सेक्ससाठी नाही म्हटली नाही. नंतर बंदच केला हो हिनं! रात्री जागू शकली नाही. सकाळी उठू शकली नाही. कधी आठ दिवस, पंधरा, तीस दिवसांनी... तिची लहर फिरेल तेव्हा! भांडण करून गप्प बसली किंवा आजारी असली तर दीड-दोन महिनेसुद्धा नाही. या सेक्सपायी झुरण्यात माझा पूर्ण जन्म वाया गेला.

बर्व्यांनी यादी बंद केली आणि मी सुटकेचा श्वास सोडला. मला बर्व्यांची यादी प्रथमदर्शनीच अतिरंजित वाटली. एकाच स्त्रीमध्ये, एकाचवेळी हे एवढे दोष असणंच शक्य नाही. माझी का कुणास ठाऊक पण प्रथमदर्शनीच ठाम खात्री झाली की, ''बर्व्यांची स्वत:च्या बायकोकडे आणि पती-पत्नी या नात्याकडे बघण्याची दृष्टी मुळातून कुठेतरी चुकली होती आणि परिणामस्वरूप बर्वे स्वत:च कुठेतरी मुळातून चुकले होते. आता ते त्रागा करत होते... बहुधा त्यांची चूक त्यांना कळली असावी. पण आता उशीर झालाय असं त्यांना वाटत होतं.''

वाढवायची म्हटली तर बर्व्यांची यादी आणखी कितीही वाढू शकली असती. त्यात आणखी तपशील ॲड झाले असते... अर्थात सगळ्याचा अर्थ एकच होता की बर्व्यांना आत्ता या क्षणाला त्यांच्या आयुष्याबद्दल पश्चाताप वाटत होता. ते ज्या पद्धतीनं गेलं त्याचं भयानक आणि असह्य दु:ख त्यांना होत होतं. आणि त्यांच्या आयुष्याला, चुकीच्या रस्त्यावरून जाताना त्यांना थांबवता आलं नाही याचं तर आणखी भयानक दु:ख! भयानक सल, वेदना! आणि समजा, आता पंचावन्नाव्या वर्षी त्यांच्या आयुष्याचा ट्रॅक बदलण्याची काही गुरुकिल्ली त्यांना सापडलीच, तरी बदललेलं आयुष्य उपभोगायला आता त्यांच्याकडे आयुष्यच शिल्लक नव्हतं.

स्वत:च्या बायकोमध्ये असलेल्या दोषांची जी यादी बर्व्यांनी सांगितली होती, ते सगळे दोष आपण वेगवेगळ्या संदर्भात 'लिस्ट आऊट' केले आहेत. वेगवेगळ्या स्त्रियांच्या ठिकाणी! पण हे सगळेच दोष एकाच स्त्रीच्या ठिकाणी आहेत असा आक्रोश करणारे बर्वे मला सरळ-सरळ दया वाटावी असेच वाटले. आणि त्यांची या क्षणी जी दुर्दशा झाली होती त्याला बर्व्यांची, जीवनाकडे आणि कुठल्याही व्यक्तीकडे बघण्याची सदोष दृष्टीच जबाबदार असावी असे प्रकर्षानं वाटत होतं.

बर्व्यांनी यादीबद्ध केलेले दोष, आणखी त्यात तेवढेच मिळवले तरी... सूक्ष्मस्वरूपात प्रत्येक व्यक्तीतच ते असतात. पण या दोषांबरोबर तेवढेच गुणही प्रत्येक व्यक्तीत सूक्ष्मस्वरूपात का होईना पण असतातच. बर्व्यांनी या गुणांचा कुठेच उल्लेख केला नव्हता. सूक्ष्मस्वरूपात असलेले हे गुणदोष प्रसंगानुसार उग्र अवतार धारण करतात. असं पुन्हा पुन्हा घडत जातं. त्यामुळे प्रत्येक व्यक्तीमध्ये काही ठरावीक गुणदोषांचा प्रभाव - प्रादुर्भाव जास्त आढळतो. त्यालाच आपण

व्यक्तीचे गुण-दोष असे म्हणतो.

हे सगळे गुणदोष बर्व्यांमध्येही असलेच पाहिजेत. पण बर्व्यांनी या मार्गावर काही विचार केल्याचं जाणवत नव्हतं. स्वत:ला हवं तसं त्यांनी बायकोला गृहीत धरलं असावं. बर्व्यांची बायको एक स्वतंत्र व्यक्ती आहे. तिचं मन, विचार, भावना, विकार ही स्वतंत्र गोष्ट आहे. तिच्या अस्तित्वाच्या कल्पना,न्याय-अन्यायाच्या कल्पना, हक्काच्या कल्पना या भले अगदी बर्व्यांच्या विरोधात का असेनात, पण त्या तशा असू शकतात, या मार्गावर बर्व्यांनी कणभरही विचार केला नसावा. एका वाक्यात म्हणजे, बर्व्यांनी त्यांच्या बायकोला, व्यक्ती म्हणून समजावून घेण्याचा कणभरही प्रयत्न केला नसावा.

या सगळ्या प्रकारात 'बर्व्यांची बायको' हाच एक मोठा कारुण्याचा विषय असावा असं उगाचंच वाटून गेलं. तिच्याबद्दल मला आस्था वाटून गेली आणि मी तिला भेटण्याचं ठरवलं. त्याआधी बर्व्यांशी बोलून काही खुलासा करून घेणं आवश्यक होतं. मी म्हटलं,

"बर्वे, तुमच्या प्रायॉरिटीज तुम्ही तुमच्या मिसेसशी थोड्या ॲडजस्ट करायला हव्या होत्या."

"चुलीत घाला हो तुमचं तत्त्वज्ञान! तुम्हाला सल्ला द्यायला आणि पोपटपंची करायलाच ते ठीक आहे. ज्याचं संपूर्ण आयुष्य सेक्सशिवाय गेलंय, त्याच्या मनाचा दाह तुम्ही समजूच शकणार नाही. आणि तुमच्या पोपटपंचीनं तो शांतही होणार नाही."

"लग्नानंतर एकाच वर्षानं लक्षात आलं की त्यांच्यामध्ये एवढे दुर्गुण आहेत आणि त्या तुमची लैंगिक उपासमार करतात तर त्याचक्षणी हे कारण स्पष्टपणे मांडून संसार थांबवला का नाही? घटस्फोट का घेतला नाही?

"मी दुसरं लग्न करू शकलो असतो. पण ती करू शकली नसती. ती जिवंतही राहू शकली नसती. तिनं जीव दिला असता."

"त्याचा तुम्ही विचार करण्याचं काय कारण?"

"तेच तर कळत नाही. गेली तीस वर्षे ती मला छळते आहे. पण तिच्याबद्दल अजूनही खूप करुणा वाटते, दया वाटते."

"म्हणजे प्रेमच!"

"प्रेम नाही. पण अपार करुणा वाटते."

"अपार प्रेम आणि अपार करुणा या एकाच भावनेच्या दोन निर्मळ आणि पारदर्शक छटा आहेत, बर्वे! बरं, ते असूद्यात! त्यांच्यामध्ये व्यक्ती म्हणून एकही चांगला गुण नाही?"

"तुम्हाला एक सांगू का? मी माझ्या संसारासाठी हिच्याशिवाय दुसऱ्या कुणाची कल्पनाच करू शकलो नाही. का? ते सांगता येत नाही! त्यामुळे हिच्यातच मला हवा तसा बदल घडावा म्हणून प्रयत्न करायचो."

"म्हणजे काय? सतत त्यांचे दोष, म्हणजे जे तुम्हाला वाटतात, ते त्यांना सांगत राहिलात."

"हो! काहीसं असंच. पण त्यानं वातावरण आणखी बिघडत गेलं. परमेश्वराला वारंवार विनवलं. पण त्याला दया आली नाही. आयुष्य संपून गेलं. पण हिच्यात बदल झाला नाही... अहो, दोनदा रात्रीचा मी घर सोडून जाण्यासाठी बॅगसुद्धा भरली होती. पण ही आणि माझ्या दोन मुली यांचे झोपलेले चेहरे पाहिले आणि बॅग फेकून दिली. मी असा गेलो असतो तर ही जगली नसती. मुलांना जगवू शकली नसती. हिनं मुलांसह जीव दिला असता."

"बर्वे, हा तुमचा भ्रम तरी आहे किंवा अहंकार तरी आहे. कुणाहीवाचून कुणाचं काहीही अडत नसतं. पंधरा-वीस वर्षांपूर्वी तुम्ही मेलाच असता तर ते जगले नसते का? सगळे मेले असते?"

"हो! अहो, अगदी खात्रीनं सांगतो की सगळे मेले असते." बर्वे पुन्हा रडू लागले. मला त्यांचं वाईट वाटलं. त्यांच्या विचार करण्याच्या पद्धतीत, जीवन समजावून घेण्याच्या पद्धतीत आणि माणसाला एक व्यक्ती म्हणून ओळखून घेण्याच्या पद्धतीत बेसिक गफलत आणि घोळ वाटत होता. मानसिक प्रॉब्लेम मिसेस बर्व्यांना होता की नाही हे अजून मला पहायचं होतं. पण मिस्टर बर्व्यांना थोडाफार मानसिक प्रॉब्लेम निश्चित होता.

बर्व्यांच्या बायकोचं अनैसर्गिक वागणं हे काही शारीरिक आणि मानसिक आजाराची निष्पत्ती असू शकतं. पण एक शक्यता म्हणजे ती एक नाईलाजी प्रतिक्रिया सुद्धा असू शकत होती. बर्वे, लग्नानंतर क्षणोक्षणी- अतिरेकी आणि असे भाबड्या अंदाजानं वागत राहिले असावेत आणि स्वतःच्या वागण्यानं त्यांनी बायकोला बऱ्यापैकी पिडलं असावं. तिनं शेवटी नाईलाजानं आक्रोश केला असावा. ही तिची एकाकी प्रतिक्रिया लांबत जाऊन त्याचं सवयीत रूपांतर झालं असावं आणि बर्वे यालाच तिचा स्वभाव म्हणत राहिले असावेत.

"असो! बर्वे, मी तुमच्या 'सौ' ना भेटलो तर चालेल?"

"अवश्य भेटा. पण मी तुम्हाला काही सांगितलं असं तिला सांगू नका. तसं कळलं तर ती माझा गळा दाबून जीव घेईल. नाहीतर स्वतःचा तरी जीव देईल."

"देऊद्या! एकदाचं काय व्हायचंय ते होऊद्यात! एवढे घाबरताय कशासाठी?"

"माझ्या मुलींसाठी! ही मेली तर त्यांचं कोण करेल मग? त्यांच्यासाठी मी

गप्प बसतो आणि ही त्यालाच 'मी घाबरतो' असं समजते.''

"बर्वे, तुमचा विचार तुम्हाला बर्‍यापैकी स्वार्थी नाही वाटत?''

"नाही वाटत! उलट समजुतीचा वाटतो. पण बघा, समजूत मी एकट्यानंच दाखवून काय उपयोग? तिनं नको दाखवायला? अहो, विषय-चर्चा, समस्या-तोडगा, हा तिचा प्रांतच नाही.''

मी बर्व्यांच्या घरी गेलो. बर्वे वहिनींनी खूप छान हसून माझं स्वागत केलं. पन्नाशीच्या बाई! पण व्यक्तिमत्त्व खूपच प्रसन्न असल्यानं वयानं खूप कमीच वाटत होत्या. मला तर प्रथमदर्शनीच त्या खूप देखण्या वाटल्या. छान टपोरे डोळे, कपाळ, भुवया, गाल, हनुवटी यांची जी रचना समोर दिसत होती, ती अत्यंत मोहक होती. यालाच देखणेपणा म्हणतात याबद्दल माझी खात्री झाली. बर्वे म्हणाले होते, अजिबात देखणी नाही. म्हणजे मग बर्व्यांच्या देखणेपणाच्या कल्पना तरी काय होत्या? फक्त ऐश्वर्या रॉय, हेमामालिनी, मधुबाला? सौंदर्याची कल्पना किंवा त्याचा 'अपील' हा व्यक्तीसापेक्ष असायला हरकत नाही. पण हा असा? हा तर विरोधाभास झाला.

त्या छान स्मार्टही वाटत होत्या. जिथल्या तिथे! नीट-नेटक्या, स्वच्छ, निर्मळ, खळाळून हसणाऱ्या! घर अतिशय स्वच्छ! त्यांनी माझ्याशी बोलायला सुरुवात केली. बर्व्यांचं आणि माझं बोलणं झाल्याचं त्यांना स्वच्छ माहीत होतं हे लगेचच कळालं आणि त्याचा गुंजभरही ताण त्यांच्या मनावर जाणवत नव्हता. बर्व्यांनी मला काय सांगितलं असेल याची त्यांना पूर्ण कल्पना असावीच. त्यांच्याबद्दल जे काही बर्वे मला बोलले होते, बहुधा ते सर्व मुद्दे त्यांना तोंडपाठच असावेत आणि त्याचं त्यांना काहीही वाटत नव्हतं. बर्व्यांचं ऊर बडवणं चालूच होतं, अहो, ती जीव देईल. मला ती बाई जीव देणाऱ्या पंथातली वाटत नव्हती. जिद्दीनं जगणारी आणि जिद्दीनं चार लोकांना जगवणारी वाटत होती.

त्यांचं बोलणं खूप अर्थपूर्ण वाटत होतं. प्रॅक्टिकल वाटत होतं. कॉमनसेन्सनं आणि अनुभवानं भारलेलं वाटत होतं. घटनेचं, प्रसंगाचं, व्यक्तीचं, अनुभवाचं आणि एकूण आयुष्याचं तात्पर्य म्हणून त्या जे बोलत होत्या त्या सगळ्यामध्ये प्रचंड शहाणपण आणि चातुर्य अंतर्भूत होतं. बर्व्यांना चातुर्य म्हणजे फक्त 'लबाडी' असंच वाटत होतं का? कारण वहिनींचं बोलणं मला बोलावयास प्रवृत्त करत होतं, उद्युक्त करत होतं. त्यांची दहा वाक्ये बोलून झाल्यानंतर मी शंभर वाक्ये बोलल्याशिवाय राहूच शकत नव्हतो. मला तर चातुर्याची ही फार मोठी भरारी वाटत होती.

एका संसारी बाईमध्ये जो सेक्स अपील किंवा फिगर अपेक्षित आहे त्यापेक्षा बरंचसं जास्तच समोर दिसत होतं. त्यांना माणसे नक्कीच आवडत असावीत.

माणसांचं ढोंग, खोटेपणा, अतिरेकी गळा पडणं हे आवडत नसावं. त्या छान नॉर्मल बोलत होत्या. त्यामुळे ठार गप्प बसणं, किंचाळणं या अपवादात्मक गोष्टी असाव्यात. त्यामुळे बर्वे त्याचा जो बाऊ करत होते, ते मला अतिशयोक्तीचं वाटलं. म्हणजे थोडं फार आनुवंशिक असेलही. असं काही वेगळ्या प्रकारचं आनुवंशिक तर बर्व्यांमध्येही असेल. पण ठार गप्प बसणं आणि किंचाळणं या बर्व्यांच्या वागण्यावरच्या तीव्र प्रतिक्रियाही असू शकतात.

बर्वे त्यांच्या पत्नीकडे ज्या नजरेतून पहात होते, त्यापेक्षा नक्कीच वेगळ्या नजरेतून मी पहात होतो. त्यामुळे केवळ वेगळी दृष्टी या एकाच कसोटीवर बर्व्यांचे निम्म्याहून अधिक मुद्दे निकालात निघाले होते. त्यांना नोकरी नाही हे बर्व्यांना आधीच माहीत होतं मग आता कशाला रडायचं? 'काम केवळ अप्रतिम दर्जाचं व्हावं म्हणून ते मी सावकाश करते. केवळ उरकायचं हे मला मान्य नाही. एकतर मी अतिशय चांगलंच करीन किंवा करणार नाही. मग ती कुठलीही गोष्ट असो. यामुळे घर कुठेही सफर होत नाही. सोमवार ते शनिवार सगळ्यांच्या सगळ्या वेळा पाळल्या जातात. रविवारी मला चेंज हवा असतो म्हणून मी मुद्दाम त्या वेळा पाळत नाही.'' बर्वे वहिनींनी असं काही ठणकावून सांगितलं की मीही थोडासा सावध झालो. आणि एवढ्यात बर्वे आले.

बर्व्यांनी तिथं यायचं नाही असं ठरलेलं असतानाही बर्वे आले. मला ते अजिबात आवडलं नाही. त्या क्षणाला, तिथे बर्वे हा एक खरंच डिस्टर्बन्स होता. बर्वे वहिनींचं एकूण एक बोलणं इतकं तर्कशुद्ध आणि निर्विवाद होतं की बर्वे हाच इसम, अंतर्यामी लबाड असावा असं मला वाटू लागलं. मला वहिनींचं बोलणं पुढे ऐकण्याची इच्छा होती. मी म्हटलं,

''बर्वे, तुम्ही इथे न थांबलात तर बरं होईल.'' वहिनी म्हणाल्या,'' थांबूद्यात! काही फरक पडत नाही. मधे काही बोलावं वाटलं तरी बोलूद्यात. माझी हरकत नाही.'' कुणी मुस्कटात द्यावी असा चेहरा करून बर्वे बसून राहिले. बर्व्यांनी आवर्जून म्हणून माझ्याकडे दिलेला मुद्यांचा कागद चाचपावा असं सुद्धा मला वाटत नव्हतं.

''मी केलं'' या मुद्द्यापाशी वहिनींच्या डोळ्यातून खळळ्कन पाणी आलं. त्यांनी ते सावरत विचारलं, ''एखाद्यासाठी करून ते बोलून दाखवणं कितपत योग्य आहे?''

''पण मी करूनही तू नाहीच म्हणते मग मला तसं ते सांगावं लागतं.'' बर्वे संयमानं बोलण्याचा प्रयत्न करत होते.

''हो का? कित्येक गोष्टी मी पण करत असते. तुम्ही त्याच 'करत नाही'

असं म्हणता. मला तसं बोलावं लागतं.'' वहिनी.

''मला काही बोलायचंच नाही. खरं खोटं तिनं स्वत:च्या मनाला विचारावं.'' बर्वे

''आणि समजा, तुम्ही लाखभर गोष्टी माझ्यासाठी केलेल्या आहेत. माझ्या नातेवाईकांसाठी केलेल्या आहेत त्याची कुठे पोस्टर्स छापून लावायची आहेत का?''

''केलेल्याचं चीज काय? नाही केलं असं म्हणणं म्हणजे पापच आहे.'' बर्वे

''हो! मी म्हणते 'नाही केलं'. त्यामुळं 'तुम्ही खूप काही केलंय' हे सत्य, हे वास्तव बदलतं का? तुम्ही करता ते तुम्हाला आणि मला माहीत असतंच. मी नाही म्हणते तेव्हा आपण दोघेच असतो. तिसरं कुणीही ऐकायला नसतं. मी रागाच्या भरात 'नाही' असं बोलले तरी तुम्हाला राग का येतो?''

''रागही येऊ नये?''

''येऊ नयेच! तो येतो. कारण तुम्ही आमच्यासाठी जे जे करता ते मनात नंबर घालून लिहून ठेवता. ते मला उबग आणतं.''

बर्वे गप्प बसले. पुरुषाला स्वत:चीच कामं, स्वत:चेच कष्ट एवढे महत्त्वाचे का वाटतात? त्यातूनही स्त्रीपेक्षा महत्त्वाचे का वाटतात? त्यातूनही स्त्री कमावती नसेल तर आणखीनच महत्त्वाचे का वाटतात? त्या कष्टांचं मूल्यांकन थेट कमाईच्या, थेट पैशाच्या रूपात होतं म्हणून? म्हणून ते ठळक समोर येतं. झळाळू लागतं. का असं? स्त्रियांच्या कष्टाचं आणि कामाचं काय? घरातली स्त्री दिवसभर जी कामे करते, मुलांचं करते त्याचं काय? ती सगळी सेवा निव्वळ पैशानं विकत घ्यायची म्हटलं तर पुरुषाचे तीन पगारही पुरणार नाहीत, ही वस्तुस्थिती आहे. पुरुष ती मान्य का करत नाही?

दर पंधरा दिवसांनी बर्व्यांना बोलवायचं आणि साग्रसंगीत जेवायला घालायचं हे बर्व्यांच्या सासरला शक्य नसेल का? पण बर्वे, तोच एक आदरातिथ्याचा, अगत्याचा आणि प्रेमाचा निकष का समजतात? एवढी एक गोष्ट केली असती तर बर्व्यांचं सासुरवाडीबद्दलचं मत बदललं असतं?

''एक खरी गोष्ट सांगते. म्हणजे आज सांगावी लागते. कारण बर्व्यांना आजपर्यंत ती समजली नाही... माझे वडील कर्तृत्वावान होते ही गोष्ट बर्व्यांना चांगली माहीत आहे. सरकारी नोकरीत खूप मोठ्या हुद्द्यावर होते. माझ्या जन्माआधीच आमचा स्वत:चा बंगला, स्वत:ची कार होती. सरकारी कार आणि बंगला तर होताच. घर नोकरमाणसांनी गजबजलेलं असायचं. पण इतरत्र होतं तसंच नेमकं झालं. माझे भाऊ माझ्या वडिलांच्या तुलनेत तेवढे कर्तबगार होऊ शकले नाहीत.

माझ्या लग्नानंतर माझ्या बाबांनी बर्व्यांकडे त्या अपेक्षेनं आणि त्या अभिमानानं पाहिलं. बर्वे कर्तृत्ववान आहेत, हुशार आहेत याचं बाबांना किती कौतुक होतं! बाबा म्हणायचे, हा जावई नसून माझा मुलगाच आहे. तो माझं मुलासारखं करेल. त्यांनी बर्व्यांकडून अशी अपेक्षा केली असेल तर काय चुकलं त्यांचं?''

आता मात्र मी सर्द झालो. मला बर्वे हाच एक भंपक आणि बोअरींग माणूस आहे याची खात्री पटत चालली होती तोच बर्वे म्हणाले,

''मग मी काही मुलासारखं केलं नाही का?''

''केलं! सगळं केलं. पण मनात कायम दोन रुपयाच्या वेगळ्या भाजीची अपेक्षा ठेवून. उपयोग काय?''

मी मनातल्या मनात बर्व्यांच्या पुढच्या मुद्द्यांवर नजर फिरवली. पण मला जिथे-तिथे बर्व्यांचा भंपकपणाच दिसू लागला. बर्व्यांना माणसाचा आणि मनुष्यस्वभावाचा अंदाज नव्हता हे खरं. दुसऱ्या माणसाशी माणूस म्हणून कसं वागायचं असतं हे त्यांना खरंच अजूनही कळत नव्हतं. लग्नानंतरच्या पहिल्या एक वर्षातच त्यांनी बर्वे वहिनींना इतकं बोअर केलं असावं की त्यांच्या मनातूनच हा माणूस कायमचा उतरला असावा.

बर्वे वहिनींनी प्रतिक्रिया म्हणून का होईना, पण बर्व्यांना नंतर छळ-छळ छळलं होतं. ठरवून छळलं होतं. स्त्रीच्या डाव्या हाताचा खेळ तो! पुरुषाला कसं तडफडायला लावायचं याचे किमान शंभर तरी उपाय स्त्रीकडे विधात्यानं उपजतच दिले असावेत. त्यासाठी तिला वेगळा अभ्यास करण्याची किंवा शिकण्याची गरज नाही. फार विचार करण्याचीही गरज नाही. ''बाहेर एक घाव दोन तुकडे असा स्वभाव असलेले बर्वे घरात मात्र घाबरट होते. बायकोसमोर भित्रेही होते.''या गोष्टीचा मग फायदा आणि गैरफायदा दोन्हीही बर्वेवहिनींनी व्यवस्थित घेतला होता. अर्थात असा घाबरटपणा तुम्ही जिथे-जिथे दाखवाल तिथे तुमचा गैरफायदाच घेतला जाईल. तुमच्यावर प्रेम कुणीच करणार नाही. बर्वे वहिनींचे बर्व्यांवर विशेष प्रेम नसावे असं मात्र या भेटीत मला राहून राहून वाटले. बर्वे तसे केविलवाणेच झाले होते. बिचारे, दुर्दैवी!

माझी सहानुभूती बर्वेवहिनींकडे झुकते याला महत्त्वाचं कारण म्हणजे, बर्वेच म्हणाले, की 'सेक्स हा विषय पहिल्या वर्षी स्वर्गीय आनंदाचा होता. पहिलं वर्ष सेक्ससाठी सोन्याचं गेलं. पहिल्या वर्षी सेक्स मनमुराद लुटला.' वगैरे! मग पुढे काय झालं? स्वर्गाचा नरक कसा झाला? सोन्याची माती कशी झाली? खात्रीनं, या गोष्टीचं श्रेय बर्व्यांकडेच जातं. बर्वे बरेचसे बालिश होते. अर्थात प्रत्येक माणसाच्या मनामध्ये एक मूल असतं, एक पिता असतो आणि एक अनुभवसिद्ध आणि समृद्ध

परिपक्व माणूस असतो. संसारामध्ये परिपक्व माणसाची गरज जास्त असते. नंतर पिता ही भूमिका असतेच. आपल्या मनातलं मूल अपवादात्मक परिस्थितीमध्ये उफाळून येतं. त्याला नॉर्मल समजतात. पण बर्वे कायमच लहान मूल म्हणून राहिले असावेत आणि तेही निरागस या अर्थी नव्हे, तर काही मिळण्यासाठी रडणारे, त्रागा करणारे!

दिवसातले बावीस तास एकमेकांच्या हिताचं रक्षण करावं. पुरुषानं स्त्रीच्या हिताचं तर करावंच. तिचा मूड सांभाळावा. इंटरेस्ट जपावा. एकमेकांवर मनापासून प्रेम करावं. एकमेकांबद्दलची ओढ जपावी. या बावीस तासांचं फलित उरलेल्या दोन तासात उमटतं जे तुम्ही उदाहरणार्थ सेक्ससाठी देता. सेक्सची फ्रीक्वेन्सी, क्वालिटी, तन्मयता, समर्पण, आनंद, सुख, साद, प्रतिसाद हे तुमच्या एरव्हीच्या, कायमच्या वागण्यावर ठरत असतं. पती-पत्नीमधला शृंगार हा केवळ त्यांच्यामधील प्रेमावर आणि एकमेकांच्या ओढीवर अवलंबून आहे. त्यावर दुसरा इलाजच नाही.

एरव्हीचे बावीस तास एकमेकांच्या मनात प्रणयक्रीडेसाठी मैदान तयार करायचं असतं. म्हणजे मग त्यावर, उरलेल्या दोन तासात या क्रीडेचा डाव मांडता येतो. एरव्हीचे बावीस तास एकमेकांच्या मनातील हे मैदान आपल्या विषारी बोलण्यानं आणि अत्यंत तिडीक आणणाऱ्या वर्तनानं खोदत राहिलं, तर उरलेल्या दोन तासात हा खेळ खेळायचा कुठे? एरव्हीचे बावीस तास बर्वे वहिनींना खूष ठेवण्याचं चातुर्य बर्व्यांकडे असायलाच हवं. अन्यथा यावर उपाय नाही.

पहिलं वर्ष वहिनींनी बर्व्यांचा अभ्यास केला असावा. त्या गप्प राहिल्या. पण त्या वर्षीच बर्वे स्वत:च्या वर्तनानं त्यांच्या मनातून उतरले. पहिलं वर्ष धोरण म्हणून वहिनींनी सगळं बर्व्यांच्या मनासारखं होऊ दिलं आणि दुसऱ्या वर्षापासून बहुतेक अत्यंत थंड डोक्यानं, ठरवून बर्व्यांचा काटा काढायला सुरुवात केली. बर्व्यांची जिरवायला सुरुवात केली. पहिलं वर्ष जे जे ऐकून घेतलं त्याचा सूड घ्यायला सुरुवात केली. बाहेर 'एक घाव दोन तुकडे' अशा स्वभावाचे बर्वे बायकोसमोर घाबरटासारखे वर्तन करत राहिले आणि त्याचा पुरेपूर फायदा आणि गैरफायदा वहिनींनी घेतला. वहिनींच्या मनात बर्व्यांबद्दल एक किरकोळ माणुसकीचीच भावना शिल्लक असावी असं दिसलं. प्रेम वगैरे फार लांबच्या गोष्टी. बर्वे खरंच दुर्दैवी!

यातून बर्वेवहिनींनी काय मिळवलं? सेक्स मिळाला नाही तर पुरुष दुसरीकडे बघतो. आणि ते धाडस नसेल तर आयुष्यातून उठतो हे काय वहिनींना माहीत नव्हतं? पण बर्वे दुसरीकडे पाहणार नाहीत याची त्यांना खात्री होती. आणि बर्वे आयुष्यातून उठले तरी त्यांना त्याची कणभरही पर्वा नव्हती. बर्व्यांना तडफडत ठेवून त्यांनी तरी कुठलं सुख मिळवलं होतं? कुठलंच नाही. आपल्या विषारी

बोलण्यानं बर्वे त्यांना सतत रक्तबंबाळ करतच होते. असो! बर्वे वहिनी हे थांबवू शकत होत्या. पण त्या थांबवत नाहीत हे फार लवकर ओळखून बर्व्यांनी थांबायला पाहिजे होतं. तुलनेनं आता खरंच, थोडा जास्तच उशीर झाला होता. मी तिथून उठलो.

मी बर्व्यांना नंतर एकदा म्हटलं, "बर्वे, तुमचं उदाहरण आपण जगजाहीर करू. एक आदर्श म्हणून!"

"हा असला आदर्श?" बर्वे हळू हळू हसू लागले.

"वा! एवढा मोठा आदर्श कुठे सापडणार बर्वे? म्हणजे, नवरा कसा नसावा! बायको कशी नसावी! पती-पत्नीमधले संबंध कसे नसावेत!"

"मग हरकत नाही!" बर्व्यांचं हसणं वाढत होतं.

"पुढच्या पिढीचं, समाजाचं काही प्रबोधन करायचं असेल तर आपल्या आयुष्याचं दान करण्याची आपल्याकडे परंपराच आहे. असे आपल्याकडे अनेक हुतात्मा होऊन गेले. त्या यादीत आज आणखी एक नाव 'ॲड' झालं हुतात्मा बर्वे!"

आता मात्र बर्वे गडाबडा लोळून हसू लागले. त्यांच्या डोळ्यात पाणी येऊ लागलं. ते पुसून पुसून ते हसू लागले. नंतर म्हणाले,

"मला आपलं उगाचच वाटायचं की माझं आयुष्य वाया गेलं. पण नाही. माझं आयुष्य हे पुढच्या पिढीसाठी एक बलिदान म्हणून सार्थकी लागलं. मी माझ्या पुढच्या पिढीस किंवा यापुढे नवरा-बायको म्हणून एकत्र येऊ पाहण्याचा प्रयत्न करणाऱ्या स्त्री-पुरुषास मनापासून शुभेच्छा देतो." बर्वे हसतच होते.

बर्व्यांचं आता पुढे काय? याचं टेन्शन घेऊ नका. तुम्ही स्वत: मात्र केव्हाही बर्वे अथवा बर्वे वहिनी होऊ नका. या उदाहरणावरून एवढं तरी शिकायलाच हवं.

या उदाहरणात जमेची बाजू किंवा आशेचा किरण म्हणजे बर्वे वहिनींनी बर्व्यांच्या दोषांची किंवा त्यांच्यावरील आरोपांची यादी केली नव्हती. वाचून दाखवली नव्हती. त्यांनी बर्व्यांच्या आरोपाला फक्त प्रत्युत्तर दिलं होतं. मी, बर्वे आणि बर्वेवहिनी चर्चेच्या मार्गातून काही उपायापाशी येत आहोत. थोडा अधिक उशीर झालाय एवढंच! आयुष्य संपलंय थोडंच? शिल्लक आहेच आणि एकमेकांना मनापासून प्रेम देण्यासाठी एक क्षणही पुरेसा असतो.

"क्षण एक पुरे प्रेमाचा
वर्षाव पडो मरणांचा"

❑❑❑

९. कर्तृत्व

''कर्तृत्त्वाचा प्रॉब्लेम आहे.''बर्वे एकदा सांगत होते.

''म्हणजे काय?''

''हातून काही कर्तृत्त्वच घडत नाही.''

''का बरं?''

''अहो, कसं घडणार? हातून काही उत्तुंग घडायचं असेल तर सेक्शुअल लाईफ हे नॉर्मल, व्यवस्थितच हवं.''

''तुमचं नाही का?''

''तेच तेच पुन्हा सांगू का? त्यासाठी झुरण्यात आयुष्य संपलं. सगळं लक्षच तिकडे. ते मिळत नाही म्हणून मनात कायम तेच!''

''असं कायम मनात ठेवून एखादी गोष्ट मिळते?''

''जगाचं माहीत नाही. पण आम्हाला काही मिळालं नाही. प्रगती नाही, यश नाही. मुळात, हवं ते न मिळणं हेच आमच्यासारख्यांचं आयुष्य!''

असो!!

रोज सेक्स मिळाला असता तर एखाद्या सर्वोच्च पर्वतावर स्वत:चा काही झेंडा रोवून बर्वे जगप्रसिद्ध झाले असते असं मला मुळीच वाटत नाही. कर्तृत्त्वाची ओळखच मुळात स्वतंत्र असते. ते कुठल्याही सबबींसाठी अडकून पडत नाही. कुठल्याही अडचणी किंवा समस्या कर्तुत्वाच्या आड येऊ शकत नाहीत. सोयी-सुविधा

कर्तृत्वाला पूरक ठरू शकतात. कमतरता कर्तृत्त्वाचा वेग कमी करू शकतात. (तोही थोडासाच!) पण कर्तृत्त्वाचे हे पायाभूत घटक नव्हेत.

खरं तर प्राप्त परिस्थिती काहीही असली तरी जे तरारून येतं, उफाळून उठतं ते कर्तृत्व! तुमच्या आनंदासाठीच जे तुमच्या पदरात उडी घेतं ते यश! आणि तुमच्या कमरेभोवती हातांचा विळखा घालून तुम्हाला केवळ पुढेच घेऊन जाते ती (तुमची) प्रगती!

आगगाडी -

कर्तृत्त्व, यश, प्रगती यांच्या कागदावर, आधीच काही व्याख्या करणं तितकंसं शहाणपणाचं नसावं. कारण खरंच जे कर्तृत्ववान होऊन जातात त्यांनी कुठल्या व्याख्या वाचलेल्या नसतात. यशवंत असतात, अफाट प्रगती करतात, त्यांनी त्या विषयाचा कुठे कोर्स केलेला नसतो. तर या अशा लोकांचं जीवन केंद्रस्थानी मानून, संदर्भ मानून काही व्याख्या केल्या जातात. त्यांच्या जीवनाकडे पाहून या संबंधीच्या काही कोर्सचं आयोजन केलं जातं.

होतं काय! अशा व्याख्यांनी भरलेलं पुस्तक, अशा ज्ञानानं भरलेलं पुस्तक वाचायला खूप चांगलं वाटतं. अशी पुस्तकं लिहिली जायला हवीत आणि ती वाचली पण जायला हवीत. आपण जगताना नक्की कुठे धडपडतो, ठेचकाळतो, भेलकांडतो, तोंडावर किंवा उताणे पडतो... वगैरे एवढं तरी समजतं. आपण मनोमन खुश होतो. कारण आपण कुठे चुकतो ते समजतं. आपण तेवढ्यानंच खुश होतो. खरं काम पुढेच असतं.

कल्पना करा, शेजारून एक आगगाडी झोकात चालली आहे. जीवनाची आगगाडी, ज्ञानानं, अनुभवान, समजदारीनं, शहाणपणानं, तर्कानं, विज्ञानानं, भावनेनं, कर्तव्यकठोरतेनं काठोकाठ भरलेली, रंगीबेरंगी सुशोभित, देखणी आगगाडी. आपण आनंदून जातो. आगगाडी पाहिल्याचा तो आनंद असतो. आपण खूप प्रभावित होतो, कारण तो ज्ञानाचा साक्षात्कार असतो. आपला अहंकार सुखावला जातो, कारण ते ज्ञान तुम्हाला समजण्याइतपत तुमच्या बुद्धिमत्तेनं स्वत:ची क्षमता सिद्ध केलेली असते. तुम्ही या अहंकारातच गुरफटता! तिथेच रेंगाळणं तुम्हाला बरं वाटतं. कारण बेसिकली तुमची वृत्ती ही ऐतखाऊ आणि आळशी माणसाची आहे. उंटावरून शेळ्या हाकणाऱ्या माणसाची आहे. दुसऱ्याला उपदेश करणाऱ्या पोपटपंची पंडिताची आहे.

या भानगडीत ती आगगाडी तुमच्या शेजारून पुढे सरकत असते. लोक चढत असतात, बसत असतात, उभे राहतात, उतरतात, प्रवास करतात. जीवनाच्या

आगगाडीत बसून प्रवास करतात. लोक तुमच्यामागून येऊन तुमच्यापुढे जातात कारण ते, त्या आगगाडीत बसतात. तुम्ही त्या आगगाडीत बसत नाही. प्रवाशांना सूचना करण्यात धन्यता मानता! कारण 'प्रवास कसा करावा' हे ज्ञान तुम्ही पुस्तकातून वाचलेलं असतं. मग तुम्ही परके आणि उपरे राहाता. या तुमच्या शेजारून पुढे गेलेल्या आगगाडीचे केवळ साक्षीदार राहता. आधी अचंबित, नंतर प्रभावित आणि सरतेशेवटी हात चोळत उरणारे भंपक, मूर्ख आणि रडे साक्षीदार!

माझ्या मते, त्या पूर्ण आगगाडीच्या दर्शनानं प्रभावित होणं चांगलंच आहे. पण त्या आगगाडीत आपण आपल्या सीटचा शोध घेतला पाहिजे. मनापासून शोधलं की सापडतंच आणि मनापासून आपलंच वाटतं ते बहुधा आपलं असतंच! ते खाली मात्र हवं. कुणाच्या उरावर मात्र बसू नये. किंवा कुणाला उठवून तिथं बसू नये. अशी सीट आपली वाटली की ती मिळवावी. ती मिळवणं म्हणजे कर्तृत्त्व! मिळवल्यावर त्यावर अभिमानानं बसणं हे यश! आणि मग आगगाडीचा प्रवास ही प्रगती!

लक्षात ठेवा, ही आगगाडी जीवनाची आहे. एकूण जीवनाची. त्यातली तुमची सीट तुम्ही पटकावलीत तरच त्या गाडीशी तुम्हाला काही संबंध वाटेल. अन्यथा तुम्ही कायमस्वरूपी त्रयस्थ! आणि ही त्रयस्थता अध्यात्ममार्गानं मिळवलेली नव्हे तर स्वत:च्या जीवनद्वेष्टेपणातून नाईलाज म्हणून ओढवून घेतलेली.

स्वतःसाठी -

एका प्रवासात एक वीस-एकवीस वर्षांची मुलगी माझ्याशी बोलत होती,

"सर, सुखी आहात तुम्ही?"

"यस अफकोर्स!"

"म्हणजे हवं ते सगळं मिळालं?"

"जेवढं मिळालं तेवढ्यातही..."

"ही असली सुख मानून घेण्याची भाषा मला सांगू नका."

"मग?"

"जीवनाकडून आणखी काही नको?"

"हवं ना! आणखी खूप काही हवं!"

"देअर यू आर! आत्ता मला बरं वाटलं. जीवनाकडून आपल्याला सतत काही अपेक्षा असायलाच हवी. तीच जगण्यामागची एक चांगली प्रेरणा असू शकते. तुमच्या कृतींमागची कार्यशक्ती असू शकते."

"मला आवडलं तुझं बोलणं, तुझा विचार. पण प्रपंचामध्ये स्वत:ची भूमिका

जगताना, पार पाडताना बरंच काही करावं लागतंच. जबाबदारी म्हणून, कर्तव्य म्हणून, तेही मनाला सुख आणि आनंद देणारं असतंच!''

''अफकोर्स! प्रपंचामधल्या बऱ्याच करण्याचा भाग हा दुसऱ्यासाठी असतो. जोडीदारासाठी, मुलांसाठी, कुटुंबातील इतरांसाठी. आणि इतरांसाठी करण्यात आनंद असतोच. तो मी नाकारत नाहीच.''

''मग? तू नक्की कुठल्या सुखाबद्दल बोलते आहेस?''

''तुमच्या सुखाबद्दल! तुमच्या स्वत:च्या सुखाबद्दल. जे सुख, स्वत: स्वत:साठी काही करण्यातून मिळतं असा माझा विश्वास आहे.''

''स्वत:चंच सुख म्हणत असशील तर ते असं काही वेगळंच असतं का?''

''बसतं का? ''सर,ढोंग करू नका. आणि स्वत:ला फसवूही नका.''

''असं तू खात्रीनं का म्हणतेस! तू लहान आहेस अजून! प्रपंच, संसार हे तर माहीतही नाही तुला. तडजोड जीवनाचा स्वीकार या गोष्टींशी अजून संबंध यायचाय तुझा!''

''तो येईल तेव्हा येईल किंवा तो संबंध बालपणापासूनच येतो असं समजा. आपण तो कागदावर मांडायला उशिरा शिकतो असं समजा.''

''मला खूप कौतुक वाटतं तुझं.''

''अमुक एखादी गोष्ट मिळाल्यावर मी सुखी होईन असं समजणं म्हणजे सुखाला कायमस्वरूपी लांबणीवर टाकणं झालं.यापेक्षा आत्ता या क्षणाला मजकडे जे आणि जसं आहे, नेमकं तसंच मला पाहिजे होतं हा विचार सत्य म्हणून स्वीकारणं, ही कायमस्वरूपी सवय सुखी असण्याची शक्ती आहे. त्यानुसार आत्ता या क्षणाला मी सुखीच आहे.''

''किती बोलावं लागलं तुम्हाला. किती वळणं घ्यावी लागली. मला पटवून द्यावं लागलं.''

''तू सुखी आहेस?''

''डेफिनेटली!''

''कशी?''

''प्रत्येक क्षणी 'मला नक्की काय हवंय' हा माझा आतला आवाज मी ऐकते. ते समजण्यातच सुखाची सुरुवात होते. नंतर ते मिळवण्यासाठी सतत धडपडत राहणं हा सुखाचा सर्वात मोठा कालावधी. ती गोष्ट मिळणं न मिळणं ही सुखाची क्षणिक अनुभूती झाली.''

''म्हणजे एकूण प्रवासातला आनंद लुटणं!''

''असं नाही का, सर? तुम्हाला आयुष्याकडून काय हवंय हे तुम्हाला

केव्हाच कळलंय, सर. पण दुर्दैवानं तुम्हाला ते अजून मिळालेलं नाही. तुम्ही ते मिळण्याची फक्त वाट पाहिलीत आणि एका क्षणी ते सोडून दिलंत. आता उरेल ते फक्त नैराश्य!''

''तुझा विचार म्हणून ठीक आहे. पण माझ्या बाबतीत तू अल्पपरिचयात एवढं ठाम मत मांडणं हे मला थोडं 'ऑकवर्ड' होतंय.''

''आय ॲम सॉरी सर! पण तुम्ही स्वत:वर अन्याय केला आहे.''

''स्वत:वरच केलाय ना?''

''स्वत:वरही अन्याय करण्याचा तुम्हाला अधिकार नाही. उलट, तुम्हाला हवं ते सुख मिळवण्याचा पूर्ण अधिकार आहे. स्वत:चं असं एक आयुष्य आहे. तुमचं!केवळ तुमचं! त्याच्या काही गरजा आहेत. त्याच्या काही मागण्या आहेत. त्या केव्हा पूर्ण करणार? करायला हव्यात. त्यात कसलाही अपराधी भाव मनात बाळगू नका. आणि कुटुंबातील सगळ्यांना सगळं दिल्यानंतर स्वत:ला हवं ते घ्यायचं नाही ही कुठली रीत? स्वत:साठीही जगा, नाहीतर पश्चात्ताप होईल. आत्ताच काही मिळवण्याची ती वेळ आहे. व्यर्थ दवडू नका. नुसता विचार करू नका. काही ठोस काम करून त्यातून काही निर्माण करा. 'क्रिएट' समथिंग सर! 'पुरूषार्थ' दाखवा.''

तिच्या 'पुरूषार्थ' या शब्दानं मी मुस्कटात बसावी आणि झोप मोडावी तसा खडबडून जागा झालो. नंतर संपूर्ण प्रवासभर ती माझ्याशी बोलली. मला तिच्याकडचं खायला दिलं. सरबत दिलं. ती उतरून गेली.

तिचा 'पुरूषार्थ' हा शब्द मात्र खरंच महत्त्वाचा होता. 'दुसऱ्याला प्रेमानं जिकणं अथवा दिलदारपणे माफ करून टाकणं' याला 'पुरुषार्थ' म्हणायला माझी हरकत नव्हती. पण या पुरुषार्थानं तिचं 'क्रिएट समथिंग' हे साध्य होऊ शकणारं नव्हतं. त्या 'क्रिएशन'साठी कर्तृत्त्व हवं होतं आणि त्या कर्तृत्वासाठी पुरुषार्थ हवा होता.

क्वालिटी -

'मेकॅनिकल इंजिनियरिंग' शिकताना 'क्वालिटी' या शब्दाची शिकलेली व्याख्या डोक्यात नाचायला लागली. क्वालिटी ही आपण मालाची गुणवत्ता म्हणून घेतो. इंजिनिअगिंमध्ये क्वालिटी ही उत्पादकाची गुणवत्ता समजतात. व्याख्या अशी आहे.

"Quality is an ability of the manufacturer to produce the good as per laid down on the drawings and in the specifications."

एखाद्या गोष्टीचं उत्पादन करायचं ठरवायचं, त्या गोष्टीचा आराखडा कागदावर

उतरवायचा, त्याची सर्व गुणवैशिष्ट्ये कागदावर लिहून काढायची. यानंतर उरते ती उत्पादकाची क्षमता. कागदावर उतरवलेलं जसंच्या तसं प्रत्यक्षात उतरवण्याची उत्पादकाची क्षमता म्हणजेच त्याची 'क्वालिटी' आणि एकूण जगण्याच्या भाषेत ही क्षमता आणि त्या क्षमतेचा प्रत्यक्ष 'वापर' म्हणजेच त्याचा पुरूषार्थ.

बर्वे म्हणतात, 'सेक्स' मिळाला नाही म्हणून कर्तृत्त्व गाजवू शकलो नाही. जर सेक्स हवाच असेल तर कर्तृत्ववान पुरुष तो मिळवल्याशिवाय राहीलच कसा?सेक्स मिळवण्यात कर्तृत्त्व असावं आणि सेक्स उपभोगण्यात पुरुषार्थ असावा.तेव्हा सेक्स मिळाला नाही म्हणून कर्तृत्त्व जन्माला आलं नाही ही भाषा चुकीची! ते पुढे पाहूया! तूर्त इतकंच! प्रणयाचा, शृंगाराचा काही लोक मनमुराद आनंद लुटतात. तर काही लोक प्रणयाची आणि शृंगाराची मनमुराद वर्णनं करत राहातात. वर्णनं करायलाही हरकत नाही. पण त्याआधी तो आनंद प्रत्यक्ष घ्यावाच!

कर्तृत्त्व? -

कुठल्याही स्त्रीस वाटतं की आपला पती कर्तृत्त्ववान असावा. असं वाटण्यात काहीच गैर नाही. पण यातील काही स्त्रियांची कर्तृत्त्वाची व्याख्या विचित्र असते. त्यात बहुधा हव्यास असतो. अंधानुकरण असतं. अडाणीपणा असतो. बहुतेक काही ॲबनॉर्मलच असतं.

अतिरंजित वाटेल, पण गंमतीचं म्हणून एक उदाहरण पाहूया.

"अहो, किती सिगारेट ओढता तुम्ही? जरा कमी करा." असं वाक्य, नवऱ्याला चारचौघात बोलण्याची सुमनची खूप इच्छा होती. कारण असं बोलण्याची वेळ आणणारा नवरा हा कर्तृत्त्ववान अशी तिची ठाम समजूत होती. पण हे वाक्य बोलण्याची तिला संधी मिळत नव्हती. कारण तिचा नवरा सिगारेट ओढत नव्हता. तिनं त्याला सिगारेटचं पाकीट आणून दिलं. सिगारेट ओढायला लावली. तो खोकत-खोकत शिकू लागला. सुमनच्या मार्गदर्शन आणि देखरेखीखाली त्यानं बरीच प्रगती केली. सिगारेट ओढण्याचं प्रमाण वाढवलं. मग एकदा, सगळ्या लोकांदेखत आणि मोठ्या दिमाखात ती नवऱ्याला म्हणाली,"अहो, किती सिगारेट ओढता हो तुम्ही? जरा कमी करा."

स्वत:स मान्य असलेल्या कर्तृत्त्वाच्या व्याख्येसाठी बायका नवऱ्यांना वेठीस धरतात. यशाच्या कल्पनेसाठी छळ करतात. प्रगतीच्या समजुतीसाठी आहे ते जगणं नकोसं करतात.

कर्तृत्व ही फक्त पुरुषाचीच मक्तेदारी आहे असं अजूनही बहुतेक पुरूष आणि बहुतांश स्त्रियाही समजतात. ते पुरुषाचंच काम आहे अशा समजुतीत स्त्रिया

स्वत:ची सुटकाही करून घेतात. बरोबरीच्या हक्काच्या जाणिवेसाठी काही स्त्रिया 'कर्तृत्त्वात आम्ही कुठेही कमी नाही, मागे नाही' हे सिद्ध करतात. दुर्दैव म्हणजे बिचाऱ्या स्त्रियांना अजूनही हे सिद्ध करत बसावं लागतं. पण काही ठिकाणी पुरुषच स्त्रियांकडून काही कर्तृत्त्वाची अपेक्षा करतात. त्यासाठी त्यांना टोचतात. तिथे मात्र स्त्री अडचणीत येऊ शकते. तिच्यावर अन्याय आणि तिचा छळ होतो असं तिला वाटू शकतं.

मार्ग -

कर्तृत्व कसं आकार घेतं? यश कसं मिळतं? प्रगती कशी होते? खरं तर सगळ्यांना माहीत असलेली ही गोष्ट आहे. पण व्यवस्थित माहीत करून घ्या असं म्हटलं की लगेच आळसाला सुरुवात होते. 'आळस' ही स्वाभाविक गोष्ट असली तरी कर्तृत्त्व, यश आणि प्रगती या मार्गातली ती सर्वात मोठी धोंड आहे. 'आळस' हे निर्विवाद एक व्यसन आहे. ती एक चटक आहे. त्यातून बाहेर पडण्याचा एकच मार्ग म्हणजे प्रत्यक्ष कामाला सुरुवात करणं आणि सातत्यानं काम करत राहाणं.

आपण आळस झटकू या! कर्तृत्व, यश, प्रगती यासाठी अंगी कुठले गुण हवेत, याची निदान कागदावर तरी एक यादी करूया. ती केवळ वाचून उपयोग नाही. पण ती केवळ उपयोगात आणून आपण वाचू शकतो.

कातडीबचावू धोरणानं कर्तृत्त्व फुलू शकत नाही. धैर्य, धाडस ही सहजप्रवृत्ती नसल्यानं हे गुण अंगी सरावानं आणि संस्कारानं जोपासावे लागतात. भीती ही सहजप्रवृत्ती आहे. तिला प्रयत्नानं आणि सरावानं काबूत ठेवावं लागतं. 'कॅलक्युलेटेड रिस्क' घ्यायची तयारी हवीच हवी!

प्रथम काय हवं ते नीट ठरवावं आणि मग त्या गोष्टीला मनात पुरेशी ऐसपैस जागा करून द्यावी. प्रत्यक्ष प्रयत्नास सुरुवात करण्यापूर्वी स्वत:चे नीट निरीक्षण आणि परीक्षण करावे. आपल्याला जे हवे ते मिळण्यासाठी अनेक मार्ग असतात. त्या अनेक मार्गांचा आधी नीट विचार करावा. आपल्या अंगी प्रगट वा सुप्त स्वरूपात असलेले कुठले गुण कुठल्या मार्गावर जास्त प्रभावी आणि जलद ठरू शकतात याचा अंदाज घेऊन मार्ग निश्चित करावा आणि मग प्रत्यक्ष वाटचालीला सुरुवात करावी.

प्रयत्न याचा अर्थ अंगातून नुसता घामच वाहत राहिला पाहिजे, सगळी गात्रं गलित होऊन मन बधिर व्हायला पाहिजे असं नाही. त्या प्रयत्नाचाही मनाला आनंद घेता येईल इतका तो सहज असावा. त्यात काही दिशा, धोरण, सूत्र, नियम असावा. ग्रहणशक्ती, आकलनशक्ती या सुद्धा प्रयत्नानं थोड्या वाढू शकतात.

पण आपली कार्यकुशलता किंवा 'वर्किंग स्किल' हे तर केवळ अनुभवानं, सरावानं वाढू शकतं! केवळ अनुभवसमृद्धीच्या जोरावर, सामान्य बुद्धीची माणसंही अफाट कर्तृत्त्व गाजवू शकतात.

कर्तृत्त्व - आनंद

नवरा-बायको या संबंधात एक मोठा घोळ म्हणजे, कर्तृत्त्व या नावाखाली जोडीदाराकडून नक्की काय हवंय याचाच उलगडा स्त्री-पुरुषास होत नाही. अंधानुकरण किंवा अडाणीपणा यामुळं एखाद्या गोष्टीचा हव्यास प्रचंड वाढू शकतो. ही गोष्ट आपल्या जोडीदारानं उपलब्ध करून द्यावी अशी अपेक्षा करतो. तशीच परिस्थिती असेल, तर तो हव्यास आपण आपल्या जोडीदाराच्या तथाकथित कर्तृत्त्वाशी बांधतो आणि जोडीदाराचं कर्तृत्त्व संपूर्ण घराच्या सुखाशी, आनंदाशी बांधून मोकळे होतो. 'हव्यास' हा शब्दच एखाद्या ऐहिक गोष्टीसाठी होणारी मनाची घालमेल सुचवतो. वास्तविक घरातलं वातावरण आनंदी राहण्याचा आणि या ऐहिकतेचा किंवा घरातील आर्थिक मानाचा काहीही संबंध नसतो.

नवरा-बायको एकमेकांशी किती 'ॲटॅच' आहेत हे महत्त्वाचं. मानसिक, भावनिक ओढ आणि गुंतवणूक महत्त्वाची. आत्मानंद किंवा आत्मिक सुख हे घटकाभर बाजूला ठेवलं, तर माणसंच माणसांसाठी आनंद बनतात, सुख बनतात. एकमेकांबरोबर सुख, आनंद देतात आणि एकमेकांकडून सुख, आनंद मिळवतात. एकमेकांबरोबर रहाण्यात, एकमेकांना भेटण्यात, एकमेकांशी बोलण्यात, एकमेकांना नुसतं पाहण्यानंही आनंदाची निर्मिती होऊ शकते. एखादी व्यक्ती नुसती भेटण्यानं, नुसती पाहण्यानं कुठल्याही कारणाशिवाय, कुठल्याही अपेक्षेशिवाय केवळ आणि केवळ आनंदच होत असेल तर तो केवळ आनंद समजावा. 'आत्मानंद' ही वैयक्तिक अनुभूती जरी असली तरी एक माणूस केवळ स्वत:च्या अस्तित्वानं ती दुसऱ्याला देऊ शकतो. ती खरी भावना असते. खरी प्रीती असते. कर्तृत्त्व, यश, प्रगती यांच्याशी त्याचा काहीही संबंध नाही. कर्तृत्त्वानं, यशानं, प्रगतीनं आपण आपली वैयक्तिक क्षमता वाढवत असतो. सुप्त क्षमतांचा शोध घेऊन त्या सिद्ध करत असतो. त्यानं आनंदाची निर्मिती होत नाही असं नाही. पण खरा आनंद, खरं सुख आहे ते एकमेकांच्या कर्तृत्त्वाचं, यशाचं आणि प्रगतीचं, जिव्हाळ्यानं 'कौतुक' करण्यात!

तुलना -

पती-पत्नी आपल्या जोडीदाराची इतर व्यक्तींशी सदासर्वकाळ तुलना करतात

व मनातून खट्टू होतात. वास्तविक हा तद्दन मूर्खपणा आहे किंवा प्रपंचामधला याइतका मोठा मूर्खपणा दुसरा नाही. एक व्यक्ती दुसऱ्यासारखी कशी असू शकेल? तुम्हाला लाख आवडते, चांगली वाटते... पण ती जर दुसऱ्या कुणाची पती-पत्नी असेल तर तिचा विचार करण्यात व्यर्थ शक्ती वाया का घालवायची? आणि तुमच्या जोडीदारास तुम्ही व्यर्थ कमी का लेखता? तुमचीच पत्नी किंवा पती दुसऱ्या कुणा स्त्री-पुरुषास आवडत असते. चांगली वाटत असते. कर्तृत्ववान वाटत असते. प्रत्येक व्यक्तीमध्ये कर्तृत्वाची शक्यता असलेले गुण असतात. विषय असतात. क्षमता असते. तुमच्याही जोडीदारामध्ये ते आहेच. त्याचा फक्त शोध घ्या आणि उलट जोडीदारास ते दाखवून द्या. त्याचा उत्साह आणि आत्मविश्वास वाढवा.

खूप प्रयत्न करूनही बऱ्याचदा हवं तेवढं यश मिळत नाही. मालक आणि नोकर, साहेब आणि क्लार्क यांची मेहनत सारखी असली तरी उत्पन्न वेगवेगळे असते. कारण दोघांच्या कामाचे स्वरूप वेगवेगळे असते. आपण नुसतीच ढोर मेहनत करून उत्तुंग यश मिळत नसतं किंवा कर्तृत्वही फळफळत नसतं. गवंड्यानं कितीही विटा रचल्या तरी त्यास बिल्डरइतकं यश कसं मिळेल? कामाचं स्वरूप बदलायला हवं. तेवढ्याच श्रमात जादा यश शक्य आहे. आपल्या जोडीदाराच्या कर्तृत्त्वाकडे पहाताना ही गोष्ट लक्षात ठेवणे आवश्यक आहे.

कित्येक कुटुंबात, घरात घडणाऱ्या प्रत्येक वाईट गोष्टीस जोडीदारास जबाबदार धरण्याची पद्धत असते. स्त्रिया या बाबतीत आघाडीवर असतात. जोडीदारास प्रत्यक्षरीत्या जबाबदार धरता आले नाही तर अप्रत्यक्षरित्या जबाबदार धरले जाते. आपण काही उदाहरणे पाहूया.

१) मुलांनी कुठली वाईट गोष्ट केली.

पत्नी - बापाचे गुण

२) तीच मुले चांगली वागली - कर्तृत्त्व, यश

पत्नी - माझे गुण

३) घरात अचानक पाहुणे आले.

पत्नी - तुमचं लाडात येणारं वागणं. त्याचा परिणाम.

४) त्याच पाहुण्यांनी वेळप्रसंगी मदत केली.

पत्नी - मी त्यांचं व्यवस्थित करते, त्यांच्याशी तसं व्यवस्थित वागते म्हणून!

५) कार्यक्रमाला लवकर पोचलो किंवा कार्यक्रम उशिरा सुरू झाला.

पत्नी - तुमची विनाकारण घाई.

६) कार्यक्रमास पोचण्यास उशीर झाला.

पत्नी - माझ्यामागे घाई लावली नसतीत तर मी वेळेवर आवरलं असतं.

खोड म्हणून हे अतिशय वाईट आहे. बाईच असं करते असं नाही. काही भंपक आणि बावळट पुरुषांमध्येही ही खोड असते. त्याला बायकी खोड म्हटलं जातं. ज्यावर हे आरोप सातत्यानं होत राहतात तो सुरुवातीस वैतागतो. हे आरोप खोडण्याचा प्रयत्न करतो. नंतर दुसऱ्याच्या लक्षात येतं की आपल्या जोडीदाराचा हा मानसिक आजार आहे. मग तो हा विषय सोडून देतो. अतीच झाले तर जोडीदारासच मनातून सोडून देतो... सावध!

अपेक्षा -

जोडीदाराकडून कर्तृत्त्वाची अपेक्षा ही वस्तुस्थितीला धरून असावी. त्याची कुवत, क्षमता जोखावी. त्याची सध्याची जी परिस्थिती आहे, त्यापेक्षा खूप काही उच्च प्रगतीच्या परिस्थितीत त्यानं असावं इतकी त्याची क्षमता असू शकते... पण म्हणजे प्रत्येकवेळी ती असतेच असंही नाही, याचे भान ठेवावे.

जोडीदाराच्या अंगात असलेल्या कलांचा, कौशल्यांचा मागोवा घ्यावा. त्याची एकूण मानसिकता बघावी. त्याच्या ताकदीचा शोध आणि अंदाज घ्यावा. तो आला की हलकेच त्याला कर्तृत्त्वाच्या दिशेनं प्रेरित करावं. पण उगाच कुणाला घोड्यावर बसवण्याचाही प्रयत्न करू नये. ज्या बाईला स्वत:चे सुद्धा केस विंचरण्याचा उत्साह नसतो, हौस नसते, तिनं ब्युटीपार्लर काढावं असा नवऱ्यानं हट्ट धरण्यात काय अर्थ आहे? किंवा भाड्याचं घर मिळवताना सुद्धा जो बायकोला पुढे घालतो अशा पुरुषानं बांधकाम व्यावसायिक व्हावं किंवा एखादा कारखाना काढावा अशी वेडी अपेक्षा त्याच्या बायकोनंही करू नये. ज्याच्याकडून अशा अपेक्षा केल्या जातात त्यास खूप त्रास होतो. जो अपेक्षा करतो त्यास नैराश्य येते. यापेक्षा समोरच्यास झेपेल अशा बेताची अपेक्षा करणं यात दोन्ही बाजूंना आराम मिळू शकतो. ताण-तणाव निर्माण होत नाही. एकमेकांच्या मनासारखं, थोडं का होईना पण आपोआप घडत जातं.

वेळ -

कुटुंबामध्ये कधी काही समस्या निर्माण होतात. अडचणी येतात.नुकसान होतं.मुलं अनपेक्षितपणे विचित्र वागतात. अशा वेळी काही घरी पती किंवा पत्नी यापैकी एक मूर्खासारखं वर्तन करतात. पळपुटेपणा दाखवतात. कधी दोघेही असं वागतात. एकमेकांवर आरोपाच्या फैरी झाडतात. अशावेळी जी काही परिस्थिती असेल, ती जशी आहे तशी समजावून घ्यायची असते. तत्काळ स्वीकारायची असते. नवरा-बायकोनं एकमेकांना धीर आणि आधार देत एकत्रितपणे त्या समस्येतून

पार पडायचं असतं. उदाहरणादाखल आपण एका मूर्ख पत्नीची प्रतिक्रिया पाहू.

मूर्ख पतीची प्रतिक्रियाही अशीच येऊ शकते.

१) "तुमच्यामुळे हे असं झालं.''

२) "तुमचंच वागणं आणि गुण भोवताएत.''

३) "बापच असा! मुलं अशीच होणार.''

४) "तुमच्या सतत बोंबलण्यानं असे दिवस आले.''

५) "तुमच्या सतत गप्प बसण्यानं हे असे दिवस आले.''

६) "मुलांना थोडंसं धाडसी बनवायचं होतंत.''

७) "मुलांना, जगात थोडं घाबरून राहायला शिकवायचं होतंत.''

थोडक्यात, ओढून ताणून, कसंही करून घडलेल्या गोष्टीला पत्नी, पतीस जबाबदार धरते आहे. त्याच्या नावानं शंख करते आहे. क्षोभ करून घरातलं वातावरण नासवून टाकते आहे. अशा समस्यांना तोंड देण्याची नवऱ्याची क्षमता लुळी-पांगळी करत आहे. त्याची बुद्धी भ्रष्ट करत आहे. जिथे पुरुष मूर्ख असतात तिथे असं वर्तन करून तेच अडाणी पुरुष स्त्रीस जेरीस आणतात. जिथे एकाच वेळी दोघेही मूर्खपणा आणि अडाणीपणा दाखवतात तिथे तर आनंदी-आनंदच! परमेश्वरकृपेनं एकाचवेळी दोघांनीही अडाणीपणा दाखवण्याची उबळ दाबावी. कर्तृत्त्वाची आणि ते प्रत्यक्ष सिद्ध करण्याची ती वेळ असते. दोघांपैकी एक आपल्या वेडसर वर्तनानं ही वेळ मातीत घालवतात.

एखाद्या गोष्टीचा ध्यास असणं, वेड असणं आणि त्याकरता जिद्दीनं, चिकाटीनं, एकाग्रतेनं प्रयत्न करणं ही सकारात्मक गोष्ट आहे. पण एखाद्या गोष्टीची निव्वळ हाव असणं हा मानसिक आजार आहे. अशी हाव, स्त्री आणि पुरुष या दोघांनाही असू शकते. अशी हाव जर प्रत्यक्ष कृतीला काही ठोस आणि सकारात्मक प्रेरणा देऊ शकत असेल, तर अशी हावसुद्धा मान्य करायला काही हरकत नाही. पण असं घडत नाही. बहुधा ही अशी हाव वांझोटी असते. ती आपल्या जोडीदाराला फक्त शिव्याशाप देते. जोडीदाराच्या अंगात शून्य कर्तृत्त्व आहे यावर शिक्कामोर्तब करत राहते. ही हाव अगदी कॉमन गोष्टींची असते. उदा. पैसा, सोनं, बंगला, गाडी, स्टेट्स, शरीरसुख, खाणं, कपडा, मिरवणं, देखावा... वगैरे!

या सगळ्यामागे अतृप्तीची एक मूळ भावना आहे. ती कधी आनुवंशिक असू शकते. कधी संस्काराच्या चुकीच्या जडण-घडणीतून निर्माण होते. तर कधी, एखाद्या प्रसंगाचा आपल्या सुप्त मनावर (सब कॉनशस माईंड) जो परिणाम आपल्याही नकळत नोंदविला जातो, कोरला जातो, त्यातून ही अतृप्ती निर्माण होते. नंतर हाव

निर्माण होते. ती आपण ओळखायला हवी. कमी करायला हवी. पुसायला हवी. या हव्यासापोटी आयुष्यातून उठेपर्यंत जोडीदारास छळणं योग्य नाही. अशी नरकयातना देणारी कर्तृत्वाची क्रूर व्याख्या त्याच्यावर लादणं अतिशय चुकीचं आणि अन्यायकारक आहे. आणि एखाद्यावर असा अन्याय करण्याचा कुणालाही अधिकार नाही.

गर्व -

थोडं फार कर्तृत्त्व सिद्ध करून, थोडंफार यश मिळवलेले पण ते पचवू न शकलेले लोक घमेंड आणि अहंकार यानं घेरले जातात. स्त्री आणि पुरुष दोघेही! केवळ स्वार्थी हेतूनं भोवतालचे काही लोक अशा सो कॉल्ड कर्तृत्त्ववान लोकांना चढवतात. त्यांच्यामध्ये खोटी हवा भरतात. अशा लोकांमध्ये थोडी मस्ती चढते आणि त्या नादात ते आपल्या जोडीदारास अकर्तृत्त्ववान मानू लागतात. दादागिरी करू लागतात. गुलाम समजू लागतात. ''निदान आमच्या कर्तृत्त्वात सहभागी होण्याची तरी योग्यता दाखवा.'' असा सल्ला ते चारचौघात आपल्या जोडीदारास देतात. असा उपमर्द केल्यानंतर कुठलाही स्वाभिमानी जोडीदार दुखावल्याशिवाय राहाणार नाही. परिस्थितीची मागणी म्हणून, कदाचित तो काही वेळा गप्प बसेल. पण तुमच्या कर्तृत्वाची किंमत त्याच्या लेखी शून्यच! आणि तो स्फोटक पद्धतीनं 'रिॲक्ट' झाला तरी तुमच्या कर्तृत्त्वाची झळाळी ती किती उरेल?

क्रेझी -

''मी माझ्या बायकोस कर्तृत्त्ववान बनवणारच.'' अशी प्रतिज्ञा काही पुरुष करतात. यामागील प्रेरणा, महत्त्वाकांक्षा प्रत्येकवेळी तार्किक असतीलच असे नाही. त्या उदाहरणार्थ वेगवेगळ्या आणि काहीही असू शकतात. महाराष्ट्रामध्ये डॉ. आनंदीबाई जोशी आणि गोपाळराव जोशी हे उदाहरण प्रसिद्ध आहे. त्यावर बेतलेलं 'आनंदी-गोपाळ' हे नाटकही प्रसिद्ध आहे. गोपाळरावांनी स्वत:हून वयानं खूप लहान असलेल्या कोवळ्या मुलीशी विवाह केला. आणि स्वत:ची शैक्षणिक महत्त्वाकांक्षा त्या कोवळ्या मुलीवर लादली. ती असहायपणे, त्यांच्या या महत्त्वाकांक्षेला पुरी पडत, शिकत डॉक्टर झाली. पण तिला ते झेपलं नाही. विशेषत: परदेशी राहणं, तिथलं हवामान, तिथलं खाणं हे तिला शक्य झालं नाही. तिची प्रकृती खालावली. आणि भारतात परतल्यानंतर, तिच्या ज्ञानाचा समाजाला फार फायदा होण्याआधीच तिला तिच्या प्रकृतीशी झगडावं लागलं. त्यातच तिचा दुर्दैवी अंत झाला.

मोजपट्टी -

नोकरी करणाऱ्या आणि न करणाऱ्या स्त्रिया यांचे मोजमाप करताना घरात वेगवेगळ्या मोजपट्ट्या वापरतात. हे पूर्णपणे चुकीचे आहे. निदान पतीने तरी असे करू नये. पूर्वीच्या काळी तर कुटुंबातल्या मुख्य कमावत्या पुरुषाची फारच काळजी घेतली जायची. त्याचे लाड केले जायचे. तो कष्ट करतो, त्या कष्टातून चार पैसे निर्माण होतात, ते पैसे घरात आले की त्याच पैशावर संपूर्ण कुटुंबाचा चरितार्थ चालतो, या भावनेतून, अगदी खाण्या-पिण्यापासून त्याला प्रचंड झुकते माप असायचे.

ज्या कष्टाचे रूपांतर 'डायरेक्ट' पैशात होते तेच कष्ट महत्त्वाचे, हा विचारच चुकीचा आहे. घरात गृहिणी जे कष्ट करते, त्याची वेगवेगळी किंमत करून पहा. किंवा ते सगळेच कष्ट आणि गृहिणीची सगळी यातायात केवळ पैशानं विकत घेण्याचं ठरवा. तुमचे दोन पगार तरी पुरणार नाहीत.

बायको नोकरी करत असेल आणि तरीही उत्तमपणे घर चालवत असेल तर ते नक्कीच कौतुकास्पद आहे. पण ती जरी नोकरी करत नसेल तरी ती नोकरी करणाऱ्या स्त्रीपेक्षा कुठेही कमी नाही. इथून मागचा काळ आठवला तर स्त्रियांचं नोकरी करणं हे बऱ्याच अंशी कौटुंबिक गरजेतून निर्माण झालेलं दिसतं. कौटुंबिक धोरणातून निर्माण झालेलं दिसतं किंवा योगायोगातून निर्माण झालेलं दिसतं. आज परिस्थिती बदलली आहे. गेल्या काही वर्षांत स्त्रियांनी शिक्षणामध्ये लक्षणीय झेप घेतली आहे. स्त्रियांसाठी पहिली शाळा काढणारे महात्मा जोतिबा फुले, पुराणमतवाद्यांनी अंगावर टाकलेला चिखल धैर्यानं झेलत, त्या शाळेत शिकवायला जाणाऱ्या सावित्रीबाई फुले, यांचे ऋण या शिकलेल्या स्त्रियांनी आजन्म स्मरावे. स्त्रिया इंजिनिअर झाल्या, डॉक्टर झाल्या, शास्त्रज्ञ झाल्या. व्यावसायिक आणि प्रशासनिक स्पर्धापरीक्षांमध्येही स्त्रियांनी प्रचंड बुद्धिमत्ता दाखवली. आता या स्त्रियांनी नोकरी करायलाच हवी. त्यांची बुद्धिमत्ता,त्यांचं ज्ञान, विद्वत्ता,शिक्षण यांचा आदर व्हायलाच हवा. ते घरातच वाया घालवण्याचा हक्क कुठल्याही पुरुषास नाही. पण उगाचच नोकरीला चिकटून गेलेल्या काही स्त्रिया (पुरुषसुद्धा) पाहिल्या तर असं वाटतं की या खुर्च्या वाया गेलेल्या आहेत.

नोकरी करणाऱ्या स्त्रिया चारचौघात मिसळू लागल्या. पुरुषांबरोबर बोलू लागल्या. त्यांच्या वागण्या-बोलण्यात एक व्यावसायिक सफाई आली. घरात राहणाऱ्या स्त्रियांपेक्षा त्या जास्त चतुर आणि चाणाक्ष झाल्या. बाह्यांगाच्या प्रभावाखाली येणारे कित्येक पुरुष या टमा-टमा बाता मारणाऱ्या स्त्रियांना हुशार समजू लागले आणि घरात राब-राब राबणाऱ्या स्त्रियांना अडाणी समजू लागले. पण असं नसतं. घरी पाहुणे आले की, नोकरी करणाऱ्या कित्येक स्त्रिया 'ऑफिसात काम आहे' असं

सांगून ऑफिसात पळून येतात. आणि ऑफिसात प्रचंड काम पडण्याची शक्यता निर्माण झाली की 'घरी पाहुणे आले' असं कारण सांगून रजा घेऊन घरी राहतात. अपवाद म्हणून अशा फारच थोड्या स्त्रिया असतील. पण अशा स्त्रियांना चतुर आणि हुशार समजणारे पुरुष किती धन्य असतील!

तेव्हा स्त्रियांनी नोकरी करणे अथवा न करणे याचा संबंध त्यांच्या कर्तृत्त्वाशी, हुषारीशी, बुद्धिमत्तेशी किंवा चातुर्याशी अजिबात नाही. केवळ नोकरी करत नाही म्हणून तुम्ही तुमच्या पत्नीस कमी लेखू लागलात, तर तिच्या मनात न्यूनगंडाची भावना निर्माण होऊ शकते. या न्यूनगंडाच्या भावनेवर मात करण्यासाठी ती नकारात्मक आक्रस्ताळेपणाचा मार्ग अवलंबू शकते. तिचा क्षोभ, क्रोधाचा अतिरेक, स्वत:ला क्लेष देण्याची पद्धत, टोकाचा असहकार, तुम्हाला मानसिक कुचंबणेचा अनुभव देऊ शकतो. तुमची हरघडी अडवणूक, अडचण करून तुम्हाला नित्याचं जगणं अशक्य आणि असह्य करून देणं तिला सहजशक्य असतं. न्यूनगंडाच्या भावनेतून आलेलं नैराश्य एकदा जर तिच्यावर स्वार झालं तर ती वेडीपिशी होऊन स्वत:च्या जिवासह संपूर्ण कुटुंबाला संकटात टाकू शकते. असे हतबल झालेले तुम्ही तिच्यासमोर उभे राहिलात, तर तुमचं काय करायचं हे ती ठरवू शकते आणि तुम्हाला जबरदस्त कचाट्यात पकडू शकते. मी अशा स्त्रीस दोष देणार नाही. तिला उगाच कोपऱ्यात घेऊन ढोसण्याचा प्रयत्न करणारा पुरुष मात्र निश्चित दोषी आहे.

थोडक्यात, कर्तृत्त्व म्हणजे तुम्ही जे जे करू शकता त्याचा शोध घेणं. ते सुप्तावस्थेत असेल तर त्याला जागं करणं. स्वत: जागरूक राहणं. आपल्या जोडीदाराच्याही सुप्त क्षमतांचा शोध घेणं. त्यांनाही जागं करणं. स्वत:मधल्या या क्षमतांच्या प्रत्यक्ष वापरासाठी एकमेकांना प्रवृत्त करणं. प्रेमानं प्रवृत्त करणं! एकमेकांचा आत्मविश्वास उंचावणं. एकमेकांना आधार देणं. साथ देणं.

* प्राप्त परिस्थिती आणि त्या परिस्थितीमधून आनंदानं पुढे जाण्यासाठी नेटानं केलेलं कर्म, यांच्या प्रत्यक्ष प्रक्रियेतून कर्तृत्त्व जन्माला येतं. त्यामुळं कर्तृत्वाच्या नुसत्या गप्पा खोट्या! प्रत्यक्ष कर्तृत्त्वच खरं!

❑❑❑

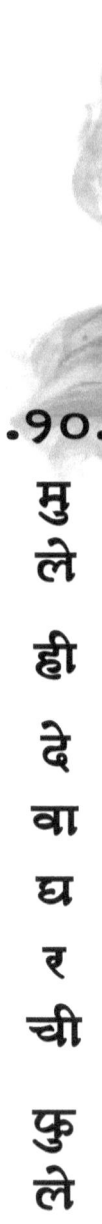

.१०. मुलेही देवाघरची फुले

हा विषय विवेचनाचा नाही. काही उदाहरणं देऊन पटवून किंवा समजावून सांगण्याचा हा विषयच नाही. अंतिम सत्य म्हणून स्वीकारण्याचा आहे. तुम्ही आणि मी तो स्वीकारलेला आहेच. पण तरीही गोष्टी आचरणात आणताना भान सुटतं. एकमेकांना माहीत असलेल्याच गोष्टी जिव्हाळ्यानं पुन्हा सांगाव्या लागतात. ''असं करू नये, असं टाळावं. माझ्याही हातून असं घडतं. चालायचंच. माणूस आहे. चुकतो. पण चूक सुधारायला हवी. पुन्हा असं घडू देऊ नको.'' असं ऐकताना मनाला बरं वाटतं. चूक सुधारण्यासाठीचं बळ मिळतं.

माझ्या आयुष्यात... (मी मुद्दाम असं म्हणतो. खरं तर प्रत्येकाच्या आयुष्यात) ...पत्नीबरोबरचे नव्वद ते नव्याण्णव टक्के वाद मी टाळू शकलो असतो, इतके ते अनावश्यक होते. पण अहंकार आणि स्वत:स वाटते तेच अंतिम सत्य या, आपल्या इच्छेविरुद्ध उफाळून येणाऱ्या दोन दुर्गुणांपायी मी ते टाळू शकलो नाही, याचं मला भयंकर दु:ख आहे.

पण त्याहीपेक्षा माझ्या मनात एक भयानक अपराधाची भावना आहे, सल आहे, तो हा, की यातील काही वाद मुलांसमोर झाले. मुलांसमोर वाद करणेही मी टाळू शकलो नाही, याची मला कमालीची लाज वाटते. माझी असेलच काही विद्वत्ता तर ती केवळ केरात मिसळण्याच्या योग्यतेची आणि शेवटी केराच्याच टोपलीत टाकण्याच्या लायकीची आहे असं मला वाटते.

मुलांइतकं जगात सुंदर काहीही नाही. आणि मुलांइतकं जगात महत्त्वाचंही काही नाही. शाळेची घंटा वाजल्यानंतर "ह ऽऽ य ऽऽ" असा आवाज करत, पाठीवर दप्तर घेऊन उड्या मारत पायऱ्या उतरणारी आणि दहा पावलं का होईना धावणारी मुलं पाहून ज्याचा ऊर आनंदानं उचंबळून येत नाही त्यानं नजीकच्याच पुलावरून उडी मारून तात्काळ जीव द्यावा.

ईश्वर सत्य आहे, तर सत्याचं उगमस्थान निरागसता आहे. आणि मुलं म्हणजे निरागसतेचा महासागर आहे. परमेश्वर चराचरात भरलेला आहे पण या मुलांच्या निरागसतेमध्ये तो सर्वाधिक रमलेला आहे. तिथेच तो आहे. त्याला दुसरीकडे शोधण्याचा व्यर्थ खटाटोपही करू नये.

तुम्ही तुमच्या स्वत:च्या आयुष्याचं मूल्यमापन कसं करता? कर्तृत्त्व, यश, प्रगती, लौकिक... वगैरे! हे सगळं तराजूच्या एकाच पारड्यात घालण्याचं वस्तुमान झालं. 'तुमची मुलं काय करतात?' या एकाच प्रश्नाचं उत्तर दुसऱ्या पारड्यात घालायचं असतं. तुमच्या आयुष्याचा अर्धा भागच 'फार तर' तुम्ही स्वत:साठी वापरू शकता. पण आयुष्याचा पूर्ण अर्धा भाग, अर्धा वेळ हा मुलांसाठीच असतो. तो त्यांचा असतो आणि त्यांनाच द्यायचा असतो. अन्यथा, त्यांना वेळ न देऊन तुम्ही कुठले कर्तृत्त्वाचे डोंगर उपसत असता?

छान उताणी पडून इकडे-तिकडे टुकूटुकू पहाणारी. 'ए...ए' असा आवाज करणारी, पालथी होण्यास धडपडणारी, रांगणारी, दुडूदुडू चालणारी आणि चालताना बुदकन् पडणारी, खदखदून हसणारी, खिदळणारी, आई-वडिलांच्या कडेवर बसून रस्त्यावरची गर्दी पाहणारी, तिसऱ्याच माणसाकडे कुतूहलाने पाहून हसणारी, शाळेत जाणारी, पटांगणावर खेळणारी, शाळेतून परत येणारी, हजारो शंका आणि प्रश्न विचारणारी, अभ्यास करण्याचा प्रयत्न करणारी, नित्य नव्या गोष्टीसाठी हट्ट करणारी... अहो, वर्णन तरी किती करायचं? मुलांची ही रूपं पाहून खरोखरीचा अत्यानंद होण्याची क्षमता परमेश्वरानं तुमच्या आमच्यासारख्या 'सो कॉल्ड' थोरांना, थोराडांना दिली आहे याबद्दल परमेश्वराचे लाख वेळा आभार मानायला हवेत. दुसरा आनंद आहेच काय?

केवळ अडाणीपणामुळे किंवा आत्मकेंद्रित विचारसरणीमुळे काही लोक 'स्वत:ची मुले आणि दुसऱ्यांची मुले' असा भेद करतात. असं करून तेच या खरोखरीच्या अत्यानंदाला मुकतात. तुझी मुले, माझी मुले असं वेगळं काहीही नसतं. मुलं फक्त मुलं असतात. त्यातूनही दुसऱ्याच्या मुलांचा द्वेष करणारी, त्यांना पाण्यात पाहणारी प्रवृत्ती पाहिली की परमेश्वराच्या अजब लीलेचं अद्‌भुत वाटतं. त्यानं अशी प्रवृत्ती समूळ नष्ट करण्याचं सामर्थ्य ताबडतोब माणसाला द्यावं.

मुले ही देवाघरची फुले । १५९

पती-पत्नी आणि मुले

पती-पत्नी यांच्यामधील संबंधानं मुलं प्रभावित होत असतात. खरं तर सर्वाधिक परिणाम हा त्यांच्यावरच होत असतो. कारण पती-पत्नी यांच्या सर्वात अधिक जवळ तीच असतात. परिणामाचं स्वरूप दोन प्रकारात विभागलं जाऊ शकतं.

१) मुलांच्या जडणघडणीविषयी पती-पत्नी यामध्ये असलेल्या भिन्न भूमिकांमुळे होणारे ताण-तणाव आणि त्यामुळं गोंधळात पडणारी मुलं.

२) पती आणि पत्नी यांच्यामध्ये त्यांच्या वैयक्तिक कारणामुळे असलेले, विकोपाला गेलेले मतभेद. त्यापायी मुलांसमोर होणारी भांडणे, वितंडवाद, त्यामुळे घरात निर्माण होणारा ताण-तणाव आणि त्यामुळं मुलांवर होणारे परिणाम.

मुलांविषयी भूमिका

उदाहरणादाखल या भूमिकांचे काही विषय पाहू

१) मुलांचं शिक्षण -

एक महत्त्वाची गोष्ट सुरुवातीलाच सांगतो, तुम्ही मुलांशी कसं वागायचं, हे मी सांगत नाही. 'मुलांचं मानसशास्त्र' किंवा 'मुलांचं संगोपन' अशा पुस्तकात खूप श्रेष्ठ अशा अनेक तज्ज्ञांनी आणि मानसशास्त्रज्ञांनी त्याचं विवेचन केलेलं आहे. तो वेगळाच विषय आणि वेगळाच प्रांत आहे. आपला विषय आहे -

*** मुलांसमोर पती-पत्नीनं एकमेकांशी कसं वागावं?**

मुलाला शाळेत घालताना कुठल्या शाळेत घालायचं आणि कुठल्या मीडियममध्ये घालायचं, हा वादाचा प्रमुख मुद्दा असतो. यावर विचार-विनिमय न होता पती-पत्नीत वादच जास्त प्रमाणात होतात. मुलाच्या कल्याणापेक्षाही दोघांना स्वत:चा विचार, स्वत:ची मते, स्वत:चे धोरण आणि स्वत:ची सोय महत्त्वाची वाटते. आणि तीच अत्यंत योग्य वाटते. एकमेकांच्या विचारांना आणि मतांना छेदताना ते मुलास योग्य आणि फायद्याचं काय होईल हे न सांगता स्वत:स काय योग्य वाटतं आणि तेच कसं बरोबर आहे हेच प्रामुख्यानं सांगत बसतात.

हे सर्व त्या मुलासमोर कडाकडा भांडत चाललेलं असतं. एकीकडे 'सोन्या माझा शाळेत जाणार आहे.' हे ऐकायचं आणि दुसरीकडे 'कुठल्या शाळेत जायचं' या विषयावरचं युद्ध पहायचं अशा दुहेरी कात्रीत ते चिमणं बाळ सापडलेलं असतं.

मुलं मागचं पटकन् विसरतात, नवीन पटकन् स्वीकारतात, हे सत्य असलं तरी प्रत्येक गोष्टीचा त्यांच्या मनाच्या जडण-घडणीवर परिणाम होतच असतो. आणि त्यामधूनच त्यांच्या मनाची आकृती आकार घेत असते.

शाळेत जाण्यापूर्वीच त्याच्या मनाचा असा गोंधळ उडवून देण्याचा तुम्हाला काही अधिकारच नाही.

२) अभ्यास -

एकास वाटतं मुलानं अभ्यास करावा. दुसऱ्यास वाटतं त्याला अभ्यासाला जुंपावं.

खरं तर मुलांनी हसत खेळत अभ्यास करावा. म्हणजे, निदान चौथीपर्यंत तरी त्यांचा अभ्यास गप्पागोष्टींच्या स्वरूपात व्हावा. तो हॉलमध्ये, किचनमध्ये, बेडरूममध्ये, बाल्कनीत, गच्चीवर, पार्किंगमध्ये, बागेमध्ये, खेळाच्या मैदानावर, पोहण्याच्या तलावावर, रस्त्यावरून, फुटपाथवरून चालताना, रिक्षात, बसमध्ये प्रवास करताना, हॉटेलमध्ये डोसा खाताना असा केवळ गप्पांच्या स्वरूपात. त्याचं म्हणणं ऐकून घ्यावं. त्याला इतर गप्पांबरोबरच अभ्यासातलंही काही शिकवावं, सांगावं. केवळ त्याचा गृहपाठ वगैरे शालेय अंगमेहनतीचा अभ्यास असेल तिथे त्याच्याजवळ आवर्जून तास-दीड तास बसावे. बोलावे. हसावे. त्याचा अभ्यास पहावा. अडेल ते सांगावे. बेसिकली त्याला सतत सोबत ठेवावे.

अशी असते एकाची इच्छा!

दुसरा यालाच मूर्खपणा समजतो. त्या कोवळ्या जिवाला एकट्यालाच एका कोपऱ्यात मान मोडून बसायला लावतो. त्याचं दप्तर त्याच्यासमोर आपटतो. शक्य झाल्यास त्याच्या अंगावर दोन तीन पट्ट्यांचे व्रण उठवतो आणि नंतर (स्त्री असेल तर) किचन मध्ये बागड नाहीतर टी व्ही समोर बस! (पुरुष असेल तर) वर्तमानपत्र घेऊन दुसऱ्या खोलीत जा. नाहीतर कपडे घालून कामाच्या नावाखाली घराच्या बाहेर भटकायला जा!

बालवयात मुलाला केली जाणारी ही सर्वात क्रूर शिक्षा होय! पुन्हा या विषयावरून दोघांमध्ये कडाक्याचं भांडण हे ठरलेलं असतंच. मुलगाच काही काळानं समंजसपणा दाखवून जमेल तसा स्वतःचा अभ्यास स्वतः करू लागतो किंवा नकारात्मक प्रतिक्रिया म्हणून कायमचा बंद करतो.

३) संस्कार -

मुलांवर संस्कार करण्याचा 'पण' केलेले काही पती-पत्नी मी पाहिलेले आहेत. खरं तर दोघांच्याही मनात मुलाबद्दल काळजी असते. त्याचं भलं व्हावं ही इच्छा असते. पण मुलाशी संस्कारक्षम बोलताना ते टोकाचं परस्परविरोधी बोलत असतात. त्यांना स्वतःला कुणी असं परस्परविरोधी सांगत राहिलं, त्यांच्या डोक्यावर आदळत राहिलं तर त्यांची स्वतःची काय अवस्था होईल, याचा त्यांनी एकदा विचार करून पहावा. आपण उदाहरणार्थ, एक काय बोलतो आणि त्यावर दुसरा

काय बोलतो ते पाहूया!

१. खरे बोल.

२. वेळ पाहून बोल.

१. धाडसी हो.

२. जपून राहा.

१. लवकरात लवकर वाहन चालवायला शीक.

२. आधी मोठा हो. वाहन कुठेही जात नाही.

१. मुलांमध्ये मिसळत जा.

२. फार कुणाजवळ जाणं नको.

१. सगळ्यांना धरून राहा.

२. स्वत:ला धरून राहा.

१. याची संगत कर. त्याची करू नको.

२. सगळे सारखेच.

१. हा आपला, तो आपला नाही.

२. सगळेच आपले किंवा कुणीही आपला नाही.

१. बाहेरचं उघड्यावरचं खाऊ नये.

२. कुठलंही आणि कसलंही अन्न पचवायला हवं.

ही यादी अशीच आणखी कितीही वाढवली तरी मतितार्थ एकच, मुलाच्या डोक्याचा पूर्ण गोंधळ! त्यानं काय करावं? एकीकडे आई, दुसरीकडे पिता! तर कधी एकीकडे पिता आणि दुसरीकडे आई. त्याला तर दोन्ही प्रिय. त्याला का संकटात टाकायचं?

त्यापेक्षा पती-पत्नीनं एकांतात काय ते ठरवावं आणि फायनल संस्कार जो असेल तर तो मुलावर करावा. पण एकांतात हे ठरवतानाच प्रचंड वाद सुरू होतो. मग कडाक्याचं भांडण सुरू होतं आणि ते करण्यासाठी स्वाभाविकपणे माणूस चव्हाट्यावर येतो. म्हणजेच मुलासमोर येतो. मुलाला भांबावून टाकतो. टाळायला हवं.

४) करिअर -

मुलाच्या शिक्षणाचं मिडीअम, अभ्यास या वाद-विवादाच्या विषयानंतर एका महत्त्वाच्या ठिकाणी पुन्हा एकदा गंभीर समरप्रसंग निर्माण होतो. मुलानं दहावीनंतर काय करायचं? मुलानं बारावीनंतर काय करायचं?

खरं तर इथं येईपर्यंत मूल त्याच्या बाल्यावस्थेतून प्रगल्भतेकडे झुकलेलं असतं. या दरम्यानच्या काळात त्याची स्वत:ची काही आवड-निवड निर्माण झालेली

असते. छोटे-छोटे निर्णय घेण्याची क्षमता त्याच्यामध्ये निर्माण झालेली असते. तो जग पहायला शिकत असतो. त्याच्या समवयस्क साथीदारांशी चर्चा करत असतो.

पण इथपर्यंतच्या काळात त्याच्या आई-वडिलांनी, स्वत:च्या इच्छा, आकांक्षा आणि महत्त्वाकांक्षा त्याच्यावर लादून त्याला पुरतं पिडलेलं असतं. आणि आई-वडिलांवर असणाऱ्या प्रेमापोटी तोही भाबडेपणानं म्हणत राहतो, ''होईन मी डॉक्टर.''

''होईन मी इंजिनिअर.''

''मी कारखाना काढीन.''

''मी आय.ए. एस. अधिकारी होईन.''

''मी चार्टर्ड अकाऊंटंट होईन.''

शिक्षणामुळं ज्ञान वाढतं किंवा ज्ञान मिळवण्यासाठी शिकायचं असतं ही संकल्पनाच आता उरली नाही असं वाटतं. शिक्षण घेऊन स्वत:च्या पायावर उभं राहाणं. चार पैसे मिळवून स्वत:चे आणि इतर चार लोकांचे पोट भरण्यास सक्षम होणं एवढीच शिक्षणाची उपयुक्तता आज उरली आहे. आई-वडील केवळ याच एका दिशेनं झपाटल्यासारखा विचार करतात आणि मुलास अमुक हो, तमुक हो असा सल्ला देत असतात. त्यातूनही नोकरी मिळण्यास किंवा कुठेतरी चिकटण्यास उपयोगी पडते ते शिक्षण अशी आपण मध्यमवर्गीयांनी तरी शिक्षणाची व्याख्या केली आहे.

लहानपणी लिंबं आणण्यासाठी आई बाजारात पिटाळायची. लिंबं विकणारा ज्या पोत्यावर बसलेला असायचा, त्या पोत्याचं एक टोक वर उचलून तो मला उरलेले पैसे परत द्यायचा. तो सुट्या पैशाचा ढीग पाहून मला वाटायचं की लिंबंवाला हा सर्वात श्रीमंत! आपण लिंबं विकणारा व्हायचं. हमखास नोकरी मिळवून देणारा 'मेकॅनिकल इंजिनिअरिंग' हा अभ्यासक्रम मी पूर्ण केला आणि अतिशय चांगली नोकरीही मिळवली. पण मला अजूनही वाटतं की जहाजं भरून फळं परदेशी पाठवणारा, खूप मोठा फळांचा व्यापारीही मी होऊ शकलो असतो.

मुलांचा कल, कुवत, आवड, सुप्त गुण, सुप्त क्षमता यांचा थोडा तरी अंदाज घ्या. त्याच्या कलानं घेण्यामध्ये दोघांनीही सामंजस्य दाखवावं, आकांडतांडव नको!

५) सेटलमेंट -

मुलांचं लग्न! कधी,कुठे,कुणाशी करावं, त्यानं मग आई-वडिलांसमवेत एकत्र राहावं की नाही, स्वत:चं वेगळं घर घ्यावं... वगैरे गोष्टी मुलांवर लादण्याचं आणि त्यातही मतभेद (भांडणाचं वय आणि ताकद संपत आलेली असते) दाखवण्याचं

धाडस अजूनही काही पती-पत्नी दाखवतात. अर्थात मग त्यांच्या हातावर तुरी देऊन मुलं हवं ते करतात आणि यांच्या हाती हात चोळत राहाणं उरतं.

आता आपण विषयाचा दुसरा भाग पाहूया.

पती-पत्नीमधील वैयक्तिक वाद

नवरा-बायकोस नेहमी असे वाटते की आम्ही मुलांची काळजी घेतो. त्यांना हवं ते देतो. त्यांचे लाड करतो. आम्ही आमचं कर्तव्य पार पाडतो आणि जेव्हा आम्ही आपसात भांडतो तेव्हा तो आमचा वैयक्तिक भाग आहे. आमचे वैयक्तिक विषय आहेत. ते नसावेत का? मुलांनी त्याचा एवढा बाऊ करू नये. वाद आणि भांडणे कुठल्या नवराबायकोत नसतात? त्याचं एवढं विशेष काय? उलट मुलांना हे कळायलाच हवं. त्यांनाही जरा कळू दे! जीवन कसं असतं... प्रपंच कसा असतो.

"आपला बाप कसा आहे, तो आईला कसा छळतो."

"आपली आई कशी आहे, ती बापाला कशी छळते."

मतभेद, वाद-विवाद इथपर्यंत ही भाषा ठीक आहे, पण मुलांसमोर तुम्ही भांडलात की त्याचे परिणाम होणारच! तुमच्या भांडणावेळी मुलांची मन:स्थिती कशी होते याचा तुम्ही विचारच करत नाही. त्याचा परिणाम होण्याची शक्यता तुम्ही गृहीत धरत नाही. अतिशिक्षित, उच्चशिक्षित लोकांची सुद्धा एकूण प्रपंचात याबाबत दृष्टी आंधळीच असते.

अशा प्रकारे घरात रोज भांडण पाहणाऱ्या बऱ्याच मुलांशी मी बोललो आहे. काही घरात तर नवरा-बायको एकमेकांना मारहाण करतात. एकमेकांना गलिच्छ शिवीगाळ, एकमेकांवर हीन आरोप हेही प्रकार आहेत. अगदी उच्च मध्यमवर्गीय कुटुंबात! या मुलांची मन:स्थिती खूप अस्थिर आहे. त्यांचं आई-वडिलांबद्दलचं मत धक्कादायक आहे. आई-वडिलांच्या वागण्याचं त्यांनी केलेलं विश्लेषण सुन्न करणारं आहे. अती गंभीर विषय आहे हा!

मुलांवर होणाऱ्या परिणामांपैकी काही परिणाम आपण थोडक्यात पाहूया.

१) भेदरलेपणा/ घाबरलेपणा -

ही मुलं मनानं सतत धास्तावलेली, घाबरलेली असतात. त्यांना सतत भीती वाटते की काहीतरी वाईट घडेल. कुणाला अपाय, इजा होईल. कुठलीही गोष्ट करण्याची यांना भीती वाटते आणि कुठलीही गोष्ट न करण्याचीसुद्धा यांना भीती वाटते. मनामध्ये कायमस्वरूपी आणि पूर्ण स्वरूपात भीती भरून

राहिलेली असते त्यामुळे त्यांची नजर सतत अस्थिर, कावरीबावरी असते. चेहरा सतत तणावाखाली जाणवतो.

२) **एकटेपणा -**

या मुलांना हा एकटेपणाचा एक आजार जडू शकतो. या जगात आपले कुणीही नाही ही त्यांची मुख्य भावना असते. घरातले, घराबाहेरचे, नातेवाईक, मित्र, शिक्षक असे कुणीच त्यांना स्वत:चे वाटत नाही. सगळेच परके वाटल्यानं कुणाशीच आपला काही संबंध आहे असं त्यांना वाटत नाही.

३) **असुरक्षितपणा -**

सतत असुरक्षित वाटणं यासारखं दुर्दैव नसावं आणि आई-बाप आपल्या कर्मानं हे दुर्दैव आपल्या मुलांवर लादतात. आपण कधीही आणि कुठेही सुरक्षित नाही, ही काय अवस्था झाली?

४) **अबोल स्वभाव -**

घरात समोर कायमस्वरूपी कचकच, बडबड, कडकड ऐकल्यानंतर यात आणखी आपला स्वत:चा स्वर मिसळण्याची इच्छाच या मुलांमध्ये राहत नाही. ती अबोल बनतात.

५) **दुबळेपण -**

एकूणच निरुत्साहामुळे व्यायाम होत नाही. शरीर दुबळं राहू शकतं आणि मनाच्या इतर नकारात्मक अवस्थांमुळे मनाची एकूण ताकद अथवा क्षमता कमी होते.

६) **व्यंग/शारीरिक चाळे -**

अशी मुले मानसिक तणाव कमी करण्यासाठी सतत काही शारीरिक चाळे करताना दिसतात. हातापायांच्या हालचाली, केव्हा हातपाय एकमेकात गुंतवणे, सतत डोळे मिचकावणे, नाक पुसणे, कान-डोके खाजवणे, तोंडानं अथवा हातापायानं सतत काही आवाज करणे. या सगळ्या गोष्टींमुळे त्यांचं मन घरातील समस्येपासून क्षणभर दूर जाऊन त्यांना तेवढा क्षण तणावमुक्ती मिळते पण नंतर त्याचे सवयीत रूपांतर होते.

७) **उदासीनता/नैराश्य -**

ही मुलं सतत उदास आणि निराश दिसतात. चारचौघातून ही मुलं त्यामुळंच वेगळी पडतात. वेगळी दिसतात. वेगळी निघतात. समोर खूप काही आनंदी घडत असलं तरी त्यांना त्याचा आनंद घेता येत नाही. कारण त्यांचं मन सतत, दु:खानं व्यापलेलं असतं. आई-बाबांच्या भांडणाचं दु:ख!

क

८) अविश्वास/शंकेखोर स्वभाव -

या मुलांना कुणावरही विश्वास ठेवायला जड जातं. कुणावरही ते विश्वास तर ठेवू शकतच नाहीत आणि याव्यतिरिक्त त्यांना प्रत्येक व्यक्तीबद्दल, वस्तूंबद्दल, साधनांबद्दल,उपकरणांबद्दल, परिस्थितीबद्दल, अगदी शिक्षणाबद्दल, ज्ञानाबद्दलही शंका येतात.

९) न मिसळणे -

एकटेपणाच्या आजाराची पुढची पायरी. ही मुलं कुणाही इतरांमध्ये मिसळण्यास तयार होत नाहीत. माझ्या निरीक्षणामध्ये असं आहे की यांची इच्छा खूप असते मिसळण्याची. नॉर्मल जीवन जगण्याची. पण वर आपण वर्णन केलेल्या मनाच्या नकारात्मक अवस्थांमुळे, इतरांमध्ये मिसळण्याची मानसिक शक्तीच ही मुलं घालवून बसतात. फार दुःखात टाकणारी ही गोष्ट आहे.

१०) स्वप्नाळूपणा -

एका जागेवर बसून ही मुलं स्वप्नं पाहू लागतात. स्वप्न म्हणजे अमूक एक घडावं आणि त्यासाठी मी काही करावं असं नव्हे तर त्यांना जसं हवं आहे तसं घडलेलंच आहे अशा काल्पनिक जगात ते रमतात. तासन्तास असं करण्यानं त्यांना बरं वाटतं. मनास आराम मिळतो. या गोष्टीची त्यास सवय किंवा चटक, वेड लागते.

११) प्रत्यक्ष प्रयत्न शून्य!

या स्वप्नाळूपणाचा जबरदस्त तोटा असा होतो की प्रत्यक्ष प्रयत्नानं आपल्याला हवी ती गोष्ट मिळवायची असते या सत्यापासून तो दूर जातो. त्याचा प्रयत्नांवरचा किंवा प्रयत्नांच्या मार्गावरचा विश्वासच उडतो. प्रयत्नांचा मार्ग त्याला केवळ अशक्य कोटीतला वाटतो किंवा तो आपल्यासाठी नाही असं वाटतं आणि त्याच्या मनावर आळसाची कायमस्वरूपी जाड पुटं चढायला सुरुवात होते. मग त्याला एका जागेवर बसून स्वतःला हवं तसं घडलंय अशा कल्पनेत रमायलाच खूप आरामशीर वाटतं.

१२) बढाया -

स्वतःच्या मनास रिझवण्यासाठी किंवा स्वतःस इतरांनी चांगले म्हणावे म्हणून अशी मुलं थापा किंवा बढाया मारू लागतात. त्यातूनच खोटं बोलण्याची किंवा गोष्टी लपवण्याची प्रवृत्ती निर्माण होते. बढाया किंवा थापा उघडकीस आल्या की मग ही मुले टिंगल-टवाळीचा विषय बनतात. त्यामुळे त्यांना अधिक नैराश्य येऊ शकतं.

१३) नकारात्मक वृत्ती -

वरील सर्व गोष्टी एकत्र केल्या तर एक समग्र नकारात्मक वृत्ती निर्माण होते. किंवा वरीलपैकी एखादी गोष्ट आधी अतिरेकी स्वरूपात निर्माण होते. त्याचं कारण या मुलांच्या मनावर झालेला, एखाद्या घटनेचा तीव्र परिणाम असू शकतो. आई-बापाचं वर्तन, अशी एखादी घटना मुलांच्या मनावर धक्का म्हणून लादू शकते. या धक्क्याचा परिणाम म्हणून एखादा दोष मनामध्ये तीव्रपणे, उग्रपणे निर्माण होतो आणि दोषातून नकारात्मक भावना निर्माण होते. पुढे या नकारात्मक भावनेनं आणि नकारात्मक वृत्तीनंच पूर्ण मन व्यापलं गेलं की या नकारात्मक वृत्तीतून बाकीचे इतर सारे दोष निर्माण होतात. हे विषारी चक्र आहे. आपल्या मनात सुप्त स्वरूपात हे असतंच. आई-बापानं मुलांसमोर अघोरी वर्तन करून मुलांच्या मनात या विषारी चक्राला गती देऊ नये.

१४) बेजबाबदार/बेदरकार -

नकारात्मक वृत्तीमधून दुर्गुणांना दुसरी दिशाही लागू शकते. यामध्ये मुलं आत्मक्लेष करून न घेता इतरांस त्रास देण्यास प्रवृत्त होतात. सुरुवात ते आई-वडिलांपासून करतात. अतिशय बेजबाबदार वर्तन करण्यास ते सुरुवात करतात. आई-वडिलांची कुठलीही गोष्ट न ऐकणे किंवा ते सांगतील नेमकी त्याच्या विरुद्ध गोष्ट करणे. टोकाचा असहकार करणं. गप्प बसणं. आई-वडिलांशी एक शब्दही न बोलणं, त्यांच्याकडे दुर्लक्ष करणं, आई-वडील ओरडले, त्यांनी मारलं किंवा प्रेम केलं तरी त्यावर कुठलीही प्रतिक्रिया व्यक्त न करणं, थंड राहणं, निर्लज्ज, निब्बर राहणं, मुलं अशी वागायला सुरुवात करतात, तो एक धोक्याचा मोठा इशारा समजावा. कारण या क्षणापर्यंत त्यांच्या मनातल्या आई-वडिलांविषयीच्या संतापाची परिसीमा झालेली असते. राग, चीड खदखदत असते. या मुलांना पुन्हा प्रेमानं जिंकणं यासाठी खूप परिश्रम, संयम आणि वेळ लागतो. आई-बापाकडे तो नसल्यानं ते या मुलांकडं पुन्हा दुर्लक्ष करतात. आणि मुलं दुसऱ्या रस्त्यावर चालायला सुरुवात करतात.

यावेळी आई-बापानं ताबडतोब मानसशास्त्रज्ञांची मदत घ्यावी. केवळ त्यांच्याच सल्ल्यानं, ‘कौन्सिलिंग’ नं, यावर थोडा अधिक जलद आणि अधिक प्रभावी मार्ग काढता येतो.

१५) विध्वंसक/विघ्नसंतोषी -

छोट्या-मोठ्या वस्तू फोडणे, चित्रं फाडणे, पुस्तकं वह्या फाडणे आणि त्याबद्दल आई-बापांचा होणारा तडफडाट ‘एन्जॉय’ करणं अशी सुरुवात

झाली की परिस्थिती आणखी गंभीर झाली असे समजावे. ही मुलं मुद्दाम अशुभ बोलू लागतात. दुसऱ्याचे वाईट चिंतणारे बोलतात आणि तसे वाईट झाले की मनातून आनंदून जातात. मानसशास्त्रज्ञाचा सल्ला ताबडतोब घ्यावा.

१६) गुन्हेगारी वृत्ती -

एका मुलानं घरातल्या वडीलधाऱ्या माणसांच्या बनावट सह्या करून बँकेतून हजारो रुपये काढले आणि मित्रमंडळींमध्ये उडवून टाकले. जेव्हा त्याच्या वडिलांस ही गोष्ट समजली तेव्हा त्यांना धक्का बसला. त्यांनी स्वत: पोलीस स्टेशनला फोन करून त्याला घेऊन जाण्यास सांगितले. पोलिस घेऊन गेले. त्या मुलाचे आई-वडील माझ्या चांगल्या परिचयाचे आहेत. अगदी सज्जन आहेत. मुलावर खूप प्रेमही आहे. पण व्यवसायाच्या निमित्तानं त्यांना खूपदा घराबाहेर पडावे लागे. परगावी राहावे लागे.

मुलाने पोलीस-स्टेशनमध्ये सांगितले की आई-वडील माझ्याकडे लक्ष देत नाहीत. मला वेळ देत नाहीत. माझ्यावर प्रेम करत नाहीत. हे सगळं चुकीचं होतं. पण दुर्दैवानं त्या मुलाचा तसा समज झाला होता.

आपल्या मुलाच्या मनात नक्की काय चालतं आहे याचा अधूनमधून आवर्जून अंदाज घ्यायला हवा. त्याच्यासमोर तुम्ही भांडत असाल... ती भांडणे टाळत नसाल तर निदान मुलांची त्याबद्दल वारंवार माफी मागून त्यांना जवळ तरी घ्या.

१७) अन्याय/सूड -

दुसऱ्यावर अन्याय करण्याची आणि दुसऱ्यावर सूड उगवण्याची वृत्ती बळावणं म्हणजे गुन्हेगारीच्या रस्त्यावर बरीच वाटचाल केल्याची पावतीच आहे. बऱ्याचदा या स्टेजवर आई-वडील मुलाला आहे तसा स्वीकारायला तयार होतात. "तो आहेच तसा. त्याला काय करायचं? त्याला आता परमेश्वरच काय बुद्धी देईल ते खरं." असे हे नाईलाजी स्वर एका बाजूला आणि दुसऱ्या बाजूला, "तुझ्या भांडणामुळे तो असा बिघडला." असा एकमेकांवर आरोप करून पुन्हा घनघोर भांडणाला सुरुवात. इथे मुलगा तुम्हाला हसत असतो आणि मनातून तुम्हालाच एखाद्या मानसोपचार तज्ज्ञाकडे घेऊन जाण्याचा विचार करत असतो.

१८) संताप -

या मुलांच्या मनात स्वत:च्या आयुष्याबद्दल तर तक्रार,चीड, संताप असतोच पण हाच संताप एकूण व्यवस्थेबद्दल असतो. माणसा-माणसामधील नात्यांबद्दल असतो आणि एकूणच माणूस या संज्ञेबद्दलच त्याच्या मनात राग, संताप

अनावरपणे खदखदत असतो. त्यामुळे त्याच्यामध्ये थंड क्रूरपणा, निष्ठूरता, निर्घृणता हे गुण येतात. एखाद्या व्यक्तीचे हाल करणे, टोकाचा छळ करणे याचे त्यांना काहीच वाटत नाही.कारण त्यानं अशाच छळाचा आणि यातनांचा अनुभव घेतलेला असतो.

तुम्ही एका गुन्हेगाराला घडवण्याचं श्रेय निर्विवादपणे घेऊ शकता.

तर असो!

अत्यंत महत्त्वाचे! आई-वडील मुलांसमोर भांडल्यानं वरील सर्व दुर्गुण, दोष मुलाच्या मनात एकाच वेळी आणि पूर्ण विकोपाला जाऊन निर्माण होतात, वाढतात असं माझं मुळीच म्हणणं नाही. नाहीतर बहुतेक मुलं वेडीच झाली असती. पण याबद्दल आभार परमेश्वराचे माना. त्यानं मुलांच्या मनातही अशी काही क्षमता भरलेलीच आहे की आई-वडिलांच्या अशा बेजबाबदार वागण्यानंतरही मुलं उभी राहतात, वाढतात, शिकतात, मोठी होतात. निदान नव्वद टक्के तरी! तुम्ही दहा टक्क्यांमध्ये जाणारच नाही असे कशावरून? मुलांसमोर न भांडणे, एकूणच न भांडणे हा तुमच्या प्रयत्नाचा मुख्य भाग आहे. तो तुम्हास दहा टक्क्यात जाऊ देणार नाही.

मुलांचं मन म्हणजे निरागस, स्वच्छ, निर्मळ, शुद्ध पाण्याचा जलाशय आहे. पती-पत्नी त्यांच्यासमोर, त्यांना एकूण आयुष्याचंच भय वाटावं असं वर्तन करत असतील, तर वर वर्णन केलेल्या निरनिराळ्या दुर्गुणांचे थेंब मुलांच्या मनातील निर्मळ पाण्यात पडतीलच. एखाद्या दुर्गुणाचे कमी थेंब, एखाद्याचे जास्त! पण केवळ आई-वडिलांच्या वर्तनाचा परिणाम म्हणून हे होणारच!

दुसरी गोष्ट! जी आपल्या हातात नाही. सद्यस्थिती, सद्यजीवन, बाहेरील स्पर्धा, त्यामुळं पुढे जाण्यासाठी, टिकून राहण्यासाठी झपाट्यानं बदलणारी जीवनमूल्ये! बाहेरील जीवनमानात आलेली गतिमानता आणि त्यामुळे त्याचं हरघडी बदलणारं स्वरूप. त्याचा अंदाज घेताना एकूणच या कोवळ्या जिवांची होणारी दमछाक. आणि मनाचा होणारा गोंधळ. आपली ही चिमणी बछडी आपल्या नजरेआड कित्येक नानाविध, चित्रविचित्र अनुभवांनाही स्वतंत्रपणे सामोरी जात असतात. तुम्हा आम्हाला कल्पनाही नसते. त्यामुळे या बाह्य जगात घडणाऱ्या घटना आणि या मुलांनी प्रत्यक्ष घेतलेला अनुभव याचा परिणाम म्हणून त्यांच्या मनातील निर्मळ जलाशयात वर वर्णन केलेल्या दोषांचे चार-दोन थेंब कमी-अधिक प्रमाणात पडतच असतात. अशावेळीही ही मुलं त्यांच्या मनाची सकारात्मकता पूर्णपणे टिकवून ठेवण्याचा निकरानं प्रयत्न करत असतात आणि त्यासाठी त्यांना लागणारं बळ हे त्यांनी त्यांच्या मनात साठवून ठेवलेल्या आई-वडिलांच्या प्रतिमेतून येत असतं.

मुले ही देवाघरची फुले । १६९

त्यांच्या बळाचा प्राथमिक साठा केवळ आणि केवळ त्यांच्या आई-वडिलांची प्रतिमा हाच असतो. मग मला सांगा, तुमच्या मुलांच्या मनातील तुमची प्रतिमा मलिन करून त्यांच्या उर्जेचा प्राथमिक आणि मूळ स्रोत तुम्ही भ्रष्ट करणार का? ऊर्जा पुरवण्याऐवजी त्यांच्या मनात असलेली नैसर्गिक उर्जाही, (तुमच्या, त्यांच्यासमोरील वर्तनानं) काढून घेण्याचं अधम कृत्य तुम्ही करणार का?

गोष्ट मुद्दाम गंभीर करून सांगत नाहीए! ती खरोखरीच खूप गंभीर आहे. स्वत:च्या नादात, स्वत:च्या मस्तीत या गोष्टीचा विसर पडतो. ती गंभीर वाटत नाही. मुलं हातातून जाण्याची वेळ समोर दिसली की डोळे उघडतात. तेव्हा डोळे उघडूनही काही उपयोग नसतो. कारण मुलं तुमच्या नजरेसमोर थांबतच नाहीत. मग तुम्ही उगाच गळा काढून रडता. जगाला हाका मारून तुमचं दु:ख सांगता. ''बघा, बघा! मी किती कर्तृत्ववान! पण माझा मुलगा कर्तृत्ववान होऊ शकला नाही.''

तुमचा मुलगा कर्तृत्ववान होऊ शकला नसेल तर मुळात तुम्ही कर्तृत्ववान आहात हा तुमचा दावाच खोटा आहे. कारण तुमच्या कर्तृत्वाचा निम्मा भाग हा मुलांना वाढवण्यात आणि घडवण्यात असतो आणि हाच निम्मा भाग उरलेल्या निम्म्या कर्तृत्वाला झळाळी देतो. अवघं कर्तृत्त्व उजळून टाकतो.

तेव्हा विचार करा! कृती आवरा! कृती टाळा!! मुले ही देवाघरची फुले! आधी त्यांना जपा. देव आपोआपच जपला जाईल. आणि मग तुम्हाला तर तो खात्रीनं जपेलच!

तुम्हास आणखी काही हवे का?

❑❑❑

११. आजारपण

परमेश्वरानं माणसाला लवचिक मन देऊन फार उपकार केले आहेत. मनाच्या लवचिकतेमुळं हव्या त्या वेळी, ते हवा तो आकार घेऊ शकतं. त्यामुळे आयुष्यात, प्रपंचात निर्माण होणाऱ्या समस्यांकडे माणूस वेगवेगळ्या वेळी, आवश्यक त्या दृष्टीनं पाहू शकतो.यामुळं समस्यांची तीव्रता बदलत नाही, पण या समस्यांना तोंड देण्याची आपली क्षमता टिकून राहू शकते. आणि विशेष म्हणजे आपल्या मनाला जाणवणारी समस्यांची तीव्रता निश्चित कमी होते. लवचिक मन याचाच अर्थ खंबीर मन! लोक कठीण मनाला खंबीर समजतात. पण अती कठीण मन प्रसंगी मोडू शकतं. कारण ते हट्टी, दुराग्रही असल्यामुळे परिस्थितीच्या मागणीप्रमाणे न बदलता परिस्थितीला बदलवण्याचा वेडा हट्ट करत राहतं. यातूनच प्रचंड दु:खाची निर्मिती होते. परिस्थिती ही बऱ्याचदा भ्रामक असू शकते. या परिस्थितीपलीकडे एक वास्तव, वस्तुस्थिती उभी असते. आपण तिचा अंदाज घ्यायचा असतो. ती आहे तशी स्वीकारून तिच्याकडे पाहण्याची आपली दृष्टी बदलायची असते. यालाच मनाची लवचिकता म्हणतात. मनाचा खंबीरपणा म्हणतात. यामुळं दु:ख कमी करणं हे तुमच्या हातात नसतं. पण निर्विवादपणे दु:ख कमी भासतं. आणि ते मात्र नि:संशय तुमच्या हातात असतं.

प्रपंचातल्या समस्या किंवा एकूणच जीवनातल्या समस्या यांची आपण दोन प्रकारात वर्गवारी करू.

आजारपण । १७१

१) प्रायमरी

२) सेकंडरी

'प्रायमरी' समस्यांच्या प्रकारात परिस्थितीमध्ये जो बिघाड झालेला जाणवतो तो बऱ्याचदा भ्रामक असतो. कारण वस्तुस्थितीमध्ये, वास्तवामध्ये कुठलाही बिघाड झालेला नसतो. बिघाड आपल्या मनामध्ये असतो. पती-पत्नी या नात्यामध्ये निर्माण होणाऱ्या अनेक समस्यांचा आपण वेध घेतला आहे. आपल्या जोडीदारास बदलवून आपल्याला हवा तसा करण्याचा प्रयत्न चुकीचा आहे हेही आपण समजून घेतलं आहे. परिस्थिती आपल्याला वारंवार इशारे देऊन स्वतःच्या दृष्टीमध्ये, वर्तनामध्ये, आवडीमध्ये आणि स्वभावाच्या काही छटांमध्ये बदल करण्याची मागणी करत असते. हे बदल कुठले ते सुद्धा परिस्थिती सांगत असते. मनापासून आणि सातत्यानं बदल केल्यास प्रयत्नास यश येते. प्राथमिक समस्यांचे स्वरूपच असे असते की निव्वळ दृष्टीतील या बदलामुळे या समस्या, समस्या राहत नाहीत.

'सेकंडरी' समस्या या बहुधा वास्तवातील बदलांमुळे निर्माण होतात आणि त्या खऱ्या असतात. त्या समस्यांना प्रेरित करणारे घटक आपल्या नियंत्रणाबाहेर आणि कार्यकक्षेच्या बाहेर असतात. याही समस्यांचा तात्काळ स्वीकार करून त्याकडे बघण्याची आपली दृष्टी ही पूर्ण तार्किक आणि वास्तववादी ठेवायचीच असते, पण इथे तेवढेच पुरेसे नसते. या समस्यांशी पूर्ण सकारात्मक भावनेनं इथं झगडायचं असतं. त्यामधून प्रत्यक्ष पार पडून पुढे जायचं असतं. त्या समस्यांना काळाच्या टप्प्यावर जिथे आहे तिथेच ठेवून आपण शक्य तेवढ्या भरभर रस्ता चालून आपल्या जीवनाच्या वाटेवर पुढे यायचं असतं. या समस्यांकडून भविष्यासाठी खूप शिकायचं असतं आणि मागे वळून या समस्यांकडे पाहताना, आपण जे शिकलो ते आचरणात आणतो आहोत का, याचा पुन्हा-पुन्हा पडताळा घ्यायचा असतो.

या अशा 'सेकंडरी' समस्यांमधली प्रमुख समस्या म्हणजे 'आजारपण'. खरं तर आजारपण हा आपल्या आयुष्याचाच एक भाग आहे. आपण त्याला समस्येचे स्वरूप देतो. पण आजार ही मूळ समस्या म्हणून जितकी गंभीर नाही तितकी 'गंभीर' त्या आजाराला सामोरं जाण्याची आपली पद्धत असते आणि त्या पद्धतीचा परिणाम म्हणून समस्या उभ्या राहतात.

१) शारीरिक -

अ) स्थिर आजार - दमा, डायबेटिस, संधिवात, ब्लड प्रेशर इ.

ब) बेड - रिडन - वार्धक्य, पॅरालिसिस, कॅन्सर इ.

क) दैनंदिन - थंडी, ताप, सर्दी, खोकला. वात-पित्त-कफ

२) मानसिक -

अ) पुरुष - काही माणूस म्हणून, काही पुरुष म्हणून. पुढे सविस्तर विवेचन आहे.

ब) स्त्री - काही माणूस म्हणून, काही स्त्री म्हणून. पुढे सविस्तर विवेचन आहे.

आजार का होतो?

१) दैनंदिन आजार हे तर रोजच्या जगण्याचेच एक अंग आहे. आपल्या शरीरामध्ये वात, पित्त आणि कफ हे तीन घटक असतात. वास्तविक त्यांच्या निर्धारित प्रमाणानुसार हे शरीरातील आवश्यक घटक म्हणून कार्यरत असतात. पण त्यांच्या निर्धारित प्रमाणात असमतोल घडून आला की याच घटकांना दोष म्हणून संबोधलं जातं आणि त्यामुळे दैनंदिन आजार उद्भवतात.

या, वात-पित्त-कफ त्रिदोषातील असमतोलास बहुतांशी हवामानात आणि वातावरणात होणारे बदल कारणीभूत असतात. विशिष्ट हवामान, तापमान आणि हवामान बदलताना होणारी वातावरणाची स्थिती ही अनेक प्रकारच्या विषाणूंच्या कार्यप्रणालीस पोषक ठरते. त्यामुळे दैनंदिन आजारपण उद्भवू शकतं. आपण गरजेनुसार वा हौसेनुसार आपल्या जीवनशैलीत बदल करतो आणि हे बदल करताना आवश्यक ती काळजी न घेता आहार, विहार, गमन या प्रकारात कमालीची बेशिस्त आणि निष्काळजीपणा, बेजबाबदारपणा आणतो. त्याचा परिणाम म्हणूनही हे त्रिदोष उफाळतात.

अर्थात, हवामानातील बदल आणि तुमच्या वर्तनातील गैरशिस्त याचा परिणाम सगळ्यांवरच सारखा होतो असं नाही. तुमच्या शारीरिक प्रतिकारशक्तीवर तर तो अवलंबून असतोच, पण एकूणच आयुष्याची गैरसोय स्वीकारणाऱ्या तुमच्या मानसिक रचनेवरही तो अवलंबून असतो. काही लोकांना त्याच शहरात या पेठेतून त्या पेठेत जायचं झालं तरी सोबत पाण्याची बाटली लागते. काही लोक बारा गावचं पाणी पचवतात. यांचं कारण शारीरिक प्रतिकारशक्तीपेक्षाही मानसिक शक्तीवर अवलंबून आहे. आधी मन आजारी पडतं, मग शरीर! कधी शरीर आजारी पडलंच, तर मन तेच आजारपण आहे त्यापेक्षा दसपटीनं वाढवू शकतं. दहा हिश्श्यानं कमीही करू शकतं.

रोज नियमित शारीरिक व्यायाम करून शारीरिक प्रतिकारशक्ती वाढते. चालणे, पोहणे, खेळणे... पण या व्यायामांमुळे आत्मविश्वास, मनाची ताकदही वाढते. केवळ त्यासाठी योगासने, प्राणायाम, ध्यान हेही आजकाल आत्यंतिक गरजेचे आहे.

२) स्थिर आजार एखाद्यास जेव्हा होतो, म्हणजे त्याचे जेव्हा निदान होते, उदा. डायबेटिस, दमा, संधिवात, रक्तदाब... वगैरे! तेव्हा साहजिकच डॉक्टर दहा तरी प्रश्न विचारतात.

१) आनुवंशिकता?
२) वजन-आहार?
३) सवयी, व्यसन?
४) व्यायाम?
५) वातावरणाशी संबंध - ॲलर्जी?
६) स्वभाव? आवड? विचार करण्याची पद्धत?
७) काळजी करण्याचा स्वभाव?
८) काही दडपण, टेन्शन? आर्थिक... अन्य?
९) प्रापंचिक सुख, शरीरसुख?
१०) कायमस्वरूपी काही नाराजी, नैराश्य?

या स्थिर आजाराचं मूळ बहुधा या दहा प्रकारात सापडतंच! आपल्याला ते माहीत असतं. आपण कधी सापडल्याच्या उत्साहात डॉक्टरकडे तात्काळ कबूल करतो, तर कधी लाजून लपवतो. नाही नाही म्हणतो. सगळं ठीक आहे म्हणतो.

पण खरं तर ठीक काहीही नसतं. या स्थिर आजाराचं कारण पहिल्या पाचात सापडलं तर ते नियंत्रणात आणणं सोपं असतं! वजन कमी होऊ शकतं, व्यायाम केला जाऊ शकतो, सवयी, व्यसनं सोडल्या जाऊ शकतात. ॲलर्जी गोष्टींचा संपर्क कमी केला जाऊ शकतो.

'आनुवंशिकता' या गोष्टीला मेडिकल सायन्समध्ये काहीही उत्तर नाही. त्यावर खूप संशोधन होऊनही ठोस निष्कर्ष नाही. ती स्वीकारणं हाच त्यावरचा उपाय!

पण स्थिर आजाराचं कारण उरलेल्या पाचामध्ये असेल तर वास्तविक आपले स्वतःचे डॉक्टर आपणच असू शकतो आणि स्वतःच स्वतःचे औषध असू शकतो.

दिसायला अत्यंत सोपी अशी ही गोष्ट, आपण मात्र आपल्या दृष्टीनं अतिशय अवघड आणि कालांतरानं अशक्य करून सोडतो. स्वभाव, सवयी, आवड, विचार करण्याची पद्धत! काळजी करण्याचं व्यसन! मनावर ताण आणणाऱ्या विषयांना दूर ठेवण्याची जिद्द! जी मिळत नाही ती गोष्ट खुबीनं, धोरणानं, चातुर्यानं मिळवण्याचं कौशल्य! जेवढं मिळतंय तेवढंच अतिशय तीव्रतेनं

उपभोगण्याची मनस्विता आणि सतत कायमस्वरूपी आनंदात राहाण्यासाठी प्रचंड धडपड! निव्वळ या उपायांमुळं या स्थिर आजारावर लागणाऱ्या औषधाचं प्रमाण निम्म्याहून कमी होऊ शकतं.

वरील पाच कारणांमुळे एखादा स्थिर आजार चिकटू पाहात आहे असा इशारा मिळताच उपाय म्हणून नव्हे पण इलाज म्हणून तरी स्वतःमध्ये हा बदल करायलाच हवा.

अर्थात या दहाही कारणांना गुंगारा देऊन एखाद्यास एखादा स्थिर आजार होतो.म्हणजे त्याची ठाम खात्री असते की वरील दहापैकी एकही कारण त्याला लागू पडत नाही. असा माणूस मूलतःच बेदरकार असल्यानं हसत-हसत या दुखण्यातून पुढे जातो. कधी दुखण्यास मागे ठेवून तर कधी दुखण्यास बरोबर घेऊन.

पण वरील दहाही कारणे लागू न पडता अशा स्थिर आजाराची गाठ पडलेले दहा टक्के लोक एका क्षणात खचतात.

"हा आजार मलाच का झाला?"

"मी पाप केलं नाही. कुणाचं वाईट चिंतलं नाही."

"मी सगळ्यांसाठी धडपडलो."

"आता आयुष्यात अर्थ काय?"

स्वतःच स्वतःसाठी खड्डा खोदणाऱ्या या विचारसरणीमधून काहीही निष्पन्न होऊ शकत नाही. तो आजार आपल्याला झाला आहे हे तात्काळ स्वीकारणं आणि त्यावर पुढची उपाययोजना करणं हा यावर एकमेव मार्ग आहे.

काही लोक आणखी विनोदी विचार करतात. त्यांचं म्हणणं असं की वरील दहाही कारणे लागू पडत असलेले कित्येक लोक टुणटुणीत आहेत. खाताएत, पिताएत, मजेत जगताएत. आम्ही काहीही न करता आमच्याच मागे हे लचांड का?

लक्षात ठेवा, प्रत्येक माणूस, त्याचं अस्तित्व, त्याची शारीरिक आणि मानसिक ताकद हे सगळं वेगळं आहे. अपवाद असतातच. काही थोर, नशीबवान असे अपवाद असू शकतात.

३) बेड-रिडन - वार्धक्य, कॅन्सर, पॅरालिसिस अशा काही व्याधींनी काही व्यक्ती जर्जर होतात. अंथरुणास खिळतात. अर्थात या आजारासोबतसुद्धा त्यांचे काही आयुष्य शिल्लक असतेच. या लोकांना परमेश्वर आणि निसर्गच सगळं शिकवतो. असलेल्या आजाराचा स्वीकार करून उरलेलं आयुष्य इतरांना आनंद देत, स्वतःही शक्यतो आनंदात राहात कसं जगायचं, याची

कित्येक उदाहरणं मनास थक्क करणारी आहेत. तुमच्याही परिचयात असतीलच.

* बऱ्याच लोकांना अध्यात्म आणि आध्यात्मिक विचारांचं वावडं आहे. असो! केवळ तार्किक आणि विवेकनिष्ठ विचारसरणीमधून जीवनाशी झगडायला पुरेशी सकारात्मक शक्ती आणि उमेद मिळत असेल तर नकारे बाबांनो, अध्यात्माकडे पाहून कुचेष्टा करू!

गीतेमध्ये पुनर्जन्माची कल्पना मांडली आहे. आत्मा अमर आहे. तो एक कुडी टाकून दुसरी स्वीकारतो. त्याचयोगे गीतेमध्ये कर्माचे विवेचन आहे. क्रियमाण कर्म, संचित कर्म, प्रारब्ध कर्म, सकर्म भाव, अकर्म भाव... याहीपुढे 'प्राक्तन'. हरीभाई ठक्कर यांनी 'कर्माचा सिद्धान्त' या पुस्तकात गीतेमधील कर्म या भागाचे सुंदर विवेचन केले आहे.

प्राक्तन किंवा प्रारब्ध या शब्दांनी बरीच कर्तृत्ववान मंडळी चिडतात. त्यांचं म्हणणं असं की मग आमच्या पुरुषार्थास किंमत ती काय? आणि प्राक्तन आणि प्रारब्ध हेच खरं असेल तर प्रयत्न, जिद्द, कर्तृत्व वगैरे दाखवायचं कशाला? त्यांना हा निराशाजनक विचार वाटतो. ठीक आहे, अशा लोकांना माझा सलाम! ज्यांना आयुष्यात नशीब, भाग्य, प्रारब्ध या गोष्टी म्हणजे काय? हे जाणून घेण्याची सुद्धा कधी गरज वाटली नाही, ते महानच! त्यांनी मग हे जाणून घेऊन वृथा नैराश्य अंगावर ओढवून घेऊ नये.

पण बऱ्याच लोकांनी खूप नैराश्य आधीच अंगावर ओढवून घेतलेलं असतं. असं का? असं का? सगळ्यांचं ठीक चाललंय मग माझंच असं का? केवळ याच प्रश्नानं घेरले जाऊन जर ते आयुष्याचा अंत गाठणार असतील, तर मला वाटतं त्यांच्या 'असं का?'... 'मलाच हे आजारपण का?'... या प्रश्नाला तर्कात किंवा विवेकनिष्ठतेत उत्तर नाही. मग गीतेमधील कर्माची कल्पना त्यांच्या या 'का'? ची कारणमीमांसा करू शकत असेल, 'का'? चं उत्तर देऊ शकत असेल आणि अशा लोकांना जगण्याचं बळ देऊन त्यांच्या आयुष्यात आनंदी आनंद निर्माण करू शकत असेल, तर त्या लोकांनी हरीभाई ठक्कर यांनी लिहिलेलं 'कर्माचा सिद्धान्त' हे पुस्तक अवश्य, अवश्य वाचावं.

महत्त्वाचा भाग मी जसाच्या तसा इथे देतो आहे.

''आपण सकाळी उठल्यापासून रात्री झोपेपर्यंत जी जी कर्मे करतो त्या सगळ्यास क्रियमाण कर्मे असे म्हणतात.

सर्व क्रियमाण कर्मे, कर्म करणाऱ्याला त्याचे फळ देऊनच शांत होतात. फळ दिल्याविना कुठलेही कर्म शांत होत नाही.

काही क्रियमाण कर्मे त्वरित फळ देऊन शांत होतात. कित्येक क्रियमाण कर्मे अशी असतात, की ती तात्काळ फळ देत नाहीत. त्यांचे फळ मिळावयास थोडा बहुत वेळ लागतो. त्या कर्मांचे फळ पक्व होण्यास थोडाफार कालावधी लागतो. तोवर ती कच्च्या स्वरूपात राहतात आणि जोवर फळ मिळत नाही तोवर ती जणू शिल्लक राहातात, संचित होऊन राहतात. अशा फळ न दिलेल्या कर्मांनाच 'संचित कर्म' असे म्हणतात.

जे संचित कर्म परिपक्व होऊन फळ देण्यास तयार होते, त्याला 'प्रारब्ध कर्म' म्हणतात.

अनादि काळापासून, जन्मजन्मांतरातील संचित कर्मांचे असंख्य हिमालय सदृश पर्वतच्या पर्वत जीवात्म्याच्या खात्यात जमा झालेले असतात. त्यापैकी जी संचित कर्मे, पक्व होऊन फळ देण्यायोग्य होतात, तेवढी प्रारब्धकर्मे भोगण्यास अनुरूप असा देह,आरोग्य,स्त्री-पुत्रादिक नातलग,सुख-दुःख वगैरे त्या जीवनकाळादरम्यान जीवाला प्राप्त होतात आणि सर्व प्रारब्धकर्म पुरेपूर भोगल्यानंतरच त्याचा देह सुटतो म्हणजे तो जीवात्मा त्या देहातून सुटतो.''

अर्थात गीतेमध्येच यावर उपाय सांगितले आहेत त्यामधले दोन सोपे उपाय म्हणजे -

१) अकर्म भाव - कर्मामधला 'मी' काढून टाकणे. अहंकार काढून टाकणे. कर्माकडे पाहताना मी, अहंकार या व्यतिरिक्त पहाणे.

२) भक्ती भाव - प्रत्येक कर्म म्हणजे केवळ परमेश्वराचीच पूजा आणि भक्ती आहे, या भावातून त्या कर्माकडे पाहून ते प्रत्येक कर्म परमेश्वराला अर्पण करणे.

गीता असं सांगते की या दृष्टीतून कर्माकडे पाहिले तर संचित कर्मांचे डोंगर भुईसपाट होतील. नवीन तयार होणार नाहीत आणि हा जीवात्मा जन्म-मरणाच्या चक्रातून सुटेल.

मला आनंदानं आणि अभिमानानं असं सांगावं वाटतं की 'कर्माकडे पाहण्याची दृष्टी बदला', हा विचार आपल्या गीतेत आहे. ''कर्माकडे, अर्थातच आयुष्याकडे पाहण्याची दृष्टी बदलली की आयुष्य बदलतं.'' हे गीतेत म्हटलेलं आहे. "If you change your thought your life will change" हे आधी गीतेत आहे. "Change thought, change life" अशा इंग्रजी नावाच्या पुस्तकांनी विशेष हुरळून जाण्याची आवश्यकता नाही. तार्किकतेनं संशोधनानं परकीय विचारवंतांनी हा शोध लावला असेल तर 'अंतिम ज्ञान किंवा अंतिम सत्य' म्हणून हाच विचार गीतेत केव्हाच मांडला आहे.

आजारपणाची समस्या -

दैनंदिन आजारपणात एक बारीकसा गोडवाही आहे. असा माणूस दोन-चार दिवस त्याच्या दैनंदिन कर्मांपासून वेगळा राहू शकतो. स्वस्थ पडू शकतो. घरातले इतर, त्याची अशावेळी विशेष दखल आणि काळजी घेतात. लाड करतात. शारीरिक यातना होत असल्या तरी असलं किरकोळ आजारपण त्यामुळेच कधी मनाला सुखावतं. गुदगुल्या करतं. इतरांना, विशेषत: जोडीदारास आपली वाटणारी काळजी, आपल्याबद्दल वाटणारं प्रेम याची प्रचिती एक वेगळंच बळ देते. आत्मविश्वास देते. जीवनाबद्दलची आसक्ती, मोह देते. जीवनामध्ये गुंतून पडण्याची उर्मी देते.

संचिताच्या ढिगाऱ्यापासून आपल्या जीवात्म्याला मुक्त करण्याच्या कल्पनेविरुद्ध जरी ही अनुभूती वाटत असली, तरी जीवनावर रसरसून प्रेम करता यायलाच हवं. आनंदानं जगण्यासाठी ते आवश्यकच आहे अशी माझी स्वत:ची ठाम खात्री आहे. जीवनाच्या प्रेमात तेव्हाच पडता येतं, जेव्हा आपल्या आत कुठेतरी प्रेम उमटतं. त्यासाठी उमाळा यायलाच हवा! तितकं हळवं, तितकं व्याकूळ व्हायलाच हवं! आपल्या आजारपणात आपल्या कपाळावर कुणी हात ठेवतं. हे सगळं घडून जातं. अर्थात तो हात मात्र हवाच! नाहीतर आजारी पडायचंच कशाला?

नवरा-बायको यामध्ये कुणी वारंवार आजारी पडायला लागलं की प्रत्यही तो आधी काळजी घेण्याचा, मग काळजी करण्याचा, मग तोचतोचपणाचा, मग सवयीचा आणि मग समस्येचा भाग बनून जातो. दुर्लक्ष, चिडचिड, हिणकस बोलणं आणि अगदी शेवटी तिरस्कार! इथपर्यंत मजल एकाएकी जात नाही. आपला जोडीदार संसारासाठी, मुलाबाळांसाठी प्रचंड झिजत असतो. आपल्याला त्याच्याविषयी प्रेम, माया, ममता, वात्सल्य, कळवळा,माणुसकी हे सर्व काही असतंच. त्याहीपुढे कर्तव्य आणि जबाबदारी सुद्धा असतेच. तरीही समस्येचा प्रांत सुरू होतो.

१) आजारी माणसामुळे इतरांची गैरसोय
२) इतरांमुळे आजारी माणसांची गैरसोय
३) इतरांकडून आजारी माणसाचा छळ
४) आजारी माणसाकडून इतरांचा छळ

१-४) सतत आजारी पडणारे किंवा आजारी असणारे पती-किंवा पत्नी यापैकी कुणीही असेल तर माझी त्यांना कळकळीची विनंती आहे की त्यांनी अधिक सामंजस्याची भूमिका घेण्याची गरज असते. तुम्ही सतत आजारी पडता किंवा सतत आजारी असता, यामध्ये इतर कुणाचा काहीही दोष नसतो. केवळ

तुमचं कर्म आणि जीवनाकडे बघण्याची दृष्टी आणि फार तर तुमचा अडाणीपणा, अडेलतट्टूपणा, काहीसा वेडसरपणा हाच कारणीभूत असतो.

इतर सर्व आणि तुमचा जोडीदार तुमची खूप काळजी घेत असतात. सामंजस्यानं वागत असतात. आजारी माणसास मुद्दाम कुचकट बोलून किंवा त्याच्याकडून मुद्दाम अती शारीरिक श्रम करून घेण्याचे दिवस आता राहिले नाहीत. क्वचित काही ठिकाणी खलप्रवृत्तीची माणसे आसपास असली तरी अपवाद! खेडेगावातही प्रसारमाध्यमांच्या पुरेशा प्रवाहामुळे स्त्रीस छळण्याचा अडाणीपणा कमी होतो आहे. आणि स्वत:वर होणारा अन्याय चव्हाट्यावर आणण्याइतकी आता स्त्री धाडसी झाली आहे.

उलट आजारी पडणाऱ्या माणसाने हे कायम लक्षात ठेवावे की तो संसारातली आपली जबाबदारी आणि नित्याची कर्मे योग्य त्या क्षमतेने पार पाडत नसल्यानं इतरांवर अन्याय होतो आहे आणि तरीही इतर सगळे प्रेमानं ते सहन करत आहेत. त्यांना जादा काम पडत आहे.

सतत आजारी पडणारी स्त्री किंवा पुरुष सर्वसामान्यांसारखं कुटुंबातील इतरांना देऊ शकत नाहीत. कुटुंबातील संबंध केवळ देण्याघेण्यावर अवलंबून असू नयेत हे ठीक आहे. पण ते केवळ प्रेमभावनेवरही पुढे रेटणं अवघड असतं. कारण देणंघेणं असतं. व्यवहार असतो. ही भाषा ऐकायला अवघड वाटेल, पण गोष्टी प्रत्यक्षपणे याच स्वरूपात असतात. पती किंवा पत्नी, कुणाचीही लैंगिक उपासमार होऊ शकते.

वेळेवर आणि व्यवस्थित स्वयंपाक न होणं.

नवऱ्यानं नीट कमावून न आणणं.

घराबाहेरील प्रापंचिक कामे नीट न करणं.

घरातील काही कामे नीट करता न येणं.

मुलांकडे नीट लक्ष देता न येणं.

आई-बाप म्हणून त्यांचं व्यवस्थित करता न येणं.

सततच्या दुखण्यापायी सतत पैसा खर्च होणं.

घरातलं आनंदी वातावरण पुन्हा पुन्हा बिघडणं.

इतरांना, जीवनाकडून आनंद घेताना वारंवार अडथळा निर्माण होणं.

अर्थात वरील गोष्टींच्या अतिरेकी विचारानं आजारी माणसाच्या मनात न्यूनगंड निर्माण होतो. आणि तो अतिशय धोकेदायक आहे. प्रतिकारशक्ती आणि क्षमता याबाबत आपल्याला कमी लेखलं जातंय हा सल आजारी माणसास सहन होत

नाही. त्यावर कुरघोडी करण्यासाठी तो नकारात्मक मार्गांचा अवलंब करतो. उदाहरणार्थ, सतत दुसऱ्यांवरच डाफरणे, किंचाळणे.

इतरांचेच दोष दाखवून त्यांना नावे ठेवत राहणे.

घरातले सगळे मतलबी, स्वार्थी आणि निष्ठूर आहेत असे म्हणणे.

घरातल्यांसाठी राबण्यानेच आजारपण आले हे वारंवार ठसवणे.

अंगात ताप अथवा अशक्तपणा असताना मुद्दाम प्रचंड कष्ट उपसणे.

अंगात ताप असताना थंड पाण्यानं अंघोळ करणे. फ्रीजमधील दही वचा-वचा खाणे.

'मला मरायचंय, तुमची तरी एकदाची सुटका', असं सतत म्हणत आततायी वर्तन करणं.

हा सगळा प्रकार सहनशीलतेचा अंत पहाणारा असतो.

ऊठसूट किरकोळ आजारी पडण्यामध्ये स्त्रिया पुढे असतात. तर स्थिर आजाराचे प्रमाण पुरुषांमध्ये जास्त सापडते.

माझे मातांना आणि भगिनींना कळकळीचे सांगणे आहे की या ऊठसूट आजारावर मात करण्याचे खूप सोपे पण जादूचे मार्ग मी सांगतो.

१) रोजची कामे उगाच लांबवून वेळ दवडू नका. शक्यतो कमीत कमी वेळात (अर्थातच चांगल्या दर्जानं) ती करा.

२) जास्तीत जास्त वेळ शिल्लक ठेवून तो केवळ तुमच्यासाठी वापरा.

३) वेळ आभाळातून पडत नाही. तुमच्या रोजच्या कामातून (नोकरी करत नसाल तर) तीन ते चार तास वेळ तुम्ही स्वत:साठी सहज काढू शकता. असे होत नसेल तर तुमच्या काम करण्याच्या पद्धतीत दोष आहे हे मी खात्रीनं सांगतो. इतरांना दोष देऊ नका.

४) या स्वत:करता काढलेल्या वेळात नियमित न चुकता व्यायाम करा. घरात राब-राब राबणे म्हणजे व्यायाम नव्हे. चालणे, योगासने,प्राणायाम, मेडिटेशन हे अवश्य करावे.

५) स्वत:चे दिसणे, चेहरा, केशभूषा, कपडे यासाठी अर्धा तास तरी द्या.

६) कमीत कमी एक ते दीड तास घराबाहेर पडा. छोटी-मोठी प्रापंचिक खरेदी, चालणे, गाण्याचा, भजनाचा, पेटीवादनाचा क्लास... कॉम्प्युटर किंवा अन्य क्लास...निमित्त काहीही शोधा पण घरातील व्यक्तींव्यतिरिक्त पाच-दहा मैत्रिणींबरोबर किंवा इतर व्यक्तींबरोबर आपले काही बोलणे व्हायलाच हवे.

७) घराच्या चार भिंतींव्यतिरिक्त बाहेरचं उघडं जग रोज तासभर तरी उघड्या

डोळ्यांनी पहायलाच हवं.

८) घराबाहेरील कामे - उदा. शाळा, बँक, टेलिफोन, एम.एस.ई.बी. , खरेदी-भाजीपाला, किराणा, कपडा, मुलांचा दवाखाना... वगैरे कामे स्वत: उत्साहानं पुढे होऊन करा. त्यासाठी घरातून वेळ काढून बाहेर पडा.

९) वरील कामांसाठी मला घरातून वेळ मिळत नाही या सबबीत अडकू नका. या सबबीत अडकलात की आजारी पडलातच म्हणून समजा. वरील कामे नवऱ्याच्या वाट्यालाही येऊ देऊ नका.

१०) स्वत:स काही आजारपण आले, किरकोळ का होईना, तर ते अंगावर काढू नका. नवऱ्यानं, ''तुला बरं नाही का?'' असं विचारण्याची आणि तुम्हाला दवाखान्यात नेण्याची वाट पाहू नका. स्वत: ताडकन् उठून दवाखान्यात जा.औषधे विकत आणा आणि ती संपेपर्यंत वेळच्यावेळी, स्वत:ची स्वत: घ्या.

११) बाहेरची सगळी कामे शक्यतो स्वत: एकटीनं करा. कुणी बरोबर असावं ही अपेक्षा गाडून टाका. अगदी मैत्रीण सुद्धा नको.

* माझ्या मातांनो, भगिनींनो, तुम्ही ऊठसूट आजारी पडत असाल तर वरील गोष्टी करून बघा. तुमच्या आजारी पडण्याचं प्रमाण शंभर टक्क्यावरून दहाच टक्क्यांवर नाही आलं तर मी तुम्हाला परत काही सांगण्याचा आगाऊपणा करणार नाही.

जरा आजूबाजूला पहा. वरीलप्रमाणे वागणाऱ्या (विशेषत: नोकरी करणाऱ्या अथवा न करणाऱ्या सुद्धा) स्त्रियांमध्ये आजारी पडण्याचे प्रमाण खूप कमी आहे. या उलट उंबऱ्याबाहेर न पडणाऱ्या, चार भिंतींच्याच आत, केवळ चार तासाचं घरकाम आठ-दहा तास लांबवून करणाऱ्या घरकोंबड्या बायका जास्तीत जास्त आजारी पडतात.

* स्त्रियांबरोबर विकृतीच्या दिशेनं जाणाऱ्या टी.व्ही. मालिका स्त्रियांनी अजिबात पाहू नये. त्यापेक्षा खेळ, संगीत, माहिती असे कार्यक्रम पहावेत. पु.ल. देशपांडे यांची पुस्तके पुन्हा पुन्हा वाचावीत.

''तुम्ही आजारी पडणार नाही याची जबाबदारी माझी.''

स्थिर आजारातील स्त्री-पुरुष तुलनेनं एकमेकांना कमी त्रास देतात. औषधं, पथ्य, व्यायाम याद्वारे ते आजाराला बऱ्यापैकी नियंत्रित ठेवतात. पण या लोकांनी लक्षात ठेवावे की त्यांच्यावरील बंधनामुळे कुटुंबातील इतर लोकांच्या मौज-मजेवर बंधन येऊ शकते. त्यांना काही गोष्टींना अकारण मुकावं लागतं.

या माझ्या मित्रांनी स्वत:च्या पथ्याचा, शिस्तीचा, बंधनाचा अतिरेक आणि

गैरवापर टाळावा. त्याचं भांडवल करून इतरांची गैरसोय अथवा छळ करू नये. उलट सर्वांसोबत राहून, मिसळून आनंद निर्माण करावा. स्वत: बंधनात राहतानाच, इतर लोक जीवनाचा मुक्तपणे आनंद घेत आहेत हे आनंदानं पहावं. इतरांना स्वत:मध्ये अडकवून न ठेवता, त्यांना त्यांचं वैयक्तिक जीवन त्यांच्या पद्धतीनं जगण्यास प्रवृत्त करावं.

एवढं जमलं तरी उत्तम!

(२-३) आता आपण इतर लोकांकडून आजारी माणसाचा कळत-नकळत का होईना पण छळ कसा होतो आणि त्याची गैरसोय कशी होते ते पाहूया!

वर मी उल्लेख केलेलाच आहे की पूर्वी स्त्रिया, स्त्रियांचाच छळ करीत. त्यामागे अडाणीपणा, असंस्कृतपणा असे. खेड्यातच नव्हे तर शहरात शिकलेल्या, पांढरपेशा घरातही हे चाले. नवरेशाहीची परंपराही खूप वर्षे टिकून होती. काही विशिष्ट घरी पुरुष अन्यायी आणि खल प्रवृत्तीचे असत. ते स्त्रियांना कमी लेखत. त्यांचा अनन्वित छळ करणे यास ते पौरुषत्व समजत. ते बहुधा इतर पौरुषत्वात कमी पडत असावेत. असो!

आजारी स्त्रीस पुरुष कुचकटपणे बोलतो आहे किंवा आजारी पुरुषास स्त्री कुचकटपणे खालील वाक्ये बोलते आहे, अशी कल्पना करा.

"तुझा काहीही उपयोग नाही. सततचा दवाखाना मागे लागलेला.
आजारखातेच आहे. तुझे दुसऱ्याला काही सुखच नाही.
तुझ्या रक्तातच आजार दिसतो आहे. तुझे घराणेच आजारी आहे.
त्यांच्या घरी एक रुपयाचा दवाखाना नाही. साधी डोकेदुखीचीही गोळी माहीत नाही.
शरीरप्रकृती धडधाकट असावी. बाकी कशालाच काही अर्थ नाही. महत्त्व नाही.
चारचौघात काय घेऊन जायचं? तुझं सततचं आजारपण? आजारी पड नाहीतर ठीक राहा. तुझी रोजची, घरातली आणि बाहेरची कामे तुझी तूच करायची, माझा संबंध नाही."

असं किंवा अशा अर्थाचं काहीही आजारी माणसास बोलू नये. यामुळे आजारी माणसास अतिशय त्रास होतो. त्याचा आजार वेगानं वाढतो.

उलट अशा आजारी व्यक्तीस कुटुंबातील इतरांनी आणि विशेष करून जोडीदारानं कायम स्वत:बरोबर घ्यावं. त्याला वेगळं ठेवू नये. वेगळं राहू देऊ नये. त्याची प्रत्यक्ष कृतीतून तर काळजी घ्यावीच. दवाखाना, औषध हे करावंच पण त्याच्या आजारपणाविषयी सतत कळवळा, आस्था दाखवावी. शाब्दिक आस्था,आधार

द्यावा. विचारपूस करावी, चर्चा करावी. स्थिर आजारात तर हे फारच महत्त्वाचे आहे.

'शब्दांपेक्षा कृती महत्त्वाची' हे थोर वचन आहे आणि थोर प्रक्रियाही आहे. पण तरीही शब्दांचं माहात्म्य सुद्धा तेवढंच प्रचंड महत्त्वाचं आहे. शब्दानं आपल्या मनात असलेल्या आधार, आस्था, प्रेम या भावना दुसऱ्यास पोचवता येतात. शब्दानं प्रत्यक्ष आधार देता येतोच. एखाद्या व्यक्तीशी आपला संबंध आहे, नातं आहे, जिव्हाळा, उमाळा, कळवळा ही प्रचिती समोरच्या व्यक्तीस देता येते. हा आपल्या मनातला भाव असतो आणि तो समोरच्या व्यक्तीपर्यंत पोचवायचा असेल तर शब्द हे अत्यंत प्रभावी माध्यम आहे.

कृती महत्त्वाची असतेच पण प्रत्येक वेळी ती शक्य नसते. आवश्यकही नसते. कृती कित्येकदा पेंडिंग पडू शकते. क्वचित कायमची पेंडिंग पडू शकते. मग कित्येक गोष्टी राहू शकतात. कायमच्या! शब्द तात्काळ आपलं काम करतात. काम करून जातात. एखाद्या व्यक्तीची प्रत्यक्ष कृतीतून काळजी घेणं हे जेव्हा शक्य होईल तेव्हा कराच. पण तुम्हाला तिच्याबद्दल खरंच आस्था वाटत असेल तर "मला तुझी काळजी वाटते" हे पटकन् बोलून मोकळे व्हा. समोरच्या माणसाला त्यामुळं खूप बळ, उभारी, उमेद मिळू शकते.

स्थिर आजार असलेला जोडीदार असेल तर काही बाबतीत गैरसोय होते. मन मारावं लागतं. आहार, विहार, गमन यावर बंधन येऊ शकतं. इच्छेविरुद्ध कधी कुठे अडकून पडावं लागतं. पण याचंच नाव जीवन आहे. सुखासारखं सुख नाही आणि आनंदासारखा आनंद नाही. पण या सुखाचे, आनंदाचे स्रोत सहस्त्र दिशांनी कार्यरत असतात. आपण आपल्या मनातील कुठल्याही विशिष्ट कोयंड्यानं कुठलंही विशिष्ट दार बंद करून उगाच कुठलाही स्रोत आडवायचा नसतो. प्रत्येक गोष्टीला दुसरी वाट असते. (वाकडी नव्हे!) मधला रस्ता असतो. तो पुन्हा हमरस्त्यावरच येतो. आपली सततची धडपड जर अंतिमतः हमरस्त्यावरच येण्यासाठी असेल तर विशिष्ट मार्गाचा हट्ट कशाला?

आजाराशी लढताना

पती पत्नीकडे 'मॅच्युरिटी' हवी. खरं तर परिपक्वता हा मराठी शब्द आहे. मी स्वतः जास्तीत जास्त मराठी शब्द वापरणाऱ्या पंथातला आहे. पण प्रस्तुत पुस्तकात मी नियमित वापरात आणि उच्चारात असलेले इंग्रजी शब्द जसेच्या तसे वापरले आहेत. मुद्दाम! कारण त्या शब्दांशी निगडित अचूक भाव वाचकांच्याही सवयीचा झालेला आहे. तिथे पोचणं, मला माझ्या मराठीच्या अभिमानापेक्षा जास्त गरजेचं वाटतं. बऱ्याचदा आपली मॅच्युरिटी कमी पडते. त्यामुळं एकूणच समजून

घेताना आपली आकलनशक्ती अचाट असूनही दिशा चुकते. आपण सत्याऐवजी भ्रमाच्या रस्त्याला लागतो. थोडं समजून घेऊया.

१) आजारपण
२) पती-पत्नी, नातं आणि भूमिका
३) माणसाचं माणसाशी नातं
४) समंजस जीवनाचं स्वरूप

तुम्ही म्हणाल एकदम तत्त्वज्ञान की अध्यात्म? तर दोन्हीही नाही. पती-पत्नी हे नातं आणि आजारपणाशी लढा! खरं तर लढा या शब्दानं पुन्हा काहीतरी कर्मकांड आणि लचांड असा अर्थ माझे आळशी मित्र काढतील, तर तसंही नाही. लढा खरा स्वत:शीच! आणि तो एका जागेवर बसूनही देता येतो.

१) आपण आधी पाहिलंच आहे की वात-पित्त- कफ या शरीरातील तीन घटकांच्या असमतोलामुळं आजारपण येतं. हवामानातील बदल, आपलं स्वत:चं आहार, विहार, गमन यातील सुसूत्रता गमावणं, बेशिस्त असे घटक आजारास प्रेरित करतात. प्रत्येकाची वेगळी असलेली शारीरिक प्रतिकारशक्ती आणि त्याहून अत्यंत महत्त्वाचं म्हणजे प्रत्येकाची असलेली मानसिक प्रतिकारशक्ती यावर ते आजारपण अधिक अवलंबून असतं. स्थिर आजार आपल्या स्वत:च्या वर्षानुवर्षांच्या बेशिस्त जीवनाचा परिणाम, आनुवंशिकता, मानसिक दुबळेपण किंवा मग प्रारब्ध यामुळे उद्भवतात. बिछान्याला खिळवून टाकणारे आजार बहुधा माणसाच्या नियंत्रण कक्षेबाहेरील रेट्यानं होतात.

एवढं जरी पती-पत्नीनं नीटसं समजावून घेतलं तरी स्वत: किंवा जोडीदार आजारी पडल्यानंतर ताबडतोब मस्तकात जी एक तिडीक जाते, ती जाणार नाही. आजाराचा स्वीकार करण्याची आणि आजाराला सामोरं जाण्याची प्रत्येकाची पद्धत ही त्याच्या मानसिक ताकदीवर अवलंबून असते. त्यामुळे हल्ला केल्याप्रमाणे जोडीदारास 'चूक' म्हणू नये आणि आघात केल्याप्रमाणे स्वत:चा सल्ला त्यावर लादण्यासाठी आकांडतांडव करू नये. त्याच्या कलानं घ्यावं. प्रेमानं घ्यावं. समजुतदारपणे घ्यावं. समंजसपणे घ्यावं. हलके हलके, आस्ते आस्ते समजून सांगावं आणि त्या अगोदर जोडीदाराच्या मन:स्थितीस सविस्तर समजून घ्यावं. स्वत:च्या आकलनशक्तीचा आणि बुद्धीचा जो काही परमोच्च गाठायचा असेल तो आपल्या आजारी जोडीदारास, त्याच्या आजारास, शरीरास आणि मनास समजून घेताना गाठावा.

२) पती-पत्नी या नात्याबद्दलच बोलायचं असेल तर पतीनं दवाखान्यात घेऊन जावं अशी पत्नीची इच्छा असते. त्यात काहीही गैर नाही. घरासाठी सातत्यानं

राबणारी, पतीसाठी क्षण न् क्षण झिजणारी, कायमच कार्यरत असलेली पत्नी आजारी पडली तर तिला पतीनंच दवाखान्यात न्यायचं असतं. औषधं खरेदी करून आणून तिला द्यावीत. स्वत: चहा करून तिला द्यावा. तिचे डोके, हातपाय दाबावेत, घरात झाडू मारावा. कपडे धुवावेत. मुलांच्या शाळेचे पहावे. त्यांचे डबे, घरातील स्वयंपाक ... स्वत: शिकून करण्याचा प्रयत्न करावा. हॉटेलातून, खानावळीतून काही आणावे. एक-दोन दिवसात पत्नी बरी होते.

अर्थात, सहा महिन्यातून-वर्षातून एकदा आजारी पडणाऱ्या स्त्रीची अशी काळजी कुठलाही नवरा घेईल. पण जिला महिन्यातून कमीत कमी दोनदा वेगवेगळ्या दवाखान्यात न्यावं लागतं, रोज औषधं आणावी लागतात, जी सतत आजारीपणाच्याच फिलींगमध्ये रमते, तिचं सातत्यानं करताना, नवऱ्याच्या मनात कालांतरानं निव्वळ प्रेमापलीकडे किंवा कर्तव्य आणि माणुसकीपलीकडे दुसरे काय उरणार? तिच्या या सततच्या आजारपणाचाही नवऱ्याला आनंद व्हावा अशी स्त्रीची वेडी इच्छा का? तीनशे वेळा दवाखान्यात नेऊनही ती तापात किंवा मानसिक असमतोलात बडबडते, ''तीन वेळा सुद्धा दवाखान्यात नेलं नाही. दुसऱ्यांच्या घरी जाऊन त्यांची हमाली करता. घरचं केलं म्हणून काय बिघडलं?''अशी विचारसरणी असणारी स्त्री ज्याची पत्नी आहे, त्या पुरुषाचं इतर सामाजिक स्नेहजीवन बहुधा मातीतच मिळालेलं असतं. अशावेळी त्यानं काय करावं? स्त्रीनं अशावेळा समजुतदारपणे का वागू नये?

वारंवार आजारी पडणाऱ्या पुरुषाचीही सेवा करताना, स्त्री कालांतरानं अशीच वैतागून जाते. एखाद्या पुरुषास रोज उकळलेले गरम पाणी लागते. त्याचे त्याने घ्यावे. कुणी कसले काढे करून पितात. काही औषधे तुपातून, काही मधातून, काही दुधातून! औषध घेण्याआधी अमुक खायचे असते. औषध घेतल्यानंतर तमुक खायचे असते. स्त्रीला घरातील सर्वांचे पहायचे असते. या सदैव आजारी असलेल्या किंवा वारंवार आजारी पडणाऱ्या या लाडोबाचं किती करणार? त्यासाठी वेळ कुठून आणणार? ती त्रासतेच. क्वचित एखादे वाक्य उच्चारते.

''स्वत:चे स्वत: करून घ्यावे.'' हे वाक्य पुरुषाचा अहंकार दुखावून जाते. ठिणगी पडते.

''दिवसातून चार वेळा व्यवस्थित गिळायला तर लागतं. मग कसला आजार? नाटकं आहेत सगळी!''

स्त्रीचं हे वाक्य पुरुषाच्या मनाच्या चिंध्या करतं. तो स्वत:शीच चडफडत राहतो,

''खाण्याचा आणि आजाराचा काही संबंध आहे का? मी खायचं नाही का?''

"माझं खाणं काढते. ही बाईच आहे ना?"

वास्तविक स्त्रीनं उच्चारलेली वरील वाक्ये नवरोबांनी आजारी स्त्रीस उद्देशून कित्येकदा उच्चारलेली असतात.

वारंवार आजारी पडणाऱ्या आपल्या पत्नीकडे पुरुष जेवढ्या प्रेमानं (थोडंच असेल) पाहू शकतो तेवढ्याही प्रेमानं, वारंवार आजारी पडणाऱ्या आपल्या पतीकडे पहाताना पत्नीस कमालीचा त्रास होतो. कारण तिला या नवऱ्याचे विशेष काही वाटेनासे होते. ती नवऱ्याला दोष देत नाही. मात्र! अशा नवऱ्याशी गाठ घालून देणाऱ्या परमेश्वराशी मात्र तिचे सतत कडाक्याचे भांडण जुंपते. ती परमेश्वराला थेट आरोपीच्याच पिंजऱ्यात उभी करते. ती तळमळून उठते.

"हे काय आजारखातं लावून दिलं गं बाई माझ्या बापानं आणि त्या परमेश्वरानं माझ्या मागं?"

"पुरुषासारखा पुरुष आणि बाईसारखा आजारी काय पडतो ऊठसूट! सारखाच!"

याचा पुरुषार्थ आणि कर्तृत्त्व मग शोधायचं तरी कुठं? याच्या चिडचिडण्यात?" अशा पुरुषाला घायाळ होऊन, खचून चालणार नाही. स्त्री, पुरुषाला शिवीगाळ करत नसते. ती स्वत:च्या नशिबाला, कर्माला, प्रारब्धाला बोल लावीत असते हे सगळं समजून घ्यावंच लागतं.

पती -पत्नी हे नातं आणि त्या भूमिका याचा विचार गंभीरपणे केलाच जात नाही, त्यामुळे ते नीटसं उलगडत नाही असं मी धाडसानं म्हटलं तरी तुम्ही अपमान वाटून घेऊ नये. मी तुमच्यापैकीच एक आहे. वास्तव असं की हे नातं आणि या भूमिका एकमेकांना नीट कळेपर्यंत बरंच आयुष्य पुढे निघून गेलेलं असतं. हळूहळू या नात्यातील जाणिवा आपल्या अंत:करणात नीट उमटताएत, असं आपल्याला जाणवू लागतं. आपल्या अंत:करणात प्रेमाचा दुसऱ्यांदा भर येतोय ही सुखद संवेदना तर येतेच आणि आपलं वय पन्नास-पंचावन्नच्या पुढे गेल्याचा इशाराही घेऊन येते. एकमेकांची काळजी करण्याची, काळजी घेण्याची ऊर्मी मनात पुन्हा एकदा हिरवीगार होते आणि वय मात्र पिवळ्या पानांशी नातं सांगायला लागतं.

जगामध्ये बरंच फिरल्यानंतर आणि बऱ्याच ठिकाणी जिरल्यानंतर माणूस पुन्हा घराकडे वळायला लागतो. अंगात पूर्वीची रग आणि मस्ती राहिलेली नसते. बाहेरच्या जगातही तुम्ही आता पूर्ण जुने झालेले असता जग स्वत:च्या पद्धतीनं पुढं गेलेलं असतं. असे पुढे जाताना प्रत्येक वेळी ते जग सांगतेच असे नाही. तुमच्या मित्रांच्या, स्नेह्यांच्या, समवयस्कांच्याही मानसिक गरजांमधून तुम्ही दूर फेकले

जाऊन तिथे नवीन जागा भरलेल्या असतात. मग तुम्ही घराकडे वळता. मुलांच्या व्यापातून घरातली स्त्रीसुद्धा थोडी मोकळी झालेली असते. अनेक वेळा त्वेषानं दूर फेकलेल्या 'नवरा' या प्राण्याबद्दल तिलाही एक नैसर्गिक उमाळा येऊ लागतो. हे दिवस तसे बरे जातात.

''पन्नास-पंचावन्नला एकमेकांची खरी किंमत कळू लागते.'' हे बुजुर्ग सांगत असतातच आणि प्रत्येक पिढी या विधानाची सत्यता तपासण्यासाठी तिथपर्यंत वाट पाहतेच. त्याचा अनुभव घेते. शहाणी होते. शेकडो वर्षे पुन्हा पुन्हा खात्रीनं सिद्ध होणारी गोष्ट तारुण्यातच अंगवळणी करून का घेऊ नये? त्या तारुण्यात सुद्धा एकमेकांसाठी तीव्रतेनं असण्याची गरज, आपण मस्तीमध्ये बेजबाबदारपणे कधी ठोकरतो त्याचे काय?

कायमच एकमेकांसाठी असणं एकदा मनात मुरलं, विरघळलं की एकमेकांच्या आजारपणास आपण आनंदानं झेलू शकू, पेलू शकू. अगदी अलगदपणे! जोडीदाराला आपल्या आश्वासक हातांचा आधार देऊन, आवेगभरल्या हातांची पकड देऊन, तर मऊ हातांचा उबदारपणा देऊन!

३) आजारपण आपण मागून घेत नाही. तेच आपल्यामागून येतं. न बोलावता. यात माणसाचा काय दोष? अगदी पुनः पुनः आजारी पडत असेल तरी! एकूण वागण्यातली बेशिस्त, खाण्यापिण्याची बेशिस्त किंवा अतिरेक असं नकारार्थी काहीही न करता उलट व्यायाम, ध्यान, साधना, सकारात्मकता हे सगळं करूनही एखादा माणूस आजारीच पडत असेल, तर त्यात त्याचा काय दोष? तो माणूस आहे एवढाच?

मग माणूस तर तुम्हीही आहात. असाच आजार तुम्हालाही होऊ शकतो. मग काय करणार? एकमेकांना माणूस म्हणून स्वीकारल्यानंतर माणसाच्या शरीराची आणि मनाची अविभाज्य अंगे आहेत, ती नाही स्वीकारणार! ती कुठे बाजूला ठेवणार का? आणि माणसावर प्रेम म्हणजे तरी काय? त्याच्या दोन्ही बाजूंचा स्वीकार. सगुण-दुर्गुण, सदाचार-दुराचार, ताकद-कमजोरी, त्याचं निरोगीपण, त्याच्या व्याधी हे सगळंच त्यात आलं. तक्रारीचा प्रश्न येतोच कुठं?

जसं जोडीदारांनी एकमेकांच्या आजारपणाबद्दल तक्रारखोर आणि उदास, निराश राहू नये, तसं आजारी पडणाऱ्या माणसानंही आपणच काही पराक्रम केलाय या थाटात वावरू नये. लोकांकडून फार अपेक्षा करू नयेत. तुमच्यामुळे लोकांची वारंवार होणारी गैरसोय त्यांच्या चेहऱ्यावर उमटणारच! त्याबद्दल उगाच आकांडतांडव करू नये. खचून जाऊ नये. आयुष्याचाच एक भाग, 'पार्ट ऑफ ए लाईफ' म्हणून त्याचा पटकन् स्वीकार करावा. आपल्या व्याधीवर, आजारावर औषध, डॉक्टर,

पथ्य हे तातडीनं स्वत:चं स्वत:च करावं. कुणाची वाट पाहणं, कुणाचा वेळ घेणं, कुणाचा मुद्दाम खोळंबा करणं हे जर टाळलंत तर सगळे तुमच्यावर खूष राहतील. स्वत:हून तुमची काळजी घेतील.

४) या पुस्तकातील शेवटचं प्रकरण 'प्रपंचातील अध्यात्म' मी लिहिणार आहे, त्यावेळी 'समंजस जीवनाचं स्वरूप' विस्तारानं पाहूच.

आपण माणूस म्हणून वेगळे, व्यक्ती म्हणून वेगळे, आपलं स्वतंत्र अस्तित्व म्हणून वेगळे आहोत. जन्माला आल्यानंतर मरणाची कड गाठणं क्रमप्राप्तच आहे. निव्वळ तशीच कड गाठणं अवघड असल्यानं परमेश्वरानं एक महाकाय नाटक या धरतीवर उभं केलं आहे. आणि आपण त्यातली पात्रे आहोत. आपल्याला या नाटकात काही विशिष्ट भूमिका दिली आहे. त्या भूमिकेतूनच नात्यांचा जन्म झाला. आपल्या कर्तव्याचा आणि कर्माचा, जबाबदारीचा जन्म झाला. (आपल्या अंतर्मनात) अस्तित्व आणि व्यक्तिमत्त्व यांच्या प्रेमात राहण्याची आपली प्रेरणा ही परमेश्वरानंच आपल्याला दिली आहे. कारण एका बाजूला तुम्हाला जीवनाशी बांधून ठेवायलाच हवं. पण दुसऱ्या बाजूला प्रत्यक्ष जीवननाट्यात मात्र आपण एकमेकांचे कुणीही लागत नाही, आपण फक्त आपली भूमिका करत आहोत याचा पदोपदी अनुभव देऊन परमेश्वर तुम्हाला या जीवनापासून सुटका देण्यासाठीही बांधील आहे. त्यासाठी तुम्हाला खालील शक्ती दिली आहे.

१) **पुरुषार्थ** - बौद्धिक आणि शारीरिक क्षमतेचा वापर करून चांगले कर्म करणे, सकारात्मक कर्म करणे, ते अधिकाधिक गुणवत्तेचे करणे, चांगले म्हणजे काय याचे उपजत ज्ञान परमेश्वराने तुम्हाला दिलेले आहे. तुमच्या सोयीप्रमाणे तुम्ही चांगले ठरवत असाल तर परमेश्वरास ते मान्य नाही.

२) **अकर्म भाव** - कर्म करताना त्यातील 'अहंभाव' किंवा 'मी पण' पुसून टाकणे. मी काही करतो हा भाव विसरून जाणे.

३) **भक्तिभाव** - प्रत्येक कर्म, परमेश्वराची पूजा समजून त्या भावानं करणं, प्रामाणिकपणे करणं आणि परमेश्वराला अर्पण करणं. अगदी घर, अंगण, मोरी, संडास यांच्या स्वच्छतेचे कामसुद्धा!

बस! या भावनेनं जीवन जगल्यास पुरुषार्थानं प्रगती साधता येते. अकर्म भावाने, कर्मातील यातना-वेदना-सल मनास पोचत नाही. भक्तिभावाने स्वत:कडे काहीच राहात नाही.

जीवनाची दिशा इतकी स्पष्ट असेल तर पती-पत्नीमधील आजारपण ही काय समस्या झाली? खरं तर सगळंच किती सोपं आहे! बुजुर्गांनी, संत-महात्म्यांनी स्वत: साक्षात्कार घेऊन हे अंतिम सत्य आपल्यास आयते बहाल केले आहे.

तुम्हाला, मला सत्य स्वीकारण्यास अप्रिय आणि कडवट लागते. आचरणात आणण्यास तर नकोसेच वाटते. आजतागायत आपली सर्व इंद्रिये आणि मन सुखलोलुपतेच्या डबक्यात डुंबताएत. त्यांना तिथंच बरं वाटतंय. परिणामी सर्वनाशाची नांदी देणारी ही डबक्यातील अवस्था आहे. पण आता त्याचीच इतकी सवय झालीये की या डबक्यातच आम्ही अंतिम सुखाचा आणि सत्याचा शोध चालवला आहे.

हाताला काही लागणार आहे?

सत्य जड आहे, आग आहे, कडू आहे. असूदेत! अंतिमत: तारणारं तेच एक शस्त्र आहे, अस्त्र आहे! भ्रामकतेच्या डबक्यातून, मनाच्या निग्रहानं बाहेर पडायला हवं. अन्यथा ना सत्य उमजेल, ना जगणं!

आणखी गंभीर

अंथरुणावर खिळवून ठेवणारे अंतिम वाटेवरचे काही आजार असतात. वृद्धत्व हे त्यातलं पहिलं! बाकी यादी मी सांगत नाही. कारण ती यादी महत्त्वाची नाही. एखाद्याचा जोडीदार अगदी पाच-सात-नऊ वर्षेही अंथरुणाला खिळून राहू शकतो! मरण मागत असतो, मिळत नसतं. जीवन मागत असतो, तेही मिळत नसतं.

आपण एखाद्याला जीवनही देऊ शकत नाही आणि मरणही देऊ शकत नाही. जीवन ही प्रत्येकाची वैयक्तिक मालमत्ता आहे. जगणं ही प्रत्यक्ष क्रिया माणसाच्या हातात असते पण त्याची जन्म आणि मृत्यू ही दोन टोकं त्याच्या हातात नसतात. जगण्याची प्रत्यक्ष क्रिया ही प्रत्येकानं स्वत:च्या भल्यासाठी सुखदायी करायची असते. या त्याच्या धडपडीमध्ये आपण त्याला पूरक भूमिका घ्यायची असते. त्याचं जगणं त्याला सुसह्य व्हावं म्हणून धडपडायचं असतं आणि हे खूप मनापासून आणि स्वत:ची पूर्ण क्षमता वापरून करायचं असतं.

अंथरुणावर खिळलेल्या जोडीदाराची सेवा फक्त जोडीदारच करू शकतो, दुसऱ्या नात्यांमध्ये इतकी क्षमता तरी नाही किंवा प्रत्यक्ष बंधनं तरी आहेत. पती-पत्नी या नात्यामध्ये सगळी बंधनं गळून पडलेली असतात. कारण आपण स्वत:, आपलं अस्तित्व, आपला जोडीदार, त्याचं अस्तित्व या बाजूंनी मिळून आयुष्याची एक बंदिस्त आकृती तयार झालेली असते. खरं तर जगण्याचीच एक बंदिस्त आकृती तयार झालेली असते. या बंदिस्त आकृतीत कमालीची सुरक्षितता वाटते. टोकाचं आपलेपण जाणवतं. अती टोकाची हक्काची भावना वाटते. माझं... माझं ही स्वामित्वाची नसून विश्वासाची भावना प्रत्ययास येते. या सगळ्यातून वजा जातं

आणि शून्य उरतं ते आपलं अपराधीपण! त्यामुळं इथं नवराबायकोच एकमेकांसाठी हवे असतात.असावे लागतात. कुणी पुढे, कुणी मागे हा जीवनाच्या प्रवासाचा नियमच आहे. यावेळी घरातील इतरांनी अधिक सोशीक आणि अधिक समंजस व्हायचं असतं. एकटेपणाच्या यातना असतातच. जगताना त्याच मरणासमान होऊ नयेत एवढं तरी इतरांनी पहायचं असतं. आपण ते नक्की करू शकतो.

मी दोन गोष्टी सांगतो. या दोनही गोष्टींमध्ये अंथरुणाला खिळून राहण्यासारखी स्थिती असलेल्या माणसांनी असामान्य धैर्य, जगण्याची दुर्दम्य इच्छाशक्ती आणि जबरदस्त महत्त्वाकांक्षा दाखवली आहे. 'बेड-रिडन' जीवनाला चालतं-बोलतं करून टाकलं आहे. हसतं-गातं, खेळतं, सामान्य करून टाकलं आहे. हे असं असामान्यत्व सगळ्यांनाच शक्य नाही. पण या उदाहरणांमधून आपण आपल्याला आवश्यक असं धैर्य, बळ, जिद्द, चिकाटी गोळा करू शकतो.

झुंझार पती-पत्नी -

काही महिन्यांपूर्वी 'सकाळ' मध्ये एक बातमी होती, 'डॉ. शैला यांचं निधन', बातमी पूर्ण वाचल्यानंतर माणसाच्या अंतर्यामी असलेल्या सुप्त शक्तीचं दर्शन होऊन अक्षरश: धन्य झालो.

डॉ. शैला यांच्या लग्नानंतर दोन आठवड्यातच निदान झालं की त्यांच्या दोन्ही 'किडनीज्' पूर्ण निकामी झाल्या होत्या. किडनी बदलण्याची सोय आणि शक्यता दिसत नव्हती. मरणयातना देणारं डायालिसिस हा एकमेव मार्ग होता. डायलिसिस सुद्धा दर एक-दोन दिवसांनी. जिवंत राहाण्याचा तोच एक मार्ग होता आणि हा मार्गसुद्धा किती दिवस जिवंत ठेवणार ही खात्री नव्हती.

तरीही डॉ. शैला यांनी जगण्याचं ठरवलं. आणि त्यानंतर त्या वीस-एकवीस वर्षे जगल्या. तीन हजाराहून अधिक डायलिसिसला सामोरं गेल्या. त्या नुसतंच जिवंत राहिल्या असं नाही तर जे आयुष्य वाट्याला आलं त्यात स्वत: आनंद घेण्याचा प्रयत्न केला. दुसऱ्याला आनंद देण्याचा प्रयत्न केला.

नवऱ्याला व्यवसायात मदत केली. मोठं घर घेतलं. लोकांमध्ये मिसळल्या. लोकांना आनंद देत, सगळे सण उत्साहानं साजरे केले. कौटुंबिक कार्यक्रमांना उपस्थित राहून त्यात सहभागी झाल्या. स्त्री सुलभ हौस-मौज जोपासत स्वत:चं 'असणं' शक्य तेवढं नॉर्मल ठेवण्याचा प्रयत्न केला. त्यांच्या आजारपणाची छाया इतरांवर न पडेल याची काळजी घेतली.

सगळ्यात अचाट म्हणजे, या नवरा-बायकोनं संपूर्ण भारतामधून चक्कर

मारण्याची किमया केली. जिथे -जिथे डायलिसिसची सोय असेल अशा ठिकाणी मुक्काम करत, बरं वाटलं की लगेच आसपासचं पाहून घेणं, फिरणं चालू ठेवलं.

या सगळ्यामध्ये त्यांच्या पतीनं त्यांना जी साथ दिली ती अवर्णनीय म्हणावी लागेल. या सद्गृहस्थानं सतत एकवीस वर्षे आपल्या पत्नीस एकाच गोष्टीची परमोच्च प्रचिती दिली की, ''तू मला हवी आहेस. कायमस्वरूपी हवी आहेस.'' डॉ. शैला यांना प्रेरित करणारी हीच ती खरी शक्ती आहे. ''तू मला हवा आहेस.'' याची जाणीव, प्रत्यंतर सतत आपल्या जोडीदाराला देणं या गोष्टीस अनन्यसाधारण महत्त्व आहे. निव्वळ या जाणिवेच्या अनुभूतीत माणसं कित्येक काळ जगू शकतात. कारण मग एखाद्यासाठी जगण्याची जबरदस्त ऊर्मी, जबरदस्त इच्छा आपल्या संपूर्ण शरीरात प्राण फुंकू शकते.

आपण सामान्य माणसं आहोत. मला राष्ट्रासाठी जगायचं आहे किंवा समाजाच्या कल्याणासाठी जिवंत राहायचं आहे अशा मूळ प्रेरणेनं आपल्या नसांमध्ये चैतन्य भरावं आणि आपलं आयुष्य वाढावं इतकी आपली योग्यता नक्कीच नाही. त्यामुळं कुणीतरी ''तू मला हवा आहेस'' असं आपल्याला म्हणणं, त्याची जाणीव देणं हाच एक मार्ग आहे. ''कुणाला तरी आपण हवे आहोत'' असं खात्रीनं वाटणं... ही भावना आपल्याला जगवू शकते.

चमत्कार

एका इंग्रजी पुस्तकात ही गोष्ट वाचली होती. एक व्यापारी होता. सचोटीनं व्यापार करून त्यानं करोडोंची मालमत्ता कमावली. आपल्या मुलांमध्ये, नातेवाईकांमध्ये वाटून टाकली. आणि तो कमावतच राहिला. वाटत राहिला.

वयाच्या साठीला डॉक्टरांनी निदान केलं की तुमचे सगळेच अवयव निकामी झाले आहेत. हळूहळू ते पूर्ण क्षीण होत जातील आणि चार-सहा महिन्यात आपण जगाचा निरोप घ्याल.

सगळ्यांनी त्याला विश्वास दिला की आम्ही तुम्हाला सांभाळू, तुमची सेवा करू. त्यानं उरलेली मालमत्ताही सगळ्यांना वाटून टाकली. आवश्यक कपडे आणि भरपूर पैसे घेऊन तो एका जहाज कंपनीत गेला. एका वर्षाच्या ट्रीपसाठी एक जहाज निघणार होतं. त्या जहाजामध्ये यानं बुकिंग केलं. जहाजाच्या मालकाला सर्व परिस्थिती समजावून सांगितली आणि सांगितलं की वाटेत, ''ज्या ठिकाणी माझा मृत्यू होईल तिथे मला पाण्यात टाकून द्या.''

प्रवास सुरू झाला. त्यानं स्वतःची बसण्याची, राहण्याची व्यवस्था जहाजाच्या सर्वात वरच्या भागात केली. तिथून तो अथांग पाणी आणि अनंत अवकाश पाहू

लागला. त्यानं सर्वप्रथम स्वतःकडची सगळी औषधं समुद्रात फेकून दिली. आता मरणाची भीतीच नव्हती. मरायचं तर होतंच. त्यानं जहाजावरून एक मोठी चक्कर मारली. व्हिस्कीचा पेग भरला. सिगार शिलगावली. हळूहळू व्हिस्की घेत तो सिगार ओढू लागला.

विशेष! त्याला बरं वाटू लागलं. त्यानं आवडीचे खाद्यपदार्थ ऑर्डर केले आणि यथेच्छ खाल्ले. तो शांत चित्तानं झोपी गेला. कसलीही भीती नव्हती. झोपेत मरण आलं तरी त्याला समुद्रात टाकून देणारच होते.

आश्चर्य! सात-आठ तासांच्या झोपेनंतर तो व्यवस्थित जागा झाला. बोट चालूच होती. त्याला खूप 'फ्रेश' वाटत होतं. आपण लगेच मरत नाही याचा त्याला विश्वास आला. तो बोटीच्या मालकांना भेटला. काही काम करण्याची इच्छा व्यक्त केली.

तो काम करू लागला. त्याच्यातली प्रचंड हुषारी आणि कौशल्य मालकानं बरोबर जोखली. या माणसानं आपल्या कामानं मालकाच्या व्यवसायात भरभराट आणली. बोटीचा मालक थक्क झाला. त्यानं या गृहस्थाला त्याच्या व्यवसायात भागीदारी दिली.

हा गृहस्थही आता व्यवस्थित खाऊ-पिऊ लागला. व्हिस्की आणि सिगारचा आनंद घेऊ लागला. त्याचं आजारपण तो पूर्णपणे विसरून गेला. त्याचं शरीरही ते आजारपण केव्हा विसरून गेलं हे त्याला त्याच्या कामात लक्षातही आलं नाही.

चार-सहा महिन्यात मरण्याऐवजी तो चांगलाच तंदुरुस्त आणि धडधाकट झाला. त्याचे सगळे अवयव पूर्वक्षमतेला तर आलेच, पण पूर्वीपेक्षाही जास्त कार्यक्षम झाले. तो आता जहाजाच्या मालकाच्या व्यवसायात अर्धा भागीदार झाला. एक वर्षानंतर बोट जेव्हा मूळ गावी परत आली तेव्हा तो पूर्वीपेक्षा अधिक धडधाकट होऊन, करोडो-अब्जावधी डॉलर घेऊन घरी परतला.

अजब गुंता-

आजारपण आणि वैद्यकीय शास्त्र हा एक अजब गुंता आहे. डॉ. नीतू मांडके यांनी जवळपास दहा-हजार हृदय शस्त्रक्रिया केल्या. त्यांनी शस्त्रक्रिया केलेल्या लोकांना जीवदान मिळालं. दहा हजारांहून अधिक वेळा त्यांनी लोकांची हृदयं पाहिली.दुरुस्त केली. हृदयाला रक्तपुरवठा करणाऱ्या रक्तवाहिन्या पाहिल्या. त्यातले दोष पाहिले. त्या दोषांना वळसा घालून नवीन वाहिन्यांचे रोपण केले. हृदयाला रक्तपुरवठा सुरळीत केला.

हे सगळं करताना ते लोकांना मार्गदर्शनही करत राहिले. रक्तवाहिनीत

अडथळे का व कसे निर्माण होतात, ते कसे टाळायला हवेत. आपल्या रक्तवाहिनीत काही अडथळा असेल तर त्याचा अंदाज कसा येऊ शकतो, कुठल्या चाचण्या करून त्याची खात्री केली जाऊ शकते.

असे केवळ थोर हृदयरोग तज्ज्ञ डॉ. नीतू मांडके यांना शरीरभर विविध उपकरणं लावून पेशंटच्या कॉटवर झोपावं लागलं. निदान होतं, हृदयाला रक्तपुरवठा करणाऱ्या वाहिनीत अडथळा, त्यामुळे आलेला हृदयविकाराचा झटका! सगळ्या उपचारांना धाब्यावर बसवून शेवटी डॉक्टर कायमचं हे जग सोडून गेले.

अवघा महाराष्ट्र हळहळला. सगळं वैद्यकीय क्षेत्र हळहळलं आणि त्याहीपेक्षा सुन्न झालं. डॉक्टर मांडके दुसऱ्या एखाद्या आजारानं गेले असते तर त्याची कारणमीमांसा कदाचित मनाला पटवून सांगता आली असती. इथं कुणी कुणाला काय समजावून सांगायचं! काय पटवून द्यायचं?

मी अनेक मोठ्या डॉक्टरांना याचं उत्तर विचारलं. बहुतेक म्हणाले, ''आत असा काही दोष बळावलाय हे त्यांच्या लक्षात आलं नसावं!''

''तेच तर मी विचारतोय! का नाही लक्षात आलं?''

''ते कसं सांगणार? होतं असं कधी कधी!''

अरे वा! होतं असं? आणि मग असंच जर होत असेल तर पती-पत्नीनं एकमेकांच्या आजारपणाविषयी एकमेकांना बोल का लावायचा? उलट ते स्वीकारून एकमेकांना केवळ आधार, प्रेम, जगण्याची इच्छा आणि उमेद द्यावी हेच योग्य नाही का?

मानसिक आजार/समस्या

पुरुष आणि स्त्रिया

केवळ वेड लागणं म्हणजेच मानसिक समस्या किंवा मानसिक आजार नव्हे. किंवा आपले सहा रिपू, सहा विकार म्हणजेही मानसिक आजार नव्हे. माणसाच्या मनात असलेल्या नानाविध सहज प्रवृत्तींचे मूळ मात्र या विकारात सापडू शकते.

शरीराच्या वाढीसाठी आणि/ किंवा कार्यप्रणालीसाठी काही चलनवलन गरजेचे असते. शरीराची ही गरज मनापर्यंत पोचली की त्या गरजेच्या पूर्ततेसाठी मन कार्यरत होतं. मनाच्या स्वतंत्र म्हणून ज्या काही गरजा असतात, त्यासाठीही ते कार्यरत असतंच. शरीराच्या आणि (पर्यायानं) मनाच्या गरजा एकत्र होतात. त्यातूनच विविधरंगी मागण्या तयार होतात. या मागण्यांनाही आवश्यकतेच्या मर्यादेचा एक बांध असतो. या मर्यादेपलीकडेही काही हवं असं तीव्रतेनं आणि सातत्यानं वाटणं सुरू झालं की या गरजांना कामना, वासना या नावानं ओळखलं जातं. वासना

म्हणजे कामवासना किंवा विषयवासनाच नव्हे. एखाद्या गोष्टीचा अतितीव्र हव्यास! यायोगे वासना ही एक प्रकारची शक्ती म्हणूनही काम करू शकते. वासना विधायक गोष्टींची हवी. वासना परमेश्वराच्या चरणप्राप्तीची हवी!

असो! वर्षांनुवर्षे मनात निरनिराळ्या वासना दबा धरून बसलेल्या असतात. परमेश्वरानं माणसाच्या मनाला विवेकाचं एक लवचिक दार दिलेलं आहे. चांगल्या-वाईटाचे अनेक झरोके या दाराला आहेत. त्यावर झडपा आहेत. आपण मनाला जसा सराव देऊ, जसा व्यायाम देऊ त्याप्रमाणे विवेकांचं हे दार दणकट किंवा कमकुवत होऊ शकतं. चांगल्या-वाईटाच्या झरोक्यावरील झडपा उघडतात, बंद होतात.

मनाला व्यायाम देणं, सराव देणं, त्यात सातत्य ठेवणं हे मनाच्या निग्रहावर अवलंबून असतं आणि मनाचा निग्रह आपल्या अंतिम ध्येयावर अवलंबून असतो. आपल्याला आयुष्याकडून हवंय काय, हे निश्चित केलं की मग निग्रह! मग मनाचा व्यायाम. मग विवेकाची बळकटी. मग वाईटाचे झरोके बंद. चांगल्याचे उघडे! मग वासना बंदिस्त, विकार कमी! मग गरजा कमी... कमीत कमी! मग मनाचं समाधान, तृप्ती, शांती, सुख आणि आनंद... केवळ आनंद!

असं नेमकं घडत नाही. पहिली गोष्ट म्हणजे, आपल्याला नक्की काय हवंय हे ठरवण्यातच आपण गल्लत करतो. कधी स्वत:ला फसवतो. वास्तविक स्वत:स नको असलेल्या पण कधी आयत्याच उपलब्ध झालेल्या गोष्टीबाबतही आपण अकारण संधिसाधूपणा करतो... मग निग्रह फसतो. मनाचा व्यायाम ढेपाळतो. विवेकाचं दार कमकुवत व्हायला लागतं. वासना त्या दाराला ढुशा मारू लागतात. आपल्या वासना प्रमाण मानून आपण स्वत:हून काहीही कृत्य केलं नाही, प्रयत्न केला नाही, तरी कधी आपोआप, विनासायास तशी परिस्थितीच निर्माण होते. संधी पुढे ठाकते. इथे मात्र मनाचा, विवेकाचा कस लागतो. कसोटी लागते. ''आपण शेवटी माणूसच आहोत.'' असा पळपुटा युक्तिवाद करून परिस्थितीस पूरक वर्तन करण्यात कुठलाही पुरुषार्थ नाही. लक्षात ठेवा. ''परिस्थितीची मागणी म्हणून मी अमुक केले.'' हे सुद्धा विशेष खरे नाही. मागणी आपल्या मनाची असते. मनाची ही परीक्षाच असते. आपण नक्की कोण आहोत, काय आहोत आणि आपल्या सुप्त मनात नक्की कुठला हव्यास आहे याची ती पावतीच असते.

चांगल्या-वाईटाचे झरोके उघड-झाप करू लागले की प्राथमिक स्वरूपात असलेल्या आपल्या गरजा हळूहळू उसळू लागतात. हे झरोके ज्या वेगानं आणि ज्या कालासाठी उघडे राहतात, बंद राहतात त्यावरून या उसळलेल्या गरजांचं वासनेत आणि कालांतरानं विकारात, सवयीत, व्यसनात, मानसिक आजारात

रूपांतर होते. व्यसन हा मानसिक आजारच आहे.

विकार मनास व्यापताएत हे व्यक्तीस कळत असतं. पण त्यातील थोडी धुंदी, बेहोषी, मोह, आसक्ती, मनाला गुदगुल्या करते, ते बरे वाटते. चांगले नाही हे कळत असूनही बरे वाटते. खरं तर इथे सावध व्हायचं असतं. "मी विकारांच्या आहारी कधी आणि कसा गेलो हेच कळले नाही." असा नंतर गळा काढून रडणं म्हणजे निव्वळ ढोंग आणि खोटेपणा आहे. हीच ती वेळ आहे. इथंच आपला पवित्रा बदलायला हवा. उलट प्रवासाला ताबडतोब निघायला हवं. मनानं आणि मानानं निघायला हवं. मनाचा निग्रह आणि प्रयत्नातलं सातत्य असेल तर ते तुम्हाला तारू शकतं. तुमचं जडावलेलं पाऊल पुन्हा परतीच्या दिशेनं वेगवान करू शकतं. विवेकाच्या कवाडाआड तुम्ही पुन्हा पोचू शकता. सुरक्षित कुशीत स्थिरावू शकता.

पण ह्या उलट प्रवासाला निघणं जर लांबवलं तर हेच विकार पुढे विकृतीच्या रस्त्यावर जाऊन उभे राकहातात. विकृतीच्या रस्त्यावर विकारांनी विकोपाला जाऊन सुसाट धावणं म्हणजेच आपल्याला कुठल्यातरी मानसिक आजारानं पकडणं.

मनाला एखादा आजार झाला आहे, हे कुणीही कबूल करत नाही. कारण या प्रवासादरम्यान वेळोवेळी मनानं केलेल्या समर्थनाचा विषारी प्रभाव मनावर एवढा असतो की, आता भ्रम हेच सत्य भासत असते. भोवतालचे लोक तुमच्या काही लक्षात आणून देऊ लागले, तर तुम्ही त्यांच्याशी भांडायला उठता. याचा त्रास होतो. मानसिक आजाऱ्यालाही होतो आणि आसपासच्या लोकांनाही होतो.

एक हजार लोकांपैकी एकजण सुद्धा, असा काही आजार आपल्याला झाल्याची शंका घेऊन डॉक्टरकडे जात नाही. इतरांना मनमोकळेपणाने काही सांगत नाही. शरीराचाच 'मेंदू' हाही एक अवयव आहे. त्यालाही योग्य व्यायाम लागतो. योग्य बौद्धिक खाद्य लागते आणि जरूर पडल्यास योग्य औषधोपचार लागतो. आपण हे गृहीत धरत नाही.

आपण, क्वचित एखादा मानसिक आजार जवळ बाळगून सगळं आयुष्य संपवतो. स्वत: त्रास सोसून, इतरांना त्रास देऊन! पती-पत्नींपैकी दोघांस किंवा एखाद्यास जरी असा मानसिक आजार असेल, तर ते एकमेकांना मरणासमान त्रास, वेदना, यातना देत राहतात. हे कशामुळे घडतंय आणि कसं थांबवायचं याचा त्यांना शोध लागत नाही. खरं तर या सगळ्याच्या मुळाशी आपल्याला असलेला मानसिक आजार आहे, या शक्यतेवर ते विचारच करत नाहीत.... आपण करूया!

पुरुष -

१) **संशय** - काही पुरुष कमालीचे संशयी असतात. स्वत:ची बायको कुणाशी बोलली, हसली तरी त्यांचे मानसिक संतुलन बिघडते. ते थयथयाट करतात. नव्व्याण्णव टक्के केसेसमध्ये हे उगाचच असतं. अशा पुरुषांच्या बायका नेमक्या सज्जनतेचा आणि पातिव्रत्याचा कळस असतात. त्यांना असं संशयात पाहणं म्हणजे त्यांना केवळ विषारी वेदना देणं असाच त्याचा अर्थ आहे.

२) **भीती** - काही पुरुष कमालीचे भित्रे असतात. स्त्रियांनी काही प्रमाणात भित्रं असणं समजण्यासारखं आहे. पुरुषानं सदैव हातात तलवार घेऊन दिसेल त्यावर स्वारी करावी असंही नाही. पण वृथा घाबरटही असू नये. प्रगती करताना, यश संपादन करताना पुरुषाचा भित्रेपणा हा त्याचा प्रमुख शत्रू असतो. आयुष्यातल्या खूप काही सुखाला, आनंदाला पारखं व्हावं लागतं. हिंडण, फिरणं, खाणं-पिणं, व्यवसाय- शिक्षण यासाठी दूर प्रवास करणं, दूरवर जाणं, वाहनं चालवणं, ठामपणे स्वत:ची बाजू मांडणं, प्रसंगी वाद-विवाद, भांडण करणं अशा गोष्टींपासून भित्र्या लोकांना दूर पळावं लागतं. त्यांच्या कुटुंबियांनाही दूर पळावं लागतं. सगळ्या आयुष्याचीच चव कमी होऊ शकते.

३) **स्वामित्व/ दादागिरी / दहशत** - काही पुरुष, बायको ही स्वत:ची मालमत्ताच समजतात. कबूल आहे ती तुमचीच आहे. परंतु तरीही ती एक स्वतंत्र व्यक्ती आहे. तिच्या मनासारखं तिला वागू द्यायचं नाही! तिच्या मनासारखा तिला निर्णय घेऊ द्यायचा नाही! उलट तिला फक्त वापरून घ्यायची, ओरबाडून घ्यायची! घरात तिच्यावर कायम दहशत, दडपण राहील असं पहायचं. दादागिरी, गुंडगिरी करायची! अशी ही थंड, निष्ठूर आणि निर्लज्ज प्रतीची अवलाद असते. त्यांना हे कळत नाही की आपल्याला हा मानसिक आजार आहे आणि त्यामुळे आपल्या सोन्यासारख्या बायकोच्या, मुलाच्या आयुष्याची माती होते आहे. बाहेर हे लोक टेंभा मिरवतात. ''मी बस म्हटलं की बसते. ऊठ म्हटले की उठते!'' अरे घर आहे का सर्कस आहे?

४) **आळस/ ऐदीपणा/ आयतेपणा** - काही पुरुष इतके ऐदी, आयतोबा, आळशी, ऐतखाऊ असतात की त्यांच्याकडे नुसतं पाहिलं तरी मस्तकात तिडीक जाते. असा पुरुष, स्त्रियांना अजिबात आवडत नाही. अशा पुरुषाला सगळ्या गोष्टी बसल्या जागेवर हव्या असतात. बायका देतात सुद्धा! पण अत्यंत अनिच्छेनं! स्त्रियांना त्यांच्यामध्ये रस घेणारा पुरुष तर आवडतोच पण त्यांच्या कामामध्येही रस घेणारा, ती कामे स्वत:हून करू लागणारा, त्यांच्या छोट्या- मोठ्या ॲक्टिव्हिटीजमध्ये समरस होणारा पुरुष त्यांना अधिक

आवडतो. पुरुषानं स्वत:ची सर्व कामे स्वत: करून वर पुन्हा बायकोला तिच्या कामात मदत करायची असते. रस घेऊन,आवडीने! केवळ स्त्रीकडूनच ऊठसूट अपेक्षा करणारा ढिगारा पुरुष काय कामाचा?

५) **घमेंड/ गर्व** - काही नवऱ्यांना वृथा गर्व आणि घमेंड असते. गर्व आणि घमेंडीचं गणित उलट असतं. ज्यांच्याकडे ज्ञान, बुद्धिमत्ता, सौंदर्य, व्यक्तिमत्त्व, अनुभव, कौशल्य, धन, संपत्ती, ऐश्वर्य, प्रतिष्ठा वगैरे असतं असे लोक बहुधा नम्र असतात. प्रेमळ असतात. दुसऱ्यास आदरानं वागवतात. ज्यांच्याकडे वरीलपैकी काहीही नसतं ते उगाच घमेंडीत आणि गर्वात असतात. दुसऱ्यास तुच्छ लेखतात.

स्त्रियांना पुरुषाचा वकूब क्षणात कळत असतो. उगाच टेंभा मिरवणाऱ्या घमेंडखोर आणि गर्विष्ठ नवऱ्यात खरंच किती पाणी आहे हे स्त्री ओळखून असतेच. खरं तर अशा पुरुषांना इतर स्त्रियाही क्षणात ओळखतात हे सत्य म्हणून त्यांनी ध्यानी ठेवावे. नवऱ्याच्या घमेंडखोर वागण्यानं, बायकोच्या मनातली उरलीसुरली प्रेमभावनाही लयाला जाते... तेव्हा सबूर!

* खरं तर मानसिक आजार हे मनुष्य मनाचे आजार आहेत. त्यात स्त्रीचे आणि पुरुषाचे वेगळे असे नाही. पण आपण, उदाहरणार्थ काही आजारांपुढे पुरुषांना उभे करतो आहोत आणि काहींपुढे स्त्रियांना!

६) **व्यसन** - एखाद्या गोष्टीचा सतत आणि अती हव्यास असणं! इतका की ती गोष्ट हवी असताना मिळाली नाही तर मानसिक संतुलन बिघडणं, विवेकभ्रष्ट अवस्था प्राप्त होणं आणि कुठलेही इतर काम करण्याची क्षमता मनात न उरणं!

मानसशास्त्र सांगतं की या व्यसनाधीन लोकांना प्रेम द्या, समजावून, सामावून घ्या. त्याला एकटं राहू देऊ नका. व्यसन सोडण्यासाठी मदत करा. सुदैवानं आज शिक्षणानं समंजसपणा वाढलाय. पण तरीही केवळ मस्ती, दुर्दैव यामुळे लोक अजूनही व्यसनाच्या विळख्यात सापडतात. बेजबाबदार होतात. घरातलं वातावरण खराब करतात. मुलांच्या आयुष्यातला आनंद हिरावून घेतात.

या व्यसनाच्या अलीकडेच पुरुषांनी थांबावे. माझ्या माता, भगिनी, यांनीसुद्धा व्यसनी नवऱ्यास पुन्हा माणसात आणण्याचा प्रयत्न एका विशिष्ट मर्यादेपर्यंतच करावा. नंतर त्याच्याशी किमान माणुसकीनं वागावे पण त्याच्या व्यसनाच्या चिंतेत आणि कौतुकात, स्वत:चे आणि मुलांचे आयुष्य मातीत घालू नये. खंबीर व्हावं. व्यसनी नवऱ्याचा मार तर मुळीच खाऊ नये. स्वत:चं आणि

आपल्या मुलांचं दैनंदिन आयुष्य अत्यंत नेटानं आणि निष्ठेनं, आनंदानं जगावं. एखाद्या दुसऱ्या व्याधीनं त्रस्त नवऱ्याची सेवा कुणीही पत्नी करेलच. बेजबाबदार, व्यसनी माणसाचे किती आणि का करायचे?

७) न्यूनगंड - मनामध्ये कमीपणाचा भाव मुळात असेल तर योग्य विचार, योग्य सल्ला, ज्ञानाची, सत्त्वाची ओळख, वाचन, मनन यामुळे ही गोष्ट कमी होऊ शकते. कुणी तुम्हास कमी लेखत असेल तर तो त्याचा मानसिक आजार समजा. दुसऱ्यास कमी लेखून माणूस स्वत:चा मोठेपणा सिद्ध करत नसून त्याच्या मनातला न्यूनगंड उघडा करत असतो.

पती-पत्नी यामधील लैंगिक जीवन, स्नेहजीवन, प्रेमजीवन या सगळ्यावरच या न्यूनगंडाचा परिणाम होऊ शकतो.

माणसाच्या मनातील खूपशा भावना, कामना, वासना या नैसर्गिक किंवा सहजप्रवृत्त असतात. त्यावर आपले थेट नियंत्रण नसते. यावर काबू ठेवणं आपल्याला विवेकाआधारे जमू शकतं. त्यासाठी मनात अपराधीपणाची भावना ठेवण्याचे कारण नाही.

स्त्रिया -

नवऱ्याच्या मानसिक आजारानं बायकोला जेवढा त्रास होतो तेवढाच त्रास बायकोच्या मानसिक आजारानं नवऱ्यास होतो. स्त्रियांची दृष्टी तुलनेनं तार्किक, तौलनिक कमी आणि भावनिक जास्त असते. त्या कुठल्याही गोष्टीकडे बहुधा या किंवा त्या पण टोकाच्या भावनेनंच बघतात. या दोन्ही टोकांचा मध्य साधणं, त्याला समतोल देणं हे त्यांना मानवत नाही, रुचत नाही, पटत नाही, आवडत नाही, बहुधा पेलवतच नाही. त्यांना ते खरंच वाटत नाही. त्यांच्या दृष्टीनं खरं किंवा सत्य म्हणजे पराकोटीचं हे टोक नाहीतर ते टोक. यातूनच स्त्रियांचे छोटे-छोटे मानसिक आजार निर्माण होतात.

काही आजार आपण नोंदवू

१) संशय
२) रिकामेपण, एकटेपण
३) नवरा हाच एकमेव केंद्रबिंदू
४) द्वेष, मत्सर, तिरस्कार
५) नवऱ्याचा छळ करण्याची कल्पना
६) मनुष्यद्वेष्टेपणा

७) टोकाचा असहकार
८) आक्रस्ताळेपणा
९) न्यूनगंड
१०) हव्यास, अतृप्ती
११) स्वामित्व

वरील सर्व मानसिक समस्यांचा आपण एकत्र विचार करूया. सगळ्याच्या मुळाशी 'न्यूनगंड' आहे.

'न्यूनगंड'-

अजूनही पुरुषांच्या बरोबरीनं नोकरी करणाऱ्या, व्यवसायात भाग घेणाऱ्या आणि प्रत्यक्ष काही पैसा मिळवणाऱ्या स्त्रियांचे एकूण प्रमाण अत्यल्पच आहे. त्यामुळं घरकाम आणि मुलं एवढं विश्व सोडलं तर स्त्रियांना बराच रिकामा वेळ मिळू शकतो. 'खरं तर त्यांच्या दृष्टीनं पाच मिनिटंही बसायला वेळ नसतो.' रिकामा वेळ आणि त्यातूनच येणारं रिकामेपण, एकटेपण हा त्यांचा महत्त्वाचा शत्रू असतो. या रिकाम्या वेळात त्यांच्या मनात काही प्रमुख नकारात्मक विचार येतात.

अ) *घरात आपण अत्यंत हलक्या प्रतीची, धुणे-भांडीवालीची, कामवाल्या बाईची कामे करतो आहोत.*

ब) *आपल्या कामाचे थेट पैशात रूपांतर होत नसल्यानं नवरा त्यास किंमत देत नाही.*

क) *नवरा घराबाहेर पडून जिवाची मौज करतो. त्याच्या नोकरी-व्यसायाच्या ठिकाणी मजेचे जीवन जगतो. आपल्याला घरात कोंडून ठेवले आहे. आपल्याला दुःखात टाकले आहे.*

ड) *आपल्यावर प्रचंड अन्याय झाला आहे.*

ई) *आपल्या आयुष्यात काहीही उरले नसून आपल्या आयुष्याचे वाटोळे झाले आहे.*

या वरील विचारांची निर्मिती आणि त्यांचं एकमेकावर आदळणं यातून स्त्रियांच्या मानसिक आजाराची निर्मिती होते आणि त्याची जबरदस्त किंमत (कधी विनाकारण) पुरुषाला द्यावी लागते.

स्त्रियांना बहुतेक वेळा स्वतःची अवस्था ही दुर्दशा वाटत असते आणि त्यास नवरा हाच कारणीभूत आहे अशी तिची ठाम समजूत असते. त्यामुळे तिच्या सगळ्या विचारांचा केंद्रबिंदू अपरिहार्यपणे नवरा हाच असतो. रिकाम्या मनात, स्त्री पुरुषाला मधोमध ठोकते आणि हवा तसा त्याला उलट, सुलट, गोल फिरवत

राहते.

घरासाठी राबणं, कुटुंबासाठी करणं यात स्त्रियांना नैसर्गिकच समाधान असते. पण आपले थोर नवरोबा तिच्या स्वतंत्र अस्तित्वावरच घाला घालतात. ''सगळ्यांची सेवा करणं हे तुझं बिगारी कामच आहे, आणि त्या बदल्यात तुला दोन वेळचं अन्न आणि वर्षाकाठी दोन साड्या मिळतील.'' असं वातावरण नवऱ्यानं घरात निर्माण केलं तर कुठलीही स्त्री बंड करणारच!

स्वत:च्या वैयक्तिक इच्छा-आकांक्षांचा, घरासाठी स्त्री नेहमी आणि सतत त्याग करत असते. याबद्दल नवऱ्यानं सतत तिच्या ऋणात राहिलं तर घराचं नंदनवन होऊ शकतं आणि केवळ त्यासाठीच स्वार्थी हेतूनं नव्हे तर खरेपणानंही स्त्रीचं हे ऋण मान्य करण्यात पुरुषाला कमीपणा का वाटावा? मात्र हे शंभरपैकी शंभर वेळा मान्य करायचं असतं. शंभरपैकी नव्व्याण्णव वेळा मान्य करून एक वेळा जरी वेगळा स्वर काढलात तरी स्त्रीच्या क्रोध आणि क्षोभामध्ये तुम्ही भाजून निघालाच म्हणून समजा! हे आजाराचं मूळ आहे की स्वतंत्र मानसिक आजार आहे हा काथ्याकूट व्यर्थ आहे.

ही स्वीकारण्यायोग्य वस्तुस्थिती आहे.

१) **संशय** - स्त्रियांच्या मनात संशय तीव्र वेगानं निर्माण होतो आणि संशयामागचा मूळ विचार एकच असतो की नवऱ्याचे आपल्याकडील लक्ष कमी होऊन दुसरीकडे वाढते आहे की काय? ती ते सहन करू शकत नाही. कारण तिच्या मनात नवऱ्याशिवाय दुसरे काही नसते. या सगळ्यामागे तिच्या मनात कायमस्वरूपी अस्तित्वात असलेली असुरक्षिततेची भावनाच आहे.

२) **रिकामेपण/ एकटेपण** - रिकामपणाबद्दल आपण बोललो त्यापुढची निर्मिती म्हणजे भयानक एकटेपण. मुलं त्यांच्या व्यापात! स्त्रीनं स्वत:चं 'सोशल लाईफ' विस्तारायला हवं. इतरांमध्ये मिसळणं वाढवायला हवं. त्यांच्या एकटेपणावर इलाज म्हणून नवरा किती पुरणार? किंवा कुठलीही एक व्यक्ती किती पुरणार? आपण एकटे आहोत, आपले कुणी नाही ही भावना जगण्यातलं बळच काढून घेणारी आहे. यापेक्षा मोठा आजार तो कुठला?

३) **नवरा हा केंद्रबिंदू** - काही स्त्रियांमध्ये या आजाराचं प्रमाण तीव्र असतं. मानसशास्त्रानुसार नवऱ्यास पकडून ठेवले नाहीतर तो हातचा जातो अशा प्रकारचा काही धक्कादायक संस्कार त्या स्त्रीच्या मनावर झालेला असतो. पण यामुळे पुरुषाचे सामाजिक जीवनच नष्ट होऊ शकते.

४) **द्वेष/मत्सर/ तिरस्कार** - प्रत्येक माणसात हे विकार असतात. पुरुषांमध्येही आणि स्त्रियांमध्येही. स्त्रियांमध्ये नैसर्गिकरित्या यांचे प्रमाण जास्त असे मानले

जाते.अर्थात क्वचित काही स्त्रियांमध्ये ते इतके अतिरेकी असते की त्याला मानसिक आजार म्हटले जाऊ शकते. ''स्वत:ला इतरांपेक्षा वेगळे आणि चांगले म्हणावे'' या सततच्या अपेक्षेने किंवा त्याच्या अतिरेकाने हे घडू शकते. आयुष्याकडून आनंद मिळवण्याच्या प्रक्रियेतला हा सर्वात मोठा अडथळा आहे.

५) **नवऱ्याचा छळ -** एखाद्या स्त्रीमध्ये नवऱ्याचा सतत, अनन्वित छळ करण्याची वृत्ती दिसते. ह्या आजाराचं मूळ कुठेही जाऊ शकतं. प्रत्युत्तर, सूड, धडा शिकवणे,जिरवणे, बदला घेणे वगैरे भाव असू शकतात. मनावर झालेले चुकीचे संस्कार असू शकतात. अशा प्रकारे आनंद मिळतो अशी कुणी करून दिलेली चुकीची समजूत असू शकते. वास्तविक कुणीच कुणाचा छळ करणं, त्यावर अन्याय करणं ही विकृतीच आहे. अशा मनाची मानसोपचार तज्ञांकडूनच ('कल्टीवेशन') मशागत करून घ्यायला हवी. अन्यथा सुख संपले, आनंद संपला.

६) **मनुष्यद्वेष्टेपणा -** अगदी अभावानं एखाद्या स्त्री-पुरुषामध्ये हा दोष असू शकतो. ते कुणावरही प्रेम करू शकत नाहीत. त्यांच्या मनात एकूण समाजाबद्दल, माणसांबद्दल सतत एक चिडचिड असते. राग असतो, तक्रार असते. वास्तविक हा न्यूनगंडाचाच प्रकार आहे. स्वत:मध्ये काही कमी आहे असा तो मूळ सल असतो आणि त्यातूनच आपण इतरांपैकी नाही असे वाटल्याने मनुष्यद्वेष्टेपणा निर्माण होतो. इतरांवर तुम्ही प्रेम करू शकत नसाल तर शक्यतो हिमालयात जाऊन एकटेच राहा ना! इतरांना का त्रास देता?

७) **असहकार -** नवऱ्याच्या छळासाठी स्त्रिया हे जालीम हत्यार म्हणून केव्हा तरी उपसतात. उदा. कुणी आपल्या घरी आल्यास किंवा कुणा घरी आपण गेल्यास नवऱ्याशी एक अक्षरही न बोलणे. त्याचा आपला संबंध नाही असे वर्तन करणे. त्याला सेक्ससाठी तडफडायला लावणे. अशा वर्तनातून स्त्रीस घटकाभर विकृत आनंद होऊ शकतो. पण स्त्रीनं याच गोष्टीचा अतिरेक केला तर अशी स्त्री पुरुषाच्या मनातून कायमस्वरूपी खाली उतरू शकते.

८) **आक्रस्ताळेपणा -** मनानं कमकुवत असणाऱ्या किंवा तार्किक नसलेल्या अडाणी स्त्रिया या मार्गाचा अवलंब करून नवऱ्याचे तोंड गप्प करण्याचा मार्ग अवलंबतात. नवरा समंजस असेल तर गप्प बसतो. मग या बायकांना हे हत्यारच सापडते. त्या पुन्हा-पुन्हा ओरडून-किंचाळून तास दोन तास नवऱ्यास शिव्या देऊन घरात दहशत निर्माण करण्याचा प्रयत्न करतात. इतर सगळे गप्प बसले तरी अशा स्त्रीचा ते मानसिक आजारी म्हणूनच स्वीकार करतात.

तेव्हा मातांनो, भगिनींनो सावध!

९) **हव्यास** - मनास लागलेल्या उत्सुकतेच्या साध्या विषयातून निर्माण झालेली ही सवय आहे. मनाचे समाधानच होत नाही. कारण याहून अधिक मिळाल्यास मनाची अवस्था कशी असेल याची उत्सुकता असते. सुरुवातीस हे वर्णन अगदी साधं वाटतं पण नंतर हव्यास, चटक, व्यसन असा तो प्रवास आहे. आपल्या मनाचे समाधान आपणच हरवून बसतो.

१०) **स्वामित्व** - मी यास स्त्रियांची मानसिक समस्या मानत नाही. स्त्रियांचा अधिकार मानतो. होय! स्त्रिया याच पुरुषाच्या, मुलाबाळांच्या, प्रपंचाच्या मालक आहेत. 'या सगळ्या घराची, प्रपंचाची मी मालकीण आहे.' ही त्यांची भावना शंभर टक्के योग्य आहे. या भावनेस आक्षेप घेणारे माझ्यासारखे सगळे पुरुष अव्यवहारी आणि भंपक आहेत.

त्या बिचाऱ्यांचं या जगात दुसरं आहे काय? माहेरी लहान मुलीला सांगायचं की, 'बेटा हे तुझं घर नाही. तुला नवऱ्याच्या घरी जायचंय', आणि सासरी काही वादंग झाला तर स्त्रीस ठणकावून सांगायचे की 'चल बाहेर हो, तुझ्या बापाच्या घरी जा!' असे वर्तन करून पुरुषजातीनं आजवर पापाचे डोंगरच्या डोंगर रचले आहेत. कशानंही त्याचं क्षालन होऊ शकत नाही. स्त्रीस असं म्हणणं हा एवढा मोठा अपराध आहे की त्यास क्षमा असूच शकत नाही. त्यास फक्त फटक्यांची शिक्षा असू शकते.

माझ्या पुरुष मित्रांना कळकळीची विनंती की इथून पुढे म्हणजे आजच,आत्ताच या क्षणाला घर-प्रपंचाची मालकी, मानानं आपल्या पत्नीस द्या आणि तिच्या अधिपत्याखाली घर गृहस्थी चालवून पहा. यातच तुमचं कल्याण आहे.

यामध्ये शंका घेऊ नका. स्त्रियांकडे सत्ता आल्यास पुरुषापेक्षा निश्चितच अधिक प्रमाणात ती विधायक कामांसाठी, कल्याणासाठी वापरली जाईल. स्त्रिया सत्ता वापरण्यापेक्षा ती गाजवतील या भीतीनं पुरुष तिच्याकडे सत्ता द्यायला घाबरतो आहे. पण याच त्याच्या भितीपायी थोडीफार मिळालेली सत्ता वापरण्यापेक्षा, गाजवण्यास स्त्री प्रवृत्त होत आहे. या सगळ्यास स्त्री नसून पुरुष प्रवृत्ती जबाबदार आहे.

छोटीशी गोष्ट!

एकूण जीवनाच्या दृष्टीनं, प्रपंचाच्या दृष्टीनं, आजारपणाकडे बघण्याची दृष्टी म्हणून एक छोटीशी गोष्ट सांगतो व हे प्रकरण संपवू या!

खूप वर्षे झाली. माझे वरिष्ठ अधिकारी श्री. अरविंद परांजपे त्यांच्या केबिनमध्ये एक असेंब्ली करत होते. दहा ते पंधरा अगदी छोटे-छोटे भाग एकत्र

जोडायचे होते. एक ग्रॅम, अर्धा ग्रॅमपासून अगदी पन्नास, शंभर मिलीग्रॅम वजनाचे! हे भाग जोडण्याआधी एका लिक्विडनं धुवायचे होते. योगायोग असा की त्यावेळी ते लिक्विड कुठल्यातरी तांत्रिक अडचणींमुळं उपलब्ध होत नव्हतं. पुण्यातील एका रिसर्च लॅबमधून साहेबांनी विनंती करून थोडंसं मिळवलं होतं.

परांजपेसाहेबांनी अत्यंत विश्वासू, जबाबदार आणि कुशल म्हणून मला आत बोलावले. त्यांच्या केबिनशेजारी असलेल्या छोट्याशा लॅबमध्ये आम्ही कामाला सुरुवात केली. दार बंद केलं. ते छोटे भाग त्या लिक्विडमध्ये धुणे, पुसणे, एकमेकांना जोडणे चालू झालं. काम जोखमीचं होतं. हळूहळू टेन्शन वाढत गेलं. माझी एकाग्रता क्षणभरच थोडी कमी झाली. वाटीसारख्या कंटेनरमध्ये ठेवलेले ते लिक्विड माझ्या हातून धक्का लागून टेबलावरील काचेवर सांडले.

मी डोळे गच्च मिटून घेतले. साहेबांनी आता माझ्या दोन मुस्कटात द्याव्यात अशी माझी इच्छा होती. कसलाच आवाज येईना म्हणून मी डोळे उघडले. स्वत:च्या पांढऱ्याशुभ्र आणि स्वच्छ रुमालानं, काचेवर सांडलेल्या लिक्विडपैकी जेवढे वरवर टिपता येईल तेवढे टिपून परांजपेसाहेब दुसऱ्या एका कंटेनरमध्ये पिळत होते.

चेहरा अत्यंत शांत होता. घाबरलेल्या माझ्या चेहऱ्याकडे न पाहिल्यासारखे करून म्हणाले,"आत्ता या क्षणाला खरं काय आहे? सांडूनही थोडंफार लिक्विड आपल्या कंटेनरमध्ये शिल्लक आहेच! ते आपण जास्त काटेकोरपणे वापरून आपलं काम करू शकतो. आणि सांडलेल्यापैकी जेवढं गोळा करता येणं शक्य आहे तेवढं मी टिपून दुसऱ्या कंटेनरमध्ये ठेवतो आहे. पर्याय म्हणून! म्हणून मी शांत आहे."

पंधरा-वीस वर्षे झाली. या गोष्टीनं मनावर केलेला परिणाम मी विसरूच शकत नाही. कारण या गोष्टीनं खूप दिलं.

आयुष्यातील प्रत्येक क्षणाच्या टप्प्यावर खूप काही आयुष्य शिल्लक असतं आणि शिल्लक असलेल्या आयुष्यात खूप काही असतं. तुम्ही आजारी पडता. चालायचंच! नाराजीचं काय? अगदी बीपी, डायबेटिस, दमा, संधिवात असे स्थिर आजार झाले तरी लक्षात ठेवा, त्या आजाराबरोबरही तुमचं खूप काही आयुष्य शिल्लक आहेच आणि त्या आयुष्याकडे तुम्हाला देण्यासाठी खूप काही आहे. त्या आयुष्याकडे तुम्हाला खूप काही देण्याची क्षमता आहे. मग त्या आयुष्याकडून खूप काही घेण्याची तुमची क्षमता तुम्ही शाबूत ठेवा ना! दुसरं आहे काय? एका गाण्यात एक ओळ ऐकली,

"ये मत देख जिंदगीके कितने पल बाकी है,

ये देख, बचे हुए पलमें कितनी जिंदगी बाकी है ।

जीवनात आनंद देणारं खूप काही आहे. ते तुमच्या मनात शिरायला आतुर आहे. पण त्यासाठी, तुमच्या मनात आधीच अस्ताव्यस्त गर्दी करून राहिलेला कचरा बाहेर तर काढा.

पती-पत्नी या नात्याकडे अधिक सजगतेनं पहायला हवं. स्वार्थानं/ परमार्थानं वगैरे अशा कुठल्याच रंगानं न पाहता सरळ सरळ माणुसकीनं, मानवतेनं, प्रेमानं पहा. सगळं मिळतं हो! आपोआप मिळतं!

✳ आणि खरं सांगू का... पती-पत्नी या नात्यामध्ये काही मिळवण्यापेक्षा काही देण्यासाठी आटापिटा करा! मग बघा, तुम्हाला जे मिळतं, ते तुम्हाला पाहिजे त्यापेक्षा कितीतरी पटीनं जास्त असतं!

खरं तर मिळणं न मिळणं हे कळण्याची बुद्धीच शिल्लक उरत नाही. कारण त्यापलीकडची एक विराट तृप्तीची भावना तुमच्या बुद्धीला आणि मनाला गवसणी घालते.

मग उरतो आनंद! केवळ आनंद!

.१२.

कामजीवन आनंद आणि समस्या

सौख्यभरे नांदायचं असेल तर तुमचं कामजीवन हे अत्यंत आनंदी असलंच पाहिजे आणि सुखी, आनंदी कामजीवनाला दुसरा काहीही पर्याय नाही आणि ते तसं नसेल तर त्यावर कुठलंही औषध नाही. त्यावर काही जादू किंवा मंत्र असेल तर तो तुमच्या मनातच आहे.

कामजीवनाची व्यवस्थित, किमान तरी माहिती असणं आवश्यक आहे. कुठलेही गैरसमज, चुकीच्या पारंपरिक समजुती, अंधश्रद्धा नसाव्यात. कामक्रीडेसाठी पती-पत्नीनं एकमेकांना प्रेरित आणि प्रवृत्त करायचं असतं. ही क्रिया शारीरिक दृश्य स्वरूपात असली तरी प्रत्यक्षात ही पूर्णतया मानसिक क्रियाच आहे. या क्रियेतून एकमेकांना पूर्ण आनंद आणि समाधान देण्यासाठी मनास एक विशिष्ट प्रकारची अवस्था प्राप्त व्हावी लागते. ती विशिष्ट काळ टिकावी लागते.

चोवीस तासातले एक-दोन तास जर आपण कामसुखासाठी देत असाल तर उरलेले बावीस तेवीस तास तुम्ही पती-पत्नी म्हणून एकमेकांशी कसे वागता हे खूप महत्त्वाचे असते. कारण या वागण्यावरच कामसुखाच्या तास-दोन तासातला प्रतिसाद, परफॉर्मन्स आणि परिणाम अवलंबून असतो.

इतर बावीस तासात तुम्ही पती-पत्नीनं एकमेकांवर आटोकाट प्रेमच करायला हवं. एकमेकांची काळजी घ्यायला हवी. साथ, सोबत, संगत, मैत्र, साहचर्य, आधार या भावनांचं आणि जाणिवांचं

खरं खरं प्रत्यंतर एकमेकांना सतत, कायमस्वरूपी द्यायला हवं.... आणि मग यातून विश्वास उमटतो. आत्मीयता निर्माण होते. मनस्विता तयार होते. हळवेपण उफाळून येतं. आसक्ती, ओढ उंच उसळी मारत एकमेकांना जवळ खेचते.एकमेकांच्या मनाची आणि शरीराची असहाय आणि घायाळ करणारी ओढ निर्माण होते. मन, शरीर एकमेकात मिसळून जाण्यासाठी आतुर होतात. आसुसली होतात. दोन शरीरं एकत्र येतात. मनं एकत्र येतात. एकमेकांत मिसळून जाण्यासाठी एकमेकांना छेद देऊ लागतात. तिथं सुखाचा, आनंदाचा, समाधानाचा महापूर येतो. तृप्ती ओसंडून वाहू लागते आणि यालाच म्हणतात, सुखी आणि आनंदी कामजीवन!

अतिशय खेदानं सांगावं लागतं की या आघाडीवर अजूनही खूप अज्ञान आहे. गैरसमज आहेत. अंधसमजुती आहेत. कारण या विषयाचं शास्त्रशुद्ध आणि तंत्रबद्ध ज्ञान देण्याची गरज आहे हे कित्येक वर्षांपर्यंत समाजमान्यच नव्हतं. असं का? जीवनाचं जे मूळ आणि संपूर्ण प्रवासाचं अविभाज्य अंग, पण त्याबद्दल एवढी उदासीनता! आधीच्या पिढीकडून पुढच्या पिढीकडे लाजत, लपत जेवढं पोचायचं तेवढंच! किंवा मग समवयस्क किंवा थोड्या वयानं मोठ्या असणाऱ्यांकडून जुजबी मिळायचं तेवढंच! पण त्यामुळेच या ज्ञान पोचण्याच्या प्रकारामध्ये खूपच अपरिपक्वता राहिली. आजही अगदी शिक्षित स्त्री-पुरुषांमध्येही याबाबत कच्चेपणा आहे. एकाच्या मनात जरी गैरसमजुती असल्या तरी दोघांचंही कामजीवन उद्ध्वस्त होऊ शकतं. घरातलं सुख-शांती नष्ट होऊ शकतं. घरच उद्ध्वस्त होऊ शकतं. सावध असायला हवं. थोडं शिकायला हवं, जाणून घ्यायला हवं.

प्रस्तुत विषय हा एका स्वतंत्र पुस्तकाचा जरी असला तरी 'नांदा सौख्यभरे' साठी आवश्यक आणि तरीही परिपूर्ण ज्ञान या एका प्रकरणात आपण निश्चितच मिळवणार आहोत आणि ते मिळवल्याशिवाय, आचरणात आणल्याशिवाय 'नांदा सौख्यभरे' केवळ अपूर्णच राहील.

नर आणि मादी यांच्या बीजांचा संयोग घडवून आणणं गरजेचं होतं. कारण त्यातूनच पुढचा जीव निर्माण होणार होता. नर आणि मादी त्यासाठी शरीरानं एकत्र येणं आवश्यक होतं. निसर्गानं आणि परमेश्वरानं नर आणि मादी यांच्यामध्ये, एकमेकांच्या शरीराचं जबरदस्त आकर्षण भरलं. हे प्रथमदर्शनी अनाकलनीय वाटलं तरी स्त्री-पुरुषाच्या शरीररचनेमध्ये असलेले मूलभूत बदल त्या दृष्टीनं महत्त्वाचे घटक आहेत. स्त्रीची कोमलता, पुरुषाची राकटता एकमेकांना तीव्रपणे आकर्षित करते. फार पूर्वी केवळ प्रजोत्पादनासाठी घडणारी कामक्रिया या आकर्षणानं नंतर आनंदासाठी, कामेच्छापूर्तीसाठी घडू लागली.

आपल्या मेंदूच्या मधल्या भागात काही मूलभूत प्रेरणा नोंदल्या जातात. जसे

संरक्षण! कामेच्छा ही अशीच एक मूलभूत प्रेरणा या भागात नोंदली गेली की 'ऑक्सीटोसीन' नावाचा एक पदार्थ आपल्या रक्तात मिसळून सर्व शरीरभर पसरतो. कामक्रियेच्या दिशेने शरीरास एक उत्तेजना मिळते. रक्ताभिसरणाची क्रिया थोडी जलद होते. स्त्रियांच्या योनीमध्ये एक बुळबुळीत द्रव स्रवतो. पुरुषाच्या लिंगामधील रक्तवाहिन्यांमध्ये एरव्हीपेक्षा जास्त रक्त भरले जाते. त्या छान टम्म फुगतात. लिंगास एक प्रकारचे काठिण्य किंवा ताठरता येते.

एका अनिवार्य क्षणी लिंगाचा योनीमध्ये प्रवेश होतो. स्त्रीयोनीमध्ये एक ते सव्वा इंच खोलीवर अंदाजे एक सेंटिमीटर लांबरुंद असा एक मांसल भाग असतो यास इंग्रजीत 'क्लिरोटीस' असे म्हणतात. थेट मेंदूकडे जाणाऱ्या, मज्जासंस्थेतील अनेक केशवाहिन्यांचे इथे दाट जाळे असल्याने हा भाग कमालीचा संवेदनाशील असतो. स्त्रियांच्या योनीतील या भागावर पुरुषाच्या लिंगाचे घर्षण सुरू झाले की कामक्रियेतील महत्त्वाचा टप्पा सुरू झाला असे समजले जाते. या घर्षणानं स्त्री-पुरुषाच्या मनाला इतर कशाचीही तुलना न होऊ शकणाऱ्या सुखद संवेदना होऊ लागतात.

अर्थात या घर्षणास आणि या सुखद संवेदनेसही एक नैसर्गिक बंधन असते. यास 'समागम' किंवा इंग्रजीमध्ये 'ऑरगॅझम' असे म्हणतात. कामक्रियेतली, सुखद संवेदनेची ही अती उच्च पातळी समजली जाते. यावेळी पुरुष लिंगातून वीर्याची पिचकारी स्त्रीयोनीत उडते तर स्त्रीचे तिच्या योनीत आतल्या आतच स्खलन होते. यावेळी स्त्री आणि पुरुषास देहभान विसरायला होते. जगाचे भान विसरायला होते. दुसऱ्या कुठल्याच सुखाशी किंवा सुखद अवस्थेशी ज्याची तुलना होणार नाही असे सुख, अशी सुखद अवस्था मनास प्राप्त होते. ही अवस्था कितीही पकडून ठेवू म्हटलं तरी ते शक्य नसतं. त्या अनुभूतीच्या पुन:प्रत्ययासाठी पुढच्या कामक्रियेशिवाय दुसरा कुठलाही विचार मनात येणं शक्य नसतं.

प्राथमिक गोष्टी

१) 'ऑरगॅझम' च्या अवस्थेस स्त्री येण्यासाठी तिच्या 'क्लिरोटीस' या भागावर पुरुषाच्या लिंगाचे पुरेसे आणि पुरेसा वेळ घर्षण होणे आवश्यक असते.

२) त्यासाठी स्त्रीचा ऑरगॅझम होईपर्यंत पुरुष लिंगातील ताठरता टिकून राहाणे महत्त्वाचे असते.

३) वीर्यपतनानंतर क्षणातच पुरुष लिंगातील ताठरता जाऊन ते शिथिल होत असल्याने स्त्रीचा ऑरगॅझम होईपर्यंत पुरुषाने आपले वीर्यपतन होऊ 'न' देणे आवश्यक ठरते.

४) स्त्री समागमाच्या अवस्थेस आली किंवा येऊन गेली हे पुरुषास थोडे सरावानेच समजते कारण,

* **अ)** समागमाच्या वेळी येणारी प्रखर उत्तेजना, शरीराचा उफाळून येणारा नैसर्गिक प्रतिसाद स्त्री कदाचित दाबू शकते, लपवू शकते.

* **ब)** ऑरगॅझमनंतरही, कामक्रियेत ती (क्वचित खोटी) रसिकता किंवा खोटा सहभाग दाखवू शकते. खोटा प्रतिसाद देऊ शकते.

* क) ऑरगॅझम वेळी प्रतिसाद म्हणून उफाळून येण्याची प्रत्येक स्त्रीची वेगवेगळी पद्धत असू शकते.

उदा. पुरुषास करकचून मिठी मारणे, प्रदीर्घ चुंबन घेणे,
अतिशय ताकदीनं पुरुषाचे केस ओढणे,
दंडास, खांद्यास चावणे.

चिमटे काढणे अथवा पाठीत मारणे. बहुतांशी स्त्रियांचा योनीचा भाग अशावेळी उचलला जाऊन, तो भाग पुढे-मागे करून, घर्षणाची गती वाढवण्यासाठी त्याच प्रयत्नशील होतात. हे सगळे प्रकार पुरुष मनाला सुखावणारे असले तरी त्याची संवेदनाशीलता पराकोटीला पोचवणारे असतात. अशावेळी थोडे स्थिर आणि सावध राहून वीर्यपतन होऊ न देण्याची खबरदारी पुरुषास घ्यायची असते.

'ऑरगॅझम' नंतर स्त्रीचा आवेग ओसरतो. ती कौतुकानं पुरुषाकडे पाहते. तिच्या नजरेत कमालीचं हळवेपण आणि समर्पण भरलेलं असतं. अशावेळी पुरुषानं आपल्या आवेगाचा उच्चांक करत वीर्यपतनास मुभा द्यावी. क्षणापुरती शिथिल झालेली स्त्री यावेळी तुम्हास पुन्हा अती आवेगानं विळख्यात घेते. या क्षणाचं सुख म्हणजेच आनंदी कामजीवन.

दोघांचे 'ऑरगॅझम' टायमिंग सरावानं प्रत्यक्ष बोलण्यातून, चर्चेतून माहिती करून घ्यावेत. आणि अगदी आवश्यक गोष्ट म्हणजे स्त्रीचा 'ऑरगॅझम' दोन क्षण का होईना पुरुषाच्या आधी होऊ द्यावा.

* दोघांचाही ऑरगॅझम अगदी त्याचवेळी, एकाच वेळी झाला तर आनंदाची, सुखाची परमोच्च अवस्था प्राप्त होते. पण प्रॅक्टिकली प्रत्येक वेळी तो तसाच एकाच वेळी आणणं हे खूपच कौशल्याचं काम ठरतं. प्रत्येक वेळी ते घडतंच असं नाही. त्यासाठी उगाच व्यर्थ आटापिटा करू नये किंवा मनावर त्याचा ताण घेऊ नये.

अत्यावश्यक -

कामक्रिया व्यवस्थित घडावी यासाठी खालील चार प्रमुख गोष्टी आवश्यक आहेत.

१) तीव्र कामेच्छा, स्त्री आणि पुरुष दोघांनाही होणे.

२) पुरुष लिंगामध्ये आवश्यक ताठरता येणे आणि कामक्रिया पूर्ण होईपर्यंत ती टिकणे.

३) दोघांच्याही 'ऑरगॅझम' या अवस्था दोघांना प्राप्त होणे.

४) स्त्रीस 'ऑरगॅझम' ही अवस्था प्राप्त होईपर्यंत पुरुष लिंग ताठर राहणे, वीर्यपतन न होणे. 'शीघ्र वीर्यपतन' न होणे.

वरील चार गोष्टींचे दोन ग्रुप तयार करूया

१+२ पहिला ग्रुप - कामेच्छा + लिंग ताठरता

३+४ दुसरा ग्रुप - ऑरगॅझम + वीर्यपतन

ग्रुप पहिला

अ) कामेच्छा आणि लिंग ताठरता यास पूरक घटक

ब) यांस मारक घटक

अ) कामेच्छा, उत्तेजना - पूरक घटक

पहिली गोष्ट, शास्त्रीय सत्य म्हणून लक्षात ठेवावयास हवी की या इच्छेचा आणि उत्तेजनेचा वयाशी काहीही संबंध नाही. वयाच्या कुठल्याही मर्यादेपर्यंत, स्त्री-पुरुषांमध्ये असलेल्या नैसर्गिक आकर्षणामधून कामेच्छा निर्माण होते. उत्तेजनाही येऊ शकते. खरं तर वय वाढतं तसं आपल्या प्राधान्यक्रमातून (विशेषत: स्त्रीच्या) सेक्स अगदी खालील क्रमांकावर जातो किंवा प्राधान्यक्रमाच्या यादीबाहेरच जातो आणि मग सेक्स न करण्याच्या सवयीमुळे तो थांबतो.

कामेच्छा खालील गोष्टीमुळे उत्पन्न होते.

१) स्त्री-पुरुषाला एकमेकांच्या देहदर्शनामुळे कामेच्छा निर्माण होते. विशेषत: पुरुषाला! स्त्रीचं एकूणच देहदर्शन किंवा प्रणयक्रियेशी संबंधित अशा काही विशिष्ट देहभागाच्या ओझरत्या दर्शनानंही! झाकलेल्याही!

२) स्त्रीस जर पुरुषाचं व्यक्तिमत्त्व, स्वभाव, बोलणं, वृत्ती आवडली, तो पुरुष तिला आधार देईल असा विश्वास वाटला, त्याचं तिच्यावर अतोनात प्रेम आहे याची खात्री वाटली... या सर्व गोष्टींमुळे प्रभावित होऊन त्या पुरुषाविषयी

स्त्रीस कामेच्छा उत्पन्न होऊ शकते.

३) गतकाळात घडलेल्या कामक्रीडाविषयक काही घटनांच्या आठवणीनं. यामध्ये विशिष्ट व्यक्तीची आठवण फार महत्त्वाची.

४) या क्षणी, आत्ता सेक्स उपलब्ध आहे आणि त्याचा आनंद आपल्याला लुटायचा आहे या कल्पनेनं!

५) उत्तेजना देणारे कामुक हावभाव! कधी प्रत्यक्ष तर कधी सिनेमा, टी.व्ही. ब्ल्यू फिल्म, मासिकातील काही चित्रे, एकमेकाविषयीची कामुक ओढ, कामुक बोलणं वगैरे!

६) स्त्री-पुरुषांचा एकमेकांना कळत-नकळत होणारा स्पर्श. नंतर तो हवाहवासा वाटणं आणि नंतर तो आसक्तीनं हेतुपुरस्सर एकमेकांना करत राहणं.

७) प्रत्यक्ष कामक्रियेची सुरुवात करताना, जोडीदारानं दिलेल्या चुंबन, आलिंगन, स्पर्श, मर्दन आदी प्रतिसादात्मक कृतींमधून.

वरील सात किंवा त्यापैकी काही गोष्टींमुळे कुठल्याही नॉर्मल स्त्री-पुरुषास कामोत्तेजना यायलाच हवी.

ब) मारक घटक -
कामेच्छा आणि कामोत्तेजना यांना अत्यंत मारक असलेले घटक खालीलप्रमाणे.
१) तणावपूर्ण मन
२) अनियमित कामजीवन
३) गैरसमजुती - पुरुष आणि स्त्रिया.
४) सवयी - आजार- तंबाखू, गुटखा, डायबेटिस, मानसोपचार.

१) मनाची तणावपूर्ण अवस्था -
कुठल्याही कारणानं मन तणावाखाली असेल तर कामेच्छा, कामोत्तेजना नीट होत नाही. अशा वेळी प्रयत्नानं कामक्रिया करण्याचा प्रयत्न केला आणि ती जमली नाही तर आणखी नैराश्य येते. अशावेळी कामक्रिया दिवसेंदिवस पुढे ढकलणे किंवा टाळणे योग्य नव्हे, तर तणावाचे कारण तातडीनं आणि जिद्दीनं दूर करून मनास नॉर्मल अवस्था प्राप्त करून देणे. तणावाचे कारण दीर्घकालीन राहणार असेल तर त्या समस्येबरोबरच राहायला शिकणे. म्हणजेच त्या समस्येसह मनास प्राप्त असलेली अवस्था नॉर्मल समजणं. मनाला तसा सराव देणं आणि मुख्य म्हणजे कामक्रियेत फार खंड पडू न देणं!
उदाहरणार्थ अशी काही कारणे आपण पाहू.

१) आर्थिक समस्या अडचणी

२) व्यवसायातले अपयश

३) नोकरीच्या ठिकाणी मनावर भीती, दडपण, दहशत असणं.

४) कुटुंबात एखादी खूप दिवस टिकू शकणारी स्थायी समस्या/ आजारपण असणं.

५) मनामध्ये काही भीती, दडपण, अपराधीपण, न्यूनगंड असणं

६) एखाद्या गोष्टीबद्दल कायमस्वरूपी नैराश्य असणं.

७) मनासारखं काही घडत नाही म्हणून उदास राहाणं.

८) सतत एकाच गोष्टीभोवती झुरत अथवा तडफडत राहाणं.

९) जोडीदार मनासारखा मिळाला नाही याचा कायमचा सल मनात असणं.

२) अनियमित कामजीवन -

ही एक महाभयंकर समस्या आहे. वरवर ही समस्या आहे असे भासत नाही पण कामजीवन हळूहळू पूर्ण उद्ध्वस्त आणि नष्ट करणारी ही खरी आणि मूळ समस्या आहे.

आता नियमित कामजीवन म्हणजे काय? व्याख्या करणं अवघड आहे. रोज दोनदा, दिवसाआड, आठवड्यातून चारदा, दोनदा, एकदा वगैरे असं याचं काहीही शास्त्र किंवा गणित नाही. नियमित याची साधी सरळ उकल आपण करूया!

* पती व पत्नी या दोघांसही खात्रीने वाटावयास हवे की आपल्याला जेव्हा ते हवे आहे तेव्हा ते घडते. बस! यास नियमित कामजीवन म्हणता येईल.

* दोघांपैकी एकाची इच्छा असेल तर त्याने आपल्या जोडीदारास अत्यंत प्रेमानं, जिव्हाळ्यानं, आपलेपणानं प्रवृत्त करणं. त्यानंही आपल्या जोडीदाराच्या कामेच्छेचा आदर करून त्यास आनंदानं, खुशीनं प्रतिसाद देणं.

* अगदी शारीरिकच, प्रचंड आजारी असेल किंवा अतीव दु:खात असेल तरच नाही म्हणणे, अर्थात एक जण आजारी दु:खी असेल तर दुसऱ्यानं अशावेळी अपेक्षाच न करणे.

* अन्यथा 'उगाच' या क्रियेसाठी, कधीही नाही 'न' म्हणणे.

* फक्त एकाच्याच इच्छेनुसार, सवडीनुसार, लहरीनुसार ही क्रिया होत असेल आणि दुसऱ्याचे इच्छेवेळी होत नसेल तर दुसऱ्यास

'आयुष्यात ती एकदाही घडली नाही.' असे वाटत राहते आणि त्यास 'अनियमित कामजीवन' म्हटले जाऊ शकते.

सर्वसाधारण शारीरिक आणि मानसिक 'फिट' पतीपत्नींमध्ये खालीलप्रमाणे 'सेक्स कमिटमेंट' चे प्रमाण राहू शकते. अर्थात या प्रमाणास कुठलाही शास्त्रीय आधार नाही. त्यामुळे ते तसेच घेऊ नये. हे कमी होऊ शकते. क्वचित जास्त होऊ शकते. (शक्यता कमीच!) लग्नानंतर प्रथम पाच वर्षे - सर्वसाधारण रोज.

पुढील पाच वर्षे - कधी रोज कधी दिवसाआड

पुढील पाच वर्षे - दिवसाआड

पुढील पाच वर्षे - आठवड्यातून तीन वेळा, दोनदा!

पुढील पाच वर्षे - आठवड्यातून दोनदा किंवा एकदा!

यापुढे आठवड्यातून किमान एकदा, त्याहीपुढे दहा दिवसातून, पंधरा दिवसातून, तीन आठवड्यातून, महिन्यातून... एकदा घडायला हवे.

* अर्थातच यामध्ये नैसर्गिक शारीरिक अडचणी, समस्या, आजार, दुःख, तणाव, प्रवास, इतर ठिकाणी राहणे हे समंजसपणे वगळायचेच आहे.

हा नियमितपणा कमी (अधिक?) प्रमाणात बऱ्याच ठिकाणी पाळला जातो. पण काही ठिकाणी या नियमितपणासच खीळ बसते. पर्यायानं कामजीवन अडचणीत येते. जीवनच अडचणीत येते. याची कारणे थोडक्यात पाहूया...

कारण ती दुरुस्त करणं हाच यावर उपाय आहे.

१) लग्नानंतरच्या पहिल्या वर्षातच पती-पत्नी यांचे संबंध गैरसमजाच्या पातळीवर, काही ठिकाणी जातात. मग अहंकाराच्या, असहकाराच्या पातळीवर जातात. एकमेकांस मानसिक क्लेष देण्याच्या नकारात्मक जिद्दीपायी एकमेकांस 'सेक्स'साठी मुद्दाम नाही म्हटले जाते. या छळण्याच्या विकृत प्रयत्नात कामजीवन मात्र 'ठप्प' आणि कमालीचे अनियमित होते.

२) घरात काही कौटुंबिक समस्या! कुणा वृद्धाचं सततचं आजारपण. स्वतंत्र झोपण्याची व्यवस्था नसणं.

३) पती-पत्नी यापैकी एकजण सतत आजारी असणं. दवाखाने, औषधं यांचा शौकीन असणं.

४) पत्नी वारंवार 'नाही' म्हणते म्हणून पुरुषानं स्वतःची काही सोय बाहेरच केली तर मग अशा पत्नीबरोबर सेक्सची इच्छाच संपून जाते.

५) काही स्त्री- पुरुषांमध्ये अनुवंशिकता म्हणून सुद्धा 'सेक्स डिझायर' कमी असते असे म्हटले जाते. चुकीचे संस्कार, अंधसमजुतींचा पगडा यामुळे

काही स्त्रिया 'मला नाही आवडत!', 'मला थोडेच पुरते', 'माझी गरज फार नाही' अशा स्वत:च्या गोड गैरसमजुती करून घेतात. यात त्यांना 'भूषण' किंवा 'वेगळेपण' वाटते. वास्तविक हे अज्ञान आहे. यामुळे त्या एका पुरुषाचे कामजीवन आणि जीवन उद्ध्वस्त करतात.

६) कुठल्याही तात्पुरत्या कारणानं किंवा एकमेकांच्या कणभरही न आवडणाऱ्या, न पटणाऱ्या स्वभावामुळं एकमेकांबद्दल कमालीचा तिरस्कार निर्माण झाला तर!

या अनियमितपणामुळं मनावर फारच घाणेरडा परिणाम होतो. विशेषत: पुरुषाच्या मनावर फारच घाणेरडा परिणाम होतो. सेक्स हा मनाचा सराव आहे, सवय आहे, व्यायाम आहे. तो नंतर शरीरात उतरतो आणि शरीरास सेक्ससाठी अनुकूल करतो. स्त्री-पुरुषांना नैसर्गिक कामोत्तेजना येऊनही कामक्रिया घडली नाही तर ती उत्तेजना वाया जाते आणि ती वाया जाताना खूपच मानसिक त्रास होतो. तडफड, चडफड होते. झुरणं सुरू होतं. कामक्रिया घडणारच नसेल तर पुन्हा-पुन्हा उत्तेजित व्हायचंच कशाला? असे स्त्री-पुरुष उत्तेजना टाळू लागतात. मन त्याप्रमाणे 'ॲडजस्ट' होतं.

कधी तरी अवचित घडणाऱ्या त्या कामक्रियेसाठी मग दोघांचे मन पुरेसे तयार होत नाही. कारण त्या तयारीस अवधी मिळत नाही. स्त्रीचा योनीमार्ग कोरडाच राहू लागतो. पुरुषास व्यवस्थित लिंग ताठरताच येत नाही. मग कामक्रिया काय करणार? मग एकमेकांवर दोषारोप होऊ लागतात.

"तुझ्यामुळे! तुमच्यामुळे!!"

"तुला हल्ली नीट जमत नाही! तुम्हाला हल्ली नीट जमत नाही!"

वास्तविक दोघांनाही नीट जमत असतं. दोष दोघांचाही नसतो तर असतो वारंवार मध्ये पडणाऱ्या अनियमित 'गॅप' चा!

पती-पत्नी यांनी थोडी सज्ञानता आणि समंजसपणा दाखवला तर केवळ एकमेकांमधील 'अंडरस्टँडिंग' मुळं आणि प्रेमामुळं ही क्रिया केवळ सरावानं पुन्हा नियमित होऊ शकते. एक धोक्याचा इशारा! या अनियमितपणामुळं पुरुषास लिंग ताठरता येण्यास अडचण पडू लागली तर सगळा बट्ट्याबोळ होऊ शकतो. पुरुषास लिंग ताठरता नसेल तर ही क्रियाच घडू शकत नाही. आणि मग यातून पुन्हा उभं राहण्यासाठी खूप वेळ लागू शकतो. खूप कष्ट आणि वेदना होऊ शकतात.

३) गैर, अंधसमजुती -

कित्येक गैरसमजुती, भीती, न्यूनगंड, अज्ञान यामुळे स्त्री-पुरुष कामक्रियेस टाळणे पसंत करतात. यामुळे दोन क्रियांमध्ये अंतर पडत जाते. यामुळे कामोत्तेजना

कमी होते. कामजीवन संपण्याच्या रस्त्यावर येते. काही प्रमुख गैरसमजुती आपण पाहू.

पुरुष

१) काही पुरुषांना अजूनही असे वाटते की समर्थ कामक्रियेसाठी किमान नऊ इंच किंवा त्याहून लांब कामेंद्रिय हवे! कशासाठी? अगदी चूक आहे. स्त्रीयोनीतील क्लिरोटीस हा भाग फक्त सव्वा इंचावर आहे. घर्षणासाठी इथपर्यंत पोचले तरी बस. त्यामुळे आपले जे काही सहा, पाच, चार अगदी तीन इंच आहे, ते सुद्धा पुरे. त्याहूनही कमी पुरे! लिंगाची ताठरता आवश्यक आहे. लांबी नाही.

२) लिंगाच्या जाडीवरही कामसुख अवलंबून नाही. कालांतराने स्त्रीयोनीतील स्नायूंमध्ये शिथिलता आली तरी पायांची विशिष्ट स्थिती करून योनीची घट्ट पकड लिंगास मिळू शकते.

३) काही पुरुषांचा असा समज करून दिला गेला असतो किंवा काही चटक साहित्यामध्ये असा उल्लेख असतो की स्त्रीची कामेच्छा अमर्याद असते. दोन-तीन तास घर्षण केले तरी काहीच होत नाही तिला! हे संपूर्ण चुकीचे आणि अशास्त्रीय आहे. ऑरगॅझम किंवा समागमाची स्थिती पुरुषासारखीच स्त्रीसही आहे. त्यानंतर स्त्रीच्या दृष्टीनंही ही क्रिया संपलेलीच असते. उलट यानंतरचं घर्षण तिला त्रासदायक वाटू शकतं. एक गोष्ट मात्र निश्चित! एकदा क्रिया झाल्यानंतर पुन्हा त्या क्रियेसाठी, पुरुषापेक्षा कमी वेळात ती सक्षम होऊ शकते.

४) काही पुरुषांना वीर्यपतन हा नुकसानीचा भाग वाटतो. त्यामुळे शरीरातील रक्त कमी होऊन अशक्तपणा येतो असे वाटते. हे संपूर्ण चुकीचे आहे. रक्ताचा आणि वीर्याचा काहीही संबंध नाही. वीर्य रक्तापासून बनत नाही. ते तयार करणारी एक छोटी पिशवी (ग्रंथी) आपल्या खालील भागात असते. इथे सतत अगदी मरेपर्यंत वीर्य तयार होतच असते. त्यामध्ये आपल्या वृषणामध्ये तयार होणारे शुक्राणू एका नळीद्वारे येऊन मिसळतात. नंतर हा द्रव प्रोस्टेट ग्लॅंडमधून प्रवास करताना त्यात आणखी काही द्रव मिसळून जी एक पिचकारी तयार होते ती बाहेरच उडवायची असते. बाहेर टाकायचीच असते. शरीरास त्याचा काहीही उपयोग नाही आणि हे बाहेर टाकल्याने त्याचा शरीरास कसलाही अपाय नाही. त्यामुळे शरीरातली ताकद, जोम असं काहीही कमी होत नाही. उलट मनावरील ताण कमी होऊन ताकद आणि जोम वाढतो. एका क्रियेमागे दीडशे तरी कॅलरीज कमी करणारा अतिशय

प्रभावी व्यायाम आहे हा! यामुळे क्षणिक थकवा तेवढा वाढू शकतो.

५) माझ्या वयात येणाऱ्या तरुण मित्रांसाठी! एकदा माझ्या मित्राचा अकरावी-बारावीतला मुलगा, डोळ्यावर हात ठेवून मला म्हणाला,

''काका, मला एक प्रॉब्लेम आहे.''

''कसला रे?''

''मी आई-वडिलांना सांगू शकत नाही. माझं अभ्यासात लक्ष लागत नाही. तुम्ही मला डॉक्टरांकडे न्या.''

''झालंय तरी काय?''

''रात्री वाईट स्वप्न पडून चड्डी ओली होते. मी घाबरतो. गेले सात-आठ महिने चालू आहे. ते थांबवण्यासाठी मी खूप प्रयत्न केले. त्या विचारांपासून दूर पळतो. टी.व्ही. वर तशी दृश्ये दिसली तरी तोंड फिरवतो.''

त्या मुलाच्या डोळ्यात पाणी आलं होतं. माझ्याही डोळ्यात पाणी आलं. मी त्या मुलास छातीशी धरलं. त्याच्या कपाळाचं चुंबन घेतलं आणि म्हटलं.

''बेटा, अभिनंदन! तू आता वयात आलास. मोठा झालास. पुरुष झालास. आता तुझ्या शरीरात वीर्य तयार होणारच! ते कुठलं तरी निमित्त करून बाहेर पडणारच. स्वप्न हे केवळ निमित्त आहे. काळजी करू नकोस. रात्री असं घडलंच तर बाथरूममध्ये जा. चड्डी पाण्यात भिजवून बादलीत टाक. मांड्यांपर्यंत सगळा भाग पाण्यानं स्वच्छ धुवून टाक. टॉवेलनं कोरडा कर. दुसरी कोरडी चड्डी घाल आणि शांत चित्तानं झोपी जा.''

''म्हणजे हे काहीच नाही?''

''काहीच कसं नाही? वयानुसार शरीरात होणारा हा नैसर्गिक आणि शास्त्रीय बदल आहे. त्याचा त्याला होऊदेत.''

''म्हणजे हा दोष नाही?''

''अजिबात नाही. डॉक्टरकडे जाण्याचीही गरज नाही. उलट या वयात असं काही घडलं नसतं तर थोडा विचार करावा लागला असता. तुझ्या मित्रांशी चर्चा कर. त्यांची पण हीच अवस्था असेल.''

''म्हणजे?''

''हे अगदीच नैसर्गिक, नॉर्मल आणि कॉमन आहे.''

त्या मुलानं मला आनंदानं पुन्हा मिठी मारली. आत्मविश्वासानं अभ्यास करून तो मेडिकल कॉलेजमध्ये गेलाही! काही वर्षांनं डॉक्टर होऊन तोच मला शिकवू शकेल.

६) काही मुलांना आणि पुरुषांना हस्तमैथुन हे पाप वाटतं. लग्नाआधी बहुतेक

प्रत्येकजण ते करतोच. पण काहींच्या मनात ते पाप म्हणून नोंदलं जातं. हे चुकीचं आहे. यात पाप आहे असं काहीच नाही. कामइच्छेचा ताण मनास असह्य होऊन दुसरे काही विपरीत घडण्यापेक्षा, तो ताण हलका करणारा आणि वीर्यास बाहेर काढणारा हस्तमैथुन हा अतिशय सुरक्षित मार्ग आहे. पण इशारा! या मार्गाचा अतिरेकी वापर करू नये. त्यामुळे प्रत्यक्ष कामक्रियेतला रस आणि इच्छा कमी होऊ शकते.

लग्नानंतरही, ज्यांच्या बायका कामजीवनामध्ये 'ढ' असतात किंवा क्रूर वेड्या असतात अशा पुरुषांनाही नाईलाजानं कामक्रियेस पर्याय म्हणून कधी हस्तमैथुनाचा वापर करावाच लागतो. त्यांनीही, आपण काही पाप करतो आहोत ही भावना मनात आणू नये. आपल्या सुप्त मनावर ही नोंद पाप म्हणून झाली तर पुढील आयुष्यात कामोत्तेजना आणि लिंग-ताठरता येण्यास वारंवार अडथळे येऊ शकतात.

७) काम-सूत्र, दृष्टीक्षेप, स्पर्श, मर्दन, आलिंगन, चुंबन याबद्दल माहिती करून घ्यायला काहीच हरकत नाही. प्रत्यक्ष कामक्रियेच्या वेळी वेगवेगळ्या स्थिती याबद्दलही माहिती असायला हवी.

पण बरेच लोक ब्ल्यू-फिल्म या नावाखाली विकृतीनं ठासून भरलेलं बरंच काही पहात असतात. त्यामध्ये खूप काही अतिरंजित आणि खोटे असते आणि त्याचा वाईट परिणाम मनावर होऊ शकतो.

अशा फिल्ममध्ये लिंगाची लांबी मोठी दाखवण्यासाठी कॅमेरा आणि फोटोग्राफीच्या तंत्राचा वापर करतात. तीच ती दृष्ये वेगवेगळ्या अँगलमधून, वेगवेगळ्या कॅमेऱ्यांमधून चित्रित करून एकमेकांसमोर जोडतात. त्याच स्त्री-पुरुषांमध्ये दीर्घकाळ घर्षण चालले आहे असा आभास निर्माण करतात.

या फिल्ममध्ये, पुरुषाच्या लिंगामध्ये एक विशिष्ट इंजेक्शन टोचून त्यात कृत्रिम ताठरता आणली जाते. अशा इंद्रियाचे टोक आकाशाच्या दिशेला होते किंवा त्या पुरुषाच्याच पोटावर थपडा मारते. हे सर्व कृत्रिम आहे. त्यावरून काही पुरुष, स्वत:स इतकी ताठरता येत नाही म्हणून नाराज होतात. त्याची आवश्यकताच नाही. योनीप्रवेशाइतपत ताठरता हवी. त्याचे अगदी लाकूड किंवा लोखंड व्हायची गरज नाही. ब्ल्यू-फिल्ममध्ये अशा पुरुषाची वीर्य-पतन झाल्यानंतरही ताठर अवस्था तशीच असल्याचे दाखवतात. हे अशास्त्रीयच आहे. असे असूच शकत नाही. सत्य परिस्थिती अशी की टोचलेल्या इंजेक्शनचा परिणाम दोन-तीन तास टिकतो.

ब्ल्यू-फिल्ममध्ये स्त्री ज्याप्रमाणे चीत्कारत असते, ओरडत, आवाज करत

असते तेही सर्व खोटे असते. बघणाऱ्यास उत्तेजक वाटावे म्हणून पार्श्वसंगीतासारखा त्याचा वापर करतात. आपल्या पत्नीने असे आवाज काढावेत अशी खुळचट अपेक्षा करू नये. किंवा तसे आवाज ती काढत नसेल तर आपले काही चुकते आहे असा समज पुरुषाने करून घेऊ नये.

स्त्री -

१) स्त्रियांमध्ये जे गैरसमज असतात ते बरेच ऐकीव माहितीवर आधारित असतात. कधी कुणी वडीलधाऱ्या व्यक्तीनं सांगितलेलं असतं. कधी सहवासात येणाऱ्या मैत्रिणी, स्त्रिया काही सांगतात. या सांगण्यामागे क्वचित द्वेष, असूया यापायी खोटं सांगण्याचीही वृत्ती असते. कधी स्वत:स सोयीस्कर असा समज स्त्री स्वत:च करून घेते आणि त्या समजासच नियम म्हणून जोडीदारापुढे रेटत राहते. उदाहरणार्थ, कामक्रियेच्या अंतिम टप्प्यात वीर्यपतन झाल्यानंतर वीर्य योनीतच सांडणार. पण त्यावर खालील संवाद पहा -

"तुमचं ते घाणेरडं काही पडतं ना बाहेर, ते बाहेरच ठेवत जा. मला नाही चालणार त्याचा घाणेरडा स्पर्श!"

"काहीतरीच काय गं अडाण्यासारखी बोलते. हे पूर्ण नैसर्गिक आहे."

"मला शहाणपणा शिकवू नका. मला सगळं चांगलं समजतं. ते आत सांडतं आणि पुन्हा बाहेर येतं. सगळंच घाणेरडं! माझं शरीर अस्वच्छ होतं."

"एखादा टॉवेल ठेवावा. सगळीकडे असंच असतं. हेच नैसर्गिक आणि नॉर्मल आहे."

"म्हणजे काय? मीच नॉर्मल नाही असं म्हणायचंय का तुम्हाला? मला त्या सगळ्याची किळस आणि घाण वाटते हो!"

"याला काहीच अर्थ नाही."

"याला एकच अर्थ, म्हणजे तुमचं सगळं घराणंच ओंगळवाणं दिसतंय. घाणेरडं!"

आता यावर पुढे काही बोलण्यासारखं आहे?

२) **दुसरं एक संभाषण ऐकूया!**

"मी फक्त ते कंडोम लावूनच करू देईन."

"अगं, पण असं कशासाठी?"

"त्यामुळं आतली स्किन खराब होते. घर्षणानं जीवघेणे आजार होतात. मला त्रास द्यायचाय का तुम्हाला?"

"या घर्षणानं कुठलेही आजार होत नाहीत."

"तुम्ही मला शिकवू नका. मला सगळं माहीत आहे. तुम्हाला असं जमणार

आहे का?''
''म्हणजे नैसर्गिक कामक्रियेस कायमचं मुकायचं?''
''स्वत:पुरते पहाता काय? स्वार्थी! मग तर मी नाहीच तसं घडू देणार.''
''मुलं होणार कशी?''
''तेवढ्या वेळेपुरतं पाहू. पण एरव्ही हे असंच!''

३) **पती-पत्नीमधील आणखी एक संभाषण ऐका.**

''आठवड्यातून एकदाच! समजलं ना?''
''अगं, वयाच्या साठीला हे ठीक आहे. आपल्या लग्नाला आत्ताशी एक वर्ष पूर्ण होतंय.''
''मला माहीत नाही.''
''आठवड्यातले उरलेले सहा दिवस मी काय करायचं?''
''मला माहीत नाही.''
''असं का पण?''
''असं नेहमी केलं की स्त्रीची कंबर तुटून जाते. कंबर हा तिचा महत्त्वाचा अवयव. तो तुटता कामा नये.''
''कुणी सांगितलं?''
''ते महत्त्वाचं नाही. मला असा शहाणपणाचा सल्ला देणारे लोक आहेत हे महत्त्वाचं!''
''हा शहाणपणाचा सल्ला आहे?''
''नक्कीच! नुसती कंबरच नाही तर पायही कामातून जातात. पायातली ताकद जाऊन ते लुळे होतात. तेव्हा आठवड्यातून एकदा! तेही माझी इच्छा असेल तर. माझ्या इच्छेच्या पूर्ततेसाठी!
''का?''
''इच्छा तशीच वाया गेली तर त्याचा तब्येतीवर वाईट परिणाम होतो.''
''वाया जाणाऱ्या माझ्या इच्छेचं काय?''
''तुमचं तुम्ही पहा. मला काय सांगताय?''
''माझी बाहेर बघण्याची इच्छा झाली तर?''
''खुशाल बघा. माझी फुल परवानगी आहे.''

४) **आता दोन मैत्रिणींमधील संवाद ऐकूया.**

''नीट ऐक, महत्त्वाचं सांगते.''
''बोल ना! मी पण फक्त तुझंच ऐकते.''
''तुझ्या नवऱ्याला ताब्यात ठेवायचं असेल तर त्याला मिळू देऊ नको.''

"काय?"
"ते गं! सारखं -सारखं देऊ नको."
"म्हणजे?"
"त्या सुखासाठी तो तडफडला पाहिजे. सारखा तुझ्या मागे-मागे फिरला पाहिजे."
"असं व्हायला हवं?"
"मग काय? असं झालं तर तुझ्या ताब्यात राहील, अगदी तुझ्या ताटाखालचं मांजर होऊन. नाहीतर कंटाळा येईपर्यंत तुला वापरून घेईल आणि जाईल दुसरीकडे! मग काय करशील?"

५) **पुन्हा पती-पत्नी संवादाकडे येऊ या.**
"एक बजावून ठेवते. माझ्या ओठांना स्पर्श करायचा नाही."
"असं काय करते? प्रणयातला तो एक महत्त्वाचा भाग आहे."
"मातीत घाला तो महत्त्वाचा भाग. त्यामुळे माझा श्वास बंद होतो."
"कारण?"
"मी तोंडानं श्वास घेते."
"म्हणजे, आयुष्यभर मी चुंबनाला मुकायचं?"
"तुमच्या या दळभद्री संसारात, मी पण कित्येक गोष्टींना मुकले आहे. तुमचं ते विशेष काय?"
"कुठल्या गोष्टी तुला मिळत नाहीत?"
"राहूद्यात! तुमच्यानं त्या जन्मभर मिळणार नाहीत. आणि खरं म्हणजे वारंवार चुंबनानं ओठांचा आकार बिघडतो. जाडी वाढते."
"धन्य आहेस."

६) बहुतांशी स्त्रिया शृंगार, प्रणय याबाबतीत गप्प पडून राहण्याचं धोरण स्वीकारतात. 'तुम्हास काय हवे ते करा' अशी धारणा! त्यांची अशी ठाम समजूत करून दिलेली असते की याबाबतीत आपण उत्साह दाखवला तर नवऱ्यास आपल्या कामेच्छेबाबत गैरसमज होईल. नवरा आपल्यास, "फारच उतावीळ दिसते, जरा जास्तच दिसते," असले काही मनात म्हणण्यापेक्षा 'कमी इच्छा असणारी संयमित स्त्री' असं स्वत:चं व्यक्तिमत्त्व असणं स्त्रियांना सुरक्षित वाटतं आणि म्हणूनच ते आवडतं.

* स्त्री-पुरुषाची नसबंदी शस्त्रक्रिया झाली किंवा स्त्रीची गर्भाशयाची पिशवी काढून टाकली तरी त्याचा कामजीवन बंद होण्यासारखा कुठलाही परिणाम होत नाही.

४) सवयी, आजार -

१) कामेच्छा मारणारा एक महत्त्वाचा घटक म्हणजे तंबाखूतील निकोटीन. तंबाखू खाऊच नये! दुसरा तोटा या निकोटीनमुळे रक्तवाहिन्यांचा आतला व्यास कमी होतो. लिंगावरील रक्तवाहिन्यात त्यामुळे कमी रक्त सळसळल्यास परिणामी कमी ताठरता येते.

२) मधुमेह (डायबेटिस) हा कामजीवनाचा सर्वात मोठा बलाढ्य शत्रू आहे. हा थेट तुमची कामेच्छा मारतो आणि परिणामी ताठरताही मारतो. यास तातडीने आणि सातत्याने नियंत्रित करणे आणि ठेवणे आवश्यक. मधुमेहतज्ज्ञ किंवा कामशास्त्रतज्ज्ञांचा सल्ला घ्यावा.

३) काही मानसोपचारांमध्ये मेंदूवरचा ताण कमी करण्यासाठी मेंदूस तात्पुरती बधिरता (ॲन्टी एन्क्झायटी) आणणारी औषधे दिली जातात. झोपेच्या गोळ्यांमध्येही अशाच प्रकारचे औषध असते. काही लोक या गोळ्यांचे नियमित, कधी जास्तही सेवन करतात. या औषधांमुळे मनाची संवेदनशीलता कमी होते. कामेच्छा कमी होते आणि ताठरता आली तरी कामक्रिया पूर्ण व्हायच्या आतच ती जाऊ शकते.

तर असो!

कामेच्छा येणारे घटक आपण पाहिले आणि त्यास मारक असलेले घटकही आपण पाहिले. इथपर्यंत हे ज्ञान असणे पुरेसे आवश्यक आहे. ज्ञान नुसते असून उपयोगाचे नाही. आपले प्रत्यक्ष वर्तन या ज्ञानाशी पडताळून पाहून कुठे चुकत असेल तर दुरुस्त करायला हवे. कारण आपण पुढच्या आणखी महत्त्वाच्या प्रदेशात आता प्रवेश करत आहोत.

ग्रुप दुसरा
ऑरगॅझम + प्रत्यक्ष क्रिया
अ) प्रत्यक्ष क्रियेचे तंत्र आणि मंत्र
ब) शीघ्र वीर्यपतन होऊ न देणे
प्रत्यक्ष क्रिया- आधी मंत्र मग तंत्र
अ) मंत्र-तंत्र

प्रणय, शृंगार, कामक्रिया या शरीराच्या, मनाच्या, जीवनाच्या मूलभूत गरजा आहेत. पण कृपा करून त्यास जीवनाचं ध्येय, उद्दिष्ट, संबंधामधील अंतिम हेतू किंवा अपेक्षा असं मानू नका. संबंधामधला अंतिम हेतू म्हणजे जोडीदारावरचं प्रेम! जोडीदाराला कायम आनंदात पाहणं ही संबंधामधील अंतिम अपेक्षा!

दैनंदिन जीवनातही आजकाल काही प्रमाणात व्यावसायिकता महत्त्वाची

असे संकेत दिले जातात.

प्रोफेशनल ॲप्रोच

कमर्शियल ॲप्रोच

लॉजिकल ॲप्रोच

प्रॅक्टिकल ॲप्रोच

बिझिनेस ॲप्रोच

कॉम्प्रमाईज ॲप्रोच

बारगेन ॲप्रोच

एक्स्चेंज ॲप्रोच

असो! किती गोंडस नावं आहेत या इंग्रजी भाषेत! त्यामुळेच की काय, इंग्रजी भाषेत काहीही सांगितलं तरी 'कनव्हिन्सिंग' वाटतं. दुर्दैव असं की, भाषेत, गोष्टीचं फक्त वर्णन होऊ शकतं. गोष्ट प्रत्यक्ष करण्याची कुठलीही भाषा नसते. गोष्टी करण्याच्या भाषेला 'जगणं' म्हणतात. जगण्याला फक्त जगणंच म्हणतात, भाषा नव्हे. आधी संस्कृती आकार घेते, मग भाषा!

आपल्या जोडीदारावरील आपल्या प्रेमाची परमोच्च परिणीती म्हणून प्रणयक्रिया घडावी. ती घडण्यासाठी धडपडू नये. जोडीदारावर अतोनात, आटोकाट प्रेम करण्यासाठी धडपडावे. प्रेमामध्ये खरेपणा आणि भावनेची जपणूक असावी. कुठलीही मिजास, अहंकार नसावा. वृथा त्यागाचा डांगोरा नसावा. फक्त प्रेम आणि प्रेमच असावं.

हे माझं माणूस आहे. ते मी पूर्णपणे स्वीकारलं आहे. त्याची पार्श्वभूमी, आवडी-निवडी, सवयी, आविष्काराची पद्धत, शैली, स्वभाव-दोष हे सगळं मी माझं म्हणून स्वीकारलं आहे. माझ्या जोडीदारास ज्या पद्धतीनं तिचं जीवन जगायचं आहे, त्यामध्ये मी तिला मदत करायची आहे. पूरक भूमिका घ्यायची आहे. तिला आनंद वाटेल असं वागायचं आहे. तिची काळजी घ्यायची आहे. तिच्या भावना, व्यक्तिमत्त्व, तब्येत, तिच्या आवडीच्या व्यक्ती आणि वस्तू यांचीही जपणूक करायची आहे. या माझ्या माणसावर माझे प्रचंड-प्रचंड प्रेम आहेच आणि ते तिला/त्याला आनंदाचे वाटेल अशा बेतानं आणि पद्धतीनं व्यक्त करायचे आहे. अशा ओथंबून गेलेल्या मनानं कायमच आपल्या जोडीदाराकडे पहा आणि याच ओथंबलेल्या मनानं बेडरूममध्ये, अथवा बेडवर प्रवेश करा.

यानंतर काळाचे भान विसरा.भूतकाळातील कटू आणि दुःखद आठवणी, भविष्याची धास्ती आणि चालू घडीच्या समस्या यांचा पूर्ण विसर मनास द्या. वर्तमान-बेडवर मुद्दामच दुर्लक्ष चाललंय. नीट लक्ष नाहीच. भूतकाळ-बेडवर यायला मुद्दाम उशीर! वीस वर्षे हेच पहातोय. भविष्य- ही क्रिया संपली की माझ्या नावानं

कामजीवन-आनंद आणि समस्या । २२१

बोंबलायला सुरुवात. अशा प्रकारे भूत, वर्तमान, भविष्य अशा तीनही काळाविषयी मनात चिडचिड भरलीत तर ही क्रिया आनंदमय होऊ शकत नाही.

मनात केवळ आनंद भरा. समोरच्या व्यक्तीस आपल्याला भरभरून प्रेम द्यायचे आहे, या भावनेव्यतिरिक्त मनात काहीही ठेवू नका. तुम्ही म्हणाल की वाटेल ते काय सांगताय. एकदा आमच्या घरी येऊन बघा. मग कळेल. ''अत्यंत मनमोकळेपणानं सांगतो, आयुष्यात थोडी का होईना पण कामक्रियेची तृप्ती हवी असेल तर यापेक्षा वेगळा उपाय नाही.''

एकमेकांना उत्तेजना देण्यासाठी स्त्रीपुरुषानं काय करायचं असतं हे मी सांगण्याची गरज नाही. ते आपणास माहीत आहे. याबाबत पुरुष बरंच काही करत असतात असं त्यांचं म्हणणं आहे आणि तुलनेनं स्त्रिया कमी भाग घेतात अशी तक्रार आहे. पुरुषास उत्तेजना येण्यासाठी आणि ती टिकून राहण्यासाठी स्त्रीकडून चेतना यावीच लागते. काही स्त्रिया म्हणतात, ''चांगला चेकाळलेला असतो आधीच! मी आणि वर काही करायला गेले तर वेडच लागायचे!'' काही स्त्रिया म्हणतात, ''मी त्यास, स्वत:स समर्पित केलेले असते. त्याला हवे ते त्याने करावे.'' बहुतांशी स्त्रिया असा पुढाकार घेण्यास लाजतात. अगदी डॉक्टर, इंजिनिअर, शास्त्रज्ञ स्त्रियासुद्धा! ही स्त्रीसुलभ लज्जा आहे. स्त्रियांचा अलंकार आहे हा! त्यांना वाटतं असं केल्यानं त्यांचं व्यक्तिमत्त्व खाली येईल. असो! माततार्थाचा भाग एकच की, स्त्रियांनी पुरुषांना उत्तेजना देण्यासाठी स्वत:हून सहभाग घेण्याची आणि वाढवण्याची गरज आहे. त्यावरच पुरुषाच्या कामजीवनाचं सामर्थ्य आणि कामजीवनाचं आयुष्य अवलंबून आहे.

प्रत्यक्ष कामक्रियेच्या महत्त्वाच्या म्हणजे घर्षणाच्या टप्प्यात, बहुतेक स्त्री-पुरुष गप्प बसणे पसंत करतात. पण असे करू नये. असे केल्यानं काही वेळानंतर ही क्रिया यांत्रिक बनून जाते. दोघांच्याही मनात काही अन्य विचार शिरून मन भरकटू शकतं. यामुळे त्यांना चालू क्रियेचाच विसर पडू शकतो. त्यामुळे त्या क्रियेतली त्यांची एकाग्रता, तल्लीनता भंग पावते. त्यामुळे त्यांची किंवा दोघांपैकी एकाची उत्तेजना स्वत:च्याही नकळत झटकन् कमी होते आणि ती क्रिया तिथंच थांबण्याची शक्यता असते. अशा प्रकाराने पुरुष इतका नाराज होतो की पुन्हा प्रयत्न करूनही त्यास त्यावेळी उत्तेजित होता येत नाही. त्याची चिडचिड होते.

एकमेकांशी बोलत राहावं. स्पर्श, आलिंगन, चुंबन, मर्दन हे तर आहेच पण रोमॅन्टिक बोलावं. हलकं (लाईट), कामुक किंवा चावट बोलावं. अश्लील नाही. अर्थातच एकमेकांना रुचेल, मानवेल असंच बोलावं.

एकमेकांच्या खऱ्या स्तुतीपर बोलावं. गुणांची कदर करणारं, कष्टाची दखल

घेणारं, एकमेकांना विश्वास देणारं बोलावं. 'मी तुझा... मी तुझी...तू माझा... तू माझी' असा भाव व्यक्त करणारं बोलावं.

ही क्रिया चालू असताना एक स्त्री आपल्या पुरुषास नेहमी एक प्रश्न विचारायची,"काय हो! गेली वीस वर्षे झाली, तुम्ही एका प्रश्नाचे मला अजूनही खरं उत्तर देत नाही. मला नक्की सांगा, ज्योतीवन्संच्या लग्नात तुम्ही नक्की किती पैसे दिले?" या प्रश्नानंतर त्या गृहस्थास ती क्रिया पुढे करताच येत नसे.

तर हीच क्रिया रंगात असताना एक महाशय आपल्या पत्नीस एक प्रश्न विचारायचे," काय गं, तुझ्या माहेरी केव्हाही या, मसुराची आमटी, शेपू नाहीतर भेंडी. दुसरं काही तिकडं नाहीच का?" त्यानंतर ती माऊली जी आक्रसून जात असे ती पुन्हा फुलतच नसे.

ही क्रिया संपल्यानंतरचंही, दोघांचं वर्तन खूप महत्त्वाचं असतं. काही स्त्रिया पुरुषांना दूर ढकलतात. कारण इतका वेळ त्यांना न जाणवलेला पुरुषाचा भार जाणवू लागतो. पुरुषानं या क्रियेमध्ये शक्यतो स्वत:चा भार अधिकाधिक वेळ स्वत:च्या तळहातांवर, कोपरांवर, गुडघ्यावर पेलावा. स्त्रीच्या मनात पुरुषाबद्दल आधीचाच काही राग, तिरस्कार, अविश्वास असेल तर यावेळी तो उफाळून येऊ शकतो. या क्रियेनंतर स्त्रीनं पुरुषास ढकलून देऊ नये अशी पुरुषाची इच्छा असेल तर त्यासाठी पुरुषानंच, कठोर प्रयत्नानं आणि सातत्यानं तिचं लाडकं बनायला हवं. आणि यासाठी उरलेले बावीस-तेवीस तास तिच्यावर केवळ प्रेम आणि प्रेमच करायला हवं.

काही ठिकाणी या क्रियेनंतर पुरुष अतिशय असंबद्ध वागतात. म्हणजे पटकन् बाजूला होऊन धाडकन् दार उघडून गॅलरीतच जा, कुठे फटकन् टीव्हीच लाव, क्वचित कुणी सिगारेटच पेटव, तर तंबाखूच मळ... एखादं पुस्तक किंवा वर्तमानपत्र काढून अतिशय मन लावून वाचायलाच काय सुरुवात कर... "याची गरज संपली. आता याला माझी शुद्धही नाही." अशी भावना स्त्रीच्या मनात यामुळं निर्माण होते व ती संतापते. स्वच्छतेच्या अतिरेकी कल्पना असलेल्या काही स्त्री-पुरुषांमध्ये, या क्रियेनंतर बाथरूममध्ये पळण्याची घाई असते. एकास ही खोड असेल तर दुसऱ्यास असे वाटते की, जोडीदारास आपली घाण वाटते.

तर! या क्रियेनंतरही काही काळ दोघांनीही एकमेकांपासून विलग होऊ नये. एकमेकांच्या अंगावर भार न देता कुशीवर होऊन एकमेकांचे शरीरसान्निध्य अनुभवावे. अन्य कुठल्या कारणानं दूर गेलेली मनं यावेळी एकमेकांच्या सान्निध्यात राहणं पसंत करतात. दूर गेलेली मनं जवळ येऊ शकतात. एकमेकांच्या मनांना जवळ ठेवणं, एकमेकांना मनात ठेवणं हा तर प्रपंच आणि संसाराचा मूळ हेतू आहे. हा हेतू प्रपंच

आणि संसार तर तारतोच पण जीवनही तारतो.

* आपणास बरेच काही माहीतच आहे! तरीसुद्धा एक अती महत्त्वाची गोष्ट सांगावयास हवी. स्त्रीचे दोन्ही पाय जमिनीस स्पर्श करणारे, सरळ रेषेत, आणि पुन्हा एकमेकांना जुळलेले अशी स्थिती कधीही करू नये. ती सर्वाधिक सदोष आणि यशस्वी कामक्रियेत खूप बाधा आणणारी स्थिती आहे.

ब) काही व्यथा !

या क्रियेमध्ये पुरुषामध्ये साहजिकच जास्त जबाबदारीचा भाग असतो. त्याला टिकावे लागते. तरावे लागते. मग ही क्रिया टिकते. तरते. पण या जबाबदारीनं त्याच्या मनावर कधी ताण वाढतो. त्यातून दोन प्रमुख व्यथा निर्माण होतात.

१) लिंग ताठरता आल्यानंतर अगदी योनीत प्रवेश करतेवेळी मनास एकदम कमकुवतपणा, 'नर्व्हसनेस' येऊन ती ताठरता जाणे. किंवा प्रवेश केल्यानंतर प्रत्यक्ष क्रियेस सुरुवात केल्यानंतर लगेचच ती जाणे व काही केल्या पुन्हा न येणे.

२) प्रत्यक्ष क्रियेआधीच वीर्यपतन... बाहेरच होऊन जाणे किंवा प्रवेशानंतर प्रत्यक्ष क्रियेस सुरुवात करतो न करतो तोच वीर्यपतन होऊन जाणे.

वरील दोन्हीही अत्यंत गंभीर व्यथा आहेत. कारण या व्यथा असतील तर कामक्रिया घडू शकत नाही. स्त्रीची भयानक चिडचिड, संताप होऊ शकतो. पुरुष खचतो. त्यास न्यूनगंड घेरतो. त्याचे बाकी आयुष्य काळवंडून जाऊ शकते.

घाबरून जाऊ नका. हा मानसिक दोष आहे. मानसिक समस्या आहे आणि कुठल्याही औषधाशिवाय तो समूळ जाऊ शकतो. हा दोष निर्माण होण्याची काही प्रमुख कारणे खालीलप्रमाणे आहेत.

१) कुणाची जोरदार कामक्रिया चोरून पाहतानाच (बालवयात) संवेदना सहन न झाल्याने वीर्यपतन होऊन गेले. आपणास हे जमणार नाही असा धक्का बसला.

२) निव्वळ काही विशिष्ट स्पर्शानेच उत्तेजित होण्याची सवय लागून गेली.

३) अती हस्तमैथुन केल्याने प्रत्यक्ष स्त्रीबरोबर कामसुख घेण्याची इच्छा कमी झाली किंवा मनात भीती बसली.

४) कामक्रियेविषयी अतिरंजित, चुकीचे काही ऐकल्यामुळे किंवा वाचल्यामुळे आपल्याला हे शक्य नाही असा न्यूनगंड मनात निर्माण झाला.

५) अती संवेदनशीलता, अती हळवेपणा यामुळे जलद श्वासोच्छ्वासाची सवय लागली.

६) ताठरता टिकेल की नाही या भीतीने ती क्रिया केव्हा एकदा झटपट उरकतो अशी मनास घाई झाली.

७) केवळ स्वप्न पाहण्याची आणि स्वप्नात युद्ध जिंकण्याची मनास सवय लागली तर प्रत्यक्ष मैदानात गेल्यावर अवसानघात होतो. शस्त्र खाली ठेवून पळण्याची प्रवृत्ती वाढते. तेव्हा अती स्वप्नरंजकता अत्यंत घातक!

या गोष्टी तपशिलात मुद्दाम एवढ्याचसाठी सांगितल्या की ही शारीरिक समस्या नाही. त्यावर कुठलेही औषध, टॉनिक, गोळ्या जगात उपलब्ध नाहीत. कुणी तसा दावा करत असेल तर तो खोटा प्रचार आहे, अशास्त्रीय आहे असे समजावे. कुठल्याही जाहिराती वाचून कुठल्याही पत्त्यावर जाऊ नये. तो केवळ फसवणुकीचा प्रकार आहे. या विषयावरचे पण शास्त्र आहे. वैद्यकीय परिभाषा आहे. मंत्र आहे. तंत्र आहे. या विषयावरचे तज्ज्ञ डॉक्टर आहेत. डॉ. लीना मोहाडीकर आणि डॉ. जीवन मोहाडीकर गेली कित्येक वर्षे या विषयात काम करताएत. सध्या डॉ. शशांक सामक या विषयावर जाहीर व्याख्याने देताएत. निरनिराळ्या रंगमंदिरात ती नाटकांसारखी (सशुल्क) पार पडताएत. वर्तमानपत्रात त्याच्या जाहीराती असतात. या अशा तज्ज्ञ डॉक्टरांनी या विषयावर काही पुस्तकेही लिहिली आहेत. आपण त्याचा उपयोग करावा. एक परकीय लेखक आहेत, 'आयर्विंग वॅलेस' यांनी 'सेलेस्टियल बेड' अशी एक कादंबरी लिहिली आहे. या विषयावरचे हे थेट शास्त्रीय पुस्तक नव्हे. त्या पुस्तकाचे स्वरूप रंजक कादंबरीसारखे आहे. पण या विषयावरील शास्त्रीय ज्ञानाचा खूप तपशिलासह वापर या कादंबरीत केला आहे. या पुस्तकाचा 'स्वर्गीय शय्या' या नावानं मराठी अनुवाद उपलब्ध आहे. वाचण्यास हरकत नाही. उपयोगच होईल. आपणास काही समस्या असल्यास केवळ या विषयावरील तज्ज्ञ, वैद्यकीय डॉक्टरकडेच सल्ल्यासाठी जावे, अन्य कुणाकडेही नाही. कारण यामध्ये होणारी फसवणूक मनास आणखी मारणारी, खचवणारी असते.

असो!

वरील दोन व्यथा घालवण्याची काही शास्त्रीय पद्धत आहे. ती आपण थोडक्यात पाहूया. यामध्ये स्त्रीच्या सहभागाची, मनानं आणि शरीरानं, अत्यंत आवश्यकता आहे. स्त्रीने सहकार्य केल्यास तीन महिन्यात सुद्धा ह्या व्यथा समूळ नष्ट होऊ शकतात. क्वचित थोडा जास्त वेळ! खालील गोष्टी करा.

१) आपल्याला खूप काही यशस्वी कामक्रिया करायचीच आहे असा कुठलाही ताण मनावर घेऊ नका.

२) मुळामध्ये आपल्याला जोडीदाराबरोबर कामक्रिया करायचीच नसून फक्त मनापासून बोलायचं आहे. मनसोक्त बोलायचं आहे. मनातलं सगळं आपल्या जोडीदाराला सांगायचं आहे. त्याच्या मनातलं ऐकायचं आहे. त्याच्या सहवासाचा,

सान्निध्याचा आनंद लुटायचा आहे. एवढाच उद्देश मनात ठेवा.

३) एक-दोन आठवडे एवढेच करा. जोडीदाराशी मैत्रीचं, जवळच्या माणसाचं, आपल्या माणसाचं नातं निर्माण करा. यात महिना जाऊ दे. हरकत नाही. पण आपल्या जोडीदारावर आपले नितांत प्रेम आहे आणि ते मला व्यक्त करायचे आहे. आणि केवळ त्यासाठीच त्याच्या जवळ जायचे आहे या भावनेनं जोडीदाराच्या मनाच्या जवळ जात राहा.

४) जिद्द ठेवा की मला माझ्या माणसाचे मन हवे आहे आणि ते मी मिळवतो आहे. यासाठी मी तिला अफाट प्रेम देतो आहे. यासाठीच तिला जवळ घेतो. आहे आणि केवळ त्याचा परिणाम म्हणून मला तिच्या शरीराची आपोआप माहिती होते आहे. खूप आपलेपणानं मी तिच्या शरीराची अगदी डोक्याच्या केसापासून पायाच्या नखापर्यंत माहिती करून घेत आहे. कारण ते शरीर माझ्या लाडक्या, आवडत्या जोडीदाराचे आहे. पर्यायानं माझेच ते अर्धांग आहे.

५) हलकेच हात हातात घ्या. प्रेमानं कुरवाळा. हलके चुंबन घ्या. हलकेच मिठीत घ्या. अगदी सावकाशपणे या क्रियांद्वारा तुमच्या मनावर, शरीरावर होणाऱ्या परिणामांकडे पहा. जोडीदाराच्या सान्निध्याचा मनास जेवढा आनंद घेता येईल तेवढा घ्या.

६) नंतर एकमेकाशेजारी नुसतेच पडून राहून बोला. भावना प्रेम व्यक्त करा. करत राहा.

७) पुन्हा हलकाच स्पर्श, हलके चुंबन, हलकी मिठी या सर्व प्रकारात दोघांनीही एकमेकांस आवडणाऱ्या विषयांवर सतत बोलत राहा.

८) मग स्त्रीदेहाला हलका स्पर्श करा. कामोत्तेजना देणारे शरीराचे भाग वगळून इतर देहासच आपल्या स्पर्शानं आपलंसं करत राहा.

* इथपर्यंतच्या प्रवासास दोन महिने लागू देत. त्या काळात क्वचित बाहेरच पतन झाले तरी नाराज होऊ नका. येणारी उत्तेजना नीट अभ्यासा. अत्यंत शांत चित्त ठेवून ती किती वेळ टिकते त्याचा अनुभव घ्या, पण अगदी घड्याळ लावून तिकडे लक्ष देऊ नका.

९) काही दिवसांनी कामोत्तेजना देणारे स्त्रीचे अवयव, स्पर्श करण्यास सुरुवात करा. त्यावेळी तुम्हास येणारी उत्तेजना अनुभवा. त्याचा आनंद घ्या. ती उत्तेजना टिकून राहण्यासाठी स्त्री देहास स्पर्श करतच राहा. उत्तेजना खूप वेळ टिकून राहते असे तुमच्या लक्षात आले की तुमचा आत्मविश्वास वेगानं वाढू लागेल.

१०) काही दिवसांनी तुम्हास असा अनुभव येईल की तुम्हास सुंदर उत्तेजना येते आहे. सुंदर ताठरता येऊन पतन न होता ती अर्ध्या तासाहूनही अधिक

वेळपर्यंत टिकते आहे.

११) तुमचा आत्मविश्वास वाढलेला असेल अशावेळी अत्यंत शांत चित्तानं, स्थिर मनानं, ताठर झालेल्या पुरुषइंद्रियास, स्त्री इंद्रियामध्ये प्रवेश करूद्यात. त्याचे त्याला प्रवेश करूद्यात. तुम्ही शांत राहा. त्यानंतर अत्यंत महत्त्वाचे म्हणजे घर्षणाची घाई करू नका. जितका वेळ फक्त अशा प्रवेश केलेल्या स्थितीत राहता येईल तितका वेळ असेच राहा. जोडीदाराशी प्रेमाचं, आपलेपणाचं बोलत राहा. अशावेळी अनावधानानं होऊन गेले पतन किंवा ताठरता कमी झाली तरी गडबडून जाऊ नका. दुसरे वेळी शांत चित्तानं पुन्हा या स्थितीपर्यंत या. निव्वळ प्रवेश केलेल्या स्थितीचा काळ पाच ते दहा मिनिटे टिकावयास हवा. कारण हीच एक गोष्ट तुमचा आत्मविश्वास जादू केल्यासारखा आकाशाला भिडवणारी आहे.

१२) त्यानंतर चित्त शांत ठेवा. श्वासाची गती जेवढी कमी ठेवता येईल तेवढी कमी ठेवा आणि सावकाश घर्षणास सुरुवात करा. त्या घर्षणाचा आनंद घ्या. पतन केव्हा होणार याकडे लक्ष देऊ नका. संवेदना फार तीव्र व्हायला लागली तर घर्षण थांबवा. पुन्हा सुरू करा.

१३) प्रत्यक्ष घर्षणाचा कालावधी हळूहळू वाढेल. पतनाचा काळ हळूहळू लांबत जाईल. ताठरता पूर्ण क्षमतेनं टिकून राहील. एक वेळ अशी येईल की पतनाचा कालावधी आणि ताठरता या दोन्ही गोष्टींवर तुमचे पूर्ण नियंत्रण असेल. घर्षणाचा काळ तुम्ही गरजेनुसार किंवा तुमच्या इच्छेनुसार कमी-जास्त करू शकाल.

१४) सक्षम कामजीवनासाठी स्त्री-पुरुषास रोज नियमित व्यायाम हवा. अंगात चपळता हवी. सध्याच्या जीवनशैलीमुळे थोडीफार स्थूलता बहुधा येतेच. पण स्त्री-पुरुषानं आपल्या पोटाचा घेर, आकारमान एका विशिष्ट मर्यादेपेक्षा जास्त वाढू देऊ नये. असे पुरुष कमी वयातच कमी पडू लागतात. त्यांना नैराश्य येतं आणि ही सगळी चीड, ते जगावर उगाचच नाराज राहून काढतात. जगास कायम नावे ठेवणे, जगावर आगपाखड करणे अशी त्यांची वागण्याची पद्धत ठरून जाते. पण यामुळे त्यांचा मूळ प्रश्न सुटत नाही.

१५) ज्याचे कामजीवन व्यवस्थित, सुरळीत आहे असा पुरुष चार-चौघांत त्यावर फार बोलत नाही. एखादा वारंवार त्या विषयावर बोलू लागला, चार-चौघांत बढाया मारू लागला, तर त्याचे कामजीवन गंभीरपणे अडचणीत आले आहे असे समजावे.

* वरील दोन्हीही व्यथा अशा प्रकारे, स्त्रीच्या सहकार्याने पूर्ण, समूळ नष्ट होऊ शकतात आणि तुम्ही चारचौघांसारखं नॉर्मल कामजीवन उपभोगण्यास पूर्ण सक्षम होऊ शकता. जीवन तुम्हास पुन्हा सापडू शकते.

समस्येच्या प्रांगणात -

कामजीवनाच्या एकूण स्वरूपाचा अंदाज घेण्याचा आपण प्रयत्न केला. काही लोक याला अथांग, विशाल आणि अमर्याद अशा सागराची उपमा देतात. थांगपत्ता लागत नाही असे गूढ काहीतरी! पण मला वाटतं गेल्या काही पानात आपण कामजीवनाचा आवश्यक तेवढा थांगपत्ता शोधलेला आहे आणि त्याचे अगदीच गूढ स्वरुपही आपण कमी केले आहे. यातील एकमेव घनगंभीर समस्या म्हणजे-

कामक्रिया न घडणं

एकाला हवं असणं आणि दुसऱ्यास नको असणं एवढंच या समस्येचं वर्णन असलं तरी त्याचे अनेक पदर आहेत, छटा आहेत. त्या कितीही माहिती करून आणि समजावून घेतल्या तरीही समस्या सोडविण्यासाठी त्याचा फार उपयोग होत नाही. कारण कामक्रिया ही नुसती एकमेकांना समजावून सांगण्याची गोष्ट नसून ती एकमेकांशी प्रत्यक्ष करण्याची गोष्ट आहे.

खरं तर 'समस्येच्या प्रांगणात' हा शब्द लिहिण्यापूर्वीच मी या विषयाचे स्वरूप आवश्यक त्या अंगांचा विचार करून इतक्या तळमळीनं मांडले आहे, की कुणास समस्येच्या प्रांगणात जाण्याची वेळच येऊ नये किंवा त्या रस्त्यावर असलेल्या माझ्या मित्रांना परतीचा रस्ता दिसावा!

पण असो! माझे काही मित्र नक्कीच या प्रांगणात आधीच उभे असतीलच. यामागे योगायोग असतो. काही वेळेचा भाग असतो तर काही निश्चित निसर्गाचा आणि प्रकृतीचा, दैवाचाही भाग असू शकतो. क्वचित आपला भोगही असू शकतो. सगळ्यास सामोरे तर जावयास हवे? त्यातून पार पडून पुढे तर जावयास हवे? अडकून पडणे नको!

पुरुषास नको असताना ही क्रिया करावयास लागणे यात त्यास काही विशेष त्रास होतो असे नाही. कारण ही क्रिया प्रत्यक्ष करण्यासाठी 'नको असणे' या अवस्थेतून पुरुषास 'हवे असणे' या अवस्थेस यावेच लागते. तरच उत्तेजना, ताठरता आणि केवळ त्यानंतरच ही क्रिया घडू शकते. स्त्रीस ही क्रिया नको असताना घडणे हे तिच्या शरीरास वेदना देणारे असू शकते. हे तिला अन्यायकारी वाटल्याने तिच्या मनासही हे वेदना देणारेच असू शकते.

'मला सेक्स हवा आहे आणि तो मला मिळत नाही', ही सगळ्यात भयानक, वेदनाकारक आणि क्लेषकारक अवस्था आहे, असे यासाठी जिवाची तडफड होणाऱ्या लोकांचे स्पष्ट मत आहे. ही अवस्था सहन होत नाही. जोडीदाराबद्दल भयंकर संताप येतो. असह्य क्रोध येतो. मनात टोकाचा तिरस्कार तयार होतो.

स्वत:बद्दल एक टोकाची केविलवाणी अवस्था मनात तयार होते. आपल्यावर भयानक अन्याय झाल्याची भावना सगळं आयुष्य पोखरू लागते. आयुष्यातली सगळी सकारात्मकता लयास जाऊ लागते. भयंकर नैराश्य आणि निराशावाद मनास जाळू लागतो. आपण कुठलं पाप केलं म्हणून त्याची अशी निर्घृण शिक्षा आपल्या वाट्याला आली असं वाटतं. सगळ्यांचं व्यवस्थित चाललंय! आपल्यापेक्षा कमी कर्तृत्त्ववान, कमी यशस्वी, कमी जबाबदार, कमी प्रेमळ, कमी दयाळू वगैरे सगळे लोक सेक्सच्या बाबतीत मजेत आहेत. अगदी क्रूर, निष्ठूर, निर्घृण लोक, अगदी चोर, भिकारी सुद्धा छान सेक्स उपभोगतात. त्याचा आनंद घेतात. आपल्याच वाट्याला ही कर्मदरिद्री, दळभद्री आणि भिकारडी अवस्था आली असं वाटतं. आपल्या आयुष्याचं पूर्ण वाटोळं झालं आहे असं वाटतं.

मनाला अशी झुरणी लागली की त्याचा फार मोठा परिणाम व्यक्तीच्या शारीरिक आणि मानसिक स्वास्थ्यावर होतो. त्याच्या यशावर, कर्तृत्त्वावर आणि क्षमतेवर होतो. आत्मविश्वासावर होतो. ज्या व्यक्तीस नियमित 'सेक्स लाईफ' नाही त्या व्यक्तीस यश संपादन करताना, कर्तृत्त्व दाखवताना अतोनात यातना होतात.

* भरपूर सेक्स लाईफ असलेल्या सगळ्या व्यक्ती यशस्वी आणि कर्तृत्वान असतात असे अजिबात नाही. दिवसेंदिवस उपासमार झालेल्या व्यक्तीस चालावयास सांगितले तर त्यास जो त्रास होईल, तोच त्रास दिवसेंदिवस लैंगिक उपासमार झालेल्या व्यक्तीस दैनंदिन जीवन जगताना होईल आणि अशा व्यक्ती उंचच उंच यशाचा, कर्तृत्त्वाचा डोंगरकडा चढू लागले तर मग त्यांची अवस्था कशी असेल?

अनेक ठिकाणी अशी समस्या आहे. काही ठिकाणी स्त्री उपाशी आहे. काही ठिकाणी पुरुष उपाशी आहे. काही ठिकाणी असे अडचणीत असलेले स्त्री-पुरुष पुढाकार घेऊन हा प्रश्न सोडविण्यासाठी प्रयत्न करतात. डॉक्टरकडे जातात. मग जोडीदारास समजावतात. जोडीदारास डॉक्टरकडे घेऊन जातात. घरातील वडीलधाऱ्या माणसांपुढे ही समस्या उघड करतात. अशा प्रकारे या समस्येची उकल करताना ते इतरच चार समस्यांमध्ये अडकून पडण्याची 'रिस्क' घेतात. धोका स्वीकारतात. या अशा इतर चार उद्‌भवणाऱ्या समस्यांवर मात करण्यात त्यांचा पुरुषार्थ दाखवतात. पण सेक्सच्या समस्येत अडकून झुरत राहणं त्यांना मान्य नसतं. त्यांना पसंत नसतं. त्यांच्या प्रकृतीस ते मानवतच नाही. याउपरही ही समस्या सुटू शकली नाही आणि त्यांच्या देहाची आग त्यांना सहन झाली नाही, तर नाईलाजानं वाकडं पाऊल टाकताना त्यांच्या मनास कमी त्रास होतो. मनात अपराधीपणाची जाणीव कमी भरली जाते.

या समस्येतून अशा प्रकारे बाहेर पडण्यासाठी प्रयत्न करणं काही लोकांच्या

तत्त्वात बसत नाही. आपली ही समस्या कुटुंबात, नातेवाईकांत, समाजात चव्हाट्यावर आणणे त्यांना पटत नाही, रुचत नाही, मानवत नाही. या प्रकारे समस्येतून बाहेर पडण्याची त्यांची प्रकृती नसते. ते डॉक्टरकडे जाणे नको म्हणतात. कारण या समस्येतून बाहेर पडण्याचा प्रयत्न करताना इतर ज्या काही समस्या निर्माण होऊ शकतात त्यांच्या कल्पनेनंच या लोकांचा थरकाप उडतो. हे लोक तुलनेनं घाबरट असतात. वाकडं पाऊल टाकण्याचं धाडस ते दाखवूच शकत नाहीत. (त्यात धाडस वगैरे नाहीच बरं का? स्वत:च्या निर्लज्जपणाचा मात्र उच्चांक करावा लागतो.) पण यामुळंच हे लोक झुरत राहातात. स्वत:च्या जोडीदारास शिव्या देत राहातात. शाप देत राहातात. काही जादू करावी म्हणून परमेश्वरास आळवतात. 'परमेश्वरा, तू असा रे कसा?' म्हणून त्यास बोल लावतात. आता इथे परमेश्वर काय करणार? तुम्ही स्वत: प्रत्यक्ष काही पाऊल उचलायला हवे. परमेश्वर बघा, शंभर टक्के तुम्हास मदत करतो. हे लोक अती झुरण्यानं, आतल्या आत जळण्यानं शारीरिक आणि मानसिक आजारांचे बळी ठरतात. तडफडत, चडफडत, सेक्सशिवाय मरून जातात. यांच्या कथा खूप भयानक आहेत. असं आयुष्य कुणाच्याही वाट्याला येऊ नये.

आपण आता तीन केसेस पाहूया. बर्वे, विश्वास आणि विक्रम! या केसेसची आपल्या मनात आपोआपच तुलना होईल. त्यातून या अशा समस्येवर आपल्या मनात काय उभे राहाते ते पाहू!

१) बर्वे -

बर्व्यांची सर्वात मोठी शोकांतिका म्हणजे पती-पत्नी या संबंधातून त्यांना फक्त यातनाच मिळाल्या. आपल्या प्रपंचात एकही गोष्ट मनासारखी न घडणे यासारखे दुर्दैव नाही. पण बर्वे थोडेफार दु:ख सजवणाऱ्या लोकांपैकी असावेत. "माझी बायको मला आवडेल अशी एकही गोष्ट करत नाही. उलट माझ्या मनास इजा होईल अशा गोष्टी मुद्दाम करते." हे रडगाणं बर्व्यांनी लग्न होऊन एक वर्ष झाली की गायला सुरुवात केली आणि ते गातच राहिले. दुर्दैव असं की या रडगाण्यातच ते अडकले. रमले. त्यांनी दुसरं काहीच केलं नाही.

बर्व्यांच्या मनाला झालेल्या जखमा खोल आणि गंभीर असतीलही! मी नाकारत नाही. पण बर्वे वहिनींनाही तेवढ्याच जखमा बर्व्यांनी दिल्या हे अजूनही त्यांना नीट उमगत नाही. या दोघांच्याही मनाची आतून मलमपट्टी व्हायला हवी. तातडीचा उपाय म्हणून बर्व्यांनी कुठेतरी बदली करून घ्यायला हवी. दोन-तीन वर्षे वहिनींपासून दूर राहायला हवे. एकमेकांची आवश्यकता, किंमत एकमेकांना

कळायला हवी.

दुसरी गोष्ट! आपल्याकडून काही जात असतं त्यावेळी आपल्याला काही मिळतही असतं. हा निसर्ग नियम नसून निसर्गाच्या समतोलाचा भाग आहे. बर्व्यांनी स्वत:स मिळालेल्या गोष्टींकडे पहायला हवे. सेक्स हवा...हवा! पत्नी देईल...देईल! असा वांझोटा आशावाद घेऊन बर्वे आशाळभूतपणे केवळ रात्रीमागून रात्री जागत राहिले. स्वत:च्या नशिबास दोष देत राहिले. असं हात चोळून बसण्यापेक्षा आणि पत्नीस बोल लावून तिच्या शरीरावर डोमकावळ्यासारखे टपून बसण्यापेक्षा, तिचं मन समजावून घेऊन ते आपलंसं करण्याचा प्रामाणिक प्रयत्न बर्व्यांनी केला असता, तर बर्व्यांना नॉर्मल सेक्स तरी मिळालाच असता. बर्वे, बायकोच्या व्यक्तिमत्त्वातले फक्त दोष काढत राहिले. तिला नावं ठेवत राहिले. तिच्यातली कमतरता शोधत राहिले. तिला अडाणी म्हणत राहिले आणि तिथेच फसले. असे फसले की कायमचेच!

सेक्स हा बर्वे वहिनींचा आनुवंशिक प्रॉब्लेम आहे, त्यावर इलाज नाही असा निष्कर्ष स्वत:पुरताच काढून त्यांच्या मनावरचा ताण थोडा कमी झाला तरी प्रश्न संपला नाहीच.

दुसरी गोष्ट म्हणजे बर्व्यांचा स्वभाव! असा स्वभाव प्रपंचास, पोषक, पूरक नाही.

१) बर्व्यांनी पत्नीकडून स्वत:चा छळ होऊ दिला.

२) बर्वे घाबरट होते.

३) संघर्षाला घाबरत होते.

४) संघर्षाच्या परिणामांना घाबरत होते.

५) मुलांबाबत टोकाचे हळवे होते.

६) स्वत:चं आयुष्य स्वत:च मातीत घालतो आहोत हे न समजण्याइतके अव्यवहारी होते.

बर्व्यांनी लग्नानंतरच्या सुरवातीच्या काळातच घरामध्ये, आई, वडील, काका, काकू, वडील भाऊ, बहीण असं कुणाला तरी आणून वर्ष-दोन वर्ष त्यांच्या व त्यांच्या पत्नींच्या संबंधांना साक्षीदार करायला हवं होतं. या व्यक्तीच्या नजरेतून हे पती-पत्नी जाताना अधिक परिपक्व होऊ शकले असते. चुका टाळू शकले असते, सुधारू शकले असते. दोघांनाही त्यांच्या तथाकथित दु:खात काही सोबत मिळाली असती. पण आपल्या पती-पत्नी या नात्याचा ताण इतरांना नको या भावनेनं हे दोघे अधिकाधिक एकटे पडले.

सगळ्यात मोठं दु:ख म्हणजे हे कुटुंब आता एकटं पडण्याचा धोका आहे.

या दोघांनीही आता अधिकाधिक लोकाभिमुख व्हायला हवे. माणसामध्ये मिसळायला हवे. माणसात यायला हवे.

विश्वास -

सिगारेटची राख झटकत विश्वास त्याचं लाडकं तत्त्वज्ञान मला सांगत होता, ''वर्षांनुवर्षं आणि पिढ्यान्‌पिढ्या स्त्रियांनी पुरुषांकडून अन्याय सहन केला. जबरदस्ती सहन केली. स्त्रिया हे विसरू शकत नाहीत. पुरुषास छळण्याची त्यांना थोडी संधी मिळाली तरी त्याचा जास्तीत जास्त दुरुपयोग त्या करतात. पुरुषास असं छळण्याची त्यांना चटक लागते. यामुळं संसारास धक्का पोचतो. स्त्रियांना पुरुषाच्या धाकात राहणंच बऱ्यापैकी मानवतं. त्यांना योग्य ठिकाणीच ठेवावं लागतं.'' विश्वासनं पुन्हा एकदा सिगारेटची राख झटकली आणि स्वत:च स्वत:बद्दल बोलला,

''मी अत्यंत सुखी प्राणी आहे. स्वत:स कसलाही त्रास होऊ देत नाही. इतरांना देतो. इतरांना थंडपणे वापरतो, राबवतो. गोष्टी मनासारख्या करून घेतो. दुसऱ्याच्या मनाचा विचार करणं माझ्या तत्त्वात बसत नाही. मी स्वत:च्या मनाचा विचार करतो.'' विश्वास सिगारेटचे झुरके मारतच होता.

''तुमचा प्रेमविवाह ना?''

''कसला आलाय प्रेमविवाह! सावज जाळ्यात ओढलं, फसवलं आणि आता घराच्या दावणीला आणून बांधलंय.''

''बरं नाही वाटत असं ऐकायला.''

''त्याचा विचार करतो कोण? जे खरं आहे ते बोलतो. आमचा व्यवसाय फर्निचर सप्लायरचा! वेगवेगळ्या ऑफिसमध्ये, कारखान्यांमध्ये जावं लागतंच. एका कारखान्यात परचेस ऑफिसर होती. त्याचवेळी वीस हजार रुपये पगार होता. उंच होती, गोरी होती. धरला एकदा हात! मख्ख! काहीच बोलली नाही. पुढे झालो. तिच्या दृष्टीनं प्रेम वगैरे काय ते केलं आणि लग्नात अडकवून टाकली.''

''मग आता काय?''

''मजेत चाललंय! जेव्हा मला पाहिजे तेव्हा बिछान्यावर हजर व्हायचं हा नियमच आहे. आजारी आहे, पिरीयड आहे ही आई-बापाला सांगायची कारणं आहेत म्हणून बजावलं. कमीत-कमी तीन-चार वेळा कुत्र्यासारखी बडवली. दोन रात्री घराबाहेर काढली. म्हटलं जा, कुठे तरी जीव दे. रात्रभर बंगल्याच्या पायरीवर बसून राहिली. सकाळी घेतली आत. म्हटलं, नखरा चालणार नाही.''

''आता तुम्हाला सुख देते?''

''ती देण्याचा प्रश्नच येत नाही. मी ओरबाडून घेतो. ती कोण देणार?''

“पण सेक्सच्या वेळी त्यांचा मूड असतो? त्या तुम्हाला आवश्यक तो रिस्पॉन्स देतात?”

“तिचा बाप देईल. ती काय देत नाही? आणि आवश्यक वगैरे ही कसली भाषा? मला हवा तो आणि मला हवा तसा रिस्पॉन्स देते. नाहीतर तिला माहीतच आहे की ढुंगणावर लाथ घालून मी तिला हाकलून देणार आहे.”

“असं झालं तर मुलांचं काय होईल?”

“मुलांचं काय? ती जगतात. वाढतात. उद्या ही मेलीच तर मुलं काय जगणार नाहीत? वाढणार नाहीत? कुणावाचून कुणाचं काहीही अडत नाही तुम्हाला उगाचच काहीतरी वाटतं.”

विश्वासबरोबरचं संभाषण झाल्यामुळे मलाच क्षणभर मळमळलं. वाईट वाटलं. विश्वास, बऱ्यांसारखा झुरत आणि रडत बसला नव्हता. तरीसुद्धा पाहिजे ते मिळवण्याची ही पद्धत? आजच्या काळात? आणि एका ऑफिसर असलेल्या महिना पंचवीस हजार रुपये कमावणाऱ्या बायकोकडून?

विश्वासची बायको खूपच गोड आहे. अलीकडे चेहऱ्यावर घाबरट आणि कावरे-बावरे भाव असतात. हे आधीचं नसावं. लग्नानंतर, विश्वास नावाच्या दहशतवाद्यानं ज्या पद्धतीनं तिला वागवलं, त्याचा हा परिणाम असावा. विश्वासच्या घरच्या वातावरणाबद्दल मला थोडी उत्सुकता होतीच. हा एवढं सांगतो. याच्या घरच्या लोकांची मन:स्थिती कशी असावी? पण मुद्दामहून माहीत करून घेण्याचा मी प्रयत्न केला नाही. एकदा तोच घाई-घाईत कुठेतरी फर्निचरचा ट्रक घेऊन चालला होता. मला पाहून थांबला. ट्रकला पुढे जायला सांगितलं. सिगारेट पेटवली. म्हणाला, “तुम्हाला एक विनोद सांगायचाय!”

“काय झालं?”

“आमच्या मुलानं पराक्रम केला.”

“अरे वा!”

“शाळेत निबंध लिहायला सांगितला होता. ‘माझे आई-बाबा’ आमच्या मुलाचा निबंध शाळेत वाचून दाखवला.”

“अरे वा!”

“त्यानं लिहिलं होतं, माझ्या बाबांनी माझ्या आईच्या आयुष्यातला आनंद हिरावून घेतला. मलाही निर्दयपणे वागवलं. हा माणूस मरावा असं मला नेहमी वाटतं. हा कसा मरेल?”

मला बोलण्याची संधी न देता तो खो-खो हसत कारमध्ये बसून गेलासुद्धा!

कामजीवन-आनंद आणि समस्या । २३३

"मला हवं ते सुख मी मागत बसत नाही. ओरबाडून घेतो." असं समजणाऱ्या विश्वासनं नक्की कसलं सुख घेतलं होतं? मिळवलं होतं?

विक्रम -

ऐकायलाही आश्चर्य वाटेल पण या विक्रमला आजतागायत कुठलीही अडचण आली नाही. समस्या, प्रॉब्लेम त्याच्या वाटेला जातच नाहीत. दृश्य स्वरूपात त्याचं जे आयुष्य समोर दिसतं, त्यामध्ये त्याला आजतागायत कसलाही प्रॉब्लेम आला नाही. हा एका करोडपती व्यापाऱ्याचा मुलगा. याचा छंद म्हणजे सिनेमा, क्रिकेट आणि मुली. लग्नाआधीच अनेक स्त्रिया, मुली यांचेशी संबंध होते. त्यालाच तो प्रेम म्हणत असे. एका मुलीशी त्याची मानसिक जवळीक वाढली. शारीरिक संबंध आले आणि त्याने तिच्याशी लग्न केलं.

लग्नास पंचवीस वर्षे होऊन गेली. तो आजही खूप आनंदात आहे. बायको देखणी आहे. हुषार आहे. समंजस, प्रेमळ आहे. बिचारी खूप सज्जन आणि विक्रमशी एकनिष्ठ आहे.

विक्रमचा बाहेरचा शोध गेली पंचवीस वर्षे अव्याहतपणे चालूच आहे. त्यात तो रमलेला असतो. त्याचा हा दुर्गुण त्याच्या पत्नीनं मान्य केला आहे. ती म्हणते, 'मला काहीही कमी नाही मग तो बाहेर काही का करेना! मला त्याच्याशी घेणं देणं नाही.' विक्रमच्या पत्नीच्या नावावर बंगले, फ्लॅटस, सोनं, करोडो रुपये, पाच-सहा कार एवढी प्रॉपर्टी आहे. विक्रम म्हणतो, 'मुद्दाम ठेवली आहे. मी बाहेर कुठे फसलो तर प्रॉपर्टीस धक्का नको. बायकोला त्रास नको.'

विशेष म्हणजे, विक्रम म्हणतो, "मला घरात कसलाच प्रॉब्लेम नाही. बायको कधीही आणि कशालाही तयार. चोवीस तासातल्या कुठल्याही वेळी काहीही मागितले तरी आजतागायत ती नाही म्हटली नाही आणि "तुम्ही बाहेर असे का वागता?" असेही विचारत नाही. त्यामुळे विक्रमच्या डोक्यावर कसलाही ताण नाही. त्याच्या वर्तनाबद्दल त्याच्या मनात अपराधी भाव नाही. त्याचं चुकतंय असं त्यास वाटत नाही.

त्यामुळे आजतागायत त्याच्या नवनवीन स्त्रियांचा शोध अखंड चालू आहे. कुणी ना कुणी त्याला भेटत असतंच! एरव्ही छोटीशी गोष्टही जवळच्या लोकांना विचारून करणारा विक्रम ही गोष्ट करताना मात्र कुणालाही विचारत नाही आणि "अरे विक्रम, असे करू नको" असे. कुणी सांगू लागले तर "या विषयात मला सांगायचे नाही. मी ऐकू शकत नाही" असे स्पष्ट सांगतो.

समस्यांचा बोभाटा -

आपल्या प्रपंचामध्ये अनेक प्रकारच्या समस्या असतात. त्यांची चर्चाही आपण अनेकजणांसमोर करतो. आई-वडील, अन्य ज्येष्ठ नातेवाईक, स्नेही, मित्र, मैत्रीण वगैरे! त्यातून काही उपाय पुढे येतात. मनातले समज- गैरसमज बाहेर पडतात. ताण हलका होतो.

पण प्रापंचिक कामजीवनाबद्दल काही समस्या निर्माण झाली तर हे सांगायचे कुठे, हा प्रश्न पडतो.

मला वाटतं अशी काही समस्या असेल तर सर्वप्रथम ती आपल्या जोडीदारास सांगावी. त्यामध्ये आपलेपणा, विश्वास, प्रेम या भावना असाव्यात. तक्रार करणे, नावे ठेवणे, कमतरता सांगणे यापेक्षा, जोडीदारास आपली नक्की समस्या सांगावी. त्याची काही समस्या असेल तर ती जाणून घ्यावी. जोडीदार सांगत नसेल तर स्वत: पुढाकार घेऊन ती समस्या जाणून घ्यावी. आरोप-प्रत्यारोप टाळावेत. स्वत:स याबाबत असलेले ज्ञान हेच अंतिम ज्ञान असा अहंकार दोघांनाही असतो. एकमेकांच्या ज्ञानाची कायदेशीरता, शास्त्रीयता, सत्यता यांना आव्हान दिल्याने घरातली मन:शांती भ्रष्ट होते. दुसऱ्याचा अहंकार रक्तबंबाळ करणे आणि स्वत:चा गोंजारणे यातून स्थायी दु:ख आणि झुरणी लागणे, याची निष्पत्ती होते.

तुम्हा दोघांमध्ये चर्चेची गाडी पुढे सरकत नसेल तर ताबडतोब कामशास्त्र तज्ज्ञ डॉक्टरांकडे जावे. अर्थात तिथेही काही जादू घडेल अशा अपेक्षेनं जाऊ नये. या समस्येवर जादू करणारं काहीही औषध नसतं. तज्ज्ञ तुम्हाला ज्ञान देतात. तुमच्या मनातील गैरसमज दूर करतात. विचार कसा करायचा, कसा नाही करायचा ते शिकवतात. काही तंत्र, काही पद्धती शिकवतात. तुमच्या मनाची या दृष्टीनं तंदुरुस्ती आणि ताकद वाढवतात.

अशा समस्यांचं स्वरूप हे केवळ जोडीदाराबद्दल तक्रार एवढ्याच मर्यादित स्वरूपाचं असेल आणि तुमच्या दोघांच्या चर्चेतून काही निष्पन्न होत नसेल तर ते आई-वडिलांना सांगावं. बुजुर्ग, वडीलभाऊ, बहीण, ज्येष्ठ मित्र सद्हेतूनं काही मार्गदर्शन करू शकतात. सल्ला देऊ शकतात. तडजोडीनं सुवर्णमध्य काढू शकतात.

काही पती-पत्नींमध्ये एक अलिखित करार असतो. आपले बाहेर काही सांगायचे नाही. तिसऱ्या कुणाची मध्यस्थी नको. काही मर्यादेपर्यंत हे ठीक आहे. पण काही मर्यादेनंतर केवळ पडद्याआड रडत बसण्यापेक्षा, पडदा उघडून आपल्या माणसांसमोर उघड व्हावं हे चांगलं. पुढं काय व्हायचं ते होऊ दे!

वेगळे वळण -

कामजीवन-आनंद आणि समस्या । २३५

विषयास कधी वेगळे वळण लागू शकते. त्याच्या शक्यता दोन:-

१) स्त्रीनं स्वतःच्या कामजीवनाच्या उपासमारीची तक्रार आपल्या समवयस्क पुरुषाकडे करणे.

२) पुरुषानं आपल्या लैंगिक उपासमारीची रडकथा आपल्या समवयस्क स्त्रीस ऐकवणे.

स्त्रीनं आपल्या समवयस्क पुरुषास असे काही सांगण्याची शक्यता खूपच कमी असते. स्त्री शक्यतो आईस सांगते. बहिणीस, जवळच्या मैत्रिणीस सांगते. यातून तिला धीर मिळू शकतो. काही मार्ग निघू शकतो. पण स्त्री आपल्या समवयस्क पुरुषास सांगते की तिच्या नवऱ्यास रात्रीचे काही जमत नाही. त्यावेळी असे खात्रीने समजावे की तिचा पराकोटीचा नाईलाज झालेला आहे आणि आता केवळ शेवटचा उपाय म्हणून ती हे धाडस करीत आहे. आणि त्यातून जे काही निष्पन्न होईल ते स्वीकारण्याची तिनं मनाची तयारी केली आहे.

आता यावेळी पुरुषानं कसं वागावं हा मोठा गुंतागुंतीचा भाग आहे. त्यानं जर स्त्रीच्या इच्छेचा आदर केला तर त्यानं स्त्रीच्या परिस्थितीचा गैरफायदा घेतला असे म्हटले जाते. पण त्याने स्त्रीच्या इच्छेचा आदर केला नाही आणि असे काहीच केले नाही तर तो 'पुरुषच नाही', असे समजले जाते. पुरुषास हे ठरवणे खरंच खूप जड जाते की 'सभ्य पुरुष' व्हावे की नुसतेच 'पुरुष' व्हावे.

पुरुषांनी स्त्रीच्या या अवस्थेची टिंगल मात्र करू नये. पुरुष शक्यतो असं करत नाहीत. स्त्रीच्या या समस्येचा आणखी कुणास पत्ता लागू नये, कुणास माहीत होऊ नये म्हणून पुरुषानं काळजी आणि खबरदारी घ्यावीच. अशा स्त्रीची प्रतिमा स्वतःच्या परीने तरी मलिन होऊ देऊ नये.

काही पुरुष समवयस्क स्त्रियांना सांगतात की त्यांची बायको त्यांचेसोबत झोपत नाही. तिच्यात काही दम नाही, अर्थ नाही. माझी गरज अफाट आहे. इथे बरीचशी गोंधळाची परिस्थिती निर्माण होऊ शकते.

* एखाद्या स्त्रीस कामवश करून घेण्याची युक्ती म्हणून पुरुषाकडून कधी असे खोटे सांगितले जाते.

* तत्सम स्त्रीचं कामजीवन कसं आहे याची ती चाचपणी असू शकते आणि त्या चाचपणीचा हेतू निश्चित संधिसाधूपणाचा असू शकतो.

* ज्या पुरुषास घरात कामसुख मिळत नाही आणि त्यास ते कुठल्याही किंमतीवर हवे असते, तो पुरुष बाहेर ते कामसुख थेटच मिळवतो, उपभोगतो आणि मोकळा होतो. मला घरी मिळत नाही असं रडगाणं गात बसत नाही.

* असं रडगाणं जे गातात त्यांच्याबद्दल ऐकणाऱ्या स्त्रीचं मन क्षणभर

माणुसकीनं भरून येईल. पण ऐकणारी स्त्री अशा पुरुषापासून दोन हात दूरच राहील. तिला अगदी कामसुख हवं असेल तरी ती या अशा रड्या पुरुषास मुळीच जवळ करणार नाही. ज्या पुरुषाचं घरात व्यवस्थित चाललेलं आहे, अशा पुरुषाची अगदी गरज भासलीच तर ती निवड करेल. ज्याला घरात बायको जवळ येऊ देत नाही त्याची पुरुष म्हणून किंमतच काय?

* एखाद्या स्त्रीची नकारात्मकता उफाळून आली तर अशा पुरुषास पुन्हा पुन्हा रडायला लावून ती त्याचा आनंद घेऊ शकते. त्या पुरुषाबद्दल, इतर काही ठिकाणी, पदरचे बरेच काही सांगून त्या पुरुषाची प्रतिमा मलिन करू शकते. 'हा माझ्या मागे लागला आहे, हा असा आहे. हा तसा आहे' वगैरे! या पुरुषाच्या या अशा व्यथेचा, या माहितीचा गैरप्रसार झाल्यास त्याची बदनामी होऊ शकते. त्याचे हसे होऊ शकते.

* अशा स्त्रीस तिचा नवरा महिना-दोन महिन्यातून एकदा कधीतरी हात लावत असला तरी 'आमचे रोज चालते' असे त्या पुरुषास खोटं सांगून ती त्याची आणखी तडफड करू शकते. असे काही सांगण्याच्या भरात तो पुरुष त्या स्त्रीमध्ये कदाचित भावनेनं पूर्ण गुंतून जातो. ती मात्र कणभरही गुंतून न पडता फटकून राहते. मग तर अशा पुरुषास खूप त्रास होतो.

तेव्हा पुरुषानं आपल्या समवयस्क स्त्रीकडे असे रडगाणे कधीही गाऊ नये. अशा रडण्याच्या प्रभावानं ती स्त्री तुम्हास काही देईल अशा भाबडेपणात तर कधीही राहू नये. असे कधीही घडत नाही.

बाहेरख्यालीपणा -

ज्या अपेक्षा केवळ बायकोकडून करणं शास्त्रसंमत किंवा समाजसंमत आहे, त्या अपेक्षा बायकोव्यतिरिक्त इतर स्त्रीकडून करणे यास बाहेरख्यालीपणा म्हणावयास हरकत नाही. बाहेरख्यालीपणा ही गरज कमी आणि प्रवृत्ती अधिक आहे. पुरुषामध्येच तिचा प्रभाव प्रामुख्याने दिसून येतो.

* ही स्त्रीची प्रवृत्ती नाहीच!

अन्य कुठल्या कारणानं स्त्री फसू शकते. किंवा अन्य कुठल्या कारणाने स्त्रीचा प्रचंड कोंडमारा झाला तर त्यातून बाहेर पडण्यासाठी नाईलाज म्हणून, शेवटचा उपाय म्हणून स्त्री असे बाहेर पाऊल टाकते.

अकाली विधवा झालेल्या स्त्रिया

लग्न न झालेल्या स्त्रिया

नवरे ठार आजारी असलेल्या स्त्रिया

नवरे पूर्ण कुचकामी (सेक्सबाबत) असलेल्या स्त्रिया

नवरा भयानक छळ करतो अशा स्त्रिया

इतर कुटुंबियांनी केलेला भयानक छळ नवरा निव्वळ नंपुसकासारखा पहात राहतो अशा स्त्रिया.

नवरा काहीही कमावत नसल्याने कुटुंबाचे दोन वेळचे अन्नही मिळण्याची भ्रांत असलेल्या... आणि कष्टाच्या मार्गात सोबत हवी असलेल्या स्त्रिया.

स्त्री बऱ्याचदा बाहेर अशी भावनेसाठी आणि आधारासाठीच पाहते. पण त्यातूनच गोष्टी भयंकर वेगानं पुढे जातात. कारण पुरुषाकडून नकार येण्याची शक्यता कमीच असते. लाखात एखादी स्त्री अशी असेल, जिला नवरा आवडत नाही, शेळपट आहे, ध्यान आहे किंवा स्टेटस कमी आहे म्हणून ती इतरत्र पाहील. आणि पाहिलं तरी पाऊल पुढं टाकणारी स्त्री दहा लाखातून एखादीही सापडेल की नाही कुणास ठाऊक?

पुरुषाच्या मनात बाहेर पहाण्याची जी इच्छा होते तिचा नव्वद टक्के भाग शरीरसुखानंच व्यापलेला असतो. भावनिक गरज दहा टक्के! किंवा शंभरात दहा लोकांची! आणि आधाराची गरज तर लाखात एकाला!

* धक्कादायक निरीक्षण असं आहे की ज्या पुरुषांना घरामध्ये शरीरसुखाचा कसलाही प्रॉब्लेम नाही. ज्यांची बायको कामक्रियेस कधीही नाही म्हणत नाही असेच पुरुष जास्त प्रमाणात बाहेर पहातात.

* ज्या पुरुषांना घरात शरीरसुख मिळत नाही. बायको शारीरिक किंवा मानसिक आजारी असल्यानं नाहीच म्हणते असे बहुतांश पुरुष अशा बायकोशी एकनिष्ठ राहण्यासाठी प्रयत्नांची पराकाष्टा करत असतात. त्यागाची परिसीमा करत असतात. बायको सुधारण्याची, शहाणी होण्याची वाट पहात झुरत बसलेले असतात.

ज्यांना मिळतं त्यांना चेंज हवा असतो. व्हरायटी हवी असते. किंवा मग पैशाची, स्वतःच्या स्थानाची मस्ती असते. अधिकाराच्या खुर्चीची मस्ती असते. अडचणीत असलेल्या स्त्रीचा गैरफायदा घेण्यात कित्येक लोक तरबेज असतात.

झुरणाऱ्या लोकांना त्यांचे हितचिंतक सल्ला देतात. ''जरा आसपास बघा.'' पण ते काहीच करत नाहीत. आयुष्य वाया घालवतात. एकतर ते अती पापभीरू असतात किंवा या प्रकारातून उद्भवणाऱ्या संभाव्य समस्यांना तोंड देण्याची मानसिक क्षमता त्यांच्यात नसते. ते झुरत राहणं पसंत करतात. यातूनच त्यांचे आरोग्य बिघडत जाऊन ते काही शारीरिक आणि मानसिक आजारांचे बळी ठरतात.

वास्तव!

विवाहबाह्य संबंध ही तशी नैसर्गिक नसल्यानं तणावाचीच गोष्ट आहे. हा तणाव सगळ्यांनाच झेपतो असे नाही. गरजेचा स्त्रोत काहीही असला तरी विवाहबाह्य संबंध म्हणून, स्त्री-पुरुष एकत्र आले, एकमेकांना शरीरसुख देऊन, घेऊन झालं की लगेचच येणाऱ्या तीव्र प्रतिक्रिया अशा असतात.

खालील संवाद पहा.

"हे काय केलंत तुम्ही?"

"काय केलं म्हणजे? तुला समजलं नाही का?"

"तुमच्याकडून ही अपेक्षा नव्हती."

"जसं काही माझ्या एकट्याच्याच इच्छेनं झालंय."

"हो! तसंच आहे."

"तुझी इच्छा नव्हती तर इथपर्यंत आलीसच कशाला?"

"तुमच्यावर विश्वास ठेवून आले. यासाठी नव्हते आले. तुम्ही असे असाल, असे वागाल असं वाटलं नव्हतं. तुम्हाला शोभलं नाही हे!"

"तू सगळा दोष मलाच देतेस?"

"कारण सगळा दोष तुमचाच आहे."

"फक्त माझा?"

"हो! फक्त तुमचा! आजवर कुठल्याही पुरुषाकडे मी नजर वर करूनही पाहिलं नव्हतं. तुम्ही मला हे काय करायला लावलंत?"

"हे सगळं तू मला उगाच बोलते आहेस!"

"उगाच? आता मी कुणापुढे आणि कशी उभी राहू? मला तुम्ही आता कशाही योग्यतेची ठेवली नाही."

"उगाच बाता मारू नको आणि आव आणू नको. तुलाही ते हवं होतं म्हणून इथे आलीस. सगळ्यातला आनंद घेतलास आणि मला दोष देतेस? कुत्र्यासारखी बडवून बाहेर काढीन, समजलं?"

"प्लीज! अशा शिव्या तरी देऊ नका."

"इथं माझ्याबरोबर आलीस तेव्हाच तुझी लायकी सिद्ध झाली!"

थोडक्यात विवाहबाह्य संबंधानंतर स्त्रीचा असा त्रागा नैसर्गिकच आहे. वास्तविक पुरुषापेक्षा अधिक विचार करून स्त्री हे पाऊल उचलते. तिच्या मर्जीनं, खुशीनं, गरजेनं सगळं काही करते. पण या अशा शरीर-संबंधानंतर तिला भयानक एकटेपण येतं. नॉर्मल जगण्यापासून, जगापासून तिचा संबंध तुटला असं तिला वाटतं.

पातिव्रत्य ही स्त्रीची सर्वात मोठी इस्टेट, सर्वात मोठा आत्मसन्मान. ही

इस्टेट लुटली गेली आणि आपण कंगाल झालो, आपल्याला फसवलं गेलं असं तिला वाटतं. आपलं पातिव्रत्य भंग पावलं या कल्पनेनं तिच्या आत्मसन्मानालाही भयानक इजा होते. ती इजा तिला सहन होत नाही. या सगळ्याला आपण नव्हे तर तिसरंच कुणी जबाबदार आहे ही भावना त्यांना थोडा आधार देते. त्यांच्या मनातील अपराधीपणाची भावना कमी करते आणि तसं होण्यासाठी समोरच्या माणसाला त्या जास्तीत जास्त गुन्हेगार ठरवत राहतात.

या भानगडीत पुरुष खच्ची होऊ शकतो. निगरगट्ट असेल तर त्याच क्षणी स्त्रीच्या दोन मुस्कटात देऊन तिला बाहेरचा रस्ता दाखवू शकतो आणि अशा ठिकाणी स्त्रीसुद्धा फार त्रागा करत नाही. पण पुरुष सैरभैर झाला तर तिची समजूत काढण्याच्या नादात वाट्टेल ते बोलून अडकू शकतो. वास्तविक केवळ शरीरसुखासाठी तिच्या जवळ गेलेला पुरुष वेळ मारून नेण्यासाठी काहीही, मनात नसलेली बडबड करत राहतो. उदाहरणार्थ,

"यात वाईट काय घडलंय?"

"वाईट घडलं नाही? किती निर्लज्ज आहात हो! तुमचा बहुतेक हा धंदाच दिसतोय. स्त्रियांना फसवायचं, वापरायचं आणि टाकून द्यायचं!"

"मी असा नाही. अशा पद्धतीनं मी हा आज पहिल्यांदाच स्पर्श केलाय."

"अशा पद्धतीनं म्हणजे? मला समजता कोण? उद्या मी समोर आले तर तुम्ही मला ओळखसुद्धा देणार नाही."

"न ओळखायला काय झालं?"

"किती कुचकट बोलता आहात. पक्के बदमाष आहात."

"तुझं म्हणणं तरी काय आहे? तुला माझ्याकडून हवंय तरी काय?"

बस! 'तुला माझ्याकडून हवंय तरी काय?" एकदा हा प्रश्न पुरुषानं विचारला की स्त्री रिलॅक्स होते. ती मग त्याला स्वत:जवळ थांब म्हणते. याला पळून जायचं असतं, पण ते शक्य होत नाही. मग त्यास ती स्वत:ची सुरक्षितता मागते. बळजबरीनं भावना मागते.

अशाप्रकारे भेटी होत राहिल्या की हळूहळू दोघांचीही भीड चेपून ते बऱ्यापैकी निर्लज्ज होतात. आपण करतो आहोत त्यामध्ये त्यांना एक बऱ्यापैकी समर्थन दिसू लागतं. या संबंधामध्ये नैसर्गिकता कुठेही नसते. एक चोरटेपणा, अपराधीपणा असतो. यामुळे हे संबंध कायमच एका तणावाखाली वावरतात. मनावर कायम एक दबाव राहातो. या दबावातही स्त्री स्वत:च्या शारीरिक आणि मानसिक गरजांना प्राधान्य देण्याइतकी प्रॅक्टिकल होते. या सगळ्या प्रकारात ती मनाची एक शेवटची आणि शेवटाची तयारी करून टाकते. तुलनात्मकरित्या तिच्या मनावरचे दडपण

कमी झाले की पुरुषाच्या मनावरचे दडपण वाढू लागते.

खरं काय?

अनेक स्त्रियांशी शरीरसंबंध असलेल्या एका पुरुषाशी झालेले खालील संभाषण पहा.

"तुम्हाला जी आणि जेवढी मजा वाटते तेवढी नसते!"

"मजा नसते? मग दुसरं काय असतं?"

"म्हणजे मजा असते. पण तुम्हाला दुरून दिसते तेवढी नसते. तुम्हाला फक्त मजा दिसते. यात भयानक त्रासही असतो. दुःख असते. खंत, टेन्शन असतं."

"मजा कणभर आणि बाकीचंच ढीगभर... मग हे करायचंच कशाला?"

"चटक! व्यसन! मानसिक आजार, नाहीतर विकृती म्हणा. ती वेळ झाली की मती भ्रष्ट हाते. शरीरास कंप सुटतो. बाहेरची आठवण येते."

"का? घरी नसतं का?"

"असतं ना! पण त्यात मन लागत नाही. कशातच मन लागत नाही. एरव्ही बाहेर पहावंही वाटत नाही. पण ती वेळ... शरीरास कंप सुटण्याची ती वेळ!"

"घरात कसं आहे?"

"सोन्यासारखं आहे. बायको म्हणजे साक्षात लक्ष्मी आहे. मुलं म्हणजे माझा प्राणच आहे. सगळं चांगलं दिलंय देवानं, तरी मी बाहेर जाऊन शेण खातो. फार वाईट वाटतं. पण थांबवता येत नाही."

"म्हणजे जे करता त्याचं वाईट वाटतं? दुःख होतं?"

"मग? दुसरं काय सांगतोय? तुमच्यासारख्याचं सरळ आयुष्य बघितलं की हेवा वाटतो. वाटतं सुखात, समाधानात राहता. नाहीतर आम्ही! घाणीमध्ये शिरतो. विष्ठा चिवडतो."

"अहो पण, आम्हाला तुमच्यासारखं व्हरायटी सुख मिळत नाही. घरी मिळतं ते सुद्धा असंच केव्हातरी!"

"मातीत घाला, खड्ड्यात गाडा हो आमचं हे व्हरायटी शरीरसुख. रोज केलं काय आणि दिवसातून चार वेळा केलं काय! आहे काय त्यात? मनाला सुख देणारे, आनंद देणारे इतर कितीतरी विषय आहेत. हेच काय पुन्हा पुन्हा आपली काकवी अंगावर सांडवून घ्यायची! स्वच्छ होता होत नाही हो! आणि जरा कुठं स्वच्छ होतंय असं वाटायच्या आत पुन्हा काकवी अंगावर सांडतेच आहे."

"आता तुम्हीच हे बोलताय म्हणून बरं!"

"आम्हीच हे बोलू शकतो. कारण आम्ही दोन्ही बाजू पाहिल्या आहेत.

तुमचा हा अधिकारच नाही. तुम्ही फक्त ऐका. घरी कसं!.... महिन्यातून एकदा असेल तरी परमसुख... परमानंद। पुन्हा महिनाभर नाही मिळालं तरी दु:ख नसतं... शेवटी घरचं ते घरचं हो! पोट भरतं. मन भरतं. बाहेर अजूनही उपाशीच आहे असं वाटतं.''

''पण मग शेवटी 'घरचं ते घरचं!' हे कळण्यासाठी आधी बाहेर शंभर ठिकाणी शेण खावंच लागतं का?''

''आम्ही खाल्लं! तुम्ही खाऊ नका. तुम्ही शहाणेच राहा! बाहेर शेण न खाता हे लक्षात ठेवा. 'शेवटी घरचं ते घरचंच!''

''फारच हळवे झालात एकदम?''

''तुमच्याकडं एकदा बोलून टाकलं, बरं वाटलं. बाहेर कुठे काही शेण खाऊन झालं की लगेच डोळ्यासमोर बायकोचा चेहरा येतो. मुलांचे चेहरे येतात. त्यांचा काय दोष? ती आपली बायको आहे, ती आपली मुलं आहेत, एवढाच? मेल्याहून मेल्यासारखं होतं. वाटतं, कुठेतरी जाऊन जीव द्यावा! शी! थुंकावं वाटतं हो स्वत:वर!''

असो!आता यावर मी काही बोलत नाही. एवढंच सांगतो की वरील संभाषण काल्पनिक नाही. अशा अनुभवातून गेलेल्या पुरुषाचे हे कळकळीचे बोल आहेत. तुमची असेल अशी काही समस्या तर या सद्‌गृहस्थाच्या वक्तव्यावर ती बेतून पहा आणि तुमच्या प्रकृतीला रुचेल, मानवेल, पेलेल असा तुमच्या दृष्टीनं प्रकृतीला अनुकूल निर्णय घ्या.

कुणी प्रेम देता का प्रेम?

पत्नी कणभरही आणि क्षणभरही मनासारखं वागत नाही अशी सर्वव्यापी आणि ढोबळ समस्या काही लोक आयुष्यभर उराशी कवटाळतात. उदा. आपले बर्वे!

बायको सतत मनाविरुद्ध वागते. तुम्हाला 'डॉमिनेट' करते. तुमच्यावर दादागिरी करते. तुमच्या अंगावर किंचाळते, ओरडते, शिव्या देते. तुमचा सतत अपमान करते. वेळेवर खायलाही देत नाही. तुम्हाला आनंद होईल अशा गोष्टी करत नाही. घडू देत नाही. तुम्हाला दु:ख होईल असं पहाते. तुमच्या आवडत्या व्यक्तींना तुम्हास भेटू देत नाही. अशा व्यक्तींना तोडून टाकते. तुमची इच्छा पूर्ण होणार नाही असं पाहते. दुसरं कुणीही कुठलीही तुमची कुठलीच इच्छा पूर्ण करू शकणार नाही असं पहाते. थोडक्यात,

''तुमच्यावर प्रेम करत नाही.''

अशावेळी, प्रेमासाठी, प्रेमाच्या भावनेसाठी तुम्ही घराबाहेर पाहता. इथे शारीरिक सुख किंवा त्या गरजा नसतातच असे नाही. पण त्याहीपेक्षा,''तुमच्या मनावर कुणी फुंकर घालावी, स्वत:च्या कुशीत घेऊन तुम्हास रडू द्यावं'', अशी अपेक्षा असते.

तुमच्या कपाळावर जखम झालेली असते. तुम्ही प्रत्येक दार ठोठावून त्या जखमेवर घालण्यासाठी तेल मागू लागता. कोण देणार? तुमच्या तोंडावर खाडकन् दार बंद केलं जातं. तुम्ही खचून जाता. दुसरं दार ठोठावता. पुन्हा तेच! तुम्ही आणखी खचत जाता. प्रेम हवंय ही जर तुमच्या एकट्याचीच गरज असेल तर तुमच्यावर उपकार म्हणून, कुणी तुम्हाला ते द्यावं का? उपकार म्हणून दया केली जाते, प्रेम नव्हे. सहानुभूती दिली जाते, प्रीती नव्हे. प्रेम, प्रीती यांची अपेक्षा अशा पद्धतीनं करणं हे अव्यवहार्य, गैर, बालिश आणि मूर्खपणाचं आहे.

अशा भावनेच्या, आधाराच्या, मैत्रीच्या, सोबतीच्या ओढीनं विवाह-बाह्य संबंध आकार घेऊ शकतात. पण त्यासाठी दोघांच्याही व्यथा हव्यात. त्या तीव्र हव्यात. समोरच्या व्यक्तीमध्ये, घरच्या व्यक्तीपेक्षा वेगळं, शीतल आणि आल्हाददायक असं काही वाटायला हवं. एकमेकाला समजावून सांगणं, समजावून घेणं, मदत, आधार आणि सोबत या भावना उमटल्या पाहिजेत. त्या भावनांबरोबर पसाभर तरी विश्वास उमटला पाहिजे. मैत्रीची कल्पना अमर्याद आहे. पण स्त्री-पुरुषातील मैत्री किती विस्तारणार? विस्तारली जाऊ शकते. मैत्रीमध्येही एकमेकांविषयी प्रेम वाटतंच. पण मैत्रीच्यापुढे काही पावलं चाललं की मग ते प्रेमच असतं. तिथे नुसतं एकमेकांच्या सोबत चालता येत नाही. ते प्रेम एकमेकांना खेचू लागतं. खेटू लागतं. शरीरं एकमेकांना बिलगतातच. मनाची वीण वेगळाच आकार घेते. संबंधांची आकृती बदलते. अपेक्षा, स्वामित्व वगैरे भावना बळावतात. घरचाच अनुभव हळूहळू पुन्हा बाहेर येऊ न देणं यासाठी जागरूक राहावं लागतं.

या प्रेमातून सुख, आनंद आणि ऊर्जा मिळत असेल तर स्वत:च्या संसारात मिळणारी वेदना सोसण्यासाठी तिचा वापर करावा. स्वत:चा संसार टिकवण्यासाठी, असं बळ गोळा करण्याचा काही भाबडा प्रयत्न असेल आणि त्यातून खरंच काही बळ मिळत असेल, तर माझ्या शुभेच्छा! अशी मैत्री असायला हवी! खरं म्हणजे कुठल्याही कारणाशिवाय स्त्री-पुरुषामध्ये एक निखळ आणि निर्मळ मैत्री हवीच!

माझं मत - (आधार. सार्थ मनाचे श्लोक)

प्रा. के. वि. बेलसरे

स्वामी समर्थ रामदासांचा श्लोक आहे

''अती मूढ त्या दृढ बुद्धी असेना ।

अती काम त्या राम चित्ती वसेना ।
अती लोभ त्या क्षोभ होईल जाणा।
अती विषयी सर्वदा दैन्य वाणा।

अर्थ असा - जो अती अज्ञानी, त्याची बुद्धी स्थिर नसते.जो अती कामलंपट, त्याच्या मनात भगवंत राहू शकत नाही. जो लोभानं आंधळा आहे, तो भोगानंही आंधळा आहे आणि तो कायम दीन दुबळा, लाचार असा असतो.

आता तुम्ही म्हणाल हे असं आहे तर तुमच्या-माझ्यासारख्या सर्वसामान्य प्रापंचिक माणसानं काय करावं? संन्यास घेऊन हिमालयात जावं? इच्छा, आकांक्षा, मोह, वासना हे सगळं वजा केलं तर जीवनात उरतं तरी काय? आणि संन्यास घेऊन हिमालयात जायचं असेल तर इकडे उभ्या केलेल्या प्रपंचाचं काय? इतर लोकांचं काय?

प्रपंच हसता-खेळता ठेवण्याइतपत कामवासना भोगायलाच हवी. ती गरजच आहे. पण कामवासना अमर्याद भोगण्याची लालसा मनात ठेवणं, तेच आयुष्यातलं आणि प्रपंचातलं सर्वात महत्त्वाचं कर्म समजणं, त्यापायी वेडं होणं हे मूर्खाचं लक्षण आहे.

प्रपंच ही एक गाडीच आहे. ती नीट चालायची असेल तर शरीरसुखाचं, कामसुखाचं थोडं वंगण त्या गाडीत घालायलाच हवं. पण म्हणून सगळी गाडीच त्या वंगणात कुणी बुडवतं का?

आपण सामान्य माणसं! मन सैरभैर होतेच. वेळ आहे. प्रसंग आहे. मोह आहे. माया आहे. थोडंफार चित्त विचलित होतंच. माणसाची अशी अवस्था का होते, तर सुख मिळवण्याच्या त्याच्या धडपडीतून! त्याला वाटतं विषयात सुख सापडेल. कामवासनेच्या पूर्तीत मिळेल. मग तो कोडग्यासारखा विषयामागे, या कामवासनेमागे धावतो. त्याच्यावर अवलंबून राहतो. त्याला वाटतं या कामवासनेच्या पूर्तीनं सुख दिलं तरच सुख मिळेल. मग तो दीनवाणा होतो. लाचार होतो.

सुख असं असतं? असं मिळतं? आठवड्यातून सात वेळा कामसुख घेणं, सहा वेळा घेणं आणि पाचवेळा घेणं यात असा काय मोठा जमीन-अस्मानाचा फरक असतो, ज्यासाठी तुम्ही बायकोला मारायला उठता? या व्यतिरिक्त सुख देणारी दुसरी कुठलीही गोष्ट तुम्ही त्या सातव्या, सहाव्या किंवा पाचव्या दिवशी करू शकत नाही?

उदाहरणार्थ, बायको सातही दिवस 'हो' म्हणाली असे किती आठवडे तुम्ही सलग आणि सातत्यानं यास सामोरे जाल? मग साताचे सहा, पाच, चार झाले की संसार मोडण्याची भाषा? दुसऱ्या बाईची भाषा? ही दुसरी बाई चोवीस फक्त तेच

करते, अशी तुमची समजूत आहे का? तुम्ही आठवड्यातून चार म्हणता, बायको दोन म्हणते. तुम्ही कधी दोन म्हणता, ती एक म्हणते. हा एवढा जीवन-मरणाचा प्रश्न व्हावा? अरे, ती बिचारी एकदा-दोनदा जे काही हो म्हणते, त्या वेळी आखडून बसण्यापेक्षा मनापासून सामोरे जा. सुखाचा सागर उभा करा. प्रेमाचा महापूर येऊ द्यात. खूप तीव्रतेनं त्या दोन तरी वेळांचा आनंद घ्या. किती तीव्रतेनं, किती आत्मीयतेनं आपण ते क्षण आपलेसे करतो हे महत्त्वाचं आहे. किती वेळा ते क्षण नुसतेच अंघोळीच्या पाण्यासारखे खांद्यावरून सोडून देतो, हे महत्त्वाचे नाही. आठवड्यातल्या त्या ज्या काही एक दोन ओथंबलेल्या वेळा असतील... जोडीदाराची तेवढीच क्षमता असेल, तर ती सुद्धा त्या एकाच किंवा दोनच वेळात, स्वत:चं सर्वस्व ओतण्याचा प्रयत्न करेलच! आनंद, सुख जातंय कुठं?

तेव्हा याबाबत रडे राहू नका. एखादी अगदी दुर्दैवी परिस्थिती आहे की पत्नी-पती यापैकी कुणी एक याबाबतीत पूर्ण निकामी आहेत आणि पुन्हा कधीही सक्षम होऊ शकत नाहीत... हे अगदी शास्त्रीय सत्य असेल तर एकमेकांशी चर्चा करून दुसरा एखादा मार्ग संमत करून घेता येतो. समाजसंमतही करून घेता येतो.

अन्यथा नाहीच!

जे आहे ते ठीक आहे!

नव्हे! ते उत्तमच आहे!

❑❑❑

•१३• प्रपंचातली व्यावसायिकता

श्री व सौ. बर्वे अधून-मधून भेटत होतेच. बोलणं व्हायचं. भरपूर हसणंही व्हायचं. दोघेही माझ्यापेक्षा वयानं मोठे असूनही माझ्यामध्ये मनापासून रमायचे. दोघेही रिलॅक्स वाटायचे. अन् असं वाटायचा अवकाश की भडका उडायचा! लगेच विझायचाही!

"भावोजी, मी चिडले की आताशा दवाखान्यात जावं लागतं."

"न्यावं मलाच लागतं."

"तुम्हीच काही घाणेरडं वागून -बोलून मला ओरडायला लावता!"

"जुनं माझ्या मनातून जात नाही. सगळं आयुष्य वाया गेलं."

"जुनं माझ्याही मनातून जात नाही. आयुष्य वाया जाऊन मिळालं काय?"

"माझा छळ केल्याचं विकृत समाधान!"

"आधी तुम्ही माझा छळ केलात."

"इतरांच्या संसारात असतं ते आपल्याही संसारात असावं एवढंच."

"एवढंच... पण ते मी का ऐकायचं?"

"यात अन्याय तो काय? माझी अपेक्षा नॉर्मलच आहे."

"माझा प्रतिसाद नॉर्मल नाही?"

"खात्रीनं नाही. पण तुला ते तसं वाटत नाही."

"कारण मी नॉर्मल नाही, असंच ना?"

"किंचाळून, आक्रस्ताळेपणा करून माझा छळ केलास. जीव देण्याची भीती दाखवून माझा छळ केलास. का? कधी माझ्याजवळ ये म्हणालो किंवा मी तुझ्याजवळ आलो तर सीता रावणावर चवताळली नसेल इतकी चवताळून तू माझ्या अंगावर धावून आलीस. मला शिवीगाळ केलीस."

"तुम्ही माझा पदोपदी अपमान केलात. मला कमी लेखलंत. मला नावं ठेवलीत... बस! त्याचा सूड घेतला मी. तुमचा छळ झाला असं तुम्हाला वाटतं, पण त्या आधी तुम्ही माझा छळ केलात हे तुम्हाला अजूनही कळलं नाही. खरा प्रॉब्लेम तुम्हाला आहे. तुम्ही नॉर्मल नाही."

असो! या चर्चेनंतर किंवा वादानंतर दोघेही थकून गप्प बसत. कारण यापुढे काहीच नव्हतं.

माझ्या मित्र वर्तुळात काही जोडपी आहेत. त्यांचं एकमेकांशी वागणं, आदर्श आहे असं नव्हे. पण एकमेकांना भयंकर सोयीचं आणि आरामाचं, कनव्हिनिअंट आणि कंफर्टेबल होतं. बर्वे पती-पत्नीला एकदा ते दाखवावं असं वाटत होतं. मी योगायोगाची वाट पहात होतो.

शिवानीच्या घरी नवीन रंगकाम झालं होतं. पेंटर लोक माझ्या ओळखीचे होते. ते काम मी पाहिल्यानंतर शिवानी त्यांना पैसे देणार होती. बर्व्यांकडे रंगकाम करायचं होतंच. शिवानीचं घर बघण्याची कल्पना त्यांना आवडली. आम्ही, बर्वे पतीपत्नी शिवानीच्या घरी पोचलो.

शिवानी उत्साहानं आम्हाला घर आणि रंगकाम दाखवत होती. तिनं प्रत्येक खोलीत आम्हाला नेलं. किचनमध्ये एका मोठ्या प्लेटमध्ये दोन चमचे घालून ठेवलेले. शेजारीच एका झाकून ठेवलेल्या भांड्यामधून वाफा बाहेर पडत होत्या. बाऊलमध्ये फळं आणि सॅलड कापून ठेवलेलं. गॅसवर चहा तयार होऊन झाकून ठेवलेला. किचनमधून शिवानीनं आम्हाला पुन्हा हॉलमध्ये आणलं आणि हसत विचारलं, "बर्वेकाका खाण्याचं काही पथ्य नाही ना?"

"काहीच नाही!"

"काय करू खायला? तिखट की गोड?"

बर्वेकाकू पुरत्या गोंधळल्या होत्या. शिवानीच्या लक्षात आलं. खळाळून हसत ती म्हणाली,

"डायनिंग टेबलवर पाहिलंत ते माझ्या नवऱ्यासाठी आहे. पंधरा मिनिटात येईलच तो!"

"रोज असं करून ठेवतेस?" काकू.

"अगदी रोज! न चुकता. तो घरात येण्याआधी हे सगळं तयार असतं. त्यानं घरात पाऊल टाकलं की किचनमध्ये त्याला हे दिसतं आणि आमच्या घरात आनंदी-आनंद नांदू लागतो. तो दुसऱ्या दिवशी कामाला बाहेर पडेपर्यंत आनंदीच असतो."

"बस? या एवढ्या दोन घासांवर?"

"यस! फक्त या दोन घासांवर. पण घरात पाऊल टाकल्याबरोबर त्याला ते दोन घास डायनिंग टेबलवर दिसावे लागतात."

"इतकं काय पण!"

"तो बाहेर कुटुंबासाठी राबतो त्यावेळी त्याची आठवण ठेवून त्याच्या आवडीचं मी काही करते हे त्याच्या मनात उमटणं, मनास पोचणं महत्त्वाचं."

"इतर बायका नवऱ्यासाठी अन्न शिजवतच नाहीत की काय?"

"नक्कीच शिजवतात. मी एक गोष्ट कटाक्षानं पाळते. माझ्या नवऱ्याला ज्या वेळी दोन घास हवे असतात, नेमक्या त्यावेळी मी ते त्याला देते. माझ्या इच्छेनं, सवडीनं, लहरीनं नाही."

"प्रत्येक वेळी इतकं जमायला तर हवं!"

"केव्हा तरी आपण अन्न शिजवतोच. मग नेमकं त्याच्या वेळेला शिजवण्यात कसली अडचण? नवऱ्याच्या भुकेच्या वेळी त्यास मुद्दाम उपाशी, तडफडत ठेवायचं. तिसरंच काही काम करत राहायचं. 'आपल्याला हवं ते मिळत नाही' असं त्यास झुरणी लावायचं. त्याची खाण्यातली इच्छा आणि चव मेली की मग आपल्या इच्छेनं किंवा लहरीनं त्याच्यापुढे काही आदळायचं, यात शहाणपणा आहे?"

"फार विचार करतेस?"

"त्यात त्रास काहीच नाही. तुमचा नवरा दहाला नाश्ता मागत असेल तर पावणेदहाला द्या. घरात स्वर्ग अवतरलाच पाहिजे. अकरा-साडेअकरास त्याच्यासमोर आदळलात तर तो दु:खात पडेलच पण यातून तुम्ही स्वत: दु:खाशिवाय काय मिळवणार?"

"नवऱ्याचे असे फाजील लाड करायला आपण काही त्याचे नोकर आहोत?"

"नाही! आपण त्याचे आणि या संसाराचे, प्रपंचाचे मालक आहोत. ज्या स्त्रिया स्वत:स प्रपंचाच्या मालकीण समजतात, त्याच असा श्रीमंत विचार करू शकतात."

मी मनातून थोडा चरकलो. शिवानीला बर्व्यांकडची समस्या माहीत होती आणि शिवानी त्याच अंदाजानं बर्वेकाकूंशी बोलत होती हे एव्हाना बर्वेकाकूंच्या

लक्षात आलं होतंच. मी सावध झालो. बर्वे काकू कुचकटपणे म्हणाल्या,

"शिवानी, खरं म्हणजे तुझी शिकवणीच लावायला हवी. आमच्या नाही हं हे लक्षात आलं. आणखी काही असेल तुझ्या सुखी संसाराचं गुपित तर एकदाचं सांग."

"काकू, खरंच माझा संसार सुखी आहे. घरात आनंद आहे. ताण-तणाव फार नाहीच. त्याची कारणंही खूप छोटी आहेत."

"कळलं की! इतर बायका जशा नवऱ्याला उपाशीच ठेवतात!"

"इतर बायका माझ्यापेक्षा उत्तम स्वयंपाक करतात. पंचपक्वान्नं करतात. नवऱ्याबरोबर इतर दहा जणांचा पाहुणचार करतात. राब-राब राबतात. मी इतकं करत नाही. मी फक्त नवऱ्याची वेळ पाळते. ढीगभर करून दमण्यापेक्षा वेळेला घासभर करणं कमी त्रासाचं असतं. खूप फायद्याचं असतं. कारण मग पुढे नवरा आनंदानं ढीगभर तुमच्यासाठी करत असतो. नवऱ्याच्या वेळेला देण्यात अन्याय कसला? उलट त्याला तडफडत ठेवला तर तो या ना त्या मार्गानं तुमच्यावर अन्याय करणारच!"

"बस, एवढंच की आणखी काय?"

"न लाजता सांगते. तो ज्यावेळी जवळ बोलावतो... बेडरूममध्ये चल म्हणतो, त्यावेळी मी उत्साहानं त्याच्यापुढे पाऊल टाकते. माझं प्राणप्रिय मूल हातात असेल, तर त्याला मी खाली ठेवते पण नवऱ्याची इच्छा ही प्रथम!"

"याचाही फायदा असेलच?"

"मी कधीच नाही म्हणत नाही हे त्याला माहीत असल्यानं, तो माझ्याबाबत कायम समाधानात, तृप्तीत असतो. मला ऊठसूट उगाच तो काही मागत नाही. कडेवर मूल असताना तर कधीच नाही. नवऱ्याला प्रत्येक वेळी तेच हवं असतं असं नाही. त्याला केवळ तुमचं, तुमच्या शरीराचं, मनाचं सान्निध्य हवं असतं. ते मिळालं की तो हवं ते माझ्या ओंजळीत टाकतो. माझ्यासाठी सोन्याची सात मजली माडी बांधायला तयार होतो. घरात स्वर्ग अवतरतो. आपल्याला तरी दुसरं आणखी काय हवं असतं.

"तुझ्या शिक्षणाचा तुला फारच उपयोग होतो बाई!"

"नवऱ्याच्या वेळेला त्याला नाही म्हटलं की त्याला खूप मानसिक त्रास होतो. तो झुरत राहतो. त्याच्या हातून मग कुठलंच काम होत नाही. कर्तृत्त्व आणि पराक्रम तर दूरच राहिला. बाजारात जाऊन टोस्ट विकत आणण्याइतकीही ताकद आणि उत्साह त्याच्यात शिल्लक उरत नाही. कारण आपणच 'नाही' म्हणून ती ताकद मारलेली असते. मग 'नाही' म्हणायचं ते कशासाठी? माझ्या नवऱ्याला हवं

ते मी नाही द्यायचं तर मग द्यायचं तरी कुणी? या अपेक्षा त्यानं करायच्या तरी कुणाकडून? इवलंसं त्याला देण्यानं डोंगराएवढं निर्माण करण्याची ताकद जर त्याच्यात येणार आहे, तरी नाही म्हणायचं! केवळ त्याला त्रास देण्यासाठी? त्याचा छळ करण्यासाठी?''

''आम्ही हे असं करतो असं गृहीत धरूनच बोलते आहेस तू!''

''देण्याघेण्याची निर्मळ ऊब आहे ही! तिचा विस्तव का करायचा? त्या विस्तवात आपल्या सुखाची, आनंदाची राख का करायची? नवरा म्हणतो त्यावेळी 'नाही' म्हणायचं आणि दुसऱ्याच दिवशी स्वत:ची लहर म्हणून 'चला' म्हणायचं, यात नवऱ्यासाठी काय घडलं? काहीच नाही. संपूर्ण आयुष्यभर जर माझ्या लहरीप्रमाणं मी त्याला नाश्ता दिला आणि केवळ मला हवं तेव्हा जवळ बोलावलं तर त्याला नक्कीच असं वाटेल की,

'आयुष्यात एकदाही नाश्ता मिळाला नाही
आयुष्यात एकदाही शरीरसुख मिळालं नाही'

कारण संपूर्ण आयुष्यात त्याच्या वेळेला, त्याला हवं ते एकदाही घडलेलं नसतं. ना नाश्ता, ना शरीरसुख!''

''निघायला हवं आता.'' बर्वेकाकू सुन्न झाल्या होत्या.

''काकू, चहा आणि नाश्ता घेऊनच जाणार आहात तुम्ही. तशी सोडणार नाही मी! आता शेवटचं थोडंसं बोलूनच विषय पूर्ण करते. नवरा म्हणतो, नाश्ता दे, जवळ ये. बायको म्हणते, मी घर झाडलं ते पहा.

मी घासलेली फरशी आणि भांडी पहा.

धुतलेलं धुणं, कपडे पहा.

मी मुलांचा अभ्यास घेतला तो पहा.

कशासाठी नवऱ्याला हे सगळं सांगता? हे सगळं पाहून त्याची नाश्त्याची इच्छा, तुम्हाला जवळ घेण्याची इच्छा पूर्ण होणार आहे का? यातली दोन कामं नंतर करा, पण त्याला वेळेला नाश्ता द्या. त्यानं इच्छा व्यक्त केली की निदान त्याच्याजवळ तरी जा. तुम्ही त्याला कामांची यादी सांगता... काम तर तोही करतो. त्याचं एवढं विशेष काय? इतर बायकाही करतात... मीही करते. पण मी नवऱ्याला कधीही 'नाही' म्हणत नाही.''

आम्ही शिवानीकडून बाहेर पडलो. मला शिवानीचं खूप कौतुक वाटलं होतं. नवऱ्याला आनंदी ठेवलं की तो सगळ्या घराला आनंदी ठेवेल हा तिचा साधा सरळ हिशोब होता. पण त्या हिशेबात खूप शहाणपण होतं. धोरण होतं. व्यवहार होता. यामुळं सगळं घर आनंदानं न्हाऊन निघालं होतं. त्यासाठी शिवानीला फार

कष्ट पडले नव्हते. जिवाला त्रास करून घ्यावा लागला नव्हता. मनाचा कोंडमारा झाला नव्हता. तिच्यावर अन्याय-अत्याचार झाला नव्हता. तिला कदाचित नवऱ्यावर खरंखुरं प्रेमही करावं लागलं नसेल.

बर्वेकाकू घरात प्रचंड राबत होत्या. अतोनात कष्ट करत होत्या. त्यांनी हजारो वेळा स्वयंपाक केला,पक्वान्न केले,पदार्थ केले. बर्व्यांना, त्यांच्या नातेवाईकांना-मित्रांना भरभरून खाऊ घातले. पण यामध्ये त्यांनी स्वत:च्या इच्छेला, सवडीला आणि शिष्टाचाराला महत्त्व दिलं. बर्व्यांच्या इच्छेला आणि बर्व्यांच्या वेळेला नाही.

संख्यात्मक पाहिलं तर बर्व्यांच्या घरी कामक्रियेच्या वेळा,शिवानीच्या घरापेक्षा जास्त आल्या असतील. शिवानीच्या घरापेक्षा जास्त सेक्स, बर्व्यांच्या घरी घडलाही असेल. पण दुर्दैवानं, बर्वे म्हणतील तेव्हा तो कधीच घडला नव्हता. त्यामुळे बर्वे उपाशीच होते. बर्वे वहिनी म्हणतील त्यावेळी तो घडला होता. त्यामुळे त्यांची उपासमार झाली नव्हती.

बर्व्यांच्या वेळा जरा जरी सजल्या असत्या तरी शिवानीच्या घरापेक्षा हजार पटीनं आनंद बर्व्यांच्या घरात नांदला असता. पण बर्वे वहिनींना हे कधी कळलंच नाही. आजही कळत नाही. याला दुर्दैव नाही तर दुसरं काय म्हणायचं? बर्व्यांना बरं वाटेल, आनंद वाटेल असं वागणं म्हणजे स्वत:वर अन्याय आहे असं बर्वे वहिनींना वाटणं हे अडाणीपणातून जन्माला आलेलं दु:ख होतं आणि त्या दोघांचीही होरपळ या दु:खानं चालवली होती.

रंग दिल्यामुळं शिवानीच्या घराच्या भिंती उजळून निघाल्या होत्या. खऱ्या रंगांची मनमुक्त उधळण शिवानीच्या मनातच होती. मन मोहवून आणि गुंतवून टाकणाऱ्या प्रसन्न रंगात शिवानीच्या घरातलं वातावरण न्हाऊन निघालं होतं.

बर्व्यांच्या भिंतीवरचा रंग उडून कितीतरी दिवस झाले होते. पैसे खर्च करून रंग लावून घेणं, गेली कित्येक दिवस बर्वे टाळत होते. त्यांच्या मनातलेच सगळे रंग उडून गेले होते. रंगकामास इतके पैसे घालवून पुन्हा मिळवायचं काय?...काहीच नाही. बायकोचं अधूनमधून शिव्या देणं, किंचाळणं आणि अंगावर धावून येणं. भिंतीवर पडलेल्या भेगा परवडल्या. बर्व्यांच्या मनावर भेगा पडल्या होत्या. बायको अजूनही बदलायला तयार नव्हती. त्यामुळे त्या भेगा भरून येण्याची आता शक्यता नव्हती. त्या भेगा आणखी खोल न होतील, आणखी वेदना न देतील असा प्रयत्न फक्त बर्वे करू शकत होते आणि हा प्रयत्नही बर्व्यांनी एकट्यानंच करायचा होता. फक्त एकट्यानं! कारण बर्वे वहिनींच्या, हे सगळं समजुतीपलीकडचं होतं.

एक दिवशी सकाळीच सुजाताचा फोन आला. सुजाता ही शिवानीसारखीच

माझ्या मित्राची बायको. "भावोजी, आज रविवार, एक तासासाठी तरी येऊन जा."

"का गं? काय झालं?"

"मला बरं वाटत नाहीए! थंडी - ताप."

"तुमच्या घराशेजारीच एका विवाह संस्थेमध्ये येतोय. आत्ता लगेचच येतोय. माझ्याबरोबर बर्वे पती-पत्नी आहेत. त्यांच्या नात्यामधील एका मुलीसाठी काही स्थळांची चौकशी करायची आहे."

"ते काम संपलं की या. बर्वे पती-पत्नीस घेऊन या."

"आत्ता ते माझ्याबरोबरच आहेत."

"पण याच! प्लीज भावोजी!"

"येतो गं! एवढे काय!"

एकदा या नवराबायकोनं मला एकत्रितपणे सांगितलं होतं. "तू भेटलास की आनंद वाटतो, उत्साह वाटतो, जगावं वाटतं." माझ्या व्यक्तिमत्त्वाबद्दल जेव्हा मी विचार करतो तेव्हा माझे मित्र, स्नेही, नातेवाईक यांच्या माझ्याबद्दलच्या या अशा भावनांनीच ते तयार झालंय, टिकलंय असं वाटतं. अन्यथा ज्याचं त्याचं प्रारब्ध, कर्म ज्याच्या त्याच्या बरोबर आहेच.

आम्ही सगळे सुजाताच्या घरी पोचलो. कपाळावर एक घट्ट पट्टी बांधून सुजा एका खुर्चीवर बसली होती. अंगात स्वेटर होता. माझा मित्र दुसऱ्या एका खुर्चीवर वर्तमानपत्र वाचत बसला होता. ज्यांच्यावर मनापासून प्रेम करावं, ज्यांच्यावर जीव जडावा असं हे जोडपं. दोघांमध्ये फरक एकच, माझा मित्र अकारण बेजबाबदार आणि सुजा कमालीची जबाबदार.

सुजा उठली. आत जाऊन तिनं पाणी आणलं. मी तब्येतीबद्दल काही विचारणार तोच ती उठली. नवऱ्याच्या पाठीवर थोपटलं, त्याचा गालगुच्चा घेतला आणि जवळ जवळ नाचत म्हणाली, "भावोजी, ऐकलं का, मी किरकोळ आजारी! पण—

आमच्या पपांनी आज, भाजी आणली, भाजी आणली, भाजी आणली.
आमच्या पपांनी आज, भाजी आणली, भाजी आणली, भाजी आणली.
आमच्या पपांनी आज, भाजी आणली, भाजी आणली, भाजी आणली.

हे सगळं म्हणताना तिनं स्वत:भोवती तीन गिरक्या घेतल्या आणि तीन वेळा नवऱ्याचा गालगुच्चा घेतला. नवरा उठून हसत-हसत आत गेला."भाजीची पिशवी आणून दाखवते." असं म्हणून ती आत गेली.

"मेलीच्या हातात लेझीम द्या एक. तुम्हाला या अशा आगाऊ आणि फाजील बायकांचंच कौतुक फार." माझ्याकडे पहात बर्वेकाकू फणकाऱ्यानं म्हणाल्या.

सुजानं भाजीची पिशवी आणून आमच्यासमोर ठेवली.

"हा सद्‌गृहस्थ अंघोळीला गेला वाटतं. आता एक तास तरी बाहेर येणार नाही. सुखी प्राणी आहे." सुजा.

"सुजा, खरंच बरं वाटतंय तुला?"मी.

"विशेष खरंच नाही हो! आणि आता तुम्ही भेटलात. आता कसलं आलंय दुखणं?"

"जीवन बरंच करतो वाटतं घरात?" बर्वे पाण्यात उतरले.

"नऊ वर्षे झालीत लग्नाला. आज पहिल्यांदा भाजी आणलीय आमच्या पपांनी." (नवऱ्याला ती पपा म्हणते)

"किती कौतुक केलंत तुम्ही त्यांचं!"

"अहो, मला त्याचं हरघडी कौतुक करण्याची इच्छा आहे. अगदी प्रत्येक क्षणाला त्याचं कौतुक करण्याची इच्छा आहे. पण तो काही करतच नाही. त्यामुळं नाईलाजानं मला त्याच्या काही 'न' करण्याचंच कौतुक करावं लागतं... उदाहरणार्थ तो कसा काहीही करत नाही. किती छान आहे तो! सुखात, मजेत आहे तो. माझ्यासारख्या सगळं काही करणाऱ्या कर्तबगार स्त्रीचा नवरा असल्यानं कसा भाग्यवान आहे... वगैरे."

"तुम्ही आत्ता जीवनचं जे वर्णन केलंत ते त्याच्या कौतुकास पात्र आहे?" बर्वे.

"माहीत नाही. पण तसं समजल्यामुळं मला खूप आनंद होतो. हा जीवनच्या केवळ कौतुकाचाच नाही तर कर्तबगारीचाही भाग आहे असं मी समजते. तसं मी त्याला सांगते. त्याच्यासमोर इतरांना सांगते. यामुळं जीवन कायमच सुखाच्या फिलीगमध्ये रमतो. आनंदाच्या फिलीगमध्ये रमतो. आमचं सगळं घरच, सुखाच्या आणि आनंदाच्या फीलिंगमध्ये राहातं. तू घरात काहीच करत नाहीस असं मी त्याला सारखं टोचून बोलले असते तर त्याचा न्यूनगंड तरी वाढला असता किंवा अहंकार दुखावला जाऊन तो सतत वादाला आला असता. घराचं नुकसान झालं असतं. याउलट माझ्या या अशा वर्तनानं त्याला सतत वाटत राहतं की आपण काहीही केलं नाही तरी आपली कर्तबगार बायको हे सगळं पार पाडते. आपल्याबद्दल कुठलीही तक्रार करत नाही. वर आपल्यालाच जपते, धरून ठेवते. या अनुभवानं तो इतका सद्‌गदित होतो की माझ्या पाया पडत नाही इतकंच. पण मनात भाव मात्र तोच! मग घरात कायमच सुख, आनंद आणि प्रेम."

"जीवन घरात कुठलंच काम करत नाही? सगळं तुम्हीच करता?" काकूंकडे पहात बर्वे अधिक खोल पाण्यात उतरले.

‘‘किराणा, भाजीपाला, मुलांचे-माझे-जीवनचे कपडे खरेदी करून मी घरी आणते.

माझा, मुलांचा आणि जीवनचाही दवाखाना मीच करते. अपॉइंटमेंट, टेस्ट, रिपोर्ट, औषधं हे माझं मीच करते. एकदा माझी स्वत:ची सोनोग्राफी, मॅमोग्राफी माझी मीच जाऊन केली. झोपण्याआधी ‘सगळं नॉर्मल’ हेही मीच त्याला सांगितलं. त्यानं विचारलं नव्हतं.

मुलांचं शाळा, कॉलेज, क्लास, अॅडमिशन, रिक्षा मीच पहाते. कामवाली बाई, पेपरवाला, दूधवाला, इस्त्रीवाला, केरवाला, वॉचमन यांच्याशी मीच बोलते.

टी.व्ही. केबल, मिक्सर, फ्रीज, वॉटर प्युरीफायर, वॉशिंग मशीन, लाईट, नळ, गॅसशेगडी या सगळ्यांचं मेन्टेनन्स आणि दुरुस्ती मीच पहाते.

बँक, टेलिफोन, एम.एस.ई.बी., एल. आय.सी., रेशनकार्ड. कॉर्पोरेशन टॅक्स, यांची बिलं मीच जाऊन भरते. दोन्ही वेळचा स्वयंपाक, घरची झाडलोट, स्वच्छता, मुलांचे डबे, घरात खायला करून ठेवणं, शनिवार - रविवारचे बेत, जीवनचे मित्र-नातेवाईक, जास्तीची भांडी, जास्तीचं धुणं हे असतंच.

या व्यतिरिक्त सकाळी दहा ते सहा नोकरी करून घरात अठरा हजार रुपये कमावून आणते. जीवन सकाळी नऊ वाजता उठतो. दहापर्यंत डबा घेऊन बाहेर पडतो. नोकरी करतो. नंतर त्याच्या जिवाची हौसमौज करून रात्री दहापर्यंत घरी येतो. माझा हसरा चेहरा पाहतो. आनंदानं जेवतो. त्याला वाटलं तर जेवणाआधी ‘ड्रिंक्स’ घेतो. कधी वाटलं, तर बाहेरूनच घेऊन येतो.

रात्री अकरापर्यंत मी माझी कामं संपवून फ्रेश होऊन त्याच्यासमोर उभी राहते. त्याच्या इच्छेचाच काय तो अवकाश! मी त्याच्यासाठी केव्हाही तयार असतेच. त्याची इच्छा नसेल तर त्याला पांघरूण घालते. त्याचे पाय दाबते. डोक्यावर थोपटत राहाते. तो झोपला की मी झोपून जाते. कधी रात्री अपरात्री उठून तो मला जागे करतो. मी आनंदानं, उत्साहानं त्याला जवळ घेते. आम्ही मनापासून एकमेकांना आनंद देतो. सुख देतो. दोघेही मग झोपून जातो. मी पहाटे पाचला उठून माझ्या कामास सुरुवात करते.

जीवनच्या दिनचर्येत कसलाही फरक नसतो. पण मी कसलीही तक्रार करत नसल्यानं तो आनंदी आहे. मी आनंदी आहे. सगळं घर आनंदी आहे.’’

‘‘सुंठ किंवा आलं देतेस का?’’ गंभीर झालेल्या वातावरणाचा भंग करत बर्वेकाकूंनी विचारलं.

‘‘काय झालं?’’

‘‘मळमळायला लागलं.’’

"काही त्रास होतोय का?"

"तुझ्या या सांगण्यानं डोकं गरगरलं."

"खोटं वाटलं?"

"खरं आणि खोटं तुझं तुला माहीत. पण हे सगळं ऐकून बर्व्यांना काहीतरी वेगळंच वाटायला लागेल. तेव्हा इथून उठलेलंच बरं."

"बर्वे स्वत: बरीच कामे करत असतात असं आम्ही पाहिलंय. जसा माझा नवरा भाग्यवान, तशा काकू तुम्हीही भाग्यवान!"

"बस कर!" काकू उसळून म्हणाल्या, "तुझ्या या असल्या कौतुकभरल्या बोलण्यानं चढून जातील. आणि करत असले काही काम तर काही उपकार करत नाहीत. मी पण चोवीस तास राबत असते. काही बसून खात नाही."

"काकांबद्दल चांगलं बोललं तर अभिमान वाटायला हवा तुम्हाला. आनंद वाटायला हवा. राग कसला येतो?"

"कारण हा माणूस काडीचंही काम करत नाही.

फक्त नोकरी करतो बस!

पंचवीस वर्षे झाली लग्नाला,

एकदा कधी किराणा आणला असेल.

एकदा कधी भाजी आणली असेल.

एकदा मला दवाखान्यात नेलं असेल.

एकदा कधी झाडून काढलं असेल.

एकदा कधी स्वत:चा शर्ट धुतला असेल.

एकदा कधी चहा उकळला असेल.

एकदा कधी, एखादी साडी मला घेतली असेल.

एकदा कधी माझ्या माहेरचे आले तर एकदा कधी, एखादा रुपया खर्च केला असेल

एकदा केव्हा मला हॉटेलात नेलं असेल.

एकदा केव्हा तरी बाहेरून खायला आणलं असेल."

"असो! काकू मला समजलं की तुमच्या भाषेत दहा, शंभर, एक हजार, दहा हजार, लाख या सगळ्याला 'एकदा' असं म्हणतात."

"एवढं काही कुचकट बोलायला नको, सुजाता. मुद्दामहून काही मागायला आलो नाही तुझ्याकडं."

"रागावू नका काकू! पण थोडा विचार करून फरक तर लक्षात घ्या. बर्वे हजारो वेळा ज्या गोष्टी करतात त्यास तुम्ही 'एकदा केव्हातरी' असं म्हणून नजरेआड

दडपण्याचा प्रयत्न करता. जीवन एकदा केव्हा तरी काही करतो तेव्हा त्यानं हजारदा ती गोष्ट केल्यासारखा आनंद मी साजरा करते. दुसऱ्याला तसं सांगते. जीवनची खोटी स्तुती करून मी प्रचंड फायद्यात आणि आनंदात आहे. बर्वेकाकांची खोटी निंदा करून तुम्ही प्रचंड दु:खात आणि तोट्यात आहात.''

''बर्व्यांचं समाधान झालं असेल आता!''

''बर्व्यांचा विचार करण्यापेक्षा, काकू, स्वत:चा विचार करा. तुम्ही खूप कष्ट करता. संसारासाठी मुलांसाठी झिजता. जे काही चार-सहा तास झोपता, त्या व्यतिरिक्त तुमचा हात कामासाठीच चालू असतो. पण एवढे कष्ट करून, काम करून तुम्हाला आनंद, सुख मिळत नाही. असं का होतं? कारण तुम्ही इतरांचाच विचार करता. स्वत:चा विचार करतच नाही. माझं म्हणणं एवढंच आहे की बर्वे कुठंतरी दुसऱ्या गावी बदलून गेलेत. तिकडे राहतात. दोन महिन्यातून दोन दिवस येतात असं समजा. तुम्ही सध्या जे जगता तेच तुम्हाला आनंदाचं वाटेल.''

''सुजा, तू थोडं तरी तुझ्या काकूला ओळखलंस.. पण तुला खरं सांगते, बर्वे या माणसाशिवाय एक दिवसही मी एकटी राहू शकणार नाही. मी कल्पनाच करू शकत नाही.''

''आणि मी सुद्धा!'' बर्वे बोलू लागले, ''हिच्या मला अनेक गोष्टी पटत नाहीत. पण परमेश्वराशपथ सांगतो, हिच्यावर माझं जे प्रेम आहे, त्याचा मला अजून तरी नक्की अर्थच कळत नाही! माझ्यापासून मला ते वेगळंच काढता येत नाही. ही माझ्यातच कुठेतरी आहे आणि मी माझ्यावरच प्रेम केल्यासारखा हिच्यावर प्रेम करतो आणि माझाच तिरस्कार करून मलाच त्रास दिल्यासारखा हिला देतो.''

''बोलण्यातच बराच वेळ झाला. भावोजी, पटकन् चहा करते.''

''फक्त चहा? वा गं शहाणे! खायला कर काहीतरी.'' मी.

''भावोजी, आजारी आहे मी.''

''चालतं!''

''भावोजी, प्लीज! माझ्यासाठी! तुम्ही आणि काका-काकू बाहेर पडलात की कुठल्या तरी छान हॉटेलात इडली खा. माझ्यातर्फे.''

''अगं, असू दे गं! गंमत करतोय मी. एरव्ही करतेसच की!''

''प्रश्न तो नाहीए. जीवन अंघोळ करून बाहेर आला की आम्हाला बाहेर पडायचंय. 'बरोबर अकरा वाजता' असं जीवननं सांगितलंय.''

''मग तुला अकरा वाजता तयार राहायलाच हवं.'' काकू.

''अकरा नव्हे काकू! पावणे अकरा. मी पावणे अकरा वाजता घराच्या बाहेर उभी असणार. बाकी सगळी कामे राहू देणार. ती रोजचीच आहेत. नंतर करता

येतात. मला असं तत्परतेनं, वेळेच्या आधी तयार झालेलं पाहून जीवन इतका खूष होतो की खुदू-खुदू हसू लागतो. बाहेर पडल्यानंतर त्याचा मूड प्रचंड चांगला राहातो. तो आमचे लाडच लाड करत राहतो. म्हणाल ते करतो! जे म्हटलं नाही ते ही करतो. जादू फक्त एकच असते! तो म्हणतो त्या वेळेच्या आधीच दहा-पंधरा मिनिट बाहेर पडायचं. पण याउलट रोजचीच कामं आणखी संथ करून घरातच अकराचे साडेअकरा- बारा केले की त्याचा मूड घरातच संपतो. बाहेर सगळ्यांना मन:स्तापाशिवाय काहीही मिळत नाही.''

आम्ही तिथून बाहेर पडलो.

काय बिघडतं पती-पत्नीनं एकमेकांना सोयीचं होईल असं वागलं तर? घरात स्वर्ग अवतरतो. सुखाचा वर्षाव होतो. आनंदाचा महापूर येतो. सुजाता आणि शिवानीनं त्यांच्या वागण्यानं ते सिद्ध केलं आहे.

मुद्दा असा आहे की या दोन्हीही उदाहरणात स्त्रीनंच समजुतीची भूमिका घेतली आहे आणि त्यावेळी घरात सौख्य नांदू लागलं आहे. हे सुखासुखी आणि सहज झालं नसेलच. या भूमिकेवर येताना दोघींनाही खूप क्लेष पडले असतील. वेदना झाल्या असतील. मनावरील अन्याय, अत्याचार, छळ सोसावा लागला असेल. त्रास, अपेक्षाभंग, नैराश्य, दु:ख, पश्चात्ताप या सगळ्या नकारार्थी भावनांना आणि अनुभूतीला गाडावं लागलं असेल. सकारात्मकतेचा कळस करताना स्वत:च्या क्षमतेला आणि प्रतिभेला पणाला लावावं लागलं असेल. पण या सगळ्यातून त्यांना जी भूमिका सापडली तिनं जादू केली. त्यांच्या घरात आनंद नांदू लागला.

स्त्रीनंच अशी भूमिका घ्यावी? मुळीच नाही. पण वस्तुस्थिती अशी की स्त्रीच अशी भूमिका घेते, असा आजवरचा इतिहास आहे. बर्वेकाका मनात विचार करत असतील की शिवानी आणि सुजातासारखं बर्वेकाकू का नाही वागत? पण माझं म्हणणं याउलट आहे. शिवानी आणि सुजासारखं बर्वेकाका का नाही वागत? पुरुषी अहंकार एवढं एकमेव कारण यामागे आहे.

बर्वे झुरत राहिले. निराशेच्या दलदलीत फसत राहिले. सुरुवातीसच बर्वेकाकूंकडे 'जशी आहे तशी' या भावनेतून त्यांनी पाहिलं असतं, पूर्ण सकारात्मक भूमिका घेतली असती तर सुजा आणि शिवानी वागतात, तसे बर्वे वागू शकले असते. आणि त्यांच्याही घरात आनंदीआनंद निर्माण झाला असता. हेच ते! पुरुषानं करायला हवं. पुढाकार घेऊन करायला हवं. पत्नीची मर्जी सांभाळून, तिला खुश ठेवावं. तिची आवड-निवड पाहून ती कमीत कमी दुखावली जाईल असं पहावं. तिचं कौतुक करावं. लाड करावेत. तिला सोबत संरक्षण, द्यावं. तिला हवं ते आणून द्यावं. तिच्या चुका दाखवू नयेत. नावे ठेवू नयेत. काहीही चुकलं नाही तरी तिला

अधूनमधून सॉरी म्हणावं. तिच्याकडून कसलीही अपेक्षा करू नये. तुमच्या घरात स्वर्ग अवतरलाच म्हणून समजा.

लग्नानंतर बर्व्यांनी परिस्थिती ओळखायला हवी होती. चातुर्य आणि धोरण या दोन युक्तींच्या जोरावर त्यांना सत्य सापडलं असतं. आयुष्य सापडलं असतं. आपल्या पत्नीव्यतिरिक्त या जगात इतर आनंदाचे विषय आहेत! सुखाच्या, पराक्रमाच्या, कर्तृत्त्वाच्या, कर्तबगारीच्या दिशा आहेत! हे त्यांच्या मनापर्यंत पोचू शकलं नाही, कारण त्यांनी त्यांच्या मनावर पराभवाची, नैराश्याची आणि नकारात्मकतेची फुली मारली होती.

या सगळ्याचं वर्णन म्हणजे बर्व्यांनी थोडं 'प्रोफेशनल' असायला हवं होतं. सुजा आणि शिवानीसारखं!

प्रपंच करायचा असेल तर मनामध्ये चांगल्या दर्जाची व्यावसायिकता हवीच. आणि ती पती-पत्नी या संबंधामध्येही असायला हवी.

व्यावसायिकतेची दिशा आणि अर्थ लोक स्वत:स सोयीस्कर आणि हवा तसा घेतात. थोडं नीट समजून घ्यायला हवं.

काही पदर

१) उच्च दर्जाची व्यावसायिकता -

किती साधं असतं. किती सोपं असतं. पण परिणामी, महाप्रभावी असतं. महान असतं. हे कळलं, जाणवलं तर खूप सोपं असतं. नाहीतर केवळ अवघड असतं.

समजून घेण्याच्या भानगडीत गोंधळ उडतो. आपली बुद्धी, अहंकार आणि स्वत:वरचं प्रेम हे समजून घेण्याच्या मार्गातले केवढे मोठे अडथळे आहेत! पण खरं तर सत्याला समजावून घ्यायचंय कशाला? सत्य माहीत करून घेणं हीच महत्त्वाची गोष्ट आहे. तेवढीही पुरते. सत्यापुढे नम्र होणं ही आणखी महत्त्वाची गोष्ट आहे.

आपल्या जोडीदाराला सोयीचं होईल असं वागायचं. ते इतकं आणि अशा भावानं वागायचं की जोडीदाराचा प्रतिसाद हेच स्वत:ला, स्वत:च्या सोयीचं वागणं वाटलं पाहिजे!

जोडीदाराच्या सोयीचं पसाभरच वागायचं आणि मग जोडीदार आपल्या सोयीचं ढीगभर वागतो की नाही याची लबाड कोल्ह्यासारखी वाट पहात बसायचं हे चूक! सकाळी पाण्याच्या भांड्यात एक खडा टाकायचा आणि 'पाणी वर आलं का? किती वर आलं?' हे पाहण्यासाठी दिवसातून हजार वेळा भांड्यात डोकवायचं हेही चूकच.

आपल्या सर्वांगीण ताकदीचा उच्चांक करीत आपण आपल्या जोडीदारास

सोयीचं वाटेल, आरामाचं वाटेल, सुखाचं-आनंदाचं वाटेल असं प्रत्यक्ष वागतच राहायचं असतं. जोडीदारास पूरक असं वागतच राहायचं. जरूर पडल्यास बोलतही राहायचं.

अहो देवाण-घेवाण आहे ही!
देवाण-घेवाण, देणं-घेणंच आहे हे!
जोडीदाराला काही मिळण्यासाठी
स्वत:ला न मिळू देणं
स्वत:स काही मिळण्यासाठी
आधी जोडीदारास मिळू देणं
काही जाणीवपूर्वक स्वीकारणं
काही जाणीवपूर्वक नाकारणं
काही घट्ट धरूनच ठेवणं
काही पटकन् सोडूनच देणं
काही गोष्टी उंच उचलून धरणं
काही गोष्टी खाली ढकलून देणं
सोयीस्करपणे काही पाहणं
काही लक्ष देऊन पाहणं
आवर्जून पहाणं
नजरेसमोरच ठेवणं
सोयीस्करपणे काही न पहाणं
काही नजरेआड करणं
दुर्लक्ष करणं
कानाडोळा करणं
काही लक्षात आलं तरी
नाही लक्षात आलं असं वागणं
काही लक्षात आलं नाही तरी
लक्षात आलं असं वागणं

२) मध्यम दर्जा -

इथे मात्र थोडी तडजोड असतेच. थोडा त्रास असतोच. नुकसान नसलं तरी मनाला बोचणी असते. करावं की करू नये? अशी द्विधा मन:स्थिती असते. ती मन:स्थिती क्वचित अधिक काळ टिकते. इथे मात्र मनावर दबाव येतो.

अन्याय, जबरदस्तीचा विचार येतो
मन कधी पळतं, पळून जातं
खूपदा पटत नाही, रुचत नाही, पचत नाही
मळमळतं! तरीही गिळावं लागतं.
इच्छा बाहेर पडण्याची, पण
नाईलाजानं आत राहावं लागतं
करावं वाटत नाही
पण करावं लागतं
तत्त्वांना, मूल्यांना धरावं लागतं.
सोडावं लागतं
असं पुन्हा पुन्हा करावं लागतं.
तात्त्विकता आठवावी लागते
विसरावी लागते
या दोन्हीही गोष्टींचं समर्थन करावं लागतं
असं पुन्हा पुन्हा करावं लागतं
दोघांनाही करावं लागतं
काही वाटून, 'घ्यावं' लागतं
काही वाटून, 'द्यावं' लागतं.
सोयीस्कर ते मोजावं लागतं
गैरसोयीचं ते नगण्य मानावं लागतं
काही, विचारांमध्ये घ्यावं लागतं
काही, विचारांमधून बाहेर काढावं लागतं
असं पुन्हा पुन्हा करावं लागतं.

३) हलका दर्जा

इथे 'स्वार्थ' हा मुख्य हेतू असतो. त्यास स्वहित किंवा स्वत:चा उत्कर्ष असे गोड नाव दिले जाते. इथे दुसऱ्याला थेट इजा करण्याचा हेतू नसतो. पण स्वत:च्या व्यक्तिमत्त्वाच्या संरक्षणासाठी दुसऱ्यास दुखवण्यास न कचरणे! दुसऱ्यास सहजपणे खचवणे! दुसऱ्याला सतत अपराधीपणाच्या भावनेत ठेवणे! ही अशी हलक्या दर्जाची व्यावसायिकता शक्यतो घराबाहेरही न वापरण्याची वृत्ती असावी! पण सवयीमुळे कधी घरातही त्याचे ठसे उमटतातच. या व्यावसायिकतेमधला प्रमुख भाग म्हणजे स्वत:स हवं ते करणे.

दुसऱ्यास मात्र नेमके 'तेच' करू नये असे सांगणे

स्वत: बदनाम, बदमाष असणं

दुसऱ्यास तसं समजणं किंवा म्हणणं

सोयीनुसार, स्वत: पुन्हा पुन्हा बदलणं

दुसऱ्यास अशा एका बदलासाठीही कोंडीत पकडणं

पुन्हा पुन्हा नवं होणं

जुनं विसरणं

काय होतो, काय झालो याचा हिशोब न ठेवणं

दुसऱ्यास त्याच्या बदलाचा हिशोब मागणं

स्वत: अत्यंत निर्लज्ज असणं

दुसऱ्याची लाज, संधी मिळताच काढणं

स्वत: निष्ठुर, जाड कातडीचं असणं

दुसऱ्यासमोर भावना-विवशतेचं नाटक करणं

स्वत: थंड आणि निष्ठुर असणं

दुसऱ्यास माणुसकीची आण देऊन अस्वस्थ करणं

दुसऱ्याचा विचार केवळ स्वत:साठी वापरून घेण्यास करणे

स्वत:चा विचार केवळ दुसऱ्यांना वापरून घेण्यासाठी करणं

असं पुन्हा पुन्हा करणं

करत राहणं.

४) नीच आणि हलकट दर्जा -

काही व्यक्ती वृत्तीनंच हलकट आणि नीच असतात. हलकटपणा आणि नीचपणा त्यांच्यामध्ये, काही मानसिक विकृतीमुळेही येऊ शकतो. व्यावसायिकता या शब्दापुढे ते स्वत:चा निव्वळ हेतू, स्वार्थ, दुष्टपणा, क्रूरपणा, निर्घृणपणा, मनुष्यद्वेष्टेपणा मांडतात. दुसऱ्याला त्रास देण्यात, त्याच्यावर अन्याय करण्यात, त्याचा छळ करण्यात त्यांना आनंद मिळतो. काही व्यक्ती ते करतात. दुर्दैवानं, पती-पत्नी यामधील एकजण असा असेल तर दुसरा त्यास बळी पडण्याची शक्यता असते. त्याने तसे बळी न पडता, जोडीदारास वठणीवर तरी आणावे किंवा स्वत:ची सुटका तरी करून घ्यावी.

या विकृतीमधून असे लोक खालील गोष्टी साधू इच्छितात.

१) केवळ स्वत:स केंद्रस्थानी मानून सगळे विचार त्याभोवती फिरवणे.

२) स्वार्थ

३) दुसऱ्यास खचवणे, खचलेले ठेवणे.

४) सत्ता गाजवणे.

५) स्वत: कायमच श्रेष्ठ आहोत असे सिद्ध करत राहाणे.

६) दुसऱ्याच्या छातीवर पाय देऊन पुढे जाणे.

७) हिसकावून, ओरबाडून घेणे.

८) स्वत:चे दुर्गुण झाकणे.

९) दुसऱ्याचे दुर्गुण उघड करणे.

१०) दुसऱ्यास सतत नावे ठेवणे, कमी लेखणे.

११) दुसऱ्याचा सतत अपमान करणे.

१२) दुसऱ्याचा धर्म, घराणे, जात यास कमी लेखणे.

१३) दुसऱ्यास कायम दुबळे ठेवणे, तसे सिद्ध करणे.

१४) स्वत: खूप तावदवान आहोत, असे दुसऱ्यास सतत वाटावे म्हणून काहीही करणे.

१५) स्वत:चे महत्त्व वाढावे म्हणून कुठल्याही थराला जाऊन काहीही करणे.

मानसिक आजार किंवा न्यूनगंडातूनही वरील गोष्टी निर्माण होऊ शकतात. वरील परिणाम साधण्यासाठी असे लोक दुसऱ्यास अथवा जोडीदारास खालील प्रकारे त्रास देतात.

१) खाऊन, पिऊन, घेऊन, लेवून सपशेल उलटणे, तेही क्षणात उलटणे. यामुळे दुसरा अथवा जोडीदार 'खचून' जातो. कारण 'धक्का' देण्याचं हे एक तंत्र आहे.

२) सपशेल, धडधडीत खोटं बोलणं, वागलेलं, बोललेलं सपशेल नाकारणं. उदा. मी असं बोललेच नाही, मी असा वागलोच नाही. दुसऱ्यास अथवा जोडीदारास खचवण्याचं हेही एक धक्कातंत्रच आहे. यामुळे तुमची एखाद्या प्रसंगातून दृश्य स्वरूपात सुटका होऊ शकते.

३) स्वत:चे चुकले नाही, चुकत नाही, चुकणार नाही असे सतत ठाम म्हणणे आणि दुसऱ्याचे किंवा जोडीदाराचे चुकले, चुकते, चुकणार असे म्हणणे. कधीही 'सॉरी' न म्हणणे.

४) 'तू चूक' असे कायम दुसऱ्यास अथवा जोडीदारास टोचणे.

५) दुसऱ्यास अथवा जोडीदारास ज्या गोष्टीसाठी सतत नावे ठेवायची, त्याच गोष्टींचा उल्लेख स्वत:च्या संदर्भात कौतुक म्हणून करणे.

६) स्वत:च्या त्रासास अथवा नुकसानीस केवळ दुसऱ्यास अथवा जोडीदारास जबाबदार धरणे.

७) तमाशा, कांगावा, आक्रस्ताळेपणा, जीव देण्याची धमकी अशा वर्तनानं

दुसऱ्यास अथवा जोडीदारास घाबरवणे, हतबल करणे.

८) तू माझ्यासाठी कधीही, काहीही केलं नाही असं सतत दुसऱ्यास अथवा जोडीदारास म्हणणं.

९) दुसऱ्याची अथवा जोडीदाराची माणसं तोडणं.

५) तांत्रिक दर्जा

ही व्यावसायिकता तंत्र, टेक्निक्स, टॅक्टिज अशांनी तयार होते. अशा तंत्रांचा वापर केल्याने एकमेकांच्या मनास बरे वाटते. मनाची ती गरज असते. जोडीदाराबद्दल मनात प्रेम असावंच! नुसतं असून भागत नाही. ते स्पष्ट मार्गांनी व्यक्त करणं गरजेचं असतं. प्रेम नसलं तरी, 'ते आहे' एवढं नुसतं म्हणण्यानं एकमेकांना बरं वाटतं, एक हिंदी गीत आहे.

''पलभरके लिए कोई हमें प्यार करले,

झूठाही सही!''

प्रेम असो वा नसो, काही गोष्टींचा तंत्र म्हणून जरी वापर केला तरी खूप फायदा होतो. मनास खूप बरे वाटते.

१) अधून मधून एकमेकांस,

'मला तू आवडतेस / आवडतोस.'

'माझं तुझ्यावर खूप खूप प्रेम आहे.'

'मला तुझ्याबरोबर राहायला आवडतं.'

'आय लव्ह यू'

अशी वाक्ये बोलावीत.

२) एकमेकांचा वाढदिवस लक्षात ठेवून तो अतिशय आनंदात, जोडीदाराला दिसेल, जाणवेल अशा दणक्यात साजरा करावा.

३) एकमेकांना अगदी साधी का होईना भेटवस्तू देणं.

४) लग्नाचा वाढदिवस अतिशय आनंदात साजरा करणं. त्यादिवशी स्वत:स खूप आनंद होतोय (होवो न होवो), असं दुसऱ्यास दाखवणं.

५) बायकोच्या माहेरचे अथवा नवऱ्याच्या घरचे लोक आले की एकमेकांनी यांच्यासाठी आवर्जून काहीतरी करणे. त्यांची दखल घेतल्याचे स्पष्टपणे सिद्ध करणे.

६) एकमेकांच्या अगदी छोट्या सुद्धा कर्तबगारीचे कौतुक करणे! कणभर का असेना, पण बुद्धीचे, चातुर्याचे, व्यक्तिमत्त्वाचे कौतुक करणे. काहीही नसलं तरी नुसतं कौतुक करणे.

७) जोडीदाराची इतर कुणाशीही तुलना न करणे. करायचीच असेल तर तुमचा जोडीदार इतरांपेक्षा कसा सरस आहे अशा थाटाची तुलना करावी. पण जोडीदारास ती खरी वाटायला हवी. अन्यथा पुढचे आठ दिवस कामातून गेले असे समजावे.

८) सवयीनं असं लक्षात येतं की बायको नवऱ्यास काही वाक्ये फसवी बोलते. नवऱ्यानं, चातुर्यानं त्या वाक्यांचा खरा अर्थ ओळखायला हवा.

उदा. ''आज मी खूप आनंदात आहे.''

वास्तविक तिच्या मनाविरुद्ध काही घडले आहे.

तिला काही खटकले आहे.

तिला दु:ख झाले आहे.

तुम्ही पुन्हा-पुन्हा विचारून तिला बोलावयास भाग पाडायचे आहे.

''मला काहीच आणि कसलाच प्रॉब्लेम नाहीए.'' तुमच्याकडून काहीतरी तुटकपणाची वागणूक घडलेली आहे. तुमची चूक झाली आहे. तिला तुम्ही दुखावलं आहे.

पुन्हा पुन्हा विचारा.

''आज मला खूप बरं वाटतंय.''

जी गोष्ट आवर्जून लक्षात ठेवायची, म्हणजे बायकोच्या बाबतीतली, ती तुम्ही सपशेल विसरला आहात.

विचारा, विचारा, आठवा आठवा.

या सगळ्यानंतर दहा एक वेळा सॉरी म्हणण्यास विसरू नका.

''मी खूप जाड दिसते काहो?''

मी खूप सुंदर दिसते आहे.

आणि तुमच्या ते अजून कसं लक्षात आलं नाही?

लक्ष आहे कुठं तुमचं?

बायकोच्या सौंदर्याचं तातडीनं कौतुक करा

६) एकमेकांना जागा द्या

एकमेकांचा आत्मा मागू नका

गर्दीच्या ठिकाणी प्रत्येकजण वाट काढीत असतो. आणि आपण शक्यतो एकमेकास जागा करून देत असतो. हेच जगताना करायचं असतं. एकूण जगताना सुद्धा आणि जोडीदाराशी वागताना सुद्धा!

जोडीदाराला, त्याचं त्याला हवं तसं, मनाप्रमाणे स्वतंत्रपणे जगण्यास, वागण्यास आणि वावरण्यास आपण पुढे होऊन जागा करून द्यायची असते.

अवसर करून द्यायचा असतो. ज्याचं त्याला जगू द्यायचं असतं.

एकमेकांना प्रेम मागा, प्रेम द्या
त्याग मागा, त्याग करा
आयुष्य मागा, आयुष्य द्या
पण एकमेकांचा आत्मा मागू नका, देण्याचा प्रयत्न करू नका

एक छोटीशी गोष्ट सांगतो. प्रथमदर्शनी अस्थानी वाटेल, पण सूक्ष्मपणे वाचाल तर त्यातली तर्कसुसंगती लक्षात येईल.

स्वत:मध्ये न्यूनगंड असलेला बावीस-चोवीस वर्षांचा एक युवक एका बँकेमध्ये नोकरीस लागला. बुटका, सावळा, दिसायला सामान्य. लहानपण दारिद्र्यात गेलं. खूप उपेक्षा वाट्याला आली. समूहात, समाजात फार मान-सन्मान मिळाला नाही.आदर, प्रेम मिळालं नाही. बऱ्याच ठिकाणी वगळला गेला. अपमान झाले. उणेपणा वाट्याला आला. त्यामुळे त्याच्या मनात एक गंड राहिला. सगळ्याबद्दल एक चिड-चिड राहिली. संताप राहिला. तक्रार राहिली.

त्याच्याशेजारी एक पस्तिशीतली युवती बसत असे. नवरा करोडोपती होता. छंद म्हणून नोकरी करत होती. उंच, धडधाकट, गोरीपान, अत्यंत देखणी आणि अत्यंत सेक्सी! कारमधून ऑफिसला येत असे. वास्तविक तिला कसलाही प्रॉब्लेम नव्हता. तिचा तिच्या नवऱ्याशीही कसलाही वाद नव्हता. दोघांचे एकमेकांवर अत्यंत प्रेम होते. दोघांचे कामजीवनही अत्यंत आनंदी होते.

त्या युवतीकडे पाहताक्षणीच त्याचे मन तिच्याविषयीच्या प्रेमानं भरून गेले. तो इतक्या झपाट्यानं तिच्याकडे आकृष्ट झाला की देहभान, ऑफीस, जग सारं काही तो विसरला. तिच्यासाठी सर्वार्थानं वेडा झाला. तिच्यावर लट्टू होणाऱ्यांची संख्या कमी नव्हती. पण तिनं सगळ्यांना दूर ठेवलं होतं. पण या युवकाच्या कोवळ्या प्रेमानं तीसुद्धा जरा विचलित झाली. त्याचे प्रेमच इतके खरे होते, इतके निरपेक्ष होते आणि तिची इतकी काळजी घेणारे होते की, तिच्या नकळत तिच्याकडून, त्याच्या भावनेला, हळूहळू, थोडा-थोडा प्रतिसाद दिला जाऊ लागला.

एक-दीड वर्ष असंच निघून गेलं. ते हिंडले, फिरले, सिनेमाला गेले. पण यानं कधीच मर्यादा सोडली नाही. त्यानं तिच्यावर फक्त निखळ आणि नितळ प्रेमच केलं. हेतू नाही, अपेक्षा नाही, फक्त प्रेम! या सगळ्याचा परिणाम म्हणून ती अधिक प्रभावित झाली. एक क्षण आला. न राहवून तिनं स्वत:च त्याला जवळ घेतलं. त्यांचे शरीरसंबंध आता त्यांच्या मर्जीनं येऊ लागले. एकमेकांशिवाय आता त्यांना राहवेना. चैन पडेना. काय हवे ते, काय वाट्टेल ते! ती त्याच्यासाठी करू लागली. तो आनंदानं न्हाऊन निघाला. आजवर, त्याची झालेली सर्व उपेक्षा धुवून

निघाली. त्याच्या मनातील न्यूनगंडाची भावना कमी झाली. मनात साठलेले अपमानाचे सल बोथट होऊ लागले.

संबंधांचा पहिला भर संपला.ते हळूहळू स्थिरावू लागले. दोघेही एकमेकांना, एकमेकांसाठी पूर्णपणे गृहीत धरू लागले. सहवासाचे आकारमान, प्रतिसाद, तिच्याकडून घेतला जाणारा पुढाकार, हे सगळे प्रथम भरात होते, तसे शंभर टक्के पुढे न राहणे हे अगदीच नैसर्गिक होते. ती निश्‍चिंत होती. पण याच्या मनात कालवा-कालव सुरू झाली. त्याच्या मनातील गंड, सल पुन्हा जागे होऊ लागले. त्याची उपेक्षा होते आहे, अपमान होतो आहे, त्याला कमी लेखलं जातंय असं त्याला वाटू लागलं.

तो तिला अगदीच सोडेना झाला. आणखी हवं...आणखी हवं... आणखी जवळ... आणखी जवळ... त्याला या सगळ्याची मर्यादाच कळेना! बंधन कळेना! ती म्हणाली, 'अरे, आता आणखी पुढे किती? आता आणखी पुढे काहीही नसतं! त्याला हे पटेना. इथेच स्थिरावणं म्हणजे संपणं असंच त्याला वाटू लागलं. तो सैरभैर झाला. तिला हैराण करू लागला. तिचं दैनंदिन जीवन आता गैरसोयीचं आणि अवघड होऊ लागलं. ती वैतागू लागली. तिचं स्वातंत्र्य अडचणीत येऊ लागलं. तिचं नेहमीचं जगणं तिला अशक्य होऊ लागलं. ती म्हणाली, ''अरे, तुला हवंय तरी काय?''

''मला तुझं प्रेम हवंय.''

''ते आहेच, दिलंय, देते आहे, देणार आहे.''

''तुझं आणखी प्रेम हवं. खरं प्रेम हवं.''

''सगळं मी तुला दिलं.''

''मला तसं का वाटत नाही?''

''माझं शरीर दिलं, माझं मन दिलं.''

''मला तू हवी आहेस.''

''मी तुला मिळालेलीच आहेस.''

''मला तसं का वाटत नाही?''

''मी तुझीच आहे, तुझ्यासाठीच आहे.''

''मला आणखी काही हवंय.''

''तुला हवी तेव्हा मी तुझ्यासाठी आहे.''

''मला त्यापलीकडचं काही हवंय.''

''तू माझा आत्मा का मागतो आहेस?''

''कळत नाही.''

''नक्कीच! पण लक्षात ठेव, आत्मा मी तुला देऊ शकत नाही. तो मी

कुणालाच देऊ शकत नाही. तू इथेच थांबणं योग्य.''

तर असो!
व्यावसायिकता म्हणजे,
स्वत:स जागा मिळण्यासाठी
आधी दुसऱ्याला करून द्यावी

स्वत:स जगायला मिळण्यासाठी
आधी दुसऱ्यास जगू द्यावं!

❑❑❑

•१४• प्रपंचातलं अध्यात्म!

अध्यात्म म्हटलं की काहीतरी गूढ वाटतं. अनाकलनीय, ज्याच्याशी आपला काही संबंध नाही असं वाटतं. कधी आधाराचं, सोबतीचं, विश्वासाचं वाटतं, तरून जाण्याचं वाटतं. कधी केवळ अंतिम सत्य वाटतं, तर कधी अंतिम काळातलं केवळ सत्य वाटतं.

नेहमीच्या जगण्यामध्ये 'केव्हातरी' पडणाऱ्या प्रश्नांना केंद्रभागी घेऊन अवघ्या विश्वाकडे पाहण्याच्या सजग दृष्टीचा हा शोध आहे. नंतर हीच दृष्टी प्रमाण मानून अवघं विश्व आणि जीवन समजावून घेण्याची साधना आहे. या साधनेत अर्थातच निखळ आणि निर्मळ आनंद आहे. सत्यदर्शनाची ओढ आहे.

सत्य म्हणजे परमेश्वर! आपण जे जगतो, पाहतो, ऐकतो, वागतो हा सगळा व्यवहार आपण आपल्या बुद्धीनं, भावनेनं करतो. तो पूर्ण तर्कसुसंगतही आहे. पण आपल्याला पडणाऱ्या प्रश्नांचे स्वरूप पाहता हा सगळा व्यवहार स्वप्नवत वाटतो. सत्य त्यापलीकडे असावं असं वाटतं.

आपल्याला पडणारे प्रश्न आपण पाहू. या प्रश्नांच्या उत्तरात निश्चित सत्य दडलेलं आहे. पण या प्रश्नांचं कुठलंच उत्तर मनास सत्य वाटत नाही. मायेचा तुमच्या मनावर असलेला हा परंपरागत संस्कार आणि पगडा आहे. 'हे विश्व आले कुठून? आधी होतं कुठे? आता जाणार कुठे? आपण नक्की कोण? या जगात का आलो?

या जगाशी आपला नक्की संबंध काय?

आपल्या भोवतालच्या जीवसृष्टीचा, जीवांचा, आपला संबंध काय?

व्यक्तीचं व्यक्तीशी नातं काय?

माणसाचं माणसाशी नातं काय?

स्वत:चं स्वत:शी नातं काय?

शरीर म्हणजे काय?

मृत आणि जिवंत शरीर यात नक्की फरक काय?

मन म्हणजे काय?

मन आणि शरीर यांचं नातं काय? सुख म्हणजे काय?

आत्मा म्हणजे काय? आनंद म्हणजे काय?

परमात्मा म्हणजे काय?

आत्मा आणि परमात्मा यांचं मीलन म्हणजे काय?

मोक्ष, परमार्थ म्हणजे काय?

जग चालतं कसं? ऊर्जा कुठली? नियंत्रण कुणाचं?

निसर्ग म्हणजे काय? निसर्ग नियम म्हणजे काय?

प्रकृती म्हणजे काय? माया म्हणजे काय?

परमेश्वर म्हणजे काय?

हे प्रश्न आपल्याला तेवढ्यापुरतेच पडतात. प्रश्न खरे असले तरी त्यांचा एवढा विचार करण्यासाठी आपल्याकडे वेळ हवा ना! आपल्याला काम का थोडं आहे? प्रपंचाची जबाबदारी आहे. या प्रश्नांची उत्तरे मिळाल्यानं आपल्या दैनंदिन जीवनातील चार कामे हलकी होणार आहेत? चार समस्या सुटणार आहेत? असा विचार आपण करतो.

खरं तर जो प्रपंच मरेपर्यंत आपण नेटानं करतो, तो प्रपंच म्हणजे नक्की काय, हे तरी कुठं आपल्याला शेवटपर्यंत कळतं?... कळायची गरज तरी काय? कळून फायदा नाही. कारण प्रपंच करणे चुकणार नाही. तो करावा तर लागणारच आहे. मग तो करायचाच असतो, एवढे कळले तरी पुष्कळ झाले. का करतो आहोत आपण हे सगळं?

कशासाठी? याचं अंतिम ध्येय किंवा उद्देश काय?

आपली भूमिका काय?

पत्नी-पती हा नक्की संबंध काय?

ही आपली मुलं... आपण या आई-बापाची मुलं!

आपल्या रक्तामांसाचं आपण म्हणतो. खरंच एकमेकांचा एकमेकांशी काही

संबंध आहे? जन्माला आलो म्हणजे नक्की काय झालं?

या जगात आलो, म्हणजे नक्की काय झालं?

आता काय करायचं?

आपल्याला पाहिजे काय? हवंय काय? मिळवायचं काय?

हे सगळं कशासाठी?

आणि आपल्याला पाहिजेच असेल काही,

तर ते नक्की कशासाठी?

मुळात जगायचंच ते नक्की कशासाठी?

हे प्रश्न कुणाला पडतात? सगळ्यांना पडतात. पण त्या प्रश्नांनी सामोरं येण्याच्या वेळा, प्रत्येकाच्या आयुष्यात वेगळ्या असतात.

१) बहुतांशी लोकांना हे प्रश्न आत्यंतिक अडचणीत आल्यानंतर, स्वत:वर काही संकट आपत्ती आल्यानंतर,स्वत:ची ताकद कमी पडल्यानंतर, खचल्यानंतर, खूप अपयश-नैराश्य आल्यानंतर पडतात. काही धक्कादायक अनुभवानंतर, जीवन -मरणाचा प्रश्न उभा राहिला की हे प्रश्न मनात येतात.

२) काही लोकांना हे प्रश्न एक मस्ती म्हणून मनात येतात. माज म्हणून मनात येतात.

उदा. 'ग' ची बाधा, अहंकार उच्च टोकास पोचल्यावर.

स्वत:च्या ताकदीची मस्ती, माज चढल्यावर.

खूप यश, पैसा, लौकिक, सन्मान, कीर्ती मिळाल्यावर.

यश न पचल्यामुळे त्याची नशा आल्यावर.

आयुष्यात कुठलेही संकट नाही, समस्या नाही,

अडचण नाही. सगळेच मनासारखे घडते. अशा अवस्थेत अत्यंत घमेंडीत हे प्रश्न पडतात.

कुठलाही धक्कादायक अनुभव नाही, जन्ममरणाचा कुठलाही प्रश्न नाही, कुठलाही फटका नाही, अशावेळी हे प्रश्न पडतात.

याचे स्वरूप स्वत:विषयी भ्रम, गैरसमज, गोंधळ असे असते. पण मनामध्ये मस्ती, माज असतो.

३) काही लोकांना मात्र मनाच्या अगदी प्रामाणिक अवस्थेत हे प्रश्न पडतात. त्यावेळी त्यांच्या मनाची अवस्था स्थिर असते. आपल्या कल्पनाशक्तीच्याही वर काही आहे. एक शक्ती कार्यरत आहे. कृतज्ञता आणि कुतूहल म्हणून या शक्तीची ओळख व्हावी अशी मनास तगमग वाटते आणि त्याच्याशीच संलग्नता म्हणून प्रपंचाचा पसारा, आयुष्य, नातीगोती याविषयी असे प्रश्न मनात येतात.

असो! मी आजोबांना, काकांना, वडिलांना वागताना बोलताना पाहिलं आहे, अभ्यासलं आहे. जीवनातील चढ-उतार या माझ्या आधीच्या पिढीमध्ये मी पाहिले आहेत. पण हे लोक गोंधळून गेले आहेत असं चित्र सहसा दिसलं नाही. मी वेळोवेळी धास्तावल्याचं स्पष्ट आठवतं. मला पडतात ते प्रश्न या लोकांना का पडत नाहीत, असं वाटल्यानं मी माझ्या क्षमतेनुसार कानोसा घेतला. खरी गोष्ट अशी की मला पडणाऱ्या सगळ्या प्रश्नांचं उत्तर या लोकांकडे तयार होतं. ते ठाम होतं तर्कशुद्ध होतं. व्यवहारी होतं. त्या उत्तरात जगण्याचं बळ होतं.

मी थक्क झालो. एवढा विचार या लोकांनी केला कधी? या प्रश्नांची अंतिम उत्तरं यांना दिली कुणी? कुठलेही धर्मग्रंथ वाचताना, त्यांना मी पाहिलं नव्हतं. तत्त्वज्ञान, मानसशास्त्र, तर्कशास्त्र वगैरेचा अभ्यासही त्यांनी कधी केल्याचं पाहिलं नव्हतं. पण या सगळ्याचा अभ्यास केल्यानंतर विद्वान पंडितांना जे ज्ञान प्राप्त होतं, ते ज्ञान या लोकांमध्ये मी पाहिलं आहे. त्या ज्ञानाचा कुठलाच काथ्याकूट न करता, प्रत्यक्ष व्यवहारात-जगण्यात त्या ज्ञानाचा वापर मात्र हे लोक जरूर करत होते. त्यांच्या जगण्यामध्ये हे ज्ञान दिसायचं. मग हे यायचं कुठून?

खरं तर मूळ ज्ञान निसर्गात आणि निसर्ग-नियमात आहे. आकाश, पृथ्वी, समुद्र,वृक्षवल्ली, पर्वत, वारा-वादळ, पाऊस, अग्नी, आपले ऋतू, सूर्य, ग्रह, तारे त्यांचं भ्रमण, गती, दिवस-रात्र हे चक्र, जन्म-मृत्यू हे वास्तव त्यामधलं जीवन, या सगळ्यात अवघ्या विश्वाचं ज्ञान ठासून भरलेलं आहे. आपल्या आधीच्या लोकांना निसर्गातून येणाऱ्या ज्ञानाचा थेट स्पर्श झालाय. परंपरेनं त्यांनी ते पुढच्या पिढीकडे सुपूर्दही केलंय. स्वतःच्या प्रत्यक्ष अनुभवातून त्या ज्ञानाची वृद्धीही होत गेली. ज्ञान आधी निसर्गातून झिरपतं. त्याचा माणसास स्पर्श झाला मग त्या ज्ञानाला शब्दबद्ध केलं जातं. आपण ते वाचतो. आचरणात आणायचं मात्र सवडीनुसार घडत जातं.

थोडं निसर्गाविषयी बोलूयाच!

तुमची हवी ती इच्छा पूर्ण करण्याची शक्ती निसर्गामध्ये आहे. संत तुकाराम म्हणतात, 'परमेश्वराचे अवघे स्वरूप निसर्गामध्ये ओतप्रोत भरले आहे. तो दाता आहे, प्रेमळ आहे, सखा-मित्र आहे. सोबती आहे. त्याच्याकडे भेदभाव नाही.' संतश्रेष्ठ ज्ञानेश्वरही म्हणतात, 'जग चालवतो निसर्ग! निसर्ग-नियम! परमेश्वराच्या सत्तेचा केवळ आधार आहे.' आम्ही मात्र चंगळवादी जीवनशैलीच्या आहारी जाऊन निसर्गापासून, निसर्ग-नियमांपासून दूर जातो आणि निसर्ग आम्हास त्याचे शासनही देतो.

निसर्ग माणसाची भूक भागवतो. तहान भागवतो. थकल्या जिवाला सावली देतो. थंड वाऱ्याची झुळूक देतो. त्याचबरोबर मंद-मंद सुगंध देतो. श्रम हलके

करतो. निसर्ग अन्न देतो. ते शिजवण्यासाठी इंधन देतो. निवारा उभारण्यासाठी लाकूड देतो. वस्त्रासाठी कापूस देतो. याच निसर्गाच्या सान्निध्यात ऋषीमुनींनी ध्यान-धारणा केली. तेथेच त्यांना जीवनातल्या अनेक सत्यांचा साक्षात्कार झाला. त्यातूनच अमर अशी महाकाव्ये जन्माला आली. मनाला मोहवणारे निसर्गातले रंग पाहून कवींच्या प्रतिभा बहरल्या. निसर्गाच्या पावित्र्याने प्रभावित होऊन विचारवंतांनी चिंतन केले. त्यातूनच समाजाला मार्गदर्शन करणारे उपनिषदांसारखे ग्रंथ निर्माण झाले.

निसर्गाच्या सान्निध्यात माणसाचा एकटेपणा जातो. त्याला निसर्गाची सोबत वाटते, आधार वाटतो. निसर्गास तो आपले दु:ख सांगून हलके करतो. निसर्गामध्ये वात्सल्याची, प्रेमाची ऊब आहे तसा कर्तव्याचा कठोर अंगारही आहे.

निसर्ग हाच एक सर्वश्रेष्ठ गुरू आहे. तो माणसांसारखं बडबडून स्वत:च्या विद्वत्तेचं प्रदर्शन करत नाही. स्वत:च्या अत्यंत शिस्तबद्ध आणि नियमबद्ध वर्तनातून तुम्हाला तो बहुमोल मार्गदर्शन करतो. शिकवणी मागत नाही, तर तुम्हालाच खाऊ म्हणून, प्रसाद म्हणून भरभरून देत राहातो.

सूर्य स्वत: अग्निदिव्य करून सगळ्या जगाला प्रकाश देतो. मानवाला तो सांगतो, तुमच्या ज्ञानाच्या आणि कर्तृत्त्वाच्या प्रकाशानं तुमच्या भोवतालच्या दारिद्र्याचा, दु:खदैन्याचा अंधार नाहीसा करा. अंधारात तारे चमकतात आणि सांगतात, अंधार असला म्हणून काय झालं! तुम्हाला वाट दाखवणाराही असतो.

हिमालयाकडे पाहिलं की आपल्याला भव्य आणि उत्तुंग या शब्दाचा अर्थ कळतो. असेच काही भव्य कर्तृत्त्व गाजवावे अशी प्रेरणा मिळते. अथांग सागर, अमर्याद आकाश पाहिले की आपले तोकडेपण लक्षात येते. आपला अहंकार गळून पडतो.

नदी कड्या-कपारीतून वाहते. मार्गक्रमण करताना तिला वेदना होत असतील का? तिलाच माहीत! पण ती मात्र सगळ्यांना जगण्याचा आणि जीवनाचा संदेश देते. त्यामध्ये ताजेपणा, टवटवीतपणा, हिरवेपणा, समृद्धपणा असतो. स्वत: खडकातून वेदना सहन करत पुढे जाताना हसरेपणाचा, आनंदाचा संदेश देणं याला दानत म्हणतात. दातृत्व म्हणतात. वर्षांनुवर्षे झाडे स्वत: उन्हात उभी राहतात. वादळ, वारा, पाऊस आनंदानं अंगावर घेत, झेलत ताठ उभी राहतात. तुम्हाला सावली देण्यासाठी, तुम्हाला निवारा देण्यासाठी. फळं, फुलं देण्यासाठी. औषधी पानं देण्यासाठी. हजारो पक्ष्यांना स्वत:च्या अंगाखांद्यावर घरटं बांधून देण्यासाठी.

आपली धरणीमाता ही आपली श्रेष्ठ गुरूच आहे. भूमीत पेरलेला एक दाणा हजारो ओंब्या घेऊन वर येतो. माणसाला यातून निर्मितीचा, सर्जनशीलतेचा संदेश मिळतो. तिच्यावरून प्रेमानं चालणाऱ्यांना ती गोंजारते. तुडवत चालणाऱ्यांनाही

क्षमा करून गोंजारतेच. केवढी ही क्षमाशीलता! राजा असो वा भिकारी असो. या धरतीच्या कुशीत तो शांतपणे, निर्धास्तपणे झोपू शकतो. कारण ती सर्वांशी समानतेनं वागते.

भिंतीवर जाळे विणणारा कोळी अनेकदा पडतो. अयशस्वी होतो. पण स्वतःचे प्रयत्न तो सोडत नाही. जो दाणा एक एकटी मुंगी नेऊ शकत नाही, तोच दाणा अनेक मुंग्या एकत्र येऊन घेऊन जातात. बदलणाऱ्या ऋतुमानाबरोबर जुळवून घेण्यासाठी पक्षी हजारो मैलांचा प्रवास करून स्थलांतर करतात.

निसर्ग तुम्हाला प्रेम देतो, प्रेरणा देतो. तुम्ही चुकलात तर सावधही करतो. पण गर्व झाला तर चांगला धडा देऊन, प्रसंगी फटका देऊन तुमचे डोळे उघडतो.

जगताना माणसाला काय हवं असतं?

१) बळकट शरीर

२) बळकट मन

३) शरीर आणि मन यांना अखंड गुंतवणारा, मरेपर्यंत पुरणारा कामांचा साठा, कामांचा अखंड झरा!

शरीर आणि मन यांना मरेपर्यंत गुंतवून ठेवणारा, पुरा पडणारा, मरणानंतरही वाहतच राहाणारा अखंड कर्माचा झरा, माणसास 'प्रपंचाच्या' रूपानं प्राप्त झालेला आहे.

जगण्यासाठी, आनंदानं जगण्यासाठी, बळकट आणि सशक्त मनाची नितांत आवश्यकता आहे हे आपल्याला माहीत आहेच. मनास बळकटी आणण्यासाठी काय करायचं ते तर आपण पाहूच, पण बळकट मनास राहाण्यासाठी बळकटच शरीराचं घर हवं असतं. ते आधी कसं बांधायचं ते पाहू.

'शरीरम् आद्यं खलु धर्मसाधनम्'!

कंदिलाच्या आत ज्योत तेवत असते. त्या ज्योतीचा प्रकाश चांगल्याप्रकारे बाहेर यायचा असेल तर कंदिलाची काच अत्यंत स्वच्छ असणे आवश्यक आहे. प्रत्येक माणसाच्या अंतरात आत्म्याची ज्योत तेवत असते. त्या आत्मरूपी, ज्ञानरूपी ज्योतीचा प्रकाश चांगल्याप्रकारे बाहेर यायचा असेल तर शरीराची काच अत्यंत स्वच्छ असणे आवश्यक आहे.

सशक्त शरीरातच सशक्त मन राहू शकते आणि मन सामर्थ्यशाली असलेला माणूसच जीवनातील कुठल्याही संघर्षाला तोंड देऊ शकतो. स्वप्न पाहू शकतो. ध्येय निश्चित करू शकतो. कठोर परिश्रम करू शकतो. विजयश्री स्वतःकडे खेचून आणू शकतो. यश, कीर्ती, लौकिक, ऐश्वर्य, संपत्ती हे सगळं अत्यंत ताकदवान मनच मिळवू शकतं. आणि त्या मनाला राहण्यासाठी आधी शरीराचं भरभक्कम घर

बांधावंच लागतं.

समर्थ रामदास म्हणतात,

''शक्तीने पावती सुखे । शक्ती नसता विटंबना ॥
शक्तीने नेटका प्राणी । वैभव भोगता दिसे ॥

शक्तिशाली माणसांचा आदर होतो. दुबळ्यांना अपमान, अवहेलना, अन्याय सहन करावा लागतो. शक्तिशाली शरीर कमावणं अगदीच सोपं आहे.

नियमित आणि योग्य व्यायाम! नियमित मैदानी खेळ! तुम्हास जमेल, झेपेल ते निवडा आणि करा. निसर्गाचा जमेल तेवढा सहवास मिळवा. चांगला विचार, चांगला आचार आणि सतत आशावादी आणि सकारात्मक जीवनशैली! नियमित वेळेसच खाणे! दिवसातून दोनदा, तीनदा, चारदा! पण त्याचवेळेस खाणे. या वेळा सोडल्या तर मधे काहीही न खाणे. फक्त पाणी पिणे. आणि या चारही वेळांना सुद्धा जेवढी भूक आहे त्याच्या फक्त साठ टक्केच खाणे. पोटामध्ये आणखी चाळीस टक्के जेवण सहज जाऊ शकेल असे वाटतानाच जेवण थांबवणे. पूर्ण पोट भरून कधीही न जेवणे.

नियमित व्यायामासाठी पैसा लागत नाही. साधनसामुग्री लागत नाही. चांगल्या प्रकृतीचा ध्यास हवा. रोज निव्वळ वाया जाणाऱ्या वेळापैकी फक्त एकच तास हवा. भरभर चालणे, धावणे-पळणे, सूर्यनमस्कार, दोरीच्या उड्या, सायकल चालवणे, टेकडी चढणे, योगासने, प्राणायाम, पोहणे असे व्यायामाचे खूप साधे प्रकार आहेत. त्यासाठी महागड्या क्लब किंवा जिममध्ये जावं लागत नाही.

या व्यायामाचा तुम्हास होणारा फायदा हा लक्ष, करोड अशा कुठल्याच मापानं मोजता येणार नाही. तुमच्या खट्याळ, चंचल मनाला व्यायामामुळे शिस्त लागते. मनामध्ये जिद्द, महत्त्वाकांक्षा, आत्मविश्वास, शौर्य, धाडस निर्माण होतं. मनामध्ये आक्रमकता निर्माण होते.

पण मनास एवढंच पुरत नाही. त्यास स्थैर्य आणि शांतता हवी असते आणि त्यासाठी मात्र अध्यात्माची ओळख करून घ्यायला हवी. आपल्याला मोक्ष किंवा मुक्ती मिळवायची नाही किंवा परमेश्वराच्या शोधात, हिमालयापलीकडेही कुठे जायचे नाही. आपल्याला प्रपंच करावयाचा आहे. आणि त्यासाठी बळकट मन हवंय. त्यासाठी ते स्थिर, शांत, प्रसन्न, उत्साही असलं पाहिजे आणि केवळ त्याचसाठी आध्यात्मिक दृष्टी म्हणजे काय, एवढं समजावून घेतलं पाहिजे. सरावानं आचरणात आणलं पाहिजे.

बळकट मन -

प्रत्येक माणसाला सुख हवं असतं. आनंद हवा असतो. सुख थोडं फार

ऐहिक, शारीरिक गोष्टींशी निगडित असूही शकतं. पण ती सुद्धा केवळ मनाचीच, एक अवस्थाच आहे आणि ती मनानंच अनुभवायची आहे. आनंद तर चराचरात भरलेलाच आहे. तुमच्याही आत आहे, बाहेर आहे. तुमच्या मनातच तो काठोकाठ भरलेला आहे. पण त्या आनंदाचा गंध घेण्याची ऊर्मी मात्र तुमच्यात हवी. नसेल तर पैदा करायला हवी. जिद्द धरायला हवी. सराव करायला हवा. साक्षात्कार होईल ही भाबडी अपेक्षा सोडून द्यायला हवी. समजून घेण्याच्या वास्तवावर भर द्यायला हवा.

तुमच्या मनाच्या शेतात अगणित, अनंत वृक्ष आहेत. प्रत्येक वृक्ष तुमच्या मनास सावली देऊ शकतो. थंडावा देऊ शकतो. वृक्ष स्वत: जळून तुम्हास ऊब आणि उष्णताही देऊ शकतो. तुम्ही जाण वाढवायला हवी. चंदनाचा वृक्ष दारी आहे. तुम्ही त्याची बंबफोड करून त्यावर रोज पाणी तापवून अंघोळ करत राहिलात तर तो तुमचा दोष आहे. तुमचे अज्ञान आहे. तुमचे कर्म,दृष्टी, आंधळेपणा त्यास जबाबदार आहे. चंदनकर्त्याचा यात दोष नाही, सहभाग नाही.

मन ही एक कल्पना आहे. वास्तविक आपले सगळे विचार, विकार, भावना यांचा उगम फक्त मेंदूत होतो. मनात नाही आणि हृदयात तर नाहीच नाही! मेंदूतील विचारांचे, भाव-भावनांचे प्रत्यक्ष कृतीत रूपांतर होते, तेही मेंदूच्याच इच्छेने, प्रेरणेने, आज्ञेनं! निर्मिती आणि त्याचा आविष्कार या दोन्हीही क्रिया मेंदूच करत असतो.

पण विचारनिर्मिती आणि त्याचा आविष्कार याच्यामध्ये एक मंथन असते, एक घुसळण असते. विचारांच्या आविष्काराची प्रत्यक्ष दिशा, पद्धत, वेग, शिस्त सगळं काही या मंथनातून ठरत असतं. या मंथनासाठी जागा हवी असते. विचार आणि कृती यांच्यामध्ये ती जागा असते. विचार कृतींचा आकार घेताना या जागेतून जातात. ही जागा साच्याचं काम करते. माध्यमाचं काम करते. ही जागा दिसत नाही. दाखवता येत नाही. पण तिचा परिणाम जाणवतो आणि तो परिणामच या जागेच्या अस्तित्वाचा पुरावा असतो. या जागेचं अस्तित्व, ही जागा आपल्या संपूर्ण आयुष्यावर नियंत्रण ठेवीत असते. आपलं व्यक्तिमत्त्व ठरवत असते. आपल्या सुख-दु:खास कारण ठरत असते. ही जागा केवळ आवश्यक आणि अत्यंत महत्त्वाची, असे सांगण्याची, म्हणण्याची सुद्धा नंतर आवश्यकता उरत नाही. या जागेला 'मन' असं म्हणतात.

मनास असं मध्येच कुठूनतरी सुरू होता येत नाही. त्यास ठोस असा संदर्भ; कायमच हवा असतो. याचं कारण म्हणजे एकूणच जीवन आणि चराचर आपल्यापासून सुरू होत नाही आणि आपल्यापाशी संपतही नाही. आपल्या मृत्यूबरोबर मेंदूची क्षमता आणि सजीवता संपते. विचारांची, भावनांची निर्मिती संपते. मन थांबतं,

संपतं पण ते आपल्या मेंदूपुरतं! पण या संपण्याच्या क्षणापर्यंत मन एका निश्चित आणि ठाम उगमाशी संदर्भ म्हणून नातं सांगत असतं. या संदर्भाशी मनाचं अभेद्य नातं असतं. तेच मनाला दिशा देतं. प्रेरणा आणि बळ देतं. सुरक्षिततेची भावना देतं. या नात्याचे अनेक पदर आहेत.

'विश्वास' हा एक पदर आहे. एक पैलू आहे. भूतकाळाचा मनाला जो संदर्भ आहे, त्याचं प्रत्यंतर म्हणून आपण एकूणच जीवनावर विश्वास ठेवू शकतो. काही तर्क मांडू शकतो. जीवनाशी आपला स्वत:चा काही संबंध जोडू शकतो किंवा आधीच जोडला गेलेला संबंध आपण समजू शकतो. अनुभवू शकतो.

यातून मग श्रद्धा निर्माण होते. सोप्या भाषेत, श्रद्धा म्हणजे आपल्या वर काहीतरी आहे, कुणीतरी आहे या स्थितीवर, रचनेवर आरपार आणि अभेद्य विश्वास! जगण्याच्या सोपेपणासाठी श्रद्धेइतकं प्रभावी साधन दुसरं काहीही नाही.

काही लोक स्वत:च्या वर कुणी आहे, काही आहे असं मानत नाहीत. अहंकारात, उद्दामपणात राहतात. अशाप्रकारे राहण्याची ते धडपड करत राहातात. अगदी त्यांची पूर्ण ताकद पणाला लावण्याचा हट्टीपणा करतात. पण ते खरे नसल्याने त्यांचा आवेश फार काळ टिकत नाही. प्रसंगी एखादा धक्का, एखादा फटका असा बसतो की तो सहन करणं त्यांना शक्य होत नाही. सत्याबद्दल मन गोंधळून जातं. आपल्यावरती काहीतरी आहे या सत्याशी ओळख व्हायला लागते. तसं न मानावं तर आलेलं एकटेपण, एकाकीपण,असुरक्षिततेची भावना यामुळे ते गडबडून जातात. घाबरून जातात. हा अनुभव येताना डोळ्यात पाणी येतं. दृष्टीतील घाण, कचरा या पाण्याबरोबर वाहून जातो. आपल्या वर कुणी आहे अशी श्रद्धा ठेवून ते जगू लागतात. त्यांना अधिक सोयीचं आणि अधिक सुरक्षित वाटतं. सोपं वाटतं. भरवशाचं वाटतं. श्रद्धा ही एक सकारात्मक भावना आहे.

काही माणसं, जन्मापासूनच (म्हटलं तरी चालेल) अभेद्य श्रद्धा ठेवणारी असतात. काही माणसं म्हणण्यापेक्षा बहुतेक माणसं, कारण त्यांच्या मनावर तसा परंपरागत परिणाम असतो. संस्कार असतो. भावार्थानं आनुवंशिकता असं म्हटलं तरी चालेल. अभेद्य श्रद्धेच्या काही पायऱ्या आहेत.

*एखादी गोष्ट मी करू शकेन, माझ्यात ती क्षमता आहे, जिद्द आहे- ही सकारात्मक भावना.

* एखाद्या गोष्टीच्या प्राप्तीसाठीचा प्रत्यक्ष प्रयत्न मी करीन, करत राहीन- वस्तुस्थिती आणि प्रत्यक्ष प्रक्रियेतून जाण्याचा हा आत्मविश्वास.

* परमेश्वर माझ्या प्रयत्नास यश देईल- ही श्रद्धा.

* यश आले नाही, तर प्रक्रियेत काही दोष आहे असे समजून तो शोधून

काढीन. दुरुस्त करीन- हा सत्य स्वीकारण्याचा भाग.

* पुन्हा प्रयत्न करीन - श्रद्धेतील सातत्याचा भाग.

* केवळ याच मन:स्थितीत राहण्याचा मनाला सराव देणं - अभेद्य श्रद्धेचा भाग.

यातून मनास बळकटी येते. उभं राहण्याची ताकद येते.

काही माणसं सोयीस्करपणे श्रद्धा ठेवतात. घडीत असते, घडीत नसते. मनासारखं घडलं तर प्रतिक्रिया दुहेरी असू शकते. उदा. हे माझं यश आहे. किंवा माझ्या कर्तृत्वाचा भाग शून्य! ही परमेश्वराची कृपा आहे. मनाप्रमाणे घडलं नाही तर क्वचित म्हणतील माझे प्रयत्न कमी पडले तर कधी म्हणतील, परमेश्वरानं मला छळण्यासाठी हे मुद्दाम केले. या लोकांचे काहीच खरे नाही. 'परमेश्वर जगात आहेच'. तुमच्या मानण्यावर अथवा न मानण्यावर थोडेच त्याचे अस्तित्त्व अवलंबून आहे? पण हे लोक घडीत परमेश्वर आहे म्हणतील, घडीत नाही म्हणतील. हे लोक स्वत:च्या त्रासास, नुकसानीस सतत दुसऱ्यास जबाबदार धरतात, दुसऱ्यास दोष देतात. कधी देवास सुद्धा. हे लोक कायमच अस्थिर असतात. आयुष्यातली प्रत्येक गोष्ट ते स्वत:च्या सोयीनंच घेतात. अगदी तत्त्व, मूल्य, नीतीमत्ता, चारित्र्य हे सगळं! यांच्या मनास आणि विश्वासास कायमची एक भेग असते.

'जीवन'

'जीवन समजणं' असा शब्दप्रयोग काही लोक वापरतात. काही लोक तो मिरवतात सुद्धा. 'जीवन आम्हाला समजलं. तुम्हाला नाही' असंही म्हणतात. ज्यांना सहजपणे यश मिळालं किंवा फार काही अप्रिय वाट्याला आलं नाही असे लोक मस्तीमध्ये असं म्हणतात. ज्या लोकांच्या वाट्याला अपयश, दु:ख आलं असे लोक निराशेपोटी, उद्वेगानं असं म्हणतात.

खरं तर आनंद, दु:ख, यश आणि अपयश या एकाच आयुष्याच्या चार बाजू आहेत. आपण प्रयत्नपूर्वक, आपलं आयुष्य या बाजूंनी बंद करायला पाहतो. बंदिस्त करायला पाहतो. ते होत नाही. आपण वृथा श्रम करून या बाजू वेड्या-वाकड्या करून एकमेकांकडे रेटत असतो आणि या बाजूंची टोकं न जुळलेल्या भागातून आयुष्य निसटत असतं. सतत निसटत असतं आणि आपल्याला सतत असं वाटत असतं की जे आयुष्य निसटलं ते आपल्याला समजलं. कारण निसटलेल्या आयुष्याचं मिथ्यापण, क्षणभंगुर स्वरूप आपल्या लक्षात येतं.

वास्तविक न निसटलेल्या आयुष्याचं मिथ्या आणि क्षणभंगुर स्वरूप लक्षात येणं याला 'जीवन समजणं' या प्रक्रियेतला पहिला टप्पा म्हणता येईल आणि न

निसटलेल्या आयुष्याचं खरेपण, त्यातली ऊर्जा आणि तुम्हाला खूप काही देण्याची क्षमता लक्षात येणं याला 'जीवन समजणं' या प्रक्रियेतला समांतर पहिला टप्पा म्हणता येईल.

या टप्प्यावरून पुढे सतत, अविरत प्रवास म्हणजे जीवन. कर्मातला 'मी' किंवा 'अहंकार' काढून टाकण्याचा प्रयत्न करणं आणि प्रत्येक कर्म परमेश्वराची पूजा म्हणून त्याला अर्पण करणं हा जीवनाचा (प्रवास प्रत्यक्ष करताना समजणारा) दुसरा टप्पा आहे. या टप्प्यानंतर पांडित्याचा आव आणून जीवन उगाचच कागदावर मांडू नये. सतत कर्मात राहून प्रत्यक्ष ते जगावं. याला जीवनविषयक समज म्हणता येईल. जीवनातलं सत्य म्हणता येईल.

'परमेश्वर'

परमेश्वर म्हणजे नक्की काय? हा प्रश्न मनात सतत बाळगणं किंवा त्या प्रश्नाच्या उत्तरानं मनातला संभ्रम सातत्यानं वाढवणं, म्हणजे सतत पाण्यात राहणाऱ्या माशानं, 'पाणी म्हणजे नक्की काय?' असा प्रश्न सतत मनात बाळगण्यासारखं आहे. तुम्ही पाण्यात आकंठ राहूनही कोरडं राहण्याचा हट्ट करून, स्वत:चे वेगळेपण सिद्ध करण्याची धडपड करता आहात. यातून तुम्हास क्लेष होणार हे निश्चित!

जगरहाटी आणि व्यवहार सुरळीत पुढे चालण्यासाठी 'परमेश्वर आहे' या श्रद्धेपेक्षा, या विश्वासापेक्षा, या भीतीचा जास्त उपयोग झाला आहे. कारण परमेश्वराच्या अस्तित्वाशी 'पाप-पुण्याची' कल्पना आम्ही आमच्या मनानंच जोडली आहे. ज्याला 'पाप' म्हणतात, त्याचं ज्ञान आम्हाला आमच्या दैनंदिन संस्कारातून होत जातं. आणि पाप केलं की परमेश्वर भयंकर शासन करतो असा भीतीचा संस्कार आमच्या मनावर कदाचित आमच्या जन्माच्याही आधी झाला आहे. परंपरेचे, रूढीचे, व्यवस्थेवर हे फार मोठे उपकारच आहेत. सगळ्या प्रकारच्या स्पर्धेतून, झगड्यातून हे जग अजूनही टिकलं आहे. कुठलंही अराजक न माजता समाज टिकला आहे. समाजव्यवस्था टिकली आहे. या गोष्टीची गोड-गोड अनेक कारणं असतील, पण 'आमच्या पापास परमेश्वर कठोर शासन करतो' ही आमच्या मनात असलेली 'भीती', गेली हजारो वर्षे ही समाजव्यवस्था टिकवून आहे. माणसाचं नाठाळ आणि सदैव बेशिस्त आणि बेजबाबदार वर्तन करण्यास उत्सुक असलेलं मन, या भीतीनं दावणीवर राहिलं आहे. एवढं महान कार्य करण्याची ताकद अन्य कशातही नसून केवळ 'परमेश्वर' या नावात आहे. 'तो आहे' या आमच्या कल्पनेवर, संकल्पनेवर, विश्वासावर ती ताकद उभी आहे. आमच्यावर कुठलीही बळजबरी नसताना आम्ही सदैव लीन होतो अशी परमेश्वर नावाची शक्ती, ऊर्जा आहे, असलीच पाहिजे. अन्यथा माणसाला

आजवर अशी समांतर शक्ती उभी करता आली असती. केवळ संकल्पनेवर हे शक्य झालं असतं. याचा अर्थ एकच, परमेश्वर ही केवळ संकल्पना नसून ते अस्तित्व आहे. ते सत्य आहे. जग चालवणारी ती एक महाप्रचंड ऊर्जा आहे. सर्व चराचर जीवसृष्टी अखंडपणे व्यापणारी आणि आपल्या कल्पनेत न मावणारी ती एक महान शक्ती आहे.

पाप आणि पुण्य याच्या अलीकडे चांगलं आणि वाईट या दोन पायऱ्या आहेत. तिथंच थांबण्याची किंवा अयोग्य वाटेवरून परत फिरून योग्य वाटेवर कार्यरत होण्याची सोय आपल्यावर होणाऱ्या या संस्कारांत आहे. हेही आपल्यावर फार मोठे उपकारच आहेत. आम्हास चांगले वाईट हे संस्कारातूनच अधिक कळालं असतं. प्रत्यक्ष जगताना अनुभवातून या संस्काराचं प्रत्यंतर येत राहतं. चांगलं-वाईट या अर्थाचे आणखी पदर लक्षात येतात.

यातही आमच्या चतुर मंडळींनी स्वत:स सोयीस्कर ते चांगलं, स्वत:स गैरसोयीचं ते वाईट असा शोध लावला आहे. आज सोयीचं ते आज चांगलं! तेच उद्या गैरसोयीचं तर ते उद्या वाईट. ही त्या शोधाची एक छटा तर, स्वत:स जी गोष्ट सोयीची ती चांगली आणि तीच गोष्ट दुसऱ्यानं सोयीची म्हणून केली तर वाईट, ही आणखी एक छटा! थोडक्यात, त्या त्या वेळी स्वत:स जे सोयीस्कर ते ते चांगलं म्हणून ते करत राहतात. हे लोक तात्पुरता वेग घेतात. यशस्वी होताएत असं त्यांना वाटतं. पण ते दृश्य स्वरूपात! इतरांपासून लपवला तरी स्वत:च्या मनातील, अंतर्मनातील अपराधी भाव ते स्वत:पासून लपवू शकत नाहीत. मग ते सोयीस्करपणे परमेश्वरापासूनही दूर जातात. खऱ्या-खुऱ्या जीवनापासून दूर जातात. माणसांपासून, माणुसकीपासून दूर जातात. एकटे, एकाकी पडतात.

'परमेश्वराची रूपे'

कर्म तुम्हालाच करायचं असतं. कुठलं कर्म करायचं, कसं करायचं हे तुम्हाला मेंदू सांगत असतो. आज्ञा देत असतो. पण ते कर्म प्रत्यक्षात येण्यासाठी मेंदूच्या या आज्ञा मनाच्या साच्यातून पुढे जाव्या लागतात. मनाच्या साच्यामधून कर्माची मूर्ती घडण्यासाठी मनात ऊर्जा लागते. सकारात्मकता लागते. सकारात्मकता आणि ऊर्जा ही आपल्या मनात उमटलेली परमेश्वराची अत्यंत सत्य रूपे आहेत. अशी ऊर्जा आणि सकारात्मकता मनामध्ये साठवून ठेवणारी, मनाच्याही केंद्रस्थानी एक बँक असते, तिला अंतर्मन म्हणतात. जगताना वेळोवेळी आपल्या मनात उमटलेली सकारात्मकता आणि ऊर्जा या अंतर्मनात ठेव म्हणून ठेवायची असते. अंतर्मनाची ही विशाल, महाकाय बँक केवळ सकारात्मकता आणि ऊर्जा या

परमेश्वराच्या दोन रूपांनी भरली की आपल्या अंतर्मनास परमेश्वराचे स्वरूप प्राप्त होते. अंतर्मन म्हणजेच परमेश्वर! परमेश्वर म्हणजेच अंतर्मन!

अर्थात, जगताना प्रकट मनास केवळ ऊर्जा आणि सकारात्मकता यांच्याच ठेवी प्राप्त होतात असे नाही, तर नकारात्मकता आणि शक्तिपात अशी कधी-कधी कर्जेही करावी लागतात. ती अंतर्मनाकडे पाठवावीच लागतात. अंतर्मनातील ऊर्जा आणि सकारात्मकता या साठ्यातून ती फेडावी लागतात. पुन्हा अंतर्मनाचा साठा सदैव तुडुंब भरलेला ठेवावाच लागतो. साठवणीपेक्षा कर्ज जास्त होऊ द्यायचं नसतं. आपलं अंतर्मन कधीही कर्जबाजारी होऊ द्यायचं नसतं. कारण अशा कर्जबाजारी अंतर्मनात भगवंत वसत नाहीत. अंतर्मन कायमच केवळ श्रीमंत, समृद्ध, काठोकाठ भरलेले ठेवायचे असते. कशाने? तर ऊर्जा आणि सकारात्मकता यांनी! तिथे सदैव भगवंत असतात. राहतात. अंतर्मनातच भगवंत कायमस्वरूपी वस्तीला असल्यानंतर त्याचा इतरत्र शोध घेण्याचा खटाटोप करावा लागत नाही.

'भगवंत नक्की कसा?'

गीतेतील नवव्या अध्यायात भगवान श्रीकृष्ण म्हणतात,

''अवजानान्ति मां मूढा मानुषी तनुमाश्रितम् ।
परं भावमजानन्तो मम भूतमहेश्वरम् ।।११।।

वरील श्लोक प्राकृतामध्ये विषद करताना संतश्रेष्ठ ज्ञानेश्वर म्हणतात (ज्ञानेश्वरी अध्याय नववा, ओवी १४० ते १७१)

म्हणोनि मोहिलेनि मनोधर्मे ।
हेचि मी मानूनि संभ्रमे ।
मग येथिची जिये जन्मकर्मे।
तिये मजचि म्हणती ।।१५५।।
येतुलेनि अनामा नाम ।
मज अक्रियासि कर्म
विदेहासि देहधर्म ।
आरोपिती ।।१५६।।

मामासाहेब दांडेकरांनी रसाळ मराठीत समजावून सांगताना म्हटले आहे.

मोहीत झालेल्या मनोवृत्तीने या स्थूल शरीरालाच (मी,) परमात्मा मानून मग या देहाची जी जन्मादि कर्मे, ती ते माझ्यावर लादतात. ।।१५५।।

उदाहरणार्थ

- नाव नसलेल्या मला ते नाव देतात. वस्तुतः मी क्रियाशून्य असून, मी क्रिया करतो असे म्हणतात.. देहादि मर्यादेने रहित मी त्या मला जन्ममरणादिक

देहधर्म लावतात ॥१५६॥

जो मी निराकार आहे, त्या मला आकार आहे असे मानतात. देहरहित मी त्या मला पूजेचे उपचार अर्पण करतात. शास्त्रमर्यादेचे बंधन नसलेल्या मला, आचारादिक व्यवहार लावतात ॥१५७॥

- जातीच्या पलीकडे मी, पण मला एका जातीचा समजतात. निर्गुण मी, मला सगुण समजतात.

हात-पाय नसताना ते आहेत अशी कल्पना करतात. ॥१५८॥

- अमर्याद मी मला मर्यादेत घालतात. मी सर्व ठिकाणी, पण मला एखादे ठिकाण कल्पितात ॥१५९॥

- कान, डोळे नसताना तशी कल्पना करतात.

कोणत्याही नात्याचा संबंध नसताना नातेवाईकांची कल्पना करतात. मी काळा-गोरा असे काहीही नसताना तशी कल्पना करतात. ॥१६०॥

- मी अदृश्य, मला दृश्य समजतात.

मी इच्छारहित, मला इच्छा आहे असे समजतात.

मी स्वतः सिद्ध, तृप्त, मला तृप्ती कल्पितात ॥१६१॥

- मी वस्त्रात गुंडाळता येण्यासारखा नसूनही मला वस्त्र नेसवतात. शृंगाराच्या पलीकडे मी, माझ्यासाठी दागिन्यांची योजना करतात. सर्व जगाला उत्पन्न करणारा मी, मलाही उत्पन्न करण्याची कल्पना करतात ॥१६२॥

- नित्य असणारा मी, मला घडवतात (मूर्तीच्या रूपाने)

मी नित्यसिद्ध, माझी प्राणप्रतिष्ठा करतात

सर्वांच्या आत्मत्वाने दंडायमान मी, माझे विसर्जन करतात ॥१६३॥

- मी सर्वदा, स्वतः सिद्ध, मला बाल्य, तारुण्य, वृद्धावस्था कल्पितात ॥१६४॥

मी अद्वैत, माझ्यामागे द्वैत लावतात

मी कर्मरहित, कर्मे करतो असे मानतात

मी अभोक्ता, भोग भोगतो असे मानतात ॥१६५॥

मी कुळरहित, माझ्या कुळाचे वर्णन करतात

मी नित्य, माझ्या मरणाने दुःखी होतात.

मी सर्वांच्या अंतर्यामी, मला शत्रु-मित्र आहेत असे समजतात. ॥१६६॥

- स्वकीय आनंदात रमणारा मी, मला सुखांची इच्छा आहे म्हणतात

मी सर्वव्यापी, एका ठिकाणी आहे - दुसऱ्या ठिकाणी नाही असे म्हणतात ॥१६७॥

प्रपंचातलं अध्यात्म । २८१

मी स्थावर जंगमाचा एकच आत्मा,
एकाचा कैवार घेतो, एकाला मारतो असे समजतात ॥१६८॥

मनुष्याचे सर्व सामान्य धर्म
तेच सर्व माझ्या ठिकाणी आहे असे यांचे ज्ञान आहे ॥१६९॥
- जेव्हा एखादी मूर्ती आपल्यासमोर पाहतात.
त्या मूर्तीएवढाच देव समजून, त्या मूर्तीची भक्ती करतात.
ती मूर्ती भंगली म्हणजे आता देव नाहीसा झाला
असे समजून पूजा करण्याचे थांबवतात ॥१७०॥

- अशा या प्रकारांनी, आकारावरून, इतर देहधाऱ्यांसारखाच मी एक मनुष्य असे समजतात.

म्हणून त्यांचे विपरीत ज्ञान, माझ्या शुद्ध स्वरूपाच्या यथार्थ ज्ञानास झाकून टाकते ॥१७१॥

गीता आणि ज्ञानेश्वरीतले आणखी थोडे संदर्भ पाहू.

*भगवान श्रीकृष्ण म्हणतात, (अध्याय नववा १११ ते ११४)

"अरे अर्जुना, नगर हे राजाने रचले, या म्हणण्याला खरोखर खरेपणा आला आहे (असे म्हणण्याचा प्रघात आहे) पण वास्तविक पाहिले तर, नगर रचण्यात राजाच्या हाताला (काही) श्रम पडले आहेत काय? आणि मी प्रकृतीचा अंगीकार करतो, ते कसे म्हणशील तर, स्वप्नामध्ये जो असतो तोच जागृतावस्थेत प्रवेश करतो. त्याप्रमाणे अर्जुना, स्वप्नातून जागृतीत येताना त्याचे पाय दुखतात काय? अथवा स्वप्नामध्ये प्रवास होतो काय? या सर्वांचा अभिप्राय काय म्हणून विचारशील तर या भूतसृष्टीचे मला काही एक करावे लागत नाही, असाच अर्थ आहे. राजाची आश्रित प्रजा ज्याप्रमाणे आपापल्या व्यवहारात वागते, त्याप्रमाणे प्रकृतीला माझ्या सत्तेचा केवळ आधार असतो. बाकी कर्तृत्त्व सर्व हिचे (प्रकृतीचे) आहे.

(अध्याय नववा ओवी १३१ ते १३६)

* लोकांच्या व्यापाराला सूर्य जसा निमित्तमात्र आहे त्याप्रमाणे अर्जुना, जगाच्या उत्पत्तीला मी हेतू आहे असे समज. कारण की मी प्रकृतीचा अंगीकार केला, म्हणजे तिच्यापासून चराचरांची उत्पत्ती होते. म्हणून मी चराचरांच्या उत्पत्तीला हेतू आहे असे युक्तीला जुळते. आता या विचारांच्या प्रकाशाने तू माझ्या ऐश्वर्ययोगाला चांगले न्याहाळून पहा. (ते असे की) माझ्या ठिकाणी सर्व प्राणी आहेत पण मी प्राण्यांमध्ये नाही. अथवा भुते माझ्या ठिकाणी नाहीत आणि भुतांमध्ये मी नाही हे

नांदा सौख्य भरे । २८२

वर्म तू कधीही विसरू नकोस. ही आमची सर्वस्वी लपवून ठेवलेली गोष्ट आहे, परंतु तुला उघड करून सांगितली आहे. आता इंद्रियांची द्वारे बंद करून (सर्व इंद्रिय वृत्ती अंतर्मुख करून) तू ह्या गुह्य विचारांचा अंत:करणात अनुभव घे. अर्जुना, हे वर्म जोपर्यंत स्वाधीन होणार नाही, तोपर्यंत ज्याप्रमाणे कोंड्यात दाणा शोधला असता सापडणार नाही त्याप्रमाणे माझी खरी स्वरूपस्थिती मुळीच अनुभवास येणार नाही.

'समजण्यासारखे...'

वरील सर्व विचार प्रथमदर्शनी समजुतीच्या पलीकडचा वाटतो. परमेश्वर स्वत:च अनेक प्रकारे आपणास 'मी नाही, मी नाही' असेच सांगताएत असे वाटते. परंतु वास्तविक, सृष्टीचं, निसर्गाचं, निसर्गनियमांचं गूढ, भगवंत इथे उघड करून सांगताएत. गीता या ग्रंथात परमेश्वराची केवळ वस्तुनिष्ठ, विज्ञाननिष्ठ, निसर्गनियमांनी बद्ध, तर्कशुद्ध आणि तरीही नितांत सुंदर अशी कल्पना मांडलेली आहे. 'मूर्तीपूजा चूक आहे' असं स्वत: भगवंतच सांगताएत. कुठलीही कर्मकांडं किंवा उपचार, व्रतवैकल्य, उपचार यांचीही काही गरज नाही हे स्पष्टपणे, सडेतोडपणे सांगितले आहे. परमेश्वराने आणखी काय सांगायचे?

तरीही हिंदू धर्मात मूर्तीपूजा आली. कर्मकांडं आली. भगवंताला यातील काहीही नको होतं. कधीही नको होतं. हे सगळं माणसाच्या मनाच्या गरजेतून आलं. त्यातून पुढे काही श्रद्धा रुजल्या. काही अंधश्रद्धा फोफावल्या. त्याही माणसाच्या दुबळ्या मनाच्या गरजेतूनच! माणसाचा, स्वत:च्या सुरक्षेसाठी चाललेला हा शोध होता. प्रत्यक्ष परमेश्वराशी त्याचा काहीही संबंध नव्हता. तेव्हा, हिंदूधर्मात असलेली मूर्तीपूजा, कर्मकांडं, श्रद्धा, अंधश्रद्धा याचा परमेश्वराशी संबंध नाही. त्या सर्व मानवनिर्मित आहेत. स्वत:च्या सोयीसाठी, स्वार्थासाठी काही लोकांनी हवे तसे अर्थ वळवले. स्वत:च्या पदरात तात्पुरतं काही पाडून घेतलं. हा त्या लोकांचा दोष आहे. धर्माचा नाही.

संत नामदेव, ज्ञानेश्वर, तुकाराम, रामदास अशा थोर सत्पुरुषांनी हिंदू धर्मात रुजू पहाणाऱ्या अंधश्रद्धा दूर करण्यासाठी स्वत:चे आयुष्य खर्ची घातले. धर्माचा, देवाचा विपर्यस्त अर्थ रोखण्यासाठी निकराचे प्रयत्न केले. कर्मकांडाविरुद्ध लोकमत तयार करण्याचा प्रयत्न केला. खऱ्या ज्ञानाचा प्रकाश दिला. अगदी अलीकडच्या काळात श्री संत गाडगे महाराजांनीही याच कार्याची परंपरा पुढे चालू ठेवली. त्यांनी अंधश्रद्धेवर कडाडून हल्ला चढविला. त्यांनी प्रत्यक्ष कार्य केलं, कर्म केलं. या महान कर्मयोग्यांनी धगधगीत वैराग्य अंगावर पांघरून लोकांना सत्याची आणि

खऱ्या परमेश्वराची ओळख सांगितली.

कर्म महान!

सगळ्यांचं म्हणणं एकच की तुमचं कर्म महत्त्वाचं. परमेश्वरानं जरी हरप्रकारे सांगितलंय की मी काहीच करत नाही आणि कुठलंही कर्म मला बांधून ठेवू शकत नाही, तरीही या सगळ्याचा सूक्ष्म आणि खरा अर्थ असाच आहे की मूलत: हे सर्व विश्व, ही सृष्टीच परमेश्वरस्वरूप आहे. त्यामुळे कुठलीही गोष्ट परमेश्वरापासून वेगळी काढता येत नाही. कर्मही परमेश्वरापासून वेगळे काढताच येत नाही. हे विश्व, सृष्टी, चराचर, जीवसृष्टी, निसर्ग हे सारं काही एक अखंड आणि सलग असं परमेश्वराचंच स्वरूप आहे. या कालक्रमणेचा प्रत्येक क्षण आणि त्या क्षणास साक्षस्वरूप या सृष्टीमध्ये घडणारी प्रत्येक घटना, प्रत्येक गोष्ट परमेश्वरस्वरूपच आहे. आदि आणि अनंत हे सर्व परमेश्वरस्वरूपच आहे. आपण, आपलं अस्तित्व, व्यक्तिमत्त्व, शरीर, इंद्रिय, विचार, विकार, भाव-भावना, मन, आत्मा हे सगळं परमेश्वरस्वरूपच आहे. जिवंत माणूस, मृत शरीर आणि यामधलं चैतन्य हेही परमेश्वरस्वरूपच आहे. हे सगळंच अखंड असं चैतन्य आहे. सजीवता आहे, रस आहे. अखंड असा आनंद आहे. केवळ आनंद आहे. सगळ्या चराचरात अणु-रेणूत भरून पावलेला हा आनंद आहे. हा आनंद म्हणजेच परमेश्वर आहे, भगवंत आहे. भगवंत म्हणजेच आनंद आहे.

'कर्म आणि भगवंत'

गीतेमध्ये भगवंत अर्जुनाला सुरुवातीस म्हणतात की हे समोर जे लोक आहेत, त्यांना तू मारणार नाहीएस. मी मारणार आहे. तू कोण मारणारा आणि ते कोण मरणारे? या लोकांना यापूर्वीही अगणित वेळा मीच मारलं आहे. पुन्हा जन्माला घातलं आहे. अगदी तुलासुद्धा! तुझासुद्धा हा पहिला जन्म नाही. याआधी तुझेही पुष्कळ जन्म झाले आहेत. हे सगळं मी करतो आहे. मी घडवतो आहे. तू काहीही करत नाहीस. तेव्हा तू उगाच कष्टी होऊ नकोस.

आता असं वाटेल की भगवंत एकदा म्हणतात, मी काहीच करत नाही. एकदा म्हणतात, सगळं मीच करतो. एकदा म्हणतात माझा आणि कर्माचा काही संबंध नाही. एकदा म्हणतात कर्म हे माझंच स्वरूप आहे. तुम्ही कर्मास माझ्यापासून वेगळं काढू शकत नाही. यातलं नक्की काय घ्यायचं?

यातलं दोन्ही घ्यायचं. कारण एकाचवेळी ते दोन्हीही खरं आहे. हीच ती जादू आहे, किमया आहे, चमत्कार आहे. खरं तर भगवंताचं हे आपल्यावरचं

नितांत प्रेम आहे. भगवंताइतका खराखुरा कळवळा दुसऱ्या कुणासही नाही. आपल्यावर प्रेम करण्याची अमर्याद क्षमता फक्त परमेश्वरापाशी आहे.

'मी काहीच करत नाही'

असं म्हणताना प्रभू सुचवतात, कर्म तुला आणि तुलाच करायचं आहे. मी सगळं करतो, हा भाबडा अर्थ घेऊन, तू हातावर हात ठेवून स्वस्थ बसशील तर तो तुझा मूर्खपणा ठरेल. कारण करायचं आहे ते तुलाच. निसर्गनियमांचा आदर कर आणि सकारात्मक भावनेनं कर्म कर. तू कर. तूच कर. तुला दिलेल्या बुद्धीचा वापर कर. क्षमतेचा, तारतम्याचा वापर कर. विवेकाचा वापर कर.

चांगलं-वाईट ठरवण्याची क्षमता मी तुला दिलेली आहे. पाप-पुण्य म्हणजे काय हेही तुला समजतं. तरीही पुन्हा सांगतो. दुसऱ्यावर अन्याय करणं, दुसऱ्याचा हक्क ओरबाडणं, दुसऱ्याला वेदना आणि दुःख देणं, दुसऱ्याच्या अस्तित्वावरच घाला घालणं, याला पाप म्हणतात. स्वतःचं महत्त्व वाढवण्यासाठी दुसऱ्याला कायम कमी लेखणं आणि तसं कायम म्हणत राहणं हेही पाप आहे. हे तू करू नकोस. हे काहीही न करता तू तुझं हित पहायचं आहे. तुझी प्रगती करून घ्यायची आहे. तुझं सुख तुला मिळवायचं आहे. तुझं तुला मिळवायचं आहे. चराचरात भरून राहिलेल्या आनंदात डुंबायचं आहे. तू कर्म कर, प्रयत्न कर. तुझ्या कर्माला आणि प्रयत्नाला यश देणं हे माझं काम आहे आणि तुला यश देण्यासाठी सुद्धा मी स्वतः काहीच करणार नाही. निसर्गनियमांना अधिक प्रेरित करीन. अधिक गतिमान करीन. यामुळं अर्थातच निसर्गनियमबाह्य काही घडत नाही. पण जे घडतं त्यास तू तुझं यश असं निश्चित म्हणू शकतोस.

'सगळं काही मीच करतो'

भगवंत असं म्हणतात, तेव्हा तुमच्यावरील प्रेमापोटी ते तुम्हास सांगतात की कर्म करत राहा पण त्या कर्मात तू गुंतून पडू नकोस. कर्म कर आणि मला वाहून मोकळा हो. त्या कर्माचा आणि त्याच्या परिणामाचा भार वाहण्याची क्षमता मी तुला दिलेली नाही. त्यामुळे तो भार तू उगाचच तुझ्या मनावर घेऊ नकोस. ते तुझे कामच नाही. तुझ्या कर्मातला, कृतीतला, विचारातला, बोलण्यातला 'मी' काढून टाक. तू वेगळा नाहीसच. मला सर्वस्व वाहून तू माझ्यातच मिसळून गेला आहेस. तू म्हणजे मीच आहेस. असं असताना, स्वतःला वेगळा मानून तू तुझा अहंकार जिवंत का ठेवतोस? कारण त्यातूनच तू दुभंगून जातोस. दुःखाच्या महाभयंकर चक्रात सापडतोस. कारण, तू काही करू शकतोस, तू काही करतोस अशा भ्रमात तू राहतोस. तुला

वाटतं परिस्थिती तू निर्माण करतोस. तू ती बदलतोस. तू कुणाला जन्माला घालतोस. तू कुणाला जगवतोस. वस्तुत: हे सगळं तुझ्याशिवायही घडत असतं. कारण ते मी घडवत असतो. तुझे प्रयत्न तर सोड पण तुझी प्रत्यक्ष उपस्थितीही नसेल तरी या गोष्टी घडतात, कारण त्या मी घडवत असतो.

कधी असं होतं की तू लाख प्रयत्न करतोस. प्रयत्नांची पराकाष्ठा करतोस. तुझं सर्वस्व पणाला लावतोस, तरीही काही घडत नाही. कारण ते घडवण्याचं मी ठरवलेलं नसतं. मग तू महाभयंकर दु:खात पडतोस. नैराश्यानं घेरला जातोस. खचून जातोस. तुझी जगण्याची इच्छाच संपून जाते. मला वाईट वाटले तरी मी यात काहीही करणार नाही. कारण उपाय तुझ्याकडेच आहे. या दु:खापासून तुझी सुटका व्हायची असेल, तर कर्मामधला तुझा 'अहंकार', तुझा 'मी' हा भाव काढून टाकण्याचा, संपवण्याचा प्रयत्न केला पाहिजे. थोडक्यात, कर्म तुझ्या विवेकाने, तारतम्याने, सद्सद्विवेकबुद्धीने तूच कर पण ती माझी इच्छा म्हणून कर आणि मलाच वाहून मोकळा हो, मोकळा राहा. आनंदात राहा.

''आपला इतका कळवळा भगवंताशिवाय कुणाला येणार आहे? आपली अशी थेट जबाबदारी दुसरं कोण घेणार आहे? भगवंतानं आपल्यासाठी आणखी करायचं तरी काय आहे?''

'कर्म एक वरदान'

आपण जन्माला तर आलो आहोत. आता निव्वळ हातावर हात ठेवून बसून राहणं आणि केवळ मरणाची कड गाठण्यासाठी जीवन कंठीत राहणं याला जीवन म्हणता येईल का? नक्कीच नाही. असे जीवन म्हणजे जिवंतपणी मरण भोगण्याची शिक्षाच ठरेल. म्हणून भगवंतानंच केवळ अपार करुणेनं आम्हाला कर्माचं वरदान दिलेलं आहे. कर्म कर म्हणून बजावलं आहे. मी आपोआप सगळं तुझ्या पदरात घालीन, अशा भाबडेपणात राहू नकोस असं ठणकावून सांगितलं आहे. आणि पुन्हा पाठीवर प्रेमाचा आश्वासक हात ठेवून सांगितलं आहे की कशाचीही जबाबदारी तुझ्यावर नाही. जबाबदारी माझी आहे. भगवंताची अट एकच आहे की कर्म सद्सद्विवेकबुद्धीनं करा. चांगलं-वाईट, पाप-पुण्य यांचे स्वत:स सोयीस्कर अर्थ घेऊ नका, मला जे अभिप्रेत ते अर्थ घ्या. स्वत:स फसवू नका, मलाही फसवण्याची व्यर्थ धडपड करू नका. आणि तसे कराल तर पुन्हा माझ्या सत्तेचा हवाला देऊन, तुमच्या पदरात, तुमच्या कर्माचं फळ देण्यासाठी, निसर्गनियम तत्पर आहेच. फळ याचा अर्थ चांगल्या कर्माचे फळ चांगलेच! वाईट कर्माचे वाईटच! त्यात गफलत होणे शक्यच नाही.

“आपल्या आयुष्यातून दु:ख आणि वेदना नाहीशा करण्याच्या वाटेवर परमेश्वरानं आपल्याला कायमस्वरूपी आणून ठेवलं आहे. आपण ती वाट पुढे चालायची आहे. पण आपण नेमके तेच करत नाही. परमेश्वरानं जिथे उभं केलं आहे तिथेच उभे राहून मनात अविश्वास आणि गोंधळ वाढवतो. या अविश्वासाबरोबरच, वासनांना चटावलेलं संधिसाधू मन तुम्हाला पुन्हा-पुन्हा या वाटेवरून खाली खेचतं! अशा वेळी पुन्हा -पुन्हा आपल्या मनाशी झगडा करून या वाटेवर यायचं असतं. पुढे चालायचा प्रयत्न करायचा असतो. हे सगळं आपलं आपण करायचं असतं. आपली वाट आपणच चालायची असते.”

सौख्यभरे नांदण्यासाठी!

सौख्यभरे नांदण्यासाठी, प्रपंचातली आपली भूमिका अधिकाधिक सक्षमतेनं करावी लागते. त्यासाठी कणखर आणि बळकट मनाची नितांत आवश्यकता असते. मनाला ही बळकटी श्रद्धेतून येते. श्रद्धा याचा अर्थ आपल्या वरती काहीतरी निर्विवादपणे आहे असा खोल, गाढ आणि आरपार विश्वास! विश्वासातलं सातत्य! आणि या सातत्यातून श्रद्धेला प्राप्त होणारं एक अभेद्य कवच!ही अभेद्यता, परमेश्वराच्या आपल्याला होणाऱ्या जाणिवेत उमटते. तिथेच केवळ ती उमटू शकते.

परमेश्वर आहे की नाही हा काथ्याकूट व्यर्थ आहे. त्याचा शोध घेण्याची धडपडही मूर्खपणाची आहे. गेली हजारो वर्षे अवकाशातील तारे, सूर्य आपापल्या जागेवर स्थिर आणि कार्यरत आहेत. ग्रह त्याच त्या ठराविक भ्रमणकक्षेमध्ये फिरताएत. तीनही ऋतू एकापाठोपाठ येतात. संपूर्ण सृष्टी, चराचर, जीवसृष्टी काही विशिष्ट, सुसंबद्ध निसर्ग-नियमांनुसार पुढे मार्गक्रमण करते आहे. जिवाचे जन्माला येणे आणि मातीत मिसळणे अखंड-अव्याहतपणे चालू आहे. करोडो जीव जन्मा आले, संपले, नवे जन्मा आले. हजारो पिढ्या जन्माला येत राहिल्या, पुढच्या निर्माण होत राहिल्या. आधीच्या विलीन होत गेल्या. हे सगळं सुसूत्रपणे, सुसंबद्धपणे चालू आहे. तेही केवळ निसर्गनियमांच्या चौकटीतच चालू आहे. या सगळ्यामागे एक प्रचंड, अदृश्य ऊर्जा, शक्ती काम करते. ती सर्वव्यापी शक्ती म्हणजे परमेश्वर! त्याच्या अस्तित्वाचा आणखी कुठला पुरावा हवा आहे? जी ऊर्जा अखंड आहे, अणुरेणूत भरली आहे. आपल्या आत आहे, बाहेर आहे. तिचा परत वेगळा शोध काय घ्यायचा? ज्या ऊर्जेपासून आपण स्वत:ला वेगळं करूच शकत नाही, तिला आणि वेगळीकडे कुठे शोधायला जायचं?

'मन आणि परमेश्वर'

त्याहीपुढे जाऊन परमेश्वर ही केवळ एक 'संकल्पना'आहे असं मानलं तरी केवढी महान आहे. शास्त्रीय आहे, विज्ञाननिष्ठ आहे, तर्कशुद्ध आहे. या केवळ संकल्पनेतच केवढी प्रचंड शक्ती आहे. जग चालवण्याची, पुढे नेण्याची शक्ती आहे. आणि सगळ्यात महत्त्वाचं म्हणजे आपल्या मनास समर्थ आणि शक्तिशाली करण्याचं सामर्थ्य या संकल्पनेत आहे. केवळ परमेश्वर मानण्यात आहे.

सर्वव्यापी परमेश्वराची कल्पना सर्वसामान्य मनास पेलवली नाही. मन:पटलावर नीट उमटली नाही. मग माणसानं स्वत:च्या मतीनं, धडपड करून त्याला काही रूप देण्याचा प्रयत्न केला. मूर्तीचा आकार देण्याचा प्रयत्न केला. परमेश्वराला त्या मूर्तीमध्ये पाहण्यास सुरुवात केली. आणि परमेश्वर आहे ही श्रद्धाच एवढी प्रबळ आणि आरपार की त्याला मूर्तीमध्ये परमेश्वर दिसू लागला. त्याच्या मनास बळ मिळू लागलं, सोबत मिळू लागली, आधार मिळू लागला. मग त्यानं त्या मूर्तीभोवती मंदिर उभारलं आणि तेथे आपोआप मांगल्याचं वातावरण निर्माण झालं. हे सगळं त्यानं स्वत:च्या मनास बरं वाटतंय या एकाच अनुभवातून केलं. परमेश्वराच्या इच्छेचा यात काहीही संबंध नव्हता.

आजही आपण मंदिरात जातो. तीर्थक्षेत्री जातो. हे सगळं आपल्या मनास बरं वाटावं म्हणून. देवाची उपासना, आराधना करतो. भजन, कीर्तन करतो. हे सगळे आपल्या मनास बरे वाटावे म्हणून. पण अज्ञानानं असे समजतो की यामुळे परमेश्वरास बरे वाटते. परमेश्वरास बरे वाटावे म्हणून कोणी परमेश्वर मानत असेल, मंदिरात -तीर्थक्षेत्री जात असेल, भजन-कीर्तन करत असेल तर ते सपशेल चूक आहे. परमेश्वरास नेहमी बरेच वाटत असते. परमेश्वरास बरे वाटावे म्हणून तुम्ही काही उठाठेव करावी, अशा भ्रमात तुम्ही राहण्याची गरज नाही. एवढी तुमची झेपच नाही. खरे तर या विश्वात कुणाचेच ते काम नाही.

तुमच्या मनास बरे वाटावे यासाठी जरूर परमेश्वराची भक्ती करा. त्यातून मनाची ताकद मिळवा. प्रामाणिक आणि अविरत कर्म करण्यासाठी ती ताकद वापरा. कर्मातली सकारात्मकता, तन्मयता यासाठी ती ताकद वापरा. प्रत्येक कर्म परमेश्वराची पूजा समजून करता यावे आणि त्यालाच अर्पण करता यावे म्हणून ती ताकद वापरा. या सगळ्यांमधून तुम्हास बरे वाटावे अशाप्रकारे निसर्गनियम प्रेरित होऊ शकतात. आणि तुमच्यासाठी तो दयाळू परमेश्वर तेवढं करू शकतो.

आता तुम्ही म्हणाल, सुसंबद्ध, शास्त्रीय निसर्गनियमांना कमी अधिक प्रेरित करणं हेच मुळात निसर्गाविरुद्ध नाही का? तुमच्या आयुष्यातलं घटित, प्रारब्ध निदान तुम्हाला सोयीस्कर अशा वेळी भोगावयास मिळाले, भोगतानाही थोडे कमी

त्रासाचे (कंफर्टेबल) वाटले तरी परमेश्वर पावला असे तुम्ही म्हणालच ना? मग लक्षात ठेवा, ही गोष्ट परमेश्वरच करू शकतो. परमेश्वराच्या प्रभावानं सकारात्मक झालेल्या तुमच्या सबळ मनाला नेमके तसे सोयीस्कर आणि कमी त्रासाचे 'वाटते' हा वस्तुस्थितीचा भाग आहे. या दोन गोष्टींच्या बरोबर मध्ये तुम्ही तुमचं जीवन बघू शकता. प्रपंच बघू शकता. पती-पत्नी संबंध, मुलं, सगळी नाती-गोती, गोतावळा बघू शकता. जिव्हाळा, उमाळा बघू शकता. स्वत:स पाहू शकता आणि फिरून परमेश्वरास पाहू शकता.

थोडक्यात, परमेश्वर निसर्गनियमांना कमीअधिक प्रेरित करतो याचा अर्थ सृष्टीच्या नियमांमध्ये काही ढवळाढवळ करतो असे नाही. तसे तो करणारही नाही. तुमचे घटित आणि प्रारब्ध कर्म भोगण्यास ते सोयीस्करपणे पुढे-मागे करणे आणि किंवा ते भोगण्याची तुम्हास आवश्यक ती मानसिक क्षमता देणे, एवढाच याचा अर्थ आहे. हे मात्र परमेश्वर करू शकतो आणि केवळ परमेश्वरच करू शकतो.

अंतर्मन आणि परमेश्वर -

अंतर्मन आणि परमेश्वर असं म्हणण्यापेक्षा 'अंतर्मन म्हणजेच परमेश्वर' असं समजण्यास काहीच हरकत नाही. प्रापंचिक माणूस हा सतत माणसांनी वेढलेला असतो. तरीही त्याला एक कायमस्वरूपी सोबतीची सतत आवश्यकता भासत असते. अशी सोबत, केवळ तुमचं अंतर्मनच करू शकतं.

आजच्या कॉम्प्युटरच्या युगात अंतर्मनाची सत्यता मनास नीट समजणं हे फारच सोपं आहे. कॉम्प्युटरच्या हार्डडिस्कवर आपण काही अंतिम ज्ञान, सत्य किंवा सिद्धान्त साठवतो. नंतर प्रत्यक्ष प्रक्रियेसाठी हेच ज्ञान संदर्भ म्हणून किंवा प्रत्यक्ष साधन म्हणून वापरतो. आपलं अंतर्मन ही एक प्रकारची हार्डडिस्कच आहे. लहानपणापासूनच आपलं प्रगट मन जीवनव्यवहारात गुंतलेलं असतं. यातून तात्पर्याचा भाग निर्माण होत असतो. कधी सिद्धान्त असतो, कधी उत्तर असतं, कधी अंतिम परिणाम असतो, सत्य असतं, मंथनाचं नवनीत असतं, तर कधी पृथ:करणातून जन्माला आलेली मुद्देसूद रचना असते. या सगळ्यापलीकडे अनुभव असतो आणि संस्कार असतो. हे सगळं आपल्या अंतर्मनाच्या हार्डडिस्कवर ज्ञान आणि संदर्भ म्हणून नोंदलं जातं. पुढे प्रसंगानुरूप आवश्यक मानसिक क्रिये-प्रक्रियेसाठी यातलंच संबंधित (रिलिव्हंट) ज्ञान, संदर्भ हे साधन म्हणून वापरलं जातं.

आपल्या अंतर्मनामध्ये परमेश्वर असतो. पाप-पुण्य असतं. न्याय-अन्याय असतो, शौर्य-शक्तिपात असतो. विश्वास-अविश्वास असतो. श्रद्धा-अश्रद्धा असते. जन्म-मरण असतं. साध्य-साधन असतं. आपणच केलेल्या कृती कधी आपल्याला

पटतात, कधी पटत नाहीत. कधी चुकीच्या, कधी बरोबर वाटतात. चांगल्या-वाईट, पाप-पुण्य वाटतात. या जोडीला लहानपणापासून सतत मनावर होणारे संस्कारही असतात. हे सगळं अंतर्मनावर नोंदलं जातं. पुढे आयुष्यामध्ये काही काही घडत जाते. त्याच्याशी संलग्न अशा नोंदी अंतर्मनावरून प्रगट मनावर येतात. प्रगट मनाच्या व्यवहारामध्ये या नोंदी त्याला मार्गदर्शन करू लागतात. विशिष्ट प्रकारच्या प्रतिक्रियेसाठी प्रवृत्त करतात. त्याचं एखाद्या प्रसंगातलं वागणं-बोलणं, उफाळून येणं किंवा खचून जाणं, या नोंदीमुळे प्रवृत्त होतं. यातून मनाला कधी आनंद तर कधी दुःख होतं.

दुःख टाळायचं असेल तर अंतर्मन सशक्त हवं. त्यासाठी घडलेल्या गोष्टींच्या नोंदी आपल्या अंतर्मनावर अतिशय सकारात्मक पद्धतीनं व्हायला हव्यात. संस्कार म्हणून किंवा परिणाम म्हणून अंतर्मनावर झालेल्या नकारात्मक नोंदी नंतर आपलं आकलन वाढल्यानंतर दुरुस्त करायला हव्यात. पुन्हा नव्यानं रचना करून त्या नोंदी सकारात्मक करून घ्यायला हव्यात. पुन्हा नव्यानं नोंदणी करायला हवी. यातून अंतर्मन अधिकाधिक सशक्त होत जाईल. सकारात्मक होत जाईल. त्यामध्ये अगदी विश्व जिंकण्याइतकी ताकद आणि ऊर्जा येऊ शकेल. हीच ऊर्जा पुन्हा प्रगट मनाला मिळत राहते. प्रकट मनाचा पुढचा व्यवहार अधिक सशक्त आणि सकारात्मक होत जातो. त्याची क्षमता वाढत जाते. घडणाऱ्या कृती यशस्वी होतात. अवघं आयुष्य यशस्वी होत जातं.

अंतर्मनाला परमेश्वर म्हणायचं ते याचसाठी!

काही प्रश्न-सोपी उत्तरे

प्रत्यक्ष जगताना, कधी खूप संभ्रमात टाकणाऱ्या गोष्टी घडतात. अनुभवास येतात. अध्यात्म समजावून घेतलं, 'परमेश्वर हे एकमेव सत्य आहे' हेही मनात पूर्ण पसरलं, तरीही अशा अनुभवात, सकारात्मक दिशेनं फिरणारं विचारांचं चाक आधी कमी गतीला येतं, मग थांबतं आणि कधी इतका नाईलाज होतो की ते आपल्याही इच्छेविरुद्ध नकारात्मक दिशेनं फिरायला लागतं. आपण नाराज होतो. 'याला काय अर्थ आहे?' असा एक सहज प्रश्न मनात येतो.

संभ्रमात टाकणारे, नाराज करणारे काही प्रश्न आपण पाहूया. या प्रश्नांची थेट, फायनल आणि सत्य उत्तरं देण्याइतकं माझं ज्ञान नाही. आकलन नाही. त्यामुळे माझा तो अधिकारही नाही. तरीही प्रत्यक्ष जगताना, या प्रश्नांची काही सोपी उत्तरं मला व्यवहारात दिसली. माझ्या, इतरांच्या अनुभवास, प्रत्ययास आलेली दिसली. संतवाङ्मयात या उत्तरांशी तर्कसुसंगत विवेचन पाहिल्यानंतर मनास आणखी

शक्ती लाभते, नैराश्य कमी होतं. शक्तिपात थांबतो.

प्रश्न १- पाप करणारे लोक आनंदात कसे?

उत्तर - १) एखादा माणूस पाप करतो हे ठरवणारे तुम्ही कोण? दिसणारी गोष्ट आणि प्रत्यक्ष असणारी गोष्ट यात जो फरक असू शकतो, तो तुमच्या आकलन शक्तीच्या बाहेर असतो.

२) जे लोक पाप करतात असे तुम्हास वाटते, त्यांच्या पापकर्माचा प्रत्यक्ष परिणाम तुमच्यावर होतो आहे का?

३) ज्या कुणावर हा परिणाम होतो आहे असे तुम्हास वाटते, त्यांनी तुम्हास तसे सांगितले आहे का? तो परिणाम थांबवण्याची विनंती तुम्हास केली आहे का?

४) केवळ सामाजिक जाणिवेतून ही जबाबदारी तुमच्याकडे आली असे तुम्हास वाटत असेल तरी ही जबाबदारी स्वतःची, असे मानण्याची तुमची कुवत आहे का?

५) प्रत्यक्ष काही करण्याची शारीरिक आणि मानसिक कुवत ज्यांच्याकडे आहे, त्यांच्या निदर्शनास ही गोष्ट आणून, यावरची त्यांची प्रतिक्रिया नीट समजावून घेतली आहे का?

६) तुम्ही प्रत्यक्ष काही कृती करू शकत नसाल, तर इतर कुणाच्या वागण्याचा स्वतःवर नुसता परिणाम करून घेण्यानं परिस्थितीमध्ये काही बदल घडतो का?

७) असा नुसता त्रास करून घेऊन स्वतःच्या आयुष्याची चव घालवणे, आवश्यक आहे का?

८) स्वतःवरचा अन्याय रोखणे, पाप न करणे, पुण्य करणे यामुळे मनास बळ येते. पाप करणाऱ्यास केव्हा शिक्षा मिळणार या गोष्टीची वाट पाहण्यानं दिवस वाया जातात.

९) जे लोक पाप करतात असं तुम्हास वाटतं, त्यांच्या दुःखाची तुम्हाला कल्पना आहे का? या लोकांच्या आयुष्यात येणारी एखादी वेळ त्यांचं सगळं आयुष्य शून्य करू शकते. पण हे त्यांचं प्रारब्ध आहे. त्यांचं ते भोगतील. त्याचा विचार तुम्ही करू नका. तुम्ही तुमच्या प्रारब्धाचा विचार करा.

प्रश्न २- पुण्य करणारे लोक दुःखात कसे?

१) माणसाला नेहमी स्वतःबद्दल असे वाटते की तो पुण्यवान असून दुःखात आहे. आपण पुण्यवान आहात असे आपल्याला कुठल्या भरवशावर वाटते? पुण्यवान लोक खालील गोष्टी करतात.

अ) स्वतःच्या मनात सतत इतरांच्या कल्याणाचा विचार ठेवणे.

ब) दुसऱ्यासाठी स्वहित, स्वार्थ, अहंकार, लौकिक मनापासून बाजूला ठेवणे.

खालील गोष्टी ते करत नाहीत.

अ) दुसऱ्यास दुखावणे, कमी लेखणे, नावे ठेवणे, अपमानित करणे, दुसऱ्यापेक्षा, स्वतःस सतत उच्च आणि शहाणे समजणे.

ब) स्वतःच्या स्वार्थासाठी दुसऱ्यास वेठीस धरणे. त्याचा स्वातंत्र्याचा, अस्तित्वाचा हक्क नाकारणे, त्याचे हिसकावून-लुबाडून घेणे.

क) माणसांस वेगवेगळ्या गटाची लेबले लावून दोन माणसांमध्ये भेद करणे. एकास आपला व दुसऱ्यास परका समजणे.

वरील गोष्टी तुम्ही पुण्यवान आहात किंवा नाही ते ठरवतात.

२) 'मी दुसऱ्याच्या मतास किंमत देत नाही' ही अरेरावी, सत्य बदलू शकत नाही. वैयक्तिक आकसानं आरोप करणारे किंवा इतरांस नावे ठेवून स्वतःचे महत्त्व वाढवण्याचा धंदा करणारे, यांना किंमत देऊ नये. पण तुमच्यावर निखळ प्रेम करणाऱ्या लोकांच्या चष्म्यातून स्वतःस पहावयास हवे. त्यास अर्थ असतो. असू शकतो.

३) तुम्ही दुःखात आहात असे तुम्हास मुळात वाटतेच का? एखादी गोष्ट मनाविरुद्ध किंवा सोयीस्कर न घडणे, शारीरिक -मानसिक आजारपण हा आयुष्याचाच एक भाग आहे. परमेश्वरावर अभेद्य श्रद्धा आणि प्रत्यक्ष प्रयत्न यातून अगदी अपघात, संकट यातून येणाऱ्या दुःखातूनही बाहेर पडता येतं. या दुःखास मात्र इलाज नसतो.

४) वास्तविक, कृपाळू परमेश्वर तुमच्या एकूण कर्माच्या प्रतीच्या तुलनेत थोडं अधिकच आणि अधिक सोयीचं माप तुमच्या पदरात टाकत असतो. आपली तेवढी योग्यता असतेच अशा भ्रमात आणि गर्वात राहू नका. आनंदात राहा.

प्रश्न ३ - कर्म आणि त्याचं फळ म्हणजे काय?

आपल्या वाणीनं आणि कृतीतून, परिणामांच्या काही लहरी वातावरणात कार्यरत होत असतात. आपल्या वाणीच्या आणि कृतीच्या परिणामांची त्याच वेळी आपल्या अंतर्मनावर नोंद होत असते. वातावरणात कार्यरत होणाऱ्या परिणामांच्या लहरींचा वेग, दिशा आणि स्तर, वाणी आणि कृतीतून उत्सर्जित होणाऱ्या उर्जेवर अवलंबून असतो. वातावरणात कार्यरत असलेल्या या लहरी आपल्यापासून दूर जाण्याची आणि आपल्याभोवती फिरण्याची गती काही काळानंतर थांबवतात.

आणि पुन्हा आपल्याकडे यायला निघतात. आपल्याभोवती, आपल्या मनाभोवती फिरत-फिरत त्या काही काळानंतर आपल्या मनापर्यंत पोचतात. या लहरी परावर्तित/कार्यरत होताना, आपल्या अंतर्मनावर झालेली नोंद, या परत फिरून मनापर्यंत पोचलेल्या लहरींना सामोरी जाते. भिडते. यातून एक तार्किक सुसंगती जन्म घेते. या सुसंगतीस, त्या क्षणी आपल्या पदरात असलेल्या, प्राप्त परिस्थितीस आपण कारणीभूत मानतो. थोडक्यात कोणे एके काळी केलेल्या कर्माचे फळ मानतो.

प्रश्न ४ - कर्मण्येवाधिकारस्ते मांम फलेषु कदाचन । म्हणजे काय?

कर्म करून मोकळे व्हा. ते ईश्वरास अर्पण करून त्यातील तुमचे मन सोडवून घ्या. कर्माचे फळ हे त्या त्या कर्माच्या स्वरूपानुसार मिळतेच! त्यावर तुमचे कुठलेही नियंत्रण नसल्याने तुम्ही फळात गुंतू नका. फळ देणे हे निसर्गाचे, ईश्वरी सत्तेचे आणि सर्वस्पर्शी उर्जेचे काम आहे.

''मी कर्म करत राहतो. मला फळाची इच्छा, अपेक्षा नाही. पण मला माझ्या कर्माचे फळ नको.'' असे मात्र होत नाही. असा याचा सोयीस्कर अर्थ नाही. अन्यथा तुम्हीं हवे ते अन्यायकारी आणि बेजबाबदार कर्म कराल आणि मला फळ नको म्हणाल, तसे होत नाही. तुमच्या कर्माचे फळ तुम्हाला मिळणारच. जे फळ मिळते ते स्वीकारणे, एवढेच तुम्ही करू शकता.

५) तार्किकदृष्ट्या 'पुनर्जन्म' सुसंगत आहे का?

आपल्याला मागच्या जन्मातले काहीही आठवत नाही, त्यामुळे पुनर्जन्म असावा या गोष्टीवर विश्वास ठेवताना जड जाते. गीतेमध्ये पुनर्जन्माची कल्पना खूपच विस्तृतपणे विशद केली आहे. आत्मा एक कुडी सोडून, दुसरी कुडी धारण करतो आणि दुसरी कुडी धारण करण्यापूर्वीच काही प्रारब्ध कर्मांनी तर काही संचित कर्मांनी संस्कारित, भारलेला आणि बांधलेला असतो.

जगताना अगदी साधे प्रश्न पडतात. त्यांची उत्तरे कुठल्याच मार्गानं जाऊन मिळत नाहीत. सगळंच परमेश्वरस्वरूप आहे, तर अन्याय सहन करणारे आणि अन्याय करणारे दोन्ही एकाच परमेश्वरानं कसे निर्माण केले? प्रामाणिकपणे नोकरी करून घरी पगार नेणारा आणि त्याच दिवशी घरी पोचण्याआधी त्याचा खिसा कापणारा एकाच परमेश्वरानं कशासाठी निर्माण केले? त्याहीपुढे खिसा कापणाऱ्याचा हात परमेश्वर लगेच जादूनं कापत नाही किंवा ज्याचा खिसा कापलाय त्याच्या घरात कुठलीही अज्ञात शक्ती काही डबोलं आणून टाकत नाही.

रविवारचा दिवस! सकाळी एका हॉटेलात इडली खायला जायचं! तिथली

तुडुंब तोबा गर्दी! अर्धा तास टेबल मिळण्यासाठी वाट पाहणं! एकाच वेळी दीड-दोनशे माणसं इडली, डोसा, सांबार यांचा आस्वाद घेताएत. त्यांच्या चेहऱ्यावरचा ओसंडून वाहणारा आनंद. लगबगीनं, हास्यवदनानं इकडून तिकडे हलणारे कर्मचारी. हॉटेलच्या गल्ल्यात क्षणा-क्षणानं वाढत जाणारी पैशांची रास. अचानक भिंतीवर लक्ष जातं. तरुण वयातल्या एखाद्या युवकाचा फोटो! त्याला हार घातलेला! नक्की आता कशाचा अर्थ कशाशी लावायचा?

प्रसुतिशास्त्रातले दोघे पती-पत्नी डॉक्टर, तज्ज्ञ! वंध्यत्व संशोधन केंद्र स्थापन केलेलं. टोलेजंग हॉस्पिटल. लाखो पती-पत्नी तिथे येऊन अपत्यप्राप्ती करून गेले. या डॉक्टर दांपत्यास, आता उतारवय झाले तरी अपत्य नाही, असं म्हणे!

या प्रश्नांना खरंच काही तार्किक उत्तर नाही. हा निव्वळ योगायोग आहे? किती वेळा असं सगळंच निव्वळ योगायोगावर सोडून देणार? आपण या जन्मात तर कधी काही पाप केल्याचं आठवत नाही. मग परमेश्वर कधी आपल्याला जिवंतपणी मरण भोगण्याच्या यातना देतो त्या कशासाठी?

पुनर्जन्माची कल्पना मानल्यास या मरणयातना संपत नाहीत. पण अशासाठी असं! अशामुळं असं! असं मनाला काही समजून सांगता येतं. जे टाळूच शकत नाही, ते निदान स्वीकारायला तरी मन तयार होतं. मधली, मरणयातना देणारी, मनाची टांगती अवस्था संपते.

पुनर्जन्म मानला तर कर्माचा सिद्धान्त मानता येतो. क्रियमाण कर्म, संचित कर्म, प्रारब्ध कर्म, आत्मा आणि त्याचा प्रवास हे जर सत्य मानलं तर आपल्याला पडणाऱ्या कुठल्याही प्रश्नाचं तर्कसुसंगत उत्तर कर्माच्या सिद्धांतामध्ये मिळतं.

पुनर्जन्म मानायचा की नाही हे तुम्ही तुमच्या मानसिक ताकदीवर ठरवा!

६) प्रेम म्हणजे काय?

प्रेम म्हणजे देणं! प्रेम ही आपण दुसऱ्याला देण्याची गोष्ट आहे. प्रेम ही आपण दुसऱ्यावर आणि दुसऱ्यासाठी करण्याची क्रिया आहे. दुसऱ्याची काळजी वाटणं ही प्रेमाची प्रत्यक्ष पावती आहे. अशा प्रेमातून सुखाची, आनंदाची निर्मिती होते. प्राप्ती होते. प्रेम हे परमेश्वराचंच स्वरूप आहे. परमेश्वराचंच दुसरं नाव आहे.

प्रेम हे दुसऱ्यानं आपल्यावर करायचं असतं ही समजूत चुकीची आहे. तशी अपेक्षा करणेही चुकीचे आहे. निदान आपण एखाद्यावर आधी प्रेम केल्यावर प्रत्युत्तर म्हणून तरी दुसऱ्यानं आपल्यावर प्रेम करावं ही अपेक्षा तर नुसती चुकीचीच नव्हे तर महामूर्खपणाची आहे. कारण असं घडत नाही. तुम्ही ज्याच्यावर जिवापाड प्रेम

करता, तो आणखी तिसऱ्याच माणसासाठी, त्याच्यावरल्या प्रेमासाठी, सगळ्या जगाशी खोटे वागायला तयार होतो. तुमच्याशी खोटे वागतो, बोलतो. यातून दु:खाची, नैराश्याची निर्मिती होते. जीवन ही शिक्षा वाटते.

आपण सगळ्यांवर प्रेम करावं. आपल्याला प्रेम हवे असल्यास थेट परमेश्वराकडून त्याची अपेक्षा करावी. तेथे ते खात्रीने मिळतेच.

७) माणुसकी म्हणजे नक्की काय?

परमेश्वरचरणी सर्वात मोठं पाप म्हणून काय नोंदलं जात असेल तर माणसामाणसामध्ये भेद करणं आणि जातीधर्माच्या नावावर करणं!

माणूस चांगला की वाईट हे ठरवताना त्याचं वर्तन आणि हेतू विचारात घ्यावा. त्याप्रमाणे त्याला जवळ करा, दूर ठेवा. आपला म्हणा. परका म्हणा.

पण माणसास चांगला-वाईट किंवा आपला-परका म्हणताना जात, धर्म, भाषा, प्रांत, श्रीमंती-गरिबी, शिक्षण, काळा-गोरा या मुद्द्यांवर फरक करू नये. केवळ स्वत:स सोय-गैरसोय, फायदा-तोटा एवढ्यावर कुणास झुकते माप देऊन, कुणास मोडीत काढू नये.

माणसाकडे केवळ माणूस म्हणून पाहणं आणि केवळ माणूस म्हणून त्याच्यावर प्रेम करणं म्हणजेच माणुसकी होय.

८) दुसऱ्यास त्रास, दु:ख, यातना, वेदना देणाऱ्याची, त्याचा छळ करून अन्याय करणाऱ्याची मानसिकता कशी असते?

वरील सर्व गोष्टी तो स्वत: करतो असा अहंकार त्याच्या मनात येतो. काही काळानं सगळं काही तोच करतो अशा अहंकाराच्या विकोपाला गेलेल्या अवस्थेला तो पोचतो. त्यास मस्ती आणि माज चढतो. आपण हवे ते वागून, हवे तसे वागून-बोलून स्वत:स हवे ते मिळवू शकतो. आणि त्यामुळे कशीही परिस्थिती उद्‍भवली तरी स्वत:च्या हुषारीने, चातुर्याने, कलाकौशल्यानं, खोटारडेपणानं, लबाडीनं किंवा स्थानानं त्या परिस्थितीमधून बाहेर पडू शकतो असा कैफ त्यास चढतो.

परमेश्वराच्या सत्तेनं एखादी वेळ त्याच्या विरोधात जाते. अशा वेळी त्याला हवे तसे तो काहीही करू शकत नाही. घडवू शकत नाही. घडणारे थांबवू शकत नाही. त्याचा अहंकार पत्त्याच्या बंगल्यासारखा कोसळतो. हा धक्का, असहायता, हतबलता तो सहन करू शकत नाही. तो कोलमडतो, तुटून जातो.

परमेश्वर सत्तेनं अशा विरोधी वेळा त्याच्या आयुष्यात एकापाठोपाठ आल्या तर तो तुटून कायमचा संपून जातो.

प्रश्न ९ - एखाद्याकडून अन्याय, छळ, वेदना सहन करणाऱ्या व्यक्तीची मानसिकता कशी असते?

मुळात कुणाकडून असा अन्याय सहन करूच नये. अन्यायास प्रतिकार करण्याची ताकद परमेश्वरानं तुम्हास दिली आहे हे सत्य विसरू नका. प्रतिकार म्हणजे केवळ एकास एक विरोध करून भांडण आणि मारामारी करणे असे नव्हे.

तुम्ही तुमचा स्वत:चा नीट विचार करा. अभ्यास करा. तुमच्यामध्ये अनेक क्षमता आहेत. त्यांचा शोध घ्या. तुमच्या तुम्हास सापडत नसतील, तर अत्यंत विश्वासू आणि जाणकार व्यक्तीचे मार्गदर्शन घ्या. तुमच्यावर अन्याय करणाऱ्या व्यक्तीस त्याच्या कृतीपासून (वृत्तीपासून नव्हे!) तोडण्याच्या अनेक वाटा असतात. एखादी सापडतेच. त्या वाटेवर तुमची कृती लगेचच प्रत्यक्ष अंमलात आणा. तुमच्यावरचा अन्याय कमी झालाच पाहिजे.

अन्याय सहन करण्याची थोडीफार सवय झालेल्या लोकांचा अहंकार खूपच कमी झालेला असतो. प्राप्त परिस्थिती हा परमेश्वरी प्रसाद म्हणून ते स्वीकारतात. स्वत: कशाचेही कर्ते नसून फक्त कर्माचे भोक्ते आहोत, कर्ता ईश्वर आहे अशा ठामपणात ते राहातात. जीवनाला त्याच ठामपणानं सामोरे जातात. परमेश्वराच्या सोबतीच्या आणि आधाराच्या बळावर, विरोधी वेळा ते निभावून नेतात. स्वत:च्या बाजूने असणाऱ्या वेळांचा ते निर्मळपणे आनंद घेऊ शकतात. आनंदाच्या क्षणीही ते अहंकारास दूर ठेवू शकतात.

असे लोक एका क्षणात कधीही ढासळत नाहीत. कोलमडत नाहीत. ते टिकतात. तरतात. उभे राहतात. जगतात. जगत राहतात.

प्रश्न १० - माया म्हणजे काय?

उदाहरणं देतो.

एक खूप सुंदर स्त्री आहे. उंच गोरी, देखणी, हुशार, धडधाकट. बघताक्षणी कुणीही मोहीत व्हावी अशी. एक हळवा पुरुष तिच्या प्रेमात पडतो. तिलाही तो पुरुष आवडतो. पण केवळ जरुर पडल्यास तो आसपास असावा एवढ्यासाठीच! त्यामुळे तो तितकाच आणि तेवढाच जवळ राहण्यासाठी मात्र ती सदैव प्रयत्नशील असते. स्वत:चा त्या पुरुषावर पगडा असावा असे तिला वाटते, म्हणून ती त्यास जी ओळख दाखवते, त्यास हा वेडा प्रेम समजतो. तो उड्या मारू लागतो. माझे तुझ्यावर प्रेम आहे असा स्वत:शीच घोष करतो.

ती शांतपणे सांगते, तुझे जे काही आहे ते तुझे एकट्याचे आहे. प्रेम, राग, प्रीती, तिरस्कार हे सगळं तुझं आहे. तू प्रत्येक क्षणाला वेगवेगळ्या भावानं वागू

शकतो. माझे यात काही नाही. मी यात कुणीही नाही. प्रेम तर सोडच, पण माझी कुठलीही, कसलीही भावना नाही. कधीही नव्हती. पुढेही कधीही असणार नाही.

तो त्रागा करतो. प्रेमभंग झाल्याचा आव आणतो. ती शांतच असते. हा पुन्हा तिच्याकडे जातो. जात राहतो. ती पुन्हा सांगते, 'जे काही आहे ते तुझे आहे. माझे काहीही नाही.' तो तरीही तिच्याजवळ घोटाळतो. तिथंच रमतो. तिनं झटकलं, लाथाडलं, परकं मानलं... या अशा भावनेसाठी तरी तिनं आपल्याला आधी गृहीत धरलं ही भावनाही त्या पुरुषाला सुखावते. थोडक्यात सगळं खोटं आहे असं ती स्वत: सांगते, याला पटते. तरी त्याला ते गोड वाटतं, हवंहवंसं वाटतं. माया ही अशी त्या स्त्रीसारखी असते आणि तिचा पगडा जबरदस्त असतो.

प्रश्न ११) प्रत्यंतर किंवा प्रचिती म्हणजे काय?

इथे स्वत:चाच अनुभव सांगणे आवश्यक आहे. एकोणीसशे नव्वद सालची गुरुपौर्णिमा!

त्या आधी तीन एक महिने माझ्या आईचे अचानक निधन झाले होते. सगळ्यांना सावरण्यात तीन आठवडे गेले आणि मग मला माझ्या दु:खाची व्याप्ती समजली. अनेक विचार उलट सुलट घुसळले जाऊन अंतर्मनावर नकारात्मक भावना, अनिश्चितता याच्या नोंदी झाल्या होत्या.

मला पूर्ण समजत असतानाच, मी माझ्या मनाची नेहमीची (नॉर्मल) अवस्था सोडत -सोडत, एका भलत्याच अनोळखी अवस्थेत प्रवेश केला. मग मी खडबडून जागा झालो. स्वत: धडपड करून पुन्हा नॉर्मल अवस्थेस येण्याचा निकराचा प्रयत्न करू लागलो. शक्य होईना!

या अवस्थेत मी गुरुपौर्णिमेस नगरला पोचलो. माझे वरिष्ठ अधिकारी श्री. अरविंद परांजपे यांचे गुरू परमपूज्य सद्‌गुरु श्री रामकृष्ण महाराज यांच्या आश्रमात पोचलो. प्रसाद, भोजन घेतलं आणि दर्शनासाठी भल्या-मोठ्या रांगेत उभे राहिलो.

माझा नंबर येईपर्यंत महाराजांचे स्मरण केले आणि म्हणालो, "स्वामी, या आजारातून जेव्हा मी बरा होणार आहे, तो आपल्या कृपेनं होईनच. पण मनाची नॉर्मल अवस्थाच मी हरवून बसलोय. ती पुन्हा प्राप्त होईपर्यंतची तगमग सहन होत नाही. माझ्यावर कृपा करा आणि क्षणात मला माझ्या मनाची नेहमीची अवस्था काही काळ तरी प्राप्त करून द्या."

मी महाराजांच्या चरणास स्पर्श केला. अंगातून सर्रकन् काही वीजप्रवाह इकडून तिकडे जाऊन आपणास धक्का बसावा तसे झाले. महाराजांनी हात उंचावून आशीर्वाद दिला. मी तिथून उठून बाहेर आलो. आता मी एका क्षणात, पूर्ववत,

केवळ नॉर्मल झालो होतो. मी अतिशय उत्साहात येऊन सगळ्यांशी नेहमीसारख्या गप्पा मारू लागलो. हास्य-विनोद करू लागलो.

ही अवस्था अशीच सलग तीन तास टिकली. त्या दरम्यान एका खाजगी वाहनानं आम्ही पुण्यास निघालो होतो. त्या तीन तासांनंतर मला पुन्हा नकारात्मकता, अनिश्चितता वगैरे आठवले. पण त्यावेळी मी मनाच्या नेहमीच्या, नॉर्मल अवस्थेत होतो आणि तिथून शांतपणे या थोड्याशा उरलेल्या त्रासाकडे पहात होतो.

या अनुभवाची तुलना दुसऱ्या कुठल्याच अनुभवाशी होत नाही.

मानसशास्त्रीय भाषेत या अनुभवाचं विश्लेषण जे काही व्हायचं असेल ते होऊ देत. माझा स्वत:चा अनुभव हा! माझ्या अंतर्मनावर तो प्रत्यंतर, प्रचिती असाच नोंदला गेला आहे.

सर्वाधिक महत्त्वाचं -

सगळ्यात महत्त्वाचं ते मनास बरं वाटणं! मनाची ताकद वाढणं. पुन्हा एकदा सांगतो, तुम्ही मंदिरात गेलात अथवा न गेलात, तीर्थक्षेत्री गेलात न गेलात, रोज मोठमोठ्यानं मंत्र म्हणून पूजा केलीत, अथवा न केलीत याच्याशी परमेश्वराला काहीही कर्तव्य नाही. तुम्ही ज्या भक्तिभावानं तुमचं नित्य कर्म करता त्या भावाशी त्याचं नातं आहे. परमेश्वर त्या भावाचा भुकेला आहे.

बाकी मंदिरात, तीर्थक्षेत्री जाणं, मंत्र म्हणणं याचा संबंध केवळ तुमच्या मनास बरे वाटण्याशी आहे. कुठलीही कर्मकांडं, यज्ञयाग, पूजाअर्चा परमेश्वराला अपेक्षित नाहीत. ही तुमच्या मनाची गरज, क्वचित प्रदर्शनाचा भाग आहे. कारण या कर्मकांडामध्ये तुम्ही प्रसंगी लाखभरही रुपये खर्च करता आणि चुकून दोन रुपयाची वस्तू विसरली असेल तर देवाला राग येईल म्हणून वर्षभर मनाला खात बसता. देवाला मुळात तुमच्या लाख रुपयाच्या वस्तूशीच काही कर्तव्य नाही. तो देव दोन रुपयाच्या वस्तूसाठी रुसणार? केवढ्या टोकापर्यंतची ही अंधश्रद्धा!

परमेश्वर दयाळू आहे. कृपाळू आहे. तो नेहमी तुमच्या कल्याणाचा आणि संरक्षणाचा विचार करत असतो. तो कधीही तुमच्यावर रागावत नाही. तुमचं नुकसान करत नाही.

श्री सद्गुरू गोंदवलेकर महाराज म्हणतात. ''काही लोक चांगले झाले तर आमच्या नशिबाने म्हणतात आणि वाईट झाले तर परमेश्वराने वाईट केले असे म्हणतात. असं म्हणणाऱ्यांपेक्षा परमेश्वर न मानणारे नास्तिक बरे! देवानं वाईट केलं असं तरी ते कधी म्हणत नाहीत.''

श्रद्धा अभेद्य हवी! परमेश्वर आपलं केवळ कल्याणच करतो. आपलं नुकसान

होतं ते आपलं प्रारब्ध कर्म असतं.

त्याहीपुढे जाऊन परमेश्वर आहे की नाही असा शोध घेण्याच्या मोहिमेवर निघण्याचीही गरज नाही. जगण्यासाठी तुमच्या मनाला ताकद हवी. ही ताकद केवळ श्रद्धेनं मिळू शकते. श्रद्धा, सर्वप्रथम आत्मविश्वासावर हवी. तत्त्वांवर, मूल्यांवर हवी. मानवतेवर, माणुसकीवर हवी. दुसऱ्याच्या जगण्याच्या आणि अस्तित्वाच्या हक्कावर हवी. निसर्गनियमांवर हवी. हजारो वर्षे निसर्गनियमांना अनुसरून चालणाऱ्या या सृष्टीवर हवी. निसर्गनियमांना संदर्भ आणि सत्ता असलेल्या उर्जेवर हवी. या उर्जेसच परमेश्वर म्हणतात, या सत्यावर हवी. सत्याचंच दुसरं नाव ईश्वर, या आपल्या आत्म्याच्या आतल्या आवाजावर हवी. बस! जगण्यासाठी, प्रपंचासाठी दुसरं काहीही लागत नाही.

परमेश्वर

प्रापंचिक माणसाला वेळेची म्हणे खूप समस्या असते. परमेश्वराची भक्ती, योगाभ्यास, ध्यान-धारणा या गोष्टीसाठी लागणारा वेळ त्याच्याकडे नसतो. मनाची ताकद वाढवण्यासाठी वरील गोष्टींची गरज नसते. आपल्या संतांनी एक सोपी गोष्ट सांगितली आहे. 'देवाचे नाव घ्या' बस! बाकी काहीही नको. यासाठी वेगळा वेळ लागत नाही. आपली नित्य कामे चालू असता, मनातल्या मनात सतत आपण देवाचे नाव घेऊ शकतो. जिथे शक्य आहे, तिथे देवाच्या नावाचा प्रकटपणे गजर करू शकतो. तुमच्या मनाची अवस्था कशीही असली, तरी तुम्ही नाम घेऊ शकता. मनात नानाविध विचार असले तरी हरकत नाही. मन देवाच्या नावापाशी एकाग्र नाही झाले तरी हरकत नाही. आपले काम फक्त देवाचे नाव घ्यायचे आहे. प्रेमानं, भक्तीनं, कृतज्ञतेनं देवाचं केवळ नाव घ्या. जरी प्रेम, भक्ती, कृतज्ञता मनात नाही उमटली तरी चालेल. मुद्दाम त्यासाठी बळेच काही करू नका. फक्त नाव घ्या. देवाचे केवळ नाम घेण्यानं, अर्थात सतत घेण्यानं तुमचे सगळे व्याप, ताप मिटतात अथवा जे आहे ते व्याप-ताप वाटत नाही हे सत्य आहे.

संत ज्ञानेश्वर म्हणतात,
''हरी मुखे म्हणा, हरी मुखे म्हणा,
पुण्याची गणना कोण करी''
संत तुकाराम म्हणतात,
''हरी हरी तुम्ही म्हणा रे सकळ
तेणे मायाजाळ तुटतील''

संत रामदास म्हणतात,
"प्रभाते मनी राम चिंतीत जावा
पुढे वैखरी राम आधी वदावा"
सद्‌गुरू गोंदवलेकर महाराज म्हणतात,
"रामाचे नाव अखंड घ्या. ते सर्व प्रश्नांचे उत्तर आहे."
संत गाडगे महाराज म्हणतात,
"जिभले तुला गं काय काम?
नित्य घेत जा हरीचे नाम"

जवळपास प्रत्येक संतानं हेच सांगितलं आहे. गोंदवलेकर महाराज म्हणतात,'काळजी माणसास मारते. नाम माणसास तारतं. तरी माणूस काळजी करत बसतो. नाम घेत नाही. नामापेक्षा त्याला काळजीचीच हौस जास्त!' जाता-जाता गोंदवलेकर महाराजांचं आणखी एक वचन सांगतो. प्रपंच करताना या वचनाइतके मोलाचे सत्यवचन हेच आहे. महाराज म्हणतात, "सर्व काळजीचे एकच सोपे आणि रामबाण औषध मी सांगतो, ते म्हणजे कशाचीही काळजी करू नये."

नाम घेण्यात कष्ट नाही. खोळंबा नाही. वेळेचा प्रश्न नाही. शक्य-अशक्य हा भाग नाही. साखरेच्या गोडीची नुसती कल्पना करून उपयोग नाही. तो गोडवा अनुभवला पाहिजे. भगवंताची केवळ कल्पना करत बसू नका. नाम घ्या. तेच तुम्हाला तारणार आहे.

प्रपंच!

प्रपंचात शरीर तर गुंतून पडतंच पण अधिक महत्त्वाचं म्हणजे मन गुंतून पडतं. प्रपंच हे एक अखंड कर्म आहे. कर्म परमेश्वराला बांधू शकत नाही. परंतु माणसाला आयुष्याशी बांधू शकतं. आणि ते गरजेचंच असतं. प्रपंचाइतकं सरळ, अखंड, आणि अक्षय कर्म दुसरं कुठलंही नाही.

तुम्ही मरून जाता,
प्रपंच संपत नाही
कर्म संपत नाही
यापेक्षा वेगळं अधिक काहीही नाही.

तुमच्या माझ्यासारख्या सर्वसामान्य माणसाला तर प्रपंचाची गरज आहेच. पण थोर राष्ट्रभक्त, समाजसेवक, संत यांनीही प्रपंच त्यागला नाही. स्वत:चा प्रपंच करतानाच, अवघ्या विश्वाचा प्रपंच ते स्वत:चा मानू लागले. काही राष्ट्रभक्त,

समाजसेवक, संत यांनी विश्वाचा प्रपंच स्वत:चा मानून करताना त्यांच्या आत्म्याच्या आवाजाला प्रतिसाद म्हणून स्वत:चा प्रपंच वेगळा मांडला नाही, इतकेच!

आपल्याला पैलतीर गाठायचं आहे. मरणाची ती कड गाठायची आहे. प्रपंचाच्या नौकेत बसून हा प्रवास अधिक सोपा, अधिक सोयीचा होऊ शकतो. सुखाचा, आरामाचा, आनंदाचा होऊ शकतो. पैलतीर गाठण्यासाठी प्रपंचाइतकं प्रभावी दुसरं काही नाही असं माझं ठाम मत आहे. गेली हजारो वर्षे नित्यानं सिद्ध झालेलं सत्य वाटतं. म्हणून प्रपंच हवाच! धग असू देत, वास्तव असू देत नाहीतर विस्तव असू देत!

मनाची गुंतवणूक, सोडवणूक
आसक्ती, विरक्ती
हे कुणीही माझे नाही
मी कुणाचाही नाही

माझं जगणं माझं आहे
त्याचं जगणं त्याचं आहे
ध्येय नाही, साध्य नाही
जगणं हे एक साधन आहे

मी माझी भूमिका करतो
आणि पुन्हा माझ्या स्वत:मध्ये येतो
भूमिकेतून निर्माण होणारं सुख-दु:ख,
आनंद हे सुद्धा माझं नाही.

कुणी कुणाला जबाबदार नाही
कुणी कुणात वाटेकरी नाही
आपण सगळे देवाचे आहोत
एकमेकांचे कुणीही नाही

ईश्वर सत्य आहे
सत्य फक्त इश्वरच आहे.
आपण तरीही इश्वराचा शोध घेतो
आयुष्याच्या याहून अधिक दुरूपयोग, दुसरा नाही.

माझ्या आकलनाप्रमाणे, अल्पमतीप्रमाणे मी तुमच्याशी सत्य बोललो आहे. माझी खात्री आहे की मी तुमच्या उपयोगाचं बोललो आहे.

तुम्हास माझ्याशी काही बोलायचं असेल तर खालील पत्त्यावर लिहू शकता. सवडीनुसार मीही जरूर आपल्याला लिहीन. अथवा फोनवरून वेळ ठरवून संपर्क साधू शकता.

मधुकर जयवंत काकडे
९०१, पुरुषोत्तम अपार्टमेंट,
डेक्कन जिमखाना, पुणे-४११ ००४.
फोन नं.९४२३९१३४५२

नाव : मधुकर जयवंत काकडे

पत्ता : ९०१ पुरुषोत्तम अपार्टमेंट, डेक्कन जिमखाना,
पुणे - ४११ ००४.

फोन नं. : ९४२३९१३४५२

शिक्षण : मेकॅनिकल इंजिनिअर

व्यवसाय : नोकरी, मिनिस्ट्री ऑफ डिफेन्स क्लास वन गॅझेटेड ऑफिसर

कलाक्षेत्र : **१. नाट्य लेखक** खालील नाटके रंगमंचावर सादर
वादळ, वरदहस्त, सप्तपदी, लाडकी सून, धरपकड, अग्निकुंड.
२. नाट्य अभिनेते : खालील नाटकातून रंगमंचावर अभिनय
लग्नाची बेडी - २५०० प्रयोग
वरचा मजला रिकामा, सासरेबुवा जरा जपून, आतून किर्तन वरुन तमाशा, देवमाणूस, दिल्या घरी तू सुखी रहा, सप्तपदी.
एकूण प्रयोग संख्या - ३०००
३. एकपात्री प्रयोगकर्ते : हास्य धबधबा, भन्नाट माणसं, तुमचं आमचं सेम असतं.
४. व्याख्याने : प्रपंचाची सुरुवात, प्रपंचाच्या मध्यावर प्रपंचातलं आजारपण, प्रपंचातलं अध्यात्म.
प्रारब्ध आणि पुरुषार्थ, सकारात्मकता आणि स्वीकार, मला काय हवंय, भीती आणि ताणतणाव, संभाषण आणि वक्तृत्व, विद्यार्थीदशा, सुख येता तुमच्या दारी,
विसरा सोडा क्षमा करा, घडणे-बिघडणे.
५. 'सुख येता तुमच्या दारी' हे पुस्तक लवकरच प्रकाशित.
६. **संवेदना, पुरुषार्थ, निर्णय, उमाळा, विदूषक** या कादंबऱ्या प्रकाशनाच्या वाटेवर.

सामाजिक : प्रापंचिक समस्या, पती-पत्नी संबंध याबाबत सल्ला आणि मार्गदर्शन
(Only by Appointment)